AF623794

மனதெனும் குரங்கை வெல்லுங்கள்

உணருங்கள் உங்கள் மேம்பாட்டை

MASTER THE MIND MONKEY

NOW IN TAMIL

ஆனந்த் பாட்கர்

தமிழாக்கம்: வெ. ராஜகோபால்

ஜெய்கோ பப்ளிஷிங் ஹவுஸ்

அகமதாபாத் பெங்களூரு சென்னை டில்லி

ஹைதராபாத் கொல்கொத்தா மும்பை

இந்தப் புத்தகமும் அதில் சொல்லப்பட்ட கருத்துகளும் நூலாசிரியரினுடையது. நூலாசிரியரின் எழுத்து மூல அனுமதியின்றி இந்தப் புத்தகமோ அதனின் எந்தப் பகுதிகளுமோ எந்த விதமான பயிற்சிகளுக்கும் வியாபார நோக்கங்களுக்கும் பயன்படுத்தகூடாது. இதில் கூறப்பட்ட விஷயங்கள் தகவல்களாகவும் மேற்கோள் களாகவும் மட்டுமே பயன்படுத்தப்படும் என்ற முன்னீட்டுடனும் உடன்பாட்டு டனுமே இந்தப் புத்தகம் விற்கப்படுகிறது.

இந்தப் புத்தகத்தின் அடிப்படையில் எடுக்கப்பட்ட அல்லது எடுக்காமல் விடப்பட்ட, செயல்களுக்கும் அதனால், புத்தகம் வாங்கியவருக்கோ அல்லது மற்றவர்களுக்கோ, நேரிடையாகவோ மறைமுகமாகவோ ஏற்பட்ட பாதிப்பு களுக்கும், நட்டங்களுக்கும், சேதங்களுக்கும், அபாயங்களுக்கும், காயங் களுக்கும், மன உளைச்சல்களுக்கும், நூலாசிரியரியரும், வெளியீட்டாளரும், அச்சிட்டவரும், தமிழாக்கியவரும் எந்த விதமான பொறுப்பும் ஏற்றுக் கொள்ள முடியாது என்பதை வலியுறுத்துகிறோம்.

நடைமுறையில் இருக்கும் மற்றவர்களுடைய அச்சக உரிமை (COPYRIGHT) மற்றும் அறிவியல் உரிமைகளை (INTELLECTUAL PROPERTY) இந்தப் புத்தகத்தில் சொல்லப்பட்டவைகள் எந்த விதமாகவும் எந்த முறையிலும் மீறவில்லை என்று வெளியீட்டாளர்கள் நம்புகிறார்கள். இருப்பினும் ஒருகால் நூலாசிரியர் தான் சொல்லியவற்றின் மூலத்தை கண்டுபிடிக்க முடியாமல் இருந்திருந்தாலும் அல்லது ஏதாவது அச்சக உரிமையைத் தவறுதலாக மீறியிருந்தாலும் அதைச் சரிப்படுத்தும் நடவடிக்கைகளை எடுக்க, தயவு செய்து வெளியீட்டாளருக்கு எழுத்து மூலமாக உடனடியாகத் தெரிவிக்கவும்.

Published by Jaico Publishing House
A-2 Jash Chambers, 7-A Sir Phirozshah Mehta Road
Fort, Mumbai - 400 001
jaicopub@jaicobooks.com
www.jaicobooks.com

© Anand Patkar

MASTER THE MIND MONKEY
மனதெனும் குரங்கை வெல்லுங்கள்
ISBN 978-81-8495-473-9

First Jaico Impression: 2013
Sixth Jaico Impression: 2017

No part of this book may be reproduced or utilized in any form or by any means, electronic or mechanical including photocopying, recording or by any information storage and retrieval system, without permission in writing from the publishers.

Printed by
Trinity Academy For Corporate Training Limited, Mumbai

பொருளடக்கம்

நன்றி நவிலல் V

நூலாசிரியரின் குறிப்பு VII

தமிழாக்கியவரின் குறிப்பு XI

பேரா.ச. முத்துக்குமரனின் அணிந்துரை XIII

முதல் பாகம் : அஸ்திவாரக் கற்கள்

அத்தியாயம் 1 : எங்கும் மேம்பாடே!!! *3*

அத்தியாயம் 2 : விஷயம், சந்தர்ப்பம், கோட்பாடு *22*

தியானப் பயிற்சி 1 *43*

இரண்டாம் பாகம் : தொழில்வாழ்க்கையில் பயன்படுத்தும் முறைகள்

அத்தியாயம் 3: திட்டமிடுதல் *51*

அத்தியாயம் 4: அமைப்பும் பங்கும் *68*

அத்தியாயம் 5: கட்டுப்படுத்துதல் *81*

மூன்றாம் பாகம் : உண்மையை ஆராய்வது

அத்தியாயம் 6: அனுபவங்களிலிருந்து கற்றுக்கொள்வோம் *101*

அத்தியாயம் 7: இடையூறுகளில் பாடங்கள் *115*

அத்தியாயம் 8: மற்றவர்களை ஊக்குவிப்பது *138*

தியானப் பயிற்சி 2 154

அத்தியாயம் 9: சில பலன்கள் 158

நான்காம் பாகம்: மனதின் கூறுகள்

அத்தியாயம் 10: மனம் - ஒரு எண்ணங்களின் குவியல் 169

அத்தியாயம் 11: ஸம்ஸ்காரங்கள் அல்லது ஆழமான பதிவுகள் 180

அத்தியாயம் 12: மனதின் நோக்கம் 190

அத்தியாயம் 13; மனது ஒரு இயந்திரம் 203

அத்தியாயம் 14: மனமெனும் இயந்திரத்தைக் கடந்து 219

ஐந்தாம் பாகம்: உண்மையின் தன்மை

தியானப் பயிற்சி 3 229

அத்தியாயம் 15: உண்மை: முடிவான நிரூபணம் 236

அத்தியாயம் 16: உண்மையல்லாதது எது? 260

அத்தியாயம் 17: வேற்றுமை 271

அத்தியாயம் 18: உள்ளே உறையும் உத்தமன் 278

நன்றி நவிலல்

இந்தப் புத்தகம் வெளிச்சத்திற்குக்கு வரக் காரணமாயிருந்தவர் களுக்கு நன்றி கூற வேண்டுமானால் உண்மையில் நான் பல லட்சத் திற்கும் அதிகமான மக்களுக்கும் நிறுவனங்களுக்கும் நன்றி கூற வேண்டும். அவர்களையெல்லாம் பெயர் சொல்லி ஏற்றுக் கொள்வது முடியாத விஷயமென்பதால் நான் சிலரை மட்டும் சொல்கிறேன். மற்றவர்களுக்கும் நான் இதே அளவுக்கு நன்றி சொல்லக் கடமைப்பட்டிருக்கிறேன் என்பதை அவர்கள் புரிந்து கொள்வார்கள் என்று நம்புகிறேன்.

முதற்கண் நான் 1980ல் கலந்து கொண்டு பயிற்சி பெற்ற இ.எஸ்.டி பயிற்சிக்கு என் மனமார்ந்த நன்றி. இங்கு தான் இந்தப் புத்தகத்தில் பகிர்ந்து கொள்ளும் என் உள்ளே உறையும் மூர்த்தியை நான் முதன் முதலாக அறிந்து கொண்டேன்.

அந்த மூர்த்தியோடு நான் தொடர்ந்து தொடர்பு வைத்திருக்க எனக்கு உதவிய ஏராளமான புத்தகங்களுக்கும் என் நன்றி. அவற்றில் முக்கியமாக பகவத்கீதை, ரிச்சர்ட் பாக் (Richard Bach)கின் இல்யூஷன்ஸ் (ILLUSIONS) அண்மையில் நான் படித்த சுவாமி பார்த்தசாரதியின் வேதாந்தா ட்ரீடிஸ் (VEDANTHA TREATISE) மேலும் எக்கார்ட் டோல்லே யின் (ECKHART TOLLE) தி பவர் ஆஃப் நௌ (THE POWER OF NOW).

கடந்த பல வருடங்களாக நான் ஊடாடி அவர்களின் உள்ளே உள்ள மூர்த்தியைக் கண்டு கொள்ள உதவிய எனது பல சகதொழிலாளர் களுக்கு என் உளமார்ந்த நன்றி

எனது ஏராளமான மாணவர்களுக்கு முக்கியமாக, மேலாண்மைக் கோட்பாடுகளை மனதை மாற்றும் அனுபவங்களோடு கலந்து நான் நடத்திக் கொண்டிருந்த ஆய்வுகளின் போது பொறுமையுடன்

இருந்த ஜம்னாலால் பஜாஜ் இன்ஸ்டிட்யூட் மற்றும் நர்ஸீ மோஞ்சீ இன்ஸ்டிட்யூட் மாணவர்களுக்கு, நெஞ்சார்ந்த நன்றி கிரீவ்ஸ் காட்டன் லிமிடெட் நிறுவனத்திற்கு, திரு பிரவீன் ஸச்தேவ் அவர்களுக்கு, திரு.எஸ்.கே.பாஸு அவர்களுக்கு, திரு. தாமஸ் ஃபுர்டாடோ அவர்களுக்கு. இவர்கள் தான் என் கருப்பொருளைச் சோதித்துப் பார்க்க முழுக்க முழுக்க அதனின் அடிப்படையில் நான் நடத்திய பயிற்சி முகாமிற்கு ஒரு மேடை தந்தார்கள். அந்தப் பயிற்சி முகாமில் கிட்டிய அனுபவம் தான் இந்தப் புத்தகம் உருவானதற்கு மிகப் பெரிய காரணி என்றால் அது மிகையாகாது.

நன்றி நிறுவன ஊழியர்களுக்காக மேம்பாட்டுப் பயிற்சி (Workshop on Excellence) (மற்றும் பல மேலாண்மைப் பொருள்களைப் பற்றி) நான் நடத்திய பல பயிற்சி முகாம்களில் பங்கு பெற்றவர்களுக்கு. இவர்கள் தயக்கமில்லாமல் பகிர்ந்து கொண்ட அவர்களின் அனுபவங்களும் எழுப்பிய கேள்விகளும் இந்த முகாம்களை மிளிரச் செய்தன. அவர்களுடைய இடைவிடா வற்புறுத்துதல் தான் என்னை இந்தப் புத்தகத்தை எழுதத் தூண்டியது.

எழுதிக் கொண்டிருக்கும்போதே மூலப் பிரதியைப் படித்து , எழுதி முடிக்கும் வரை என்னைத் தளர விடாமல் பார்த்துக் கொண்ட திரு.கௌரி பதக் அவர்களுக்கு, டாக்டர்.ராஜேந்திர சமந்த் அவர்களுக்கு, அஞ்சலி காமத் அவர்களுக்கு, அருண் வக்லு அவர்களுக்கு. ஒவ்வொரு வார்த்தையையும் வாக்கியத்தையும், பக்கத்தையும் உன்னிப்பாகப் பார்த்து திருத்திய மேன்கா சிவ்தசானி அவர்களுக்கு. எல்லா விதமான தாங்குதலும் ஆதரவும் நல்கிய திரு ராஜு கானே அவர்களுக்கும் ஸோர்ஸ் ஸ்ட்ராடெஜிக் கம்யூனி கேஷன் பிரைவேட் லிட் குழுவினர்க்கும்

வெளியீட்டாளர்களுக்கு, அச்சிட்டவர்களுக்கு, ஆய்வுரை, மதிப்புரை நல்கியவர்களுக்கு, வாழ்த்தியவர்களுக்கு

நான் இன்னும் ஏதோ சுவாரசியமான பயனுள்ள பணியைச் செய்து கொண்டிருக்கிறேன் என்று நம்புவது போல் பாசாங்கு செய்து கொண்டிருக்கும் எனது மனைவி அருந்ததிக்கும் குடும்பத்தினர்க்கும்.

மேலும் என்னைப் பெற்றவர்களுக்கும் ஆசிரியர்களுக்கும் மூத்தோர் களுக்கும் ஆன்றோர்களுக்கும் அனைவருக்கும் நன்றியுடன் சமர்ப்பிக்கிறேன் இந்தப் புத்தகத்தை.

ஆனந்த்பாட்கர்

நூலாசிரியரின் குறிப்பு

நாம் செய்யும் செயல்களை ஏன் செய்கிறோம், நம் வாழ்க்கையை எது நடத்திச் செல்கிறது என்பதைப் புரிந்து கொள்ள வேண்டும் என்பது பல வருடங்களாக எனது அடங்கா ஆர்வமாக இருந்தது. சில வருடங்களுக்கு முன்னால், 1980 ல் நான் ஒரு இ.எஸ்.டி என்ற ஆன்மீகப் பயிற்சி பெற்றேன். அப்பொழுது இந்தப் புத்தகத்தில் நான் "உள்ளேயுள்ள மூர்த்தி" என்று குறிப்பிடுவதைப் பற்றித் எனக்கு ஒரு தடை தகர்க்கும் ஞானம் ஏற்பட்டது. அதைத் தொடர்ந்து அந்த புதிய ஞானத்தை பணிசெய்யும் இடத்திலும் வீட்டிலும் என் அன்றாட வாழ்வில் நடை முறைப் படுத்திக் கொண்டிருக்கிறேன். புகழ் பெற்ற புத்தகங்களான ''இல்யூஷன்ஸ் (Illusions) வேதான்தா ட்ரீட்டைஸ், (Vedanta treatise)'' ஆகியவற்றிலிருந்து நான் பெற்ற நுண்ணறிவை சிறிய அளவில் மறை முகமாக பாடங்களை போதிக்கும்போதும் என் பயிற்சி முகாம்களிலும் பயன் படுத்திக் கொண்டிருக்கிறேன்.

பிறகு 2002ல் உள்ள ஒரு நிறுவனத்துக்கு பயிற்சி முகாம் நடத்தும் வாய்ப்பு கிட்டியது. முகாமின் நோக்கம் மேலாளர்களின் குழு ஒன்றை ஊக்கப்படுத்துவதே. பயிற்சி முகாம் பெரிய வெற்றியாக அமைந்தது. அதில் பங்கு பெற்றவர்கள் தங்கள் வாழ்க்கையில் எதிர்பாராத அளவுக்கு பயன் பெற்றார்கள். ஒன்றிலிருந்து ஒன்று தொடர்ந்தது. நான் இது வரை இந்தியா முழுவதிலுமாக கிட்டத்தட்ட 30 பயிற்சி முகாம்கள் நடத்தி விட்டேன். (Greaves cotton, BHEL, Piaggio Vehicles, Hindustan Aeronautics, the Salgaocar Group, IDBI போன்ற நிறுவனங்கள் நான் நடத்திய முகாம்கள் மூலம் தங்களுக்குப் புதிய பாதைகளை அமைத்துக் கொள்ளும் அளவுக்கு பயன் அடைந்தன. ஒவ்வொரு முகாமோடும் நானும் வளர்ந்தேன்.

பயிற்சி முகாம்கள் ஊடாடு முறையில் (Interactive mode) நடத்தப்படுகின்றன. ஒவ்வொரு முகாமும் வாரத்துக்கொன்று வீதம் நான்கு வாரங்களுக்கு, அதாவது நான்கு நாட்களுக்கு நடத்தப் படுகிறது. பங்கு பெறுபவர்கள் கற்ற பாடங்களை இடைக் காலங்களில் சோதித்துப் பார்க்கும் வகையில் தங்கள் சொந்த வாழ்க்கையிலும், பணி செய்யும் இடங்களிலும், வேலை பார்க்கும் குழுக்களிலும் முடியாதென்று நினைப்பதை முடித்துக் காட்ட முயல்கிறார்கள். நான் அவைகளை ''விருப்பம் போல் நிகழ்த்தும் அற்புதம்'' என்கிறேன். சிலவைகள் வெற்றி பெறுகின்றன; சில நினைத்தபடி நடப்பதில்லை. இரண்டிலிருந்தும் நமக்கு பாடங்கள். இந்த 30 முகாம்களில் எழும் கேள்விகள் மூலம், பங்கு பெற்றவர்கள் பகிர்ந்து கொண்ட அனுபவங்கள் மூலம் ஒரு மாதிரி உருவாவதைக் கண்டேன்.

முதலிலிருந்தே இந்த முகாம்களில் பங்கு பெற்றவர்கள் விரிவுரைக் குறிப்பு கிடைக்குமா என்று கேட்டுக் கொண்டிருந் தார்கள். புத்தகம் எழுதுவதற்கும் பரிந்துரை செய்தார்கள். உண்மையில் நான் குறிப்புகள் ஒன்றும் தயார் செய்திருக்கவில்லை. அதனால் அதைத் தர முடியவில்லை. முகாம்கள் பங்கு பெறுபவர்கள் ஊடாடுதலின் அனுபவத்தால் படிப்படியாக மலர்கின்றன. ஆனால் புத்தகமோ எழுதுபவரின் திசையிலிருந்து புறப்படும் அறிவிப்புகள் தானே. ஆகையால் நான் இந்தப் பொருளைப் பற்றி புத்தகம் எழுதுவது சாத்தியமில்லை என்று எண்ணியிருந்தேன். ஆனால் வேண்டுகோள்கள் அடிக்கடி தொடர்ந்து வந்து கொண்டிருந்ததால் அவைகளைப் புறக்கணிக்க முடியவில்லை.

நீங்கள் மனதில் ஒன்றைச் செய்ய வேண்டும் என்று உறுதியாக இருந்தால், தடைகள் தானாக விலகுகின்றன. பிரபஞ்ச சக்திகள் ஒன்று சேர்ந்து உங்களுக்கு உதவுகின்றன. இந்த மூதுரையை உறுதிப்படுத்த ஒரு உதாரணம் வேண்டுமென்றால் அது இந்தப் புத்தகம் தான்.

இந்தப் புத்தகம், வாசகர்களாகிய உங்களுடன் - அதாவது உங்கள் தோலுக்குள் வாழும் மனிதனுடன் உரையாடுவது போல் எழுதப்பட்டுள்ளது. நீங்கள் அதைப் படிக்கும்போது புத்தகத்தின் பக்கங்களுக்கு அப்பால் போக முயலுங்கள். நீங்கள் என் பயிற்சி

முகாமில், அங்கு பங்கு பெறும் பலரோடு இருப்பதாக அகக் காட்சியை உருவாக்கிக் கொள்ளுங்கள். நாம் அனைவரும் சேர்ந்து மேம்பாட்டை எது உருவாக்குகிறது, எது நீடிக்க வைக்கிறது, நமது வாழ்வில் மேம்பாட்டை எப்படி அடையலாம் என்ற ஒரு விவாதத்தில் ஈடு பட்டிருப்பதாக நினைத்துக் கொள்ளுங்கள்.

முகாமில் பங்கு பெற்றவர்களின் கேள்விகளும் பதில்களும் ''அடிக்கடி கேட்கப்படும் கேள்விகள்'' (அ.கே.கே.) ''அடிக்கடி தரப்படும் பதில்கள்'' (அ.த.ப.) என்ற படிவத்தில் இங்கே தரப்பட்டுள்ளன. அவர்கள் பகிர்ந்து கொண்ட அனுபவங்கள், கற்பனைப் பெயர்களில் கொடுக்கப்பட்டுள்ளன. பகிர்ந்து கொள்ளப்பட்ட அனுபவங்கள் யாவும் உண்மைச் சம்பவங்களே. கொடுக்கப்பட்ட உதாரணங்களும் அவ்வாறே. அவைகள் நீங்கள் அடிக்கடி எதிர்கொள்ளும் சம்பவங்கள் என்றும் உங்களுடயன போலவே அவைகளை எடுத்துக் கொள்ள முடியும் என்றும் நம்புகிறேன்.

இந்தப் புத்தகத்தின் பொருளட்டவணை ஐந்து பாகங்களாக பிரிக்கப் பட்டுள்ளது. முதல் பாகமான இரண்டு அத்தியாயங்கள் பின்னால் எடுத்துக் கொள்ளப் படும் விவாதங்களுக்கு அடிப்படையான கருத்துகளை விளக்குகின்றன. அடுத்த மூன்று அத்தியாயங்களான இரண்டாம் பாகம் இந்த அடிப்படை கருத்துகளை மாதிரி வகை நிறுவனங்களிலும் நிர்வாகச் சூழ்நிலைகளிலும் பிரயோகப் படுத்தப்படுவதை ஆய்கின்றன. மூன்றாம் பாகம் அடுத்த நான்கு அத்தியாயங்கள். இவைகளில் மாதிரி வெற்றி மற்றும் தோல்வி அனுபவங்களை எடுத்துக்கொண்டு இவைகளின் சந்தர்ப்பங்களை ஆராய்ந்து அதிலிருந்து எவ்வாறு சில தடை தகர்க்கும் பாடங்கள் கற்கலாம் என்பவை விவாதிக்கப் படுகின்றன. நான்காம் பாகத்தில் அடுத்த ஐந்து அத்தியாயங்கள் - மனதின் அமைப்பு தீவிரமாக ஆராயப்பட்டு நாம் ஏன், எவ்வாறு இன்றிருக்கும் நிலையை எய்தியுள்ளோம் என்று கண்டுணர்கிறோம். ஐந்தாம் பாகமான கடைசி நான்கு அத்தியாயங்களில் உண்மையின் தன்மையை ஆராய்ந்து அதன் மூலம் நாம் அனைவருமே உள்ளே உள்ள பரிசுத்தமான உணர்வு தான் என்றும், அதைக் கண்டுணர்வது நம் அமைதிக்கும், மகிழ்ச்சிக்கும் அன்றாட வாழ்க்கையில் வியத்தக்க பலன்களை எய்த எப்படி வழி வகுக்குமென்றும் முடிக்கிறது.

இந்த முகாமும் புத்தகமும் ஒரு சிற்பி சிலை அமைக்கையில் என்ன செய்வாரோ அவ்வாறே செயல் படுகின்றன. ஒரு சிற்பி உண்மையில் சிலையை செதுக்குவதில்லை. அவர் கல்லிலிருந்து சிலை அல்லாதவற்றையே செதுக்குகிறார். முடிவில் அங்கு நிற்பது ஒரு அழகான சிறந்த படைப்பு. இத்தனை நாளும் அது உள்ளே மறைந்திருந்தது. இன்று வெளிக்கொணரப்பட்டது என்ற மூதுரை உங்களுக்குத் தெரிந்திருக்கும்

நமக்குள்ளே உள்ள உத்தமனாகிய அந்தச் சிலையின் மேலெ மாசுகள் படிந்திருப்பது மனதின் சேஷ்டையால். தொன்மையான ஒரு வட மொழி செய்யுளில் சொல்வது போல், போதை ஏறிய குரங்கை தேளொன்று கொட்டி பிசாசும் பிடித்தால் எப்படி இருக்குமோ அது போலவே நம் மனமும். அதிலிருந்து பயன் தராத சிந்தனைகளை செதுக்கி எடுத்து உள்ளே உள்ள ''மூர்த்தியின் சிறப்பை'' வெளிக்கொணர்வதே மனதை வெல்லும் வழி முறை.

பல இந்திய மொழிகளில் கோவில்களில் வழிபடப்படும் கடவுளின் உருவத்தையே ''மூர்த்தி'' எனக் கூறுவர். இந்தப் புத்தகம் முழுவதிலும் ''மூர்த்தி'' என்ற வார்த்தை ஒரு உருவகமாக - வெளிப்படாத சிறப்புகளை- நமக்குள்ளே ஒளிந்து கொண்டுள்ள இறைத்தன்மையை - வெளிப்படவைப்பது எவ்வாறு என்ற விவாதத்திற்கு பயன் படுத்தப்படுகிறது. இந்த ''மூர்த்தி'' தான் நம் வாழ்க்கையிலும் நம்மைச் சுற்றியுள்ளவர்களின் வாழ்க்கையிலும் மேம்பாட்டை அடைவதற்கு வழி வகுக்கிறது.

இந்தப் புத்தகமும் நானும் உங்களுள்ளும் அந்த ''மூர்த்தி'' இருக்கிறது என்ற உண்மையிலேயே செயல் படுகிறோம். நம் மூர்த்தியைச் சுற்றியுள்ள பயன் தரா நிறைசுமைகளைச் செதுக்கி எடுக்க இந்தப் பயணத்தை தொடங்குகிறோம். செதுக்க செதுக்க உள்ளே உள்ள ''மூர்த்தி'' வெளிப்பட்டு அதன் இயற்கை பிரகாசத்தில் ஜொலிக்கும்.

மகிழ்வுடன் படியுங்கள்.

ஆனந்த் பாட்கர்.

தமிழாக்கியவரின் குறிப்பு

ஆனந்த் பாட்கர் கூறியது போலவே என் வாழ்க்கையை நான் நடத்துகிறேனா அல்லது என்னை மீறிய ஒரு சக்தி நடத்திச் செல்கிறதா என்ற குழப்பம் எனக்கும் வெகு காலமாக இருக்கிறது. சில நிகழ்ச்சிகள், முக்கியமாக நாம் வெற்றியென்று எண்ணும் நிகழ்ச்சிகள், என் வாழ்க்கை என் கையில் என்ற இறுமாப்பை எனக்குத் தந்துள்ளன. அதே சமயம் எதிர்பாராத தோல்விகள் என்னைக் கலங்க வைத்து என் நம்பிக்கையைக் குலைத்திருக் கின்றன. அந்த சமயங்களில் நான் சரணடையும் புத்தகம் பகவத் கீதை. அதே போல் எக்கார்ட் டோல்லேயின் பவர் ஆஃப் நௌ என்னைப் பிரமிக்க வைத்து சிந்திக்க வைத்த புத்தகம்.

மாஸ்டர் தி மைண்ட் மங்கீ தற்செயலாக (கடவுள் செயலோ?) என் கையில் சிக்கிய புத்தகம். கையில் எடுத்த பின் நான் முழு மூச்சுடன் படித்த புத்தகங்களில் இதுவும் ஒன்று. அதனுடைய கேள்வி-பதில் நடையும் யதார்த்தமும் நம் சொந்த வாழ்க்கையிலும் தொழில் வாழ்க்கையிலும் அன்றாடம் எழும் பிரச்சினைகளை அணுகிய விதமும் இதைத் தமிழில் மொழி பெயர்க்கவேண்டும் என்ற அடங்கா ஆர்வத்தைத் என்னிடம் தூண்டியது. ஒரு புத்தகத்தைத் தமிழாக்குவதில் இது எனது இரண்டாவது முயற்சி. என் உள்ளே உள்ள மூர்த்தி என் மேம்பாட்டை வெளிக் கொணர ஒரு சந்தர்ப்பம் நல்கியது என்று நான் நினைக்கிறேன். அதே போல் இதைத் தேர்ந் தெடுத்த நீங்களும் சிறந்த பயன் பெறுவீர்கள் என்று நம்புகிறேன். உங்கள் உள்ளே உறையும் உத்தமனின் உதவியோடு உங்கள் மனதெனும் குரங்கை வெல்லுவீர்களாக.

நான் இந்தப் புத்தகம் எழுதக் காரணமாக இருந்த இறைவனுக்கும், திரு.ஆனந்த் பாட்கருக்கும், அன்புடன் அணிந்துரை நல்கிய பேரா.ச.முத்துக்குமரன் அவர்களுக்கும், புத்தகம் வெளி வர உதவி

நல்கிய CAMEO CORPORATE SERVICES LTD. e - PUBLISHING DIVISIONனின் மேலாளர் திரு.சத்யப்பிரஸாத் அவர்களுக்கும் அயராது உழைத்த உதவி மேலாளர் திரு.கிருஷ்ணகுமார் அவர்களுக்கும் சொற்களால் சொல்ல இயலாத என் நெஞ்சம் கனிந்த நன்றி

வணக்கம்

வெ.ராஜகோபால்.

பேரா.ச. முத்துக்குமரனின் அணிந்துரை

அன்பர் உயர்திரு வெ.ராஜகோபால் அவர்கள் தான் படித்த ஆங்கில நூல் (Master the Mind Monkey- by Anand Patkar) தன் வாழ்க்கைக்கு மிகவும் பயனுள்ளது என்பதை உணர்ந்து 'யான் பெற்ற இன்பம் பெறுக இவ்வையகம்' என்ற நோக்கில் ஆங்கில மூல நூலைவாங்கவும் படிக்கவும் இயலாத தமிழ் மக்களும் பயன் பெற வேண்டும் என்ற பேரவாவில் உந்தப்பட்டு அந்நூலை மொழி பெயர்த்து நமக்கு அளித்துள்ளார். அவருக்கு நமது பாராட்டுகள்.

மொழி பெயர்க்கும் போது ஒரு சரள நடையைப் பயன்படுத்தி திரு.ராஜகோபால் எழுதியிருப்பது இந்நூலின் சிறப்பு. இந்த நூலின் உட்கருத்து கடினமான பொருளாக இருப்பினும் மொழிபெயர்ப் பாளரின் தமிழ்நடை படிப்பவரைக் கவர்ந்து படிக்கத் தூண்டுவதால் இந்நூலைப் படித்து பயன்பெறுவது எளிது என்பதில் ஐயமில்லை.

இந்நூலை எழுதிய ஆசிரியர் ஆனந்த பாட்கர் அவர்கள் தமது அனுபவத்தைக் கொண்டு எழுதியதாலும் இந்நூலில் உட்கருத்து களைப் பல காலம் பலருக்கும் கற்பித்ததாலும், கற்பிப்பது போலவே கருத்தைச் சொல்வதுடன் அதைப் படிப்போருக்கு எழக்கூடிய ஐயங்களைக் கேள்விகளாக்கி அவற்றுக்குத் தகுந்த பதில்களையும் அழகாக அளித்துள்ளார்.

ஆகவே மனதை அடக்கும் உண்மையான பயிற்சி பெற இது உதவும் என்பதைச் சுட்டிக் காட்டுவதில் மகிழ்ச்சி அடைகிறேன்.

இந்நூல் ஐந்து பாகங்களாக அமைக்கப்பட்டுள்ளது. முதல் பாகத்தில் அடிப்படைகள் சொல்லப்படுகின்றன. இரண்டாம் பகுதியில் தொழில் வாழ்க்கையில் மனதைக் கட்டுப்படுத்தத் தேவைப்படும் முறைகள் உள்ளன. அடுத்து அனுபவங்கள் இடையூறுகள் ஆகியவற்றில் இருந்து பாடங்களைப் படிப்பதைத் தெரிந்து

கொள்ளலாம். உடன் வாழ்பவர்களை ஊக்குவிக்கும் வழிகளையும் அறியலாம். நான்காவது பாகத்தில் மனதை அறியவும் அது அலை பாயாது அடக்கவும் அறியலாம். கடைசி பாகம் நம்மை நாமே அறிய உதவும். இணைப்புகளில் தியானப் பயிற்சி பெறும் வழிகள் அறிவுறுத்தப்படுகின்றன.

அத்தியாயம் ஒன்றிலேயே ஆசிரியர் நீங்கள் சில சாதனைகளைப் படைத்தவராக இருந்தால் தான் இந்த நூலைப் படிக்க நினைப்பீர்கள் என்று படிப்பவர் தன்னம்பிக்கையை வளர்க்கிறார். வாழ்க்கையில் தடைகற்களைத் தாண்டி சாதித்தவற்றை நினைவு கூரச் செய்கிறார். அடுத்து பொருள், சூழல், யுக்தி இவற்றின் தொடர்பை விளக்குகிறார். பொருள் ஒன்றாகவே இருந்தாலும், ஒரு சூழலில் வெற்றி தந்த ஒரு யுக்தி இன்னொரு சூழலில் வெற்றி தராது என்பதை விளக்குகிறார். இக்கருத்துக்களின் அடிப்படையிலேயே அவர் மனதை அடக்குவதையும் வெல்வதையும் மற்ற பாகங்களில் விளக்குகிறார். தொழிலில் செய்ய வேண்டிய முறைகளைப் பற்றி விளக்கும் இரண்டாம் பாகத்தில் முதலில் நிறுவனம் தனது குறுகிய கால நீண்டகால இலக்குகளை நிர்ணயித்துக்கொள்ளச் சொல்கிறார் ஆசிரியர். அடுத்து ஒவ்வொரு நிறுவனத்திலும் பணியாற்றுபவர்கள் ஒரு குழுவாகச் செயல்பட வேண்டும். அவர்கள் ஒவ்வொருவரும் தங்கள் நிறுவனத்தின் இலக்குகளை அடைய தங்கள் பணி என்ன என்பதை உணர வேண்டும் என்பதை வலியுறுத்துகிறார். உணர்ந்த பின்னர் அவ்வுணர்வுகளைச் செயல்படுத்தும் வழிகளை அடுத்த அத்தியாயத்தில் சொல்கிறார்.

மூன்றாம் பாகத்தைப் படிப்பதற்கு முன், ஏற்கெனவே கற்றவற்றைப் பயன்படுத்திபெற்றஅனுபவங்களைப்பற்றிஆழ்ந்துசிந்திக்கவேண்டும். அனுபவக்கல்வி பெற வேண்டும். பின்னர் இடையூறுகளின்றும் பாடங்கள் கற்க வேண்டும். உடன் பணியாற்றுபவர்கள் வாழ்பவர்கள் ஆகியோரை ஊக்குவிக்க வேண்டும். ஒரு குழுவாக செயல்படுவது குறித்த ஆலோசனைகள் இப்பாகத்தில் வழங்குகிறார் ஆசிரியர். குழுவாகச் செயல்படும்போது மற்றவர் அனுபவங்கள் உங்களுக்கு உதவும். அவற்றைப் பயன்படுத்திக் கொள்ளுங்கள்.

முக்கியமாக எந்த ஒரு நிகழ்வும், அந்நிகழ்வு சார்ந்த பிரச்சனைகளையும் தீர்வுகளையும் ஒவ்வொருவரும் வெவ்வேறு விதமாகப் பார்ப்பதால் மற்றவர் அனுபவம் உங்களுக்குப்

பயன்படும். நீங்கள் உண்மையை அறிய மிகவும் உதவும் என்பதை நூல் ஆசிரியர் இப்பாகத்தில் விளக்குகிறார்.

நான்காம் பகுதியில் மனம் பற்றி விளக்குகிறார் ஆசிரியர். மனம் என்றால் என்ன? அது எவ்வாறு வேலை செய்கிறது? மனம் என்பது நாம் பார்த்தவை, கேட்டவை, உணர்வுகள், எண்ணங்கள், அனுபவங்கள் இவை யாவற்றின் மொத்த வடிவம். அவை பதிவு செய்யப்பட்ட முழுமையான வடிவமும் அவற்றில் எதையும் திரும்ப நினைவு கூரும் வகையும் நாம் அறிந்து கொள்ள இப்பகுதி உதவும். மேலும், நாம் செய்த தவறுகளை நாம் நியாயப்படுத்திக் கொள்ள வேண்டியதில்லை. அதற்கு பதிலாக நாம் நம் மனதை அமைதி வழியில் செலுத்த வேண்டும். நாம் நமது மனதிலிருந்து விடுபட்டு வெளியில் இருந்து பார்க்கும் போதுதான் நாம் அமைதி பெறுவோம். அந்த நிலையை எய்தும்போது நாம் கவலை யற்றவராக மாறுவோம். நாமும் நமது சமுதாயமும் பெருமைபடும் நிலை உருவாகும்.

கடைசி பகுதியான ஐந்தாம் பகுதியில் எக்காரணம் கொண்டும் எந்நிலையிலும் செய்யவேண்டியவற்றை நிறைவேற்றாமலிருக்க சமாதானம் சொல்லாதீர்கள், சொல்லிக்கொள்ளாதீர்கள். தன்னம் பிக்கை வேண்டும். குறிக்கோள்கள் வேண்டும். அவற்றைப் படிப்படியாக மேம்படுத்திக் கொள்ளுங்கள். தோல்வியில் துவளாது முயலுங்கள் உயர்வையும் தாழ்வையும் எப்படி நோக்குகிறீர்கள் என்பதிலேயே உங்கள் வெற்றி இருக்கிறது. மனதிற்கு எஜமான் ஆனால் உங்களுக்குள் உறையும் உத்தமன் வெளிப்படுவான்.

நீங்கள் சாதனைகள் புரிவீர்கள். உங்களைச் சுற்றி உள்ளவர்களையும் நீங்கள் ஊக்கப்படுத்துவதால் அவர்களும் மேம்படுவார்கள் என்பன வற்றை எல்லாம் இப்பகுதியில் விளக்குகிறார் ஆசிரியர்.

தன்னை அறியத் தனக்கு ஒரு கேடில்லை
தன்னை அறியாமல் தானே கெடுகின்றான்
தன்னை அறியும் அறிவை அறிந்தபின்
தன்னையே அர்சிக்கத் தானிருந்தானே என்பது திருமூலரின் வாக்கு.

குரங்கு போல மனம் ஒரு கருத்தில் தன்னைச் செலுத்தாது, ஒன்றைவிட்டு ஒன்றைப் பற்றி நிற்கும். அதன் அவ்வியல்பை அடக்கி மாற்றி நம்மை நாமே அறியலாம். அவ்வாறு அறியும்

போது நமது முழு ஆற்றலும் வெளிப்படும். நாம் மேன்மை அடைவோம். நம்மை சுற்றி உள்ளவர்களும் சிறப்புகள் யாவும் பெறுவார்கள். இத்தகைய வாழ்க்கை வாழ இந்நூலை அனைவரும் ஆழ்ந்து படிக்க வேண்டும். படித்து பயன் பெற வழிசெய்த திரு.ராஜகோபால் அவர்களை மீண்டும் பாராட்டி வாழ்த்துகிறேன்.

மேலும் 'பிறநாட்டு நல்லறிஞர் சாத்திரங்கள் தமிழ் மொழியிற் பெயர்த்தல் வேண்டும்' என்ற பாரதியார் வேண்டுகோள்படி ஆங்கிலத்தில் தான் படித்த நல்லறிஞர் சாத்திரத்தை தமிழில் மொழி பெயர்த்த அன்பர் திரு.ராஜகோபால் இந்த பணியைத் தொடர வாழ்த்துவோம். அவரை வாழ்த்தும் வழி அவர் எழுதிய நூலை வாங்கிப் படித்துப் பயன் பெறுவதே.

பேரா.ச.முத்துக்குமரன்.

முன்னாள் துணை வேந்தர்

பாரதிதாசன் பல்கலைக்கழகம்

திருவள்ளுவராண்டு 2044,

வைகாசி 23.(6.6.2013)

முதல் பாகம்

அஸ்திவாரக் கற்கள்

1 எங்கும் மேம்பாடே!!!

நமக்குள்ளே உள்ள மேம்பாட்டை (excellence) உணர இந்தப் பயணத்தை தொடங்குவோம். எவ்வாறு? சில உதாரணங்களை பார்த்து, நம்மைச்சுற்றியுள்ளவைகளிலிருந்து கண்டறிந்து மேம்பாட்டை அளந்து பார்க்க குறிப்பிட்ட விவரணங்களோ அல்லது அளவுகோலோ இல்லை. நமக்கோ அல்லது நம்மைச் சுற்றியுள்ளவர்களுக்கோ ஏதோ ஒன்று அல்லது ஏதோ ஒருவர் செயல் '' ஆகா'', ''மிக அருமை'' ''அதிசயம்'' என்ற உணர்வைத் தருகிறதோ அதுவே மேம்பாட்டின் அறிகுறி.

உதாரணங்கள் கடந்த காலத்திலிருந்தோ அல்லது நிகழ்காலத்தி லிருந்தோ இருக்கலாம். உதாரணத்திற்கு நீங்கள் மகாத்மா காந்தி, அன்னை தெரசா, திருபாய் அம்பானி அல்லது அசோக சக்ரவர்த்தி போன்ற சாதனையாளர்களை எடுத்துக் கொள்ளலாம். அல்லது தாஜ் மஹால், சீனப் பெருஞ்சுவர், எகிப்தின் பிரமிடுகள் போன்ற வற்றைப் பற்றி சிந்திக்கலாம். புதிய கண்டுபிடிப்பான இண்டெர்னெட் அல்லது மொபைல் ஃபோன் ஆகியவை பற்றி கூட நீங்கள் நினைத்துப் பார்க்கலாம்

ஆனால் உதாரணங்கள் மனிதனால் படைக்கப்பட்ட மேம்பாடு களாக இருக்க வேண்டும். இது மிக முக்கியம், தேவையும் கூட. ஒரு மலர் விரிவதையோ அல்லது கிரக அமைப்புகளையோ கூட மேம்பாட்டின் உதாரணங்களாக எடுத்துக் கொள்ளலாம் ஆனால் அவைகள் நம்முடைய நோக்கத்திற்கு நேரடியாக பயன்படாதவை. இங்கே நம்முடைய நோக்கம் தேவைக்கேற்ப மேம்பாட்டின் உதாரணங்களின் ஒரு பெரிய பட்டியலை தயாரிப்பதே. அவற்றிலிருந்து நாம் மாதிரிகளையும் பாடங்களையும் உருவாக்கலாம். நம்மைச் சுற்றி மேம்பாட்டை எவைகள் உருவாக்குகின்றன என்பதை புரிந்து கொள்ள அவை நமக்கு உதவும்.

மேலும், உதாரணங்கள் பொது தள தகவல்களிலிருந்து மட்டும் தான் தரப்படவேண்டும் என்றில்லை. உதாரணத்திற்கு ஒருவர் தன்னுடைய தாயையோ அல்லது பள்ளி ஆசிரியையோ தகுதி பெற்றவராக கருதலாம். அதுவும் சரிதான். மேம்பாட்டைப் பற்றி உங்களின் அந்தக் கருத்து பொதுவாக ஒத்துக்கொள்ளப்பட வேண்டும் என்பது தேவையில்லை. நீங்கள் அது சரியான உதாரணமென்று எண்ணினால் அதுவே போதும்.

உங்களுக்கு சரி என்று தோன்றும் இது போன்ற சில உதாரணங் களைப் பற்றி சிந்தியுங்கள். என்னுடைய பயிற்சி முகாம்களில் பங்கு பெற்றவர்கள் கூறிய சில உதாரணங்கள் இதோ. கலை, விஞ்ஞானம், வியாபாரம், அரசியல் ஆகிய துறைகளிலிருந்து தலையாய பெயர்கள் அவைகளில் இருக்கின்றன.

விஞ்ஞானியும், இந்தியாவின் விண்வெளி மற்றும் அணு நுட்பத் திட்டங்களின் தந்தையெனக் கருதப்படுபவரும் பிறகு நாட்டின் ஜனாதிபதியாகவும் ஆன ஏ.பி.ஜே.அப்துல் கலாம். ஒரு ஆசாரமான முஸ்லிம் குடும்பத்தில் பிறந்து தனது 18ம் வயதில் டென்னிஸ் விளையாட்டில் உலக அளவில் கொடி நாட்டிய ஸானியா மிர்ஃஜா, சுதந்திரத்திற்காக போராடிய நேதாஜீ சுபாஷ் சந்த்ர போஸ், கிரிக்கெட் வீரர் சௌரவ் கங்குலி. விண்வெளி வீராங்கனை கல்பனா சாவ்லா, லதா மங்கேஷ்கர், பிஸ்மில்லா கான் போன்ற சங்கீத நிபுணர்கள்; இன்ஃபோஸீஸ் கம்பெனியின் நாராயாண மூர்த்தி, மைக்ரோ ஸாஃப்ட் கம்பெனியின் பில் கேட்ஸ் போன்ற வணிக நிறுவனத் தலைவர்கள். இது போன்ற வேறு சில உதாரணங்கள் நிறுவனங்களைப் பற்றியதாகவும் அதற்கு பின்னால் செயலாற்றிய தலைவர்களைப் பற்றியதாகவும் இருந்தன. வி.குரியனும் அவருடைய அமுல் இயக்கமும். மேலும் மகளிர் சக்தியை உயர்த்திய லிஜ்ஜத் பப்பட்.

தரப்பட்ட உதாரணங்களுக்குள் மின்சாரம் போன்ற கண்டு பிடிப்புகள் இருந்தன. மைக்ரோஸாஃப்ட் போன்ற நிறுவனங்கள். 'விண்டோஸ்' (WINDOWS) போன்ற (கணினியை) இயக்கும் அமைப்புகள்: ஷோலே, ஜானி மேரா நாம், மேலும் லார்ட் ஆஃப் தி ரிங்க்ஸ், போன்ற திரைப் படங்கள். சில கதா நாயகர்கள் மறக்கப்பட்டிருந்தாலும் அவர்களுடைய சாதனைகளால் நினைவு கூரப்பட்டனர். தங்களுடைய திறமையாலும், நிறுவன அமைப்பின்

சிறப்பாலும், நிர்வாக பயிற்சி நிலையங்களால் சொற்பொழிவு தர அழைக்கப்பட்ட அந்த மும்பையின் ''டப்பா வாலாக்கள்''; மும்பையின் உள்ளூர் ரயில்கள் போன்ற போக்குவரத்து அமைப்புகள்; கோவாவின் நகரமான பஞ்சிமில் வாகனங்களை நிறுத்தும் ஒழுங்குமுறை; எவரோ ஒருவர் ஹைதராபாதில் சாலார் ஜங்க் அருங்காட்சி சாலையிலுள்ள ''வேயில்ட் லேடி'' (முக்காடிட்டுள்ள பெண்மணி)யின் சிலையைக் கூட எடுத்துக் காட்டாக கூறினார்.

பெற்றோர்களின் அகால மரணத்திற்குப் பிறகு அவர்களின் குழந்தைகளை ஆதரித்த ஒரு மாமாவைப் போல அங்கே சில தனி நபர் உதாரணங்களும் இருந்தன. மேலும் ஒரு குறுகிய காலத்திற்குள் கம்பெனியை திரும்பவும் லாபகரமாக்குவதற்கு உதவிய ஒரு தலைமை நிர்வாக அதிகாரி. இது போன்ற சில.

உங்களுடைய நண்பர்கள் மற்றும் தெரிந்தவர்களை மனதிற்குள் நினைத்து ஒரு சில மணித்துளிகளை செலவழியுங்கள். அவர்கள் இது போன்ற உதாரணங்களையோ அல்லது நிகழ்வுகளையோ பற்றி சொல்வதை, விவரிப்பதை கேட்டிருப்பீர்கள்; அல்லது உங்கள் உதாரணங்களை அவர்களிடம் பகிர்ந்து கொண்டிருப்பீர்கள். நம்முடைய உணர்வுகள் நிறைந்த சொந்த அனுபவங்களை பகிர்ந்து கொள்ளும்போது பேச்சுவார்த்தைகள் எவ்வளவு உணர்ச்சி பூர்வமாக மாறுகின்றன என்று நீங்கள் கவனித்திருக்கீர்களா?

கொடுக்கப்பட்ட பலதரப்பட்ட உதாரணங்களில் உள்ள வேற்றுமையைக் காணுங்கள். ஒவ்வொரு உதாரணத்தையும் எடுத்துக்கொள்ளுங்கள். ஒரு சக தொழிலாளியோ, சொந்தக்காரரோ அல்லது நண்பரோ அதைக் கூறினால் எப்படியோ அப்படி எடுத்துக்கொள்ளுங்கள். அதன் பின்னாலுள்ள கூறுபவரின் அனுபவத்தை அறியுங்கள். அதை வகைப்படுத்தும் உந்துதலை தவிருங்கள். அவைகள் வரிசைப் படுத்தப்பட வேண்டாம். சரியான பட்டியல் என்று ஒன்று கிடையாது. ஒரு உதாரணமும் மற்றொன்றை விடச் சிறந்தது அல்ல. எடை தூக்கி பார்க்க வேண்டாம். உதாரணத்திற்கு, கங்கூலியின் பந்தை அடிக்கும் திறமையைப் பற்றியோ தலைமையைப் பற்றியோ உங்களுக்கு ஒரு கருத்து இருக்கலாம். ஒருகால் நீங்கள் திரவிட் அல்லது டெண்டுல்கரை சிறந்தவராக கருதலாம். உங்கள் கருத்துக்கு உங்களுக்கு உரிமை உண்டு. ஆனால் தற்பொழுது அது உங்களிடமே இருக்கட்டும். சொல்லும் நபருக்கு இது உயர் நிலையின் ஒரு சிறந்த உதாரணம் என்பதை புரிந்து கொள்ளுங்கள்.

உதாரணங்கள் மிகவும் சாதாரணமானவையாக இருக்கலாம். அல்லது தகவலில் தவறானதாகவோ (இருக்கலாம்). பயிற்சி முகாமின் சூழ்நிலையில் ஒரு வினோதமான உச்சரிப்பாகவோ அல்லது தவறான ஆங்கிலமாகவோ இருக்கலாம். நீங்கள் இதைப் பற்றி மற்றவர்களிடம் விவாதிக்கும்போது சொல்லியவரின் அனுபவத்தையும் எடுத்துக் கொண்டு பகிர்ந்து கொள்ள கற்றுக் கொள்ளுங்கள். ஒரு நல்ல பரிமாறுதலுக்கு மொழியின் ஓட்டமோ, வார்த்தைகளின் நிபுணத்துவமோ ஒரு பொருட்டில்லை என்பதை உணருங்கள்.

மற்றவர்களால் தரப்பட்ட உதாரணங்களை நியாயப்படுத்தவோ, ஆதரிக்கவோ அல்லது தவறென்று கூறவோ தோன்றும் உந்துதலை தடுத்துக் கொள்ளுங்கள். சில உதாரணங்கள் உங்களை நெகிழ்த்தக் கூடும். ஆதலால் அதை ஆதரிக்கவோ, வழி மொழியவோ அல்லது அதனுடன்கூட சில தகவல்களை சேர்க்கவோ தோன்றும். அப்படியான உந்துதலை தவிருங்கள். வெறும் அனுபவத்தின் துல்லிய ரசத்தை மட்டும் அனுபவியுங்கள்.

உங்களுடைய சொந்த மூன்று, நான்கு உதாரணங்கள் எப்படி இருக்கின்றன? உங்களைச் சுற்றியுள்ள ஒருவரிடம் அதைப் பகிர்ந்து கொள்ளுங்கள். சக தொழிலாளியிடமோ குடும்ப அங்கத்தினரிடமோ பேசுங்கள். ஒரு நண்பரைக் கூப்பிட்டு அவரிடமோ / அவளிடமோ சும்மா ஒரு மேம்பாட்டின் உதாரணத்தைப் பற்றி பேச வேண்டுமென கூறுங்கள்.

இது போன்ற சம்பாஷணைகள் எவ்வாறு செல்கின்றன? அவைகள் கிளர்ச்சியை எழுப்புகின்றனவா? அங்கே சக்தி வெளிப்படுகிறதா? கேட்பவர் அவருடைய அல்லது அவளுடைய மேம்பாட்டு அனுபவங்களை பற்றி பகிர்ந்துகொள்ள விரும்புகிறாரா? மேம்பாட்டின் சக்தி உங்களைத் தொற்றிக் கொள்கிறதா? உங்களைச் சுற்றியுள்ளவர்கள் புன்னகைக்க தொடங்குகிறார்களா? அவர்கள் மேலும் ஆர்வமுள்ளவர்கள் போல் தெரிகிறார்களா? உங்களுக்குள் ஒரு புதிய பந்தத்தை அவர்கள் உணருகிறார்களா? இதை சோதித்துப் பாருங்கள்!

நீங்கள் கேள்விப்பட்ட, ஆனால் உங்கள் பட்டியலில் இல்லாத உதாரணங்களிலிருந்து உங்களைக் கவர்ந்த சிலவற்றை எடுத்துக் கொள்ளுங்கள். பிறகு அவைகளை வேறு ஒருவரிடம் பகிர்ந்து கொள்ளுங்கள். அது உங்களது சொந்த மேம்பாட்டின் உதாரணம் போல நீங்கள் அவைகளில் லயித்துப் போவதை உணருகிறீர்களா?

உதாரணத்தின் பின்னாலுள்ள ஆன்மா அப்படியே தங்கி நிற்கையிலே உங்களுடைய சொந்த மொழியிலும் பாணியிலும் அசல் அனுபவத்தை மீண்டும் உருவாகுவதை காண்கிறீர்களா?

கருத்து பரிமாற்றத்தின் சாரம், உங்களுடைய அனுபவத்தை மற்றவரிடம் ஏற்படுத்துவதில் இருக்கிறது என்பதை நீங்கள் ஒருகால் புரிந்துகொள்ள தொடங்கியிருப்பீர்கள். அப்படியானால் மற்றவர் அதை திரும்பவும் உருவாக்க முடியும் அதே போல் மூன்றாவது நபரும் மேலும் மூன்றாவது நபரிலிருந்து நான்காம் நபரும்.... ஆச்சரியமாக இல்லையா? ஆனால் அடிப்படை உண்மை.

இப்பொழுது நம்முடைய சொந்த வாழ்க்கையில் காணப்படும் சில மேம்பாட்டு உதாரணங்களை எடுத்துக் கொள்வோம். உங்களுடைய மேம்பாட்டின் உதாரணமாக கருதும் ஏதோ ஒன்றை நீங்கள் நிச்சயமாகச் செய்திருப்பீர்கள்.

நீங்கள் சிந்தியுங்கள். உங்கள் வாழ்க்கையிலிருந்து சில சந்தர்ப்பங் களையும் நிகழ்வுகளையும் பட்டியலிடுங்கள். எவை உங்களுக்கு திருப்தி, சந்தோஷம் அல்லது சாதனை உணர்வுகளைத் தந்தன? உங்களுக்கு ''ஆகா'', ''நான் சாதித்து விட்டேன்'' 'ஓ' போடும் உணர்வுகளைத் தந்த அனுபவங்களை- சாதனைகளை சிந்தியுங்கள். எவைகள் உங்கள் முகத்தில் இயற்கையான மன நிறைவுடனான புன்னகையை வரவழைத்தன? எது உங்களுக்கு மதிப்பு வாய்ந்தது? நீங்கள் செல்வமாய் எண்ணும் மணித்துளிகள்? உங்களிடம் இது போன்ற உதாரணங்கள் இல்லையென்று என்னையோ உங்களையோ ஏமாற்றிக் கொள்ளாதீர்கள். உங்களுக்கு இல்லையென்றால் இந்த புத்தகத்தை படித்துக் கொண்டிருக்க மாட்டீர்கள்.

தன்னடக்கத்திற்கு இது நேரமல்ல. நீங்கள் உருவாக்கிய சாதனைகளை அடையாளம் காணுங்கள். எவைகள் உங்களை பெருமிதம் கொள்ள வைத்தன? எந்த சந்தர்ப்பங்களில் உங்கள் தனி முயற்சியும் பங்களிப்பும் குறிப்பிடக்கூடிய மாற்றத்தை ஏற்படுத்தின? எங்கு நீங்கள் ஒரு முக்கிய பங்கு வகித்தீர்கள்- ஒரு தனி நபராகவோ அல்லது ஒரு குழு உறுப்பினராகவோ- எங்கு தடை தகர்க்கும் சாதனைகள் அடையப்பட்டன?

இவைகள் உங்களுக்கு ஒரு தனிப்பட்ட பெருமிதத்தையோ அல்லது பொருள் லாபத்தையோ தந்திருக்கலாம், தராமலும் இருந்திருக்

கலாம். மக்கள் இதை ஒரு சிறப்பாக கருதியோ கருதாமலோ இருந்திருக்கலாம். சொல்லப்போனால் அந்த நேரத்தில் மற்றொருவர் உங்கள் உற்சாகத்தை குலைத்திருக்க கூடும். உங்கள் வாழ்க்கையில் இது போன்ற வேறு சந்தர்ப்பங்களோ, சாதனைகளோ இருந்திருக்க கூடும். அவைகளுக்கு உங்களுக்கு பாராட்டுகளோ அல்லது கைதட்டுகளோ கிடைத்திருக்க கூடும். ஆனால் உங்கள் கண்களுக்கு அவைகள் மிகவும் சாதாரணமானவைகளாக இருந்திருக்க கூடும்.

இந்த உங்கள் தனிப்பட்ட மேம்பாட்டின் உதாரணங்கள், அண்மையில் நடந்திருக்கலாம், அல்லது வெகு காலம் முன்பாக நடந்திருக்கலாம். நீங்கள் பள்ளியில் அல்லது கல்லூரியில் இருக்கும்போது, அல்லது உங்களுடைய முந்தைய பணியிலோ அல்லது தொழிலிலோ; எல்லாவற்றையும் எடுத்துக் கொள்ளுங்கள். உங்களுடைய தொழில் நடத்துகையிலிருந்து உங்கள் சொந்த மற்றும் சமூக வாழ்வு வரை.

முகாமில் பங்கேற்றவர்கள் என்ன கூறினார்கள் என்று கேளுங்கள்.

பரத், 36, விற்பனை அதிகாரி.

''ஆறு வருடங்களுக்கு முன்பு என்னை விசாகப்பட்டணத்துக்கு மாற்றினார்கள். நான் ஒரு டில்லிக் காரன்; மொழி, மார்க்கெட், ஊர் வழக்கங்கள், வாடிக்கையாளர்கள் எல்லாமே எனக்கு முற்றிலும் புதியன. எனக்கு ஒரு கடினமான இலக்கும் - அந்த பகுதியில் முன்பு அடையப்பட்டதைக் காட்டிலும் மிக அதிகமானது - தந்திருந்தார்கள் நான் அதை ஒரு சவாலாக எடுத்துக் கொண்டேன். கடுமையாக உழைத்தேன். பல ஏற்ற இறக்கங்கள் இருந்தன. இருப்பினும் இலக்கை விட எட்டு சதவீதம் கூடுதலாகவே அடைந்து காட்டினேன்.

✿

அனிதா, 28, விளம்பர அதிகாரி

என்னுடைய வாழ்க்கையில் மிகப்பெரிய நிகழ்ச்சி என்னுடைய சகோதரரின் திருமணம். எல்லா ஏற்பாடுகளையும் நான் தான் செய்தேன். அது மிகப் பெரிய வெற்றியாக இருந்தது. என்னுடைய சகோதரருக்கு ஒரு நினைவில் நிற்கும் திருமணத்தை தந்ததற்கு நான் மிகவும் பெருமைப்படுகிறேன்.

✿

தரப், 51, ஹோட்டல் மேலாளர்

''நான் இந்த ஹோட்டலில் ஐந்து வருடங்கள் முன்பு சேர்ந்தேன். நான் M.Dயுடன் கடைசி நேர்முகத் தேர்வுக்காக சென்று கொண்டிருந்த போது இந்த நிகழ்ச்சி நடந்தது. சாலையின் போக்குவரத்து இல்லாத ஒரு பகுதி. மழைக்காலம் முடியும் தருணம். நீங்கள் எண்ணிப் பாருங்கள். அங்கு சாலை இல்லை. குழிகள் மட்டும் தான். ஒரு பக்க வாட்டு சாலையிலிருந்து அதிவேகமாக ஒரு ஸ்கூட்டர் பயணி திடீரென்று என் முன்னால் வந்தார். என் கண் முன்னாலேயே அவருடைய இரண்டு சக்கர வாகனம் ஒரு மிகவும் மோசமான குழியில் பாய்ந்தது. அவர் மேலே தூக்கி எறியப்பட்டார். தலை முன்பாக ஒரு ஆழமான பள்ளத்தில் விழுந்தார். இந்த நிகழ்ச்சியில் எனக்கு எந்த வித சம்பந்தமும் இல்லை. என்னுடைய கவலை யெல்லாம் நான் செல்லும் தேர்வைப் பற்றியதாகவே இருந்தது. ஆனால் எது என்னுள் புகுந்தது எனத் தெரியவில்லை. அப்படியே அந்த மனிதரை சாலையில் கிடக்க விட்டு நான் செல்ல முடியாது என்று நான் நின்றேன், அவரைத் தூக்கினேன், அங்குள்ள சிலரின் உதவியுடன் அவரை மருத்துவமனைக்கு எடுத்து சென்றேன். அது ஒரு கவலைப்படும்படியான காயம். சிகிச்சையில் தாமதம் அவர் உயிரை குடித்திருக்கும் என பிற்பாடு அறிந்தேன். நான் அவருடைய குடும்பத்தாரோடு தொடர்பு கொண்டு அவரை அவர்கள் பொறுப்பில் ஒப்படைத்தேன்.''

இரண்டு மணி நேரம் தாமதமாகத் தேர்வுக்குச் சென்றேன். என்னுடைய உடைகள் முழுவதும் அழுக்கடைந்து விட்டன. நிகழ்ச்சியில் நான் ஆடிப் போயிருந்தேன். நான் உரிய நேரத்திற்கு தேர்வுக்கு ஏன் வர முடியவில்லை என்று ஹோட்டல் நபர்களிடம் மன்னிப்பு கோரி விளக்கிய போது வேறொரு நாளுக்கு அதை ஏற்பாடு செய்தார்கள். என் அதிர்ஷ்டம் அவர்கள் நல்லவர்களாக இருந்தார்கள். எனக்கு வேலையும் கிடைத்தது. வேலை கிடைத்தது எனக்கு மகிழ்வு தந்தாலும் நான் போற்றும் நினைவு ஒரு உயிரைக் காப்பாற்றியது தான்.''

✿

வெங்கட், 30, தொழிற்சாலை அதிகாரி

நான் ஒரு உலோகக் கலை பொறியாளர். போக்குவரத்து மேலாண்மைத் துறையில் ஓரளவுக்கு நன்றாகவே பணியாற்றிக்கொண்டிருந்தேன்.

என் பணிக் காலத்தின் முன் பகுதியில் இரண்டு வருடங்களுக்கு முன்னால் நான் இன்னொரு தொழிற்சாலைக்கு பொருள் தயாரிப்பு இலாகாவிற்கு மாற்றப்பட்டேன். அது ஒரு பெரிய சவாலாக இருந்தது. தொழிற்சங்கங்கள் ஆக்ரோஷமாக இருந்தன. தொழிற் சாலையோ பழையது. ஆனால் நான்கு மாதங்களுக்குள்ளாக. என்னால் என் பகுதியின் பணி கலாச்சாரத்தை மாற்ற முடிந்தது. நாங்கள் பதிவு செய்யத்தகு உற்பத்திகளை அடைந்தோம். முடிவில் வருடாந்திர விழாவில் ''சிறந்த இலாகா'' விருதையும் பெற்றோம்''

✿

சுனந்தா, 27, அதிகாரி

நான் ''நான்டெட்'- என்ற ஒரு சிறிய நகரத்திலிருந்து வருகிறேன். ஒரு எளிமையான, ஆசாரமுள்ள கீழ் நடுத்தர குடும்பத்தில் மூத்த பெண். எனக்கு ஒரு தம்பியும் இருக்கிறான். பல கஷ்டங்கள் இருந்தாலும் நான்B.E.முடித்து விட்டேன். பொருள்கள் நிர்வாகத்தில் முதுகலைப் பட்டம். மும்பையிலுள்ள ஒரு பெரிய பெயர் பெற்ற ஸ்தாபனத்தில் இன்று நல்ல வேலையில் இருக்கிறேன். எனக்கு தங்குவதற்கு ஒரு இடமும் பார்த்து விட்டேன். என் தம்பியை மேல் படிப்பிற்காக இங்கு வரவழைத்து விட்டேன். நான் இதுவரை சாதித்தற்கு பெருமைப்படுகிறேன்.''

நான்: இந்த உதாரணங்களை நீங்கள் கேட்கும்போது அவைகளின் தெளிவையும் சொல்லின் நேர்மையையும் உணருங்கள். இங்கு ஒரு வேடமில்லை. எந்த உதாரணங்களையும் சீர் தூக்கி பார்க்காதீர். இந்த அன்றாட வாழ்க்கையின் மேம்பாட்டு உதாரணங்களோடு மேலும், இது போன்ற நம்மைச் சுற்றியுள்ள மக்களின் வாழ்க்கையில் காணப்படும் மேம்பாட்டு உதாரணங்களோடு நாம் நிஜமாகவே நம்மை ஐக்கியப் படுத்திக் கொள்ள வேண்டும். சிறந்த உதாரணங்களுக்கு பரிசொன்றுமில்லை. அவைகளை வரிசைப் படுத்தவும் தேவையில்லை.

✿

வித்யுத், 30, யோகா கற்பிப்பவர்

சென்ற வருடம் நான் மானசரோவர் துணிகர பிரயாணத்தில் பங்கு கொண்டேன். இரண்டு கடினமான நிலைகளை கடந்து விட்டோம்.

இரவில் முகாமில் ஓய்வெடுத்துக் கொண்டிருக்கும்போது, வானிலை திடீரென்று மோசமாகியது. பனிப்புயலும் நிலச்சரிவும் இருந்தன. எங்கள் முகாம் அங்கத்தினர்கள் பிழைத்தார்கள். ஆனால் திரும்ப செல்லும் பாதைகள் எல்லாம் முறிக்கப்பட்டு விட்டன. பெரு பான்மையான முகாம் அங்கத்தினர்கள் பீதியடைந்திருந்தார்கள். மேலே செல்ல விரும்பவில்லை. எங்களுக்கு பின்னால் வந்த குழுவினரிடையே பலர் காயமுற்றனர் என்று பிற்பாடு எங்களுக்கு தெரியவந்தது. எங்களோடு பாதுகாப்பிற்காக வந்திருந்த சேனைப் படையினர் பிரயாணத்தை மேலே தொடர்வதைத் தவிர வேறு வழியில்லை என்றனர். அந்த சமயத்தில் நான் எல்லோரையும் ஒன்று திரட்டும் தலைமையை எடுத்துக் கொண்டேன். பாதுகாப்புப் படையினர் சொல்வதை செவி மடுக்க வற்புறுத்தினேன். மக்கள் உயிர் பயமடைந்திருந்ததால் அது மிகவும் கடினமான வேலையாக இருந்தது. ஆனால் சீக்கிரமே சிலர் அதை ஒத்துக் கொண்டனர். தொடர்ந்து எல்லோரையும் இசைய வைத்தோம். அதனால் அந்தக் காலத்தில் எங்களுடைய குழு மட்டுமே உண்மையில் தீர்த்த யாத்திரையை முழுவதுமாக முடிக்க முடிந்தது. அது நடப்பதற்கு ஒரு முக்கிய பங்கு ஏற்றதற்கு நான் பெருமைப்படுகிறேன்.''

✿

ரவி, 23, நிர்வாகக் கல்வி மாணவன்

என்னுடைய ஹெச்,ஸ்.சி வரை நான் ஒரு சராசரி மாணவன். சிறிது அதிர்ஷ்டம் இருந்ததால் நான் தேர்வு பெற்றேன்; பொறி இயலிலும் சேர முடிந்தது. முதல் வருடம் எனக்கு கிடைத்தது 5 கீ.டே. (K T என்றால் கீப் டேர்ம்ஸ் - அதாவது நான் படிப்பை தொடர்ந்து தேர்வுகளைத் திரும்ப எழுதலாம் என்ற அமைப்பு). என் கணக்கு ப்ரொஃபெசஸர் (முனைவர்). இரண்டு வருடங்களுக்கும் அதிகமாக நான் கல்லூரியில் தொடர வாய்ப்பில்லை என்று ஜோஸியம் சொல்லியிருந்தார். அவர் சொல் என்னை ஆழமாக காயப்படுத்தியது. என் படிப்பில் தீவிரமாக கவனம் செலுத்தினேன். அடுத்த வருடம் என்னுடைய எல்லா K.T க்களையும் முடித்தேன். முதல் வகுப்பு கிடைத்தது. கணக்கில் முதல் மூவரில் ஒருவராக வந்தேன். அதன் பிறகு என் வாழ்க்கையில் முன்னேற்றம் மட்டுமே.

✿

வைசாலி, 30, மனித வள ஆலோசகர்

என்னுடைய முதல் நிலை கல்லூரி நாட்களில் நான் ஒரு பாட்டுப் போட்டியில் கலந்து கொண்டேன். முதல் நிலைகளிலேயே நான் நீக்கப் பட்டேன். நடுவர்கள் சரியாக சீர் தூக்கவில்லை என்று நினைத்ததால் நான் மிகவும் வருந்தினேன். தேர்ந்தெடுக்கப் பட்டவர்களை விட நான் சிறந்தவள் என நினைத்தேன். என்னுடைய தன்னம்பிக்கை மிகவும் ஆட்டம் கண்டது. ஆனால் என் நண்பர்கள் வற்புறுத்தியதால் முடிவுப் போட்டியை பார்க்க சென்றேன். திடீரென்று ஒருவர் முடிவுப் போட்டிக்கு தேர்வு பெற்ற சிலர் வரவில்லையென்றும் நான் ''தோல்வி பெற்றவர்களில் அதிர்ஷ்டசாலி'' என்றபடி கலந்து கொள்ள விருப்பமா என்றும் கேட்டார். நான் இந்த நிகழ்ச்சிக்கு தயார் செய்திருக்கவில்லை. அதற்கான சரியான உடைகளையும் அணிந்து வரவில்லை. அதற்கென தனியாக எந்த பாட்டுகளையும் ஒத்திகை பார்த்திருக்கவில்லை. ஆனாலும் நண்பர்கள் வற்புறுத்தினார்கள்; நானும் ஒத்துக்கொண்டேன். அப்படி செய்தவுடன் ஒரு துணிவு வந்தது. என்னால் முடிந்த அளவு சிறப்பாக செய்ய நினைத்தேன். என்ன நினைக்கிறீர்கள்!? எனக்கு இரண்டாம் பரிசு கிடைத்தது. அது என்னை எங்கும், எப்போது பாடும் அதீத தைரியசாலியாக மாற்றி விட்டது.''

நான்: இப்பொழுது சிறிது இடை வெளி கொடுத்து உங்களுடைய சொந்தப் பட்டியலை சிறிது நோக்குவோம். அது எப்படி தெரிகிறது? அதை வேறு ஒருவரிடம் பகிர்ந்து கொள்ளுங்கள். சக ஊழியரிடமோ அல்லது குடுமபத்தினரிடமோ பேசுங்கள். அல்லது ஒரு நண்பரைக் கூப்பிட்டு அவரிடமோ / அவளிடமோ நீங்கள் மேம்பாட்டின் ஒரு உதாரணத்தைப் பற்றி பேச விரும்புகிறீர்கள் என்று சொல்லுங்கள். இது போன்ற சம்பாஷணைகள் எப்படி செல்கின்றன? உற்சாகம் கொப்பளிக்கிறதா? உங்களைச் சுற்றியுள்ளவர்கள் புன்னகைக் கிறார்களா? உங்களிடையே ஒரு புதிய ஒட்டுதல் ஏற்படுகிறதா?

முந்தைய அனுபவத்தோடு இதை ஒப்பிட்டு பாருங்கள். அதாவது உங்களைச் சுற்றியுள்ள உலகத்திலிருந்து மேம்பாட்டு உதாரணங்களை பகிர்ந்து கொண்டீர்களே அதோடு இந்த அனுபவத்தின் தாக்கம் பல மடங்கு அதிகமெனத் தோன்றவில்லையா? அதாவது நம்மைச் சுற்றியுள்ளவர்களைவிட நம்மையே பற்றி பேசும்போது? நம்மிடையே ஆழமான சொந்த அனுபவங்களை பகிர்ந்து கொள்ளும்போது

அவைகளுக்கு தொற்றிக்கொள்ளும் தன்மை இருக்கிறதல்லவா? திடீரென்று சூழலில் அதிகமான சக்தி தெரிகிறதா? இந்த சக்தியை உணருங்கள். இதை நீங்கள் தான் உருவாக்கினீர்கள். இதை உருவாக்கும் வாய்ப்பு உங்களுக்கு என்றும் இருந்திருக்கிறது, தொடர்ந்து இருக்கும்.

அடுத்தபடியாக மற்றொருவருடைய அனுபவத்தை மூன்றாம் நபரிடம் கூற முயலுங்கள். அப்படி செய்யும்போது என்ன உணருகிறீர்கள்? சாதாரணமாக நடந்து கொள்வதை விட அதிக ஈடுபாட்டுடன் கலந்து கொள்வதை உணருகிறீர்களா? இப்பொழுது நம்மிடம் மேம்பாட்டு உதாரணங்களின் சரக்கு உள்ளது. இது போன்ற அனுபவங்களில் பங்கு பெறுவது உற்சாகமும் சக்தியும் அளிப்பதாக உள்ளதல்லவா? இந்த தகவலை வைத்து நாம் என்ன செய்யலாம்?.

இதிலிருந்து சில அமைப்புகளையும் ஒட்டங்களையும் நாம் காண முடியுமா என பார்ப்போம். நமக்குள்ளே மற்றும் வெளியே கண்ட மொத்த உதாரணங்களையும் எடுத்துக் கொள்ளுங்கள். இவற்றின் மூல காரணங்கள் என்னவென்று எண்ணுகிறீர்கள்? இந்த உதாரணங்களில் மேம்பாட்டை எவை உருவாக்கின? நிச்சயமாக பல காரணங்கள் இருக்கலாம். ஆனால் உங்கள் மனதில் எது முதலில் தோன்றுகிறது?

எனக்கு அடிக்கடி தரப்படும் பதில்கள் (அ.த.ப.)

- கடமை உணர்ச்சி
- உற்சாகம்
- விடா முயற்சி
- பேரார்வம்

நான்: பொதுவாக இவைகள் மனதிலிருந்து மேலெழுந்தவாரியாகத் தரப்படும் பதில்கள். உங்களுக்கும் இது போன்ற வார்த்தைகள் தோன்றுகின்றனவா? இன்னும் சிறிது கிளறினால் வேறு சில பதில்கள் வருகின்றன.

- ஊக்கம்
- வெறி
- துணிவு

இன்னும் சில :

- உறுதி
- அர்ப்பணிப்பு
- குவி சக்தி
- தோல்வியை ஒத்துக்கொள்ளா மனோபாவம்

உருவாகும் பட்டியல் உங்களுக்கு சரி என்று தேன்றுகிறதா? இன்னும் சில வார்த்தைகளை கவனிப்போம் .

- அதிர்ஷ்டம்
- வாய்ப்பு
- சந்தர்ப்பங்கள்
- சுற்றியுள்ளவர்களின் தாங்குதல்

இன்னும் சில :

- வேறு வழி இல்லாமை
- சந்தர்ப்பத்தின் தேவை
- விளைவுகளைப் பற்றி பயம்

எல்லா வார்த்தைகளும் கிடைத்துவிட்டனவா? இன்னும் சில சேர்க்க விரும்புகிறீர்களா?

- நல்ல திட்டமும் நிர்வாகமும்
- திறமையும் சாமர்த்தியமும் (ஒரு கால்)
- தேவையான வழி வகைகள் கிடைத்தமை
- ஒரு வேளை மேம்பாட்டு இயலின் அறிவாக இருக்குமோ?

நம்முடைய அனுபவங்களை ஒட்டி மேம்பாட்டின் காரணிகளின் பட்டியல் தயாரித்து விட்டோம். இதை வைத்து நமது விவாதங்களைத் தொடர்வோம். இவைகளிலிருந்து ஏதாவது மாதிரி அமைப்புகளோ ஓட்டமோ தெரிகிறதா? இவைகளில் ஆச்சரியப்படும்படியாக ஏதாவது உள்ளனவா? இவைகளெல்லாம் அனுபவத்திலிருந்து, உள் மனதிலிருந்து வந்த விடைகளானதால் இவைகள் மேம்பாட்டின் உண்மையான காரணிகளாக இருக்க வாய்ப்பிருக்கிறது. இவைகளுக்கு ஆழ்ந்த ஆராய்ச்சி, ஆய்வுகள் எதுவும் நடத்தபபடத் தேவையில்லை.

இங்கே எல்லோரும் ஒத்துக் கொள்ளக்கூடிய படிவம் (pattern) எது? முடிவில் தரப்பட்ட நான்கு விடைகளைத் தவிர மற்ற எல்லாம் மனோ பாவத்தைப் பற்றியன என்பதை கவனித்தீர்களா? ஆமாம், மனோ பாவம் தான். முடிவில் தரப்பட்ட விடைகளை பங்கு பெறுபவர்களிடமிருந்து வரவழைப்பதற்கு மாற்றமே இல்லாமல் எல்லா முகாம்களிலும் மிகுந்த முயற்சியும் தூண்டுதலும் தேவைப் படுகின்றன. சொல்லப் போனால் இவைகள் சற்று தயக்கத் துடனேயே கூறப்படுகின்றன. பல முகாம்களில் அவை சொல்லப் படுவதேயில்லை.

இவைகளெல்லாம் எந்த வித்தியாசமான முடிவுக்கு நம்மை அழைத்துச் செல்கின்றன என்பதைக் கண்டு கொண்டீர்களா? மேலாண்மையைப் (Management) பற்றிய தேற்றங்கள் (theories) அனைத்துமே வெற்றிக்கும் மேம்பாட்டுக்கும் அறிவு மற்றும் திறமை ஆகியவைகளின் முக்கியத்துவத்தை பறை சாற்றுகின்றன. மேலாண்மைப் பயிற்சித் திட்டங்களின் கிட்டத்தட்ட 90 சதவிகிதமும் அப்படித்தான். மேலாண்மைக் கல்வி நிபுணர்களும் தாங்கள் அறிவிலும் திறமையிலும் மேலானவர்கள் என்று கர்வப்பட்டுக் கொண்டிருக்கிறார்கள். பெரும்பாலான நிறுவனங்கள் பயிற்சித் திட்டங்களுக்காக ஒதுக்கப்பட்ட நிதியில் கணிசமான அளவு இதற்காக செலவழிக்கின்றன.

இங்கு மலர்ந்த நம் அனுபவங்களின் அடிப்படையில் இந்தக் கருத்து உண்மைக்கு எவ்வளவு புறம்பானதாக உள்ளது!!!. ஈடுபாடு, உற்சாகம், விடாமுயற்சி ஆகியவைகளை நாம் சொல்லித் தர முடியுமா? அதே போல் ஊக்கம், அகத்தூண்டுதல் (inspiration), அசையா உறுதி ஆகியவைகளோ? தோல்வியைக் கண்டு தளராமை, வெற்றி மனோபாவம், அர்ப்பணிப்பு ஆகியவைகள் எங்கிருந்து வருகின்றன?

இந்த இயல்புகளெல்லாம் நம்முடன் கூடப் பிறந்தவைகள் அல்லவா? வேறு ஒருவர் அவற்றை உங்களுக்குள் திணிக்க முடியுமா? இந்த இயல்புகளிலிருந்து நீங்கள் செயல் படும்போது ஆச்சரியப்படும்படியாக எளிதாக மேம்பாடு வெளிப்பட்டதைக் கவனித்தீர்களா? இருப்பினும் நாம் இயற்கையாக உள்ளூரத் தெரிந்தவற்றை மறந்து விடுகிறோம். நமக்கு வெளியே உள்ளவற்றைத் 'ஏழு தங்க விதிகள்' (Seven Golden Rules) 'பத்து அடிப்படைப் படிகள்' (Ten Basic Steps)

போன்ற மேம்பாட்டுத் தேற்றங்களை (tsheories of excellence) துரத்தி தேடிக்கொண்டிருக்கிறோம்.

1. அ/கே.கே. : அப்பொழுது மேலாண்மைத் தேற்றங்களும், திட்டமிடும் திறமைகளும் பயனில்லாதவை என்கிறீர்களா?

நான் ஒரு புகழ் வாய்ந்த கல்வி நிலையத்திலிருந்தும் பல்கலைக் கழகத்திலிருந்தும் மேலாண்மையில் முனைவர் பட்டம் பெற்றவன். 25 ஆண்டுகளுக்கும் மேலாக மேலாண்மை ஆசிரியராகவும் பணியாற்றியுள்ளேன். இவைகள் பயனில்லாதவை என்று நான் எப்படிக் கூறுவேன்? ஆனால் அவைகளின் பயன் எந்த மனோ பாவத்தில் அவைகளை உபயோகப் படுத்துகிறீர்கள் என்பதைப் பொறுத்திருக்கிறது என்பதே நான் சொல்வது. மனோபாவம் என்பது முதற்கண் தேவையான தகுதி. அதை அறிவாலோ, திறமையாலோ நிரப்ப முடியாது. ஒப்பிய பொறுப்போடு (commitment) செயல் படும்போது உங்களின் அறிவிலும் திறமையிலும் உள்ள பற்றாக் குறைகளை உங்களால் ஈடு கட்ட முடியும். ஆனால் ஒப்பிய பொறுப் பில்லாமல் வெறும் அறிவையும் திறமையையும் வைத்துக்கொண்டு உங்களால் நிச்சயமாக மேம்பாட்டை அடைய முடியாது. நாம் இங்கு கண்ட உதாரணங்களையும் உங்கள் சொந்த அனுபவங் களையும் நன்கு பாருங்கள். இது புரியாமல் இருக்காது.

2. அ.கே.கே.: அதிர்ஷ்டம், வாய்ப்புகள் பற்றி என்ன சொல்கிறீர்கள்?

'தைரியசாலிகளுக்கே அதிர்ஷ்டம் அடிக்கிறது'. ''வெற்றிக்கு மேல் வெற்றி'' போன்ற மூதுரைகளை நீங்கள் கேள்விப்பட்டிருப்பீர்கள். எனக்குப் பிடித்த மூதுரை 'நீ எந்த அளவுக்கு கடினமாக உழைக் கிறாயோ அந்த அளவுக்கு உனக்கு அதிர்ஷ்டம் அடிக்கும்'. ஒப்பிய பொறுப்போடோ அல்லது உற்சாகம், மற்றும் விடாமுயற்சி பேரார்வத்துடனோ பணியாற்றும்போது இல்லாத பாதைகளை நீங்கள் போட்டுக்கொள்கிறீர்கள். இலக்கை அடைந்த பிறகு மற்றவர்கள் நீங்கள் அதிர்ஷ்டசாலி என்பார்கள். இங்கு வருந்தத்தக்க அதிசயம் என்னவென்றால் சில நேரங்களில் நீங்களே அவ்வாறு கூறுவீர்கள். வாய்ப்பைப் பொறுத்தவரை சில நேரங்களில் நாம் அவற்றை நமக்கு சாதகமாக பயன்படுத்திக் கொள்வோம்; அப்பொழுது அதை வாய்ப்பு என்போம். இல்லாதபோது அதையே தீமை அல்லது துரதிர்ஷ்டம் என்போம். வாய்ப்புகள் என்றும் நம் கதவுகளைத் தட்டியபடியே இருக்கின்றன என்பதை நீங்கள் அறிவீர்கள். ஆனால்

நமக்கு அவைகளை கவனிப்பதற்கு நேரமில்லை. மாறாக நாம் வாய்ப்புகளைத் தேடுவதில் மும்முரமாக இருக்கிறோம்.

அதிர்ஷ்டம் மற்றும் வாய்ப்பைப் பற்றிப் பேசுகையில் உங்களிடம் ஒரு உருவகக் கதையை (parable) பகிர்ந்து கொள்ள விரும்புகிறேன். ராம்கர் என்ற கிராமத்தின் அருகில் மலையில் ஒரு கோவில் இருந்தது. கிராமத்து பூசாரி அதை மிகவும் பக்தியுடன் பராமரித்து வந்தார். கிராமத்து மக்கள் அவரை கடவுளிடம் சேர்ப்பவர் என்று மிகவும் மதித்தனர். ஒரு நாள் அங்கு வெள்ளம் வந்து கிராமத்து வழியாக ஓடும் நதியில் நீர் கவலைக்கிடமாக உயர்ந்தது. எல்லோரும் கிராமத்திலிருந்து தப்பி ஓட வேண்டிய நிலை. சில கிராமத்தவர் ஓடிக்கொண்டிருக்கையில் பூசாரியைப் பற்றிக் கவலைப்பட்டு அவரைக் காப்பாற்ற திரும்பச் சென்றனர். ஆனால் பூசாரியோ வெகு அமைதியுடன் 'கடவுள் என்னைக் காப்பாற்றுவார்' என்று வர மறுத்து விட்டார்.

இரவில் நதியில் தண்ணீர் மிகவும் உயர்ந்ததால் மக்களைக் காப்பாற்ற படகுகளைக் கொண்டு வரும்படி ஆயிற்று. சில கிராமத்து மக்கள் கோவிலுக்கு படகைக் கொண்டு சென்று, பூசாரியை அவர்களுடன் பாதுகாப்பான இடத்துக்கு வரும்படி வேண்டினர். ஆனால் பூசாரி தமது நம்பிக்கையில் உறுதியாக இருந்தார். 'எம் பெருமான் என்னைக் கைவிட மாட்டார்' என்று வர மறுத்து விட்டார். கிராமத்தவர் வேறு வழியில்லாமல் அவரை விட்டுச் சென்றனர். பிறகு சேனைப் படையையும் வரவழைக்க வேண்டியதாயிற்று. தப்பிக்க வழியில்லாமல் மாட்டிக்கொண்டவர்களை ஹெலிகாப்ட்டர் மூலம் காப்பாற்றினர். அப்பொழுதும் பூசாரி அவர்களுடன் போக மறுத்து விட்டார்.

அன்று இரவு இது வரை இல்லாதது போல் மழை கொட்டி கோவிலும் பூசாரியும் தண்ணீருக்கு இரையானார்கள். பூசாரி சொர்க்க/ நரக வாசலை அடைந்த போது கடவுளிடம் மிகவும் விசனத்துடன் கேட்டார். 'என் வாழ்நாள் முழுவதும் உங்கள் பூஜையிலேயே கழித்தேனே! என்னை காப்பாற்றவில்லையே ? எனக்கு ஏன் இந்த கதி', என்று. கடவுள் சொன்னார், 'நான் என் செய்வேன் பிள்ளாய்? உன்னைக் காப்பாற்ற மக்களை அனுப்பினேன். நீ கேட்கவில்லை. அதன் பிறகு படகை அனுப்பினேன். நீ போக மறுத்து விட்டாய். முடிவில் ஹெலிகாப்டரும் அனுப்பினேன். அப்பொழுதும் அது

உனக்கு புலப்படவில்லை. 'கடவுள் நமக்குத் தேவையான வாய்ப்புகளை நல்குகிறார். அவைகளை நாம் பார்க்கிறோமா இல்லையா என்பது, நம் பார்வையை, நம் மனோபாவத்தைப் பொறுத்தது. நம்முடைய உதாரணங்கள் இதற்குச் சான்றாக இல்லையா?

சுருங்கச் சொன்னால் மேம்பாடு நமக்குள் இருக்கிறது. அவற்றை உள்ளிருந்து வெளியே கொண்டு வர வேண்டும். வெளியிலிருந்து அதைப் பெற முடியாது. மேம்பாடு என்பது உள்ளே உள்ள ஒப்பில்லாத 'மூர்த்தி' (சிலை). ஆனால் அதைக் காளானும் கசடுகளும் மூடிக் கொண்டுள்ளன. மேம்பாட்டை அடைய நாம் வெளியிலிருந்து எதையும் எடுத்துச் செல்ல வேண்டியதில்லை. ஆனால் மூர்த்தியை மூடியுள்ள கசடுகளைச் செதுக்கி எறியக் கற்றுக் கொள்ள வேண்டும். அழுக்கைக் கரைத்து மூர்த்தியை அதன் இயற்கை கீர்த்தியுடன் மிளிரச் செய்ய வேண்டும்.

3. அ.கே.கே.: நீங்கள் சொல்வதை ஒத்துக்கொள்கிறேன். ஆனால் இந்த 'மூர்த்தி' ஏன் எப்பொழுதும் ஒளிர்வதில்லை? நாம் ஏன் அடிக்கடி மேம்பாட்டின் கீழே உள்ள நிலையிலிருந்து செயல்படுகிறோம்? நம்மைச் சுற்றி ஏன் இவ்வளவு மெத்தனமும் சச்சரவுகளும்?

ஒரு நல்ல கேள்வி. கேள்வியை உற்று நோக்குவது அவசியம். ஒரு விதமாகப் பார்த்தால் நம் மாற்றத்திற்கான நம்முடைய இந்த பரிமாற்றங்கள் கேள்வியை உற்று நோக்கி விடைகள் மாறுவதை கவனிப்பதே. இந்தக் கேள்விக்கு பலவிதமாக பதிலளிக்கலாம். தீர்வான பதில் என்று ஒன்றும் இல்லை. நம்முடைய உள்ளாற்றலோடு ஒப்பிடும்போது வாழ்வில் பெரும்பகுதி நாம் அந்த நிலைக்கு கீழேயே செயல் படுகிறோம் என்பது மிகச்சரியே. மூர்த்தி மேல் படிந்துள்ள துருவும் மாசும் நம்மை மூர்த்தியை அண்டவிடுவதில்லை. இந்தப் புத்தகம் முழுவதிலும் இந்த மாசு எங்கிருந்து வருகிறது, ஏன் வருகிறது, மாசும் துருவும் இருந்தாலும் உள்ளே உள்ள மூர்த்தியை அண்ட நாம் என்ன செய்யலாம் என்பதையே ஆராய்ந்து கொண்டிருப்போம்.

இந்த கணிப்பீட்டில் முன்னேற்றத்தின் இன்னொரு படியாக நாம் எத்தனை முறை உள்ளேயுள்ள மூர்த்தியிலிருந்து செயல் படுகிறோம் என்பதை நோக்கி, அதை மூர்த்தியின் வெளியே உள்ள மாசுகளிருந்து செயல்படுவதோடு ஒப்பிட்டுப் பார்ப்போம். வேறு விதமாகச் சொன்னால் நம் வாழ்க்கையின் அனுபவங்களில்

மேம்பாட்டுச் செயல்களின் உதாரணங்கள் எத்தனை விகிதமேன்றும், மெத்தனம் அல்லது அதற்குக் கீழே உள்ள செயல்களின் விகிதம் எத்தனை என்றும் கணிப்போம். விளங்கச் சொன்னால், உங்களுடைய மொத்த அனுபவங்களை ஒரு வட்டமாகக் கொண்டு, மேம்பாட்டுச் செயல்களை நல்ல கறுப்பு நிறத்திலும், மெத்தனமான செயல்களை நிறமில்லாமலும், கீழ்த்தரமான செயல்களை சற்றே மங்கிய நிறத்திலும் போட்டோமானால் எவ்வாறு இருக்கும்?

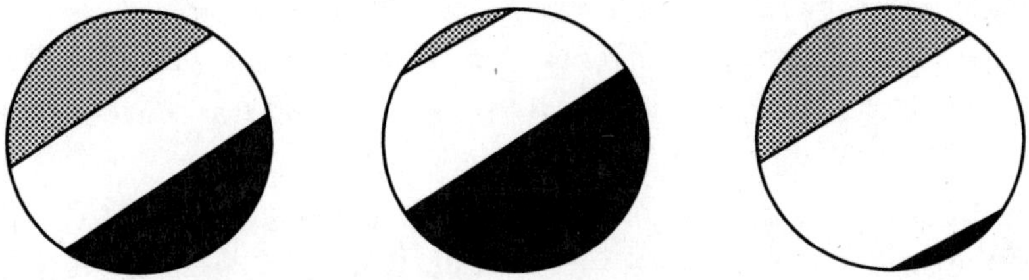

எந்தப் படம் உண்மையான நிலையை பிரதிபலிக்கிறது? மேம்பாட்டின் விகிதம் அதிகமாக இருப்பதிலா, சராசரியாக இருப்பதிலா அல்லது துளியாக இருப்பதிலா?

சில சந்தர்ப்பங்களில் தவிர (விதி விலக்கானவைகள்) பொதுவாக முகாம்களில் போடப்படும் படம் முதலில் கொடுக்கப்பட்டுள்ளது போல் இருக்கும்- அதாவது மேம்பாட்டுச் செயல்கள் துளியாக இருக்கும் படம். நாம் மிகவும் பிரயத்தனத்துடன் நம்மைச் சுற்றியுள்ள மேம்பாட்டின் உதாரணங்களை இனம் கண்டு பட்டிய லிட்டபோதும் அவைகள் மிகக் குறைவு என்பது தான் உண்மை. நீங்கள் ஒத்துக்கொள்கிறீர்களா?

மேம்பாட்டுச் செயல்கள் இங்கொன்றும் அங்கொன்றுமாய்த் தான் காணப்படுகின்றன. ஆனாலும் இறைவன் அருளால் அவைகள் உள்ளன. அவைகள் இல்லாமல் மனித இனம் முன்னேறியிருக்க முடியாது. அவைகள் தான் நமக்கு வழி காட்டும் ஒளி விளக்குகள். நம் செயல்களை ஒப்பிட்டுப் பார்க்கும் அளவு கோல்கள். பழமொழியில் சொல்வது போல் கறுப்பு மேகங்களுக்கு நடுவில் காணப்படும் வெள்ளி ஒளிர்கள்.

இந்த நேரத்தில் உங்களை இன்னொரு பயிற்சிக்கு அழைக்கிறேன். கீழே உள்ள இரண்டு பத்திகளையும் படித்து விட்டு கண்களை

மூடிக்கொண்டு பரிந்துரைக்கப்பட்ட நினைவுக்காட்சியை மனதில் கொண்டு வாருங்கள்.

'ஒரு கறுப்பு மேகத்தின் உருவத்தை நடுவில் ஒரு வெள்ளிக் கீற்றுடன் நினையுங்கள், கண்களை மூடிக் கொள்ளுங்கள். மனக் கண்களின் முன்னால் ஒரு கறுப்பு மேகத்தைக் கொண்டு வாருங்கள். அது மிக மிகக் கறுப்பாக இருக்கட்டும் -கறுப்பாக, அதிர்ச்சி தருவதாக, அச்சுறுத்துவதாக. ஆனால் அதன் நடுவாக சிறியதாக, மிகச் சிறியதாக ஒரு வெள்ளிக் கோடு. இந்தக் காட்சியை எவ்வளவு தெளிவாக உருவாக்க முடியுமோ அவ்வளவு தெளிவாக உருவாக்குங்கள். இந்தக் பிரம்மாண்ட கறுப்பு மேகம் வானம் முழுவதும் வியாபித் திருக்கிறது. எங்கும் கடும் கறுப்பு. ஆனால் அதற்கு நடுவே ஒரு சின்னஞ்சிறு வெள்ளிக்கோடு.

இப்பொழுது உங்கள் கவனத்தை அந்த வெள்ளிக் கோட்டின் மேல் செலுத்துங்கள். உங்கள் சக்தி முழுவதும் திரட்டி, மனதை ஒருமைப் படுத்தி அதையே பார்த்துக் கொண்டிருங்கள். உங்களால் இதற்கு மேல் முடியாது என்கின்ற வரை பார்த்துக்கொண்டே இருங்கள். இந்தப் பயிற்சியை நீங்கள் முழு மனதுடன் செய்து விட்டீர்கள் என்ற திருப்தி வந்ததும் பார்வையைத் தளர்த்துங்கள். நிகழ்காலத்துக்கு வந்து கண்களைத் திறவுங்கள்.'

- நீங்கள் வெள்ளிக் கோட்டின் மேல் உங்கள் கவனத்தை அதிகப் படுத்தும்போது என்ன கண்டீர்கள்?

அ.த.ப :

- வெள்ளிகோடு இன்னும் ஒளிர்ந்தது.
- வெள்ளிக் கோட்டின் பரப்பு அதிகமாகிக் கொண்டே போனது.
- கறுப்பு மேகம் மறைந்து போயிற்று.
- எங்குமே கண் கூசும் ஒளி

நீங்களும் இது போல் கண்டீர்களா? இதைப் பற்றி என்ன நினைக் கிறீர்கள்? இந்தக் கறுப்பு மேகத்தை யார் மறையச் செய்தார்கள்? கறுப்பு மேகமோ அல்லது கண் கூசும் ஒளியோ அங்கிருந்ததா?

நீங்கள் சாதித்ததின் முக்கியத்தை உணருங்கள். அந்தக் கறுப்பு மேகத்தையோ, ஒளியையோ நீங்கள் தான் உருவாக்கினீர்கள்.

நீங்கள் நினைத்தால் ஒரு கறுப்பு மேகத்தை சூரிய ஒளி போல் மாற்ற முடியும். உங்களுடைய வாழ்வின் அனுபவங்கள் முதல் வட்டத்தைச் சார்ந்ததா அல்லது மூன்றாவது வட்டத்தினதா என்பது நீங்கள் வாழ்க்கையை எப்படிப் பார்க்கிறீர்கள் என்பதைப் பொறுத்தது. உங்கள் கண்கள், பார்வை, திறமை இவற்றைக் கொண்டு ஒரு இருண்ட சூழ்நிலையை ஊக்குவிக்கும் அனுபவமாக மாற்ற முடியும். உங்களைச் சுற்றியுள்ள உலகின் நிறம் நீங்கள் எந்த நிறக் கண்ணாடியைத் தேர்ந்தெடுக்கிறீர்கள் என்பதைப் பொறுத்தது. நீங்கள் என்ன எண்ணுகிறீர்களோ அவ்வாறே!!! எல்லா மதங்களிலும் உங்கள் பிரார்த்தனைக்குபின் 'ஆமென்' (Amen), ' அப்படியே நடக்கட்டும்', 'ததாஸ்து' (sanskrit) என்று முடிக்கிறார்கள் என்பது புரிகிறதா? இறைவன் நீங்கள் விரும்பியவற்றை எல்லாம் நிறைவேற்றக் காத்திருக்கிறான். உங்கள் வாழ்க்கை கறுப்பு மேகமாக இருக்க வேண்டுமா? அப்படியே ஆகட்டும். அது ஒளி மிகுந்த சுகானுபவமாக இருக்க வேண்டுமா? அதுவும் அப்படியே ஆகட்டும். எல்லாம் உங்களுக்குள், உங்கள் கையில். ஆமென், ததாஸ்து.

2 விஷயம், சந்தர்ப்பம், கோட்பாடு

மேம்பாட்டின் ஆய்வைத் தொடர்வதற்குத் தேவையான ஒரு அடிப்படை விஷயத்தை எடுத்துக்கொள்வோம். இதற்காக நம்முடைய அன்றாட வாழ்க்கையில் சாதாரணமாக நடக்கும் அனுபவங்களை உற்று நோக்குவோம். அவற்றிலிருந்து ஒரு மாதிரிப் படிவத்தை அமைத்துகொண்டு அதை வைத்து அந்த அனுபவங்களை வேறு ஒரு கோணத்தில் இன்னும் நன்றாக ஆராய்வதே நமது நோக்கம்.

ஒவ்வொரு நிமிடமும் சுற்றுப்புற சூழ்நிலைகளின் தூண்டுதலுக் கேற்பவே நாம் இயங்குகிறோம் என மனவியல் நிபுணர்கள் கூறுகிறார்கள். இது உண்மைதானே. மாதிரிப் படிவம் அமைப்பதற்கு நமக்கு ஒரு பயனுள்ள கருத்து. முதலில் இந்தத் தூண்டுதல்களின் இயல்பை நாம் உணர வேண்டும். இந்தத் தூண்டுதல்களின் கூறுகளை ''விஷயங்கள்'' எனக் கொள்வோம். நம்முடைய வாழ்க்கை ''விஷயங்கள்'' நிறைந்தவை. நாம் பார்ப்பவை, உணர்பவை, கேட்பவை, ருசிப்பவை, முகர்பவை எல்லாமே விஷயங்கள் தான். நம் வாழ்வில் ஈடுபடும்போது ஏற்படும் உறவுகளும் மக்களும் விஷயங்கள் தான். நாம் உபயோகிக்கும் பொருள்கள், இயந்திரங்கள் ஆகியவைகளும் விஷயங்கள் தான். விஷயங்கள் என்றும் எங்கும் இருப்பவை, மாற்றத்திற்கு உட்பட்டவை.

விஷயம் (CONTENT)

நீங்கள் விமான நிலையத்திலோ அல்லது ரெயில் நிலையத்திலோ இருக்கிறீர்கள். அப்பொழுது ஒரு அறிவிப்பை கேட்கிறீர்கள். இது விஷயம். தொலைபேசி மணி ஒலிக்கிறது. இதுவும் ஒரு விஷயம். இந்த புத்தகம் ஒரு விஷயம். அதில் காண்பவை ஒவ்வொரு வார்த்தைகளும் வாக்கியங்களும் விஷயங்கள் தான். ஒருவர் உங்களிடம் ஏதோ கேட்கிறார் அது ஒரு விஷயம். நீங்கள் ஒரு

இயந்திரத்தில் பணி புரிந்து கொண்டிருக்கிறீர்கள் அது பழுதடைகிறது. அங்கும் ஒரு விஷயம் நடக்கிறது.

சந்தர்ப்பம் அல்லது தருணம் (CONTEXT)

''சந்தர்ப்பம்'' நமது விவாதத்திற்கு ஒரு முக்கியமான சொல். எந்தச் செயலும் அந்த சந்தர்ப்பத்தில் ''விஷயத்திற்கு'' நாம் அளிக்கும் பதில். விஷயத்தை உபயோகப்படுத்துவதே சந்தர்ப்பச் செயலின் நோக்கம். விரும்பிய இடம் செல்ல வேண்டி நீங்கள் நிலையத்தில் காத்திருக்கிறீர்கள். அதனால் அறிவிப்பை கேட்க விரும்புகிறீர்கள் அதற்கேற்ப செயல் படுகிறீர்கள். தொலை பேசி மணி அடிக்கையில் அழைத்தவரிடம் தொடர்பு கொள்ள விருப்பமிருந்தால் அதை எடுக்கிறீர்கள். நினைத்த பணியை முடிக்க இயந்திரத்தை பயன் படுத்துகிறீர்கள். அது பழுதாகும்போது அதற்கேற்ப செயல் படுகிறீர்கள். விஷயங்கள் பல நீங்கள் எதிர் கொள்ளலாம். ஆனால் எல்லாவற்றிற்கும் நீங்கள் செயல்படுவதில்லை. தேவையில்லாததை விட்டுவிடுகிறீர்கள். இது இயற்கை.

கோட்பாடு

நாம் அடுத்ததாக பயன் படுத்த வேண்டிய சொல் ''கோட்பாடு'' கோட்பாடு என்பது விஷயங்களுக்கு நாம் எவ்வாறு செயல் படுகிறோம் என்பதைத் தீர்மானிப்பது. ஒவ்வொருவரிடமும் புதைந்து கிடக்கும் கோட்பாடுகளே அவர் விஷயங்களை எவ்வாறு நோக்குகிறார் என்பதையும் எப்படி செயல் புரிகிறார் என்பதையும் தீர்மானிக்கிறது எனக் கொள்ளலாம்.

விஷயங்களை நாம் எவ்வாறு கையாள்கிறோம் ?

சாதாரணமாக தரப்படும் பதில்கள்

- *நாம் கற்றவைகளை பயன் படுத்தி*
- *நமது அறிவை பயன் படுத்தி*
- *நமது அனுபவங்களின் அடிப்படையில்''*

இவைகள் எல்லாமே கோட்பாடுகளின் உதாரணங்கள் தான். கோட்பாடுகள் கடந்த காலத்திலிருந்து வருபவை. நம்முடைய அறிவு, அனுபவம், கற்ற பாடங்கள், செய்ய வேண்டியவை, செய்யக் கூடாதவை, நீதி நெறி முறைகள், செயல் நுட்பங்கள் ஆகிய எல்லாமே இதில் அடங்கும். நம் கருத்துகள், முடிவுகள், விஷயங்

களைப் பற்றிய விதி முறைகள், கட்டுப்பாடுகள் , எது நல்லது, எது கெட்டது போன்ற கணிப்புகள் ஆகியவைகளும் கோட்பாடுகள் தான். சந்தர்ப்பச் செயல்களைப் பற்றிய இது போன்ற கருத்துகளும் கோட்பாடுகளே. முக்கியமாக கவனிக்க வேண்டியது என்ன வென்றால் விஷயங்கள் தனித்து நிற்பவை கோட்பாடுகள், நம் அனுபவங்களின் அடிப்படையில் நம்மால் உருவாக்கப்படுபவை.

இதைப்பற்றி அடிக்கடி கேட்கப்படும் கேள்விகளும் பதில்களும்

கோட்பாடுகள் எவ்வாறு உருவாகுகின்றன?

கோட்பாடுகள் உருவாகும் இடத்தைப் பற்றி இனி நாம் தீவிரமாக ஆராய வேண்டியிருக்கும். அந்த இடத்தை நாம் ''மனம்'' என்று கூறுகிறோம். ஒவ்வொருவரின் அனுபவத்தை ஒட்டி அவர்களின் மனதில் சில பாடங்களும், முடிவுகளும், முடிவேடுப்பதைப் பற்றிய விதி முறைகளும் நிறைந்துள்ளன. நான் இவைகளைத் தான் ''கோட்பாடுகள்'' எனக்கூறுகிறேன். நம்முடைய தீர்மானங்கள், விதிகள், தத்துவங்கள், முடிவுகள், கொள்கைகள், பழக்க வழக்கங்கள் அனைத்துமே கோட்பாடுகள் தான். அவைகள் கடந்த காலத்தில் சில விஷயங்களுக்கு ஒரு கட்டத்தில் அளித்த பதில்களால், புரிந்த செயல்களால் எடுக்கப்பட்ட தீர்மானங்கள்.

''கோட்பாடுகளே பிரச்சினைகளுக்கு காரணமா?''

சரி என்றும் சொல்லலாம், இல்லை என்றும் சொல்லலாம். எந்த சந்தர்ப்பத்தில் செயல்கள் செய்யப்பட்டனவோ அந்த சந்தர்ப்பம் மாறாமல் இருக்கும் வரை விதிக்கப்பட்ட முறைகளும் எடுக்கப்பட்ட தீர்மானங்களும் சரியானதாக நமக்கு நன்றானதாக இருக்கும். ஆனால் வேறு சில சந்தர்ப்பங்களில் அதே கோட்பாடுகள் ஒவ்வாதவனாக இருக்கும்போது நம்முடைய பிரச்சினைகள் தொடங்கு கின்றன. வட்டமான துளைக்குள் சதுரமான ஆப்பை நுழைக்க முயல்வது போல.

இதை சில எடுத்துக் காட்டுகள் மூலம் புரிந்து கொள்ளலாம்.

சுதந்திர போராட்டத்தின்போது மகாத்மா காந்தி, சத்தியாகிரகம், ஒத்துழையாமை, வேலை நிறுத்தம் (எல்லாமே விஷயங்கள்) போன்ற பல சக்தி வாய்ந்த உத்திகளை நமக்குத் தந்தார். இந்த உத்திகளின் சக்தி அந்த சந்தர்ப்பத்தைப் பொறுத்ததாக இருந்தது, சுதந்திரத்தை பற்றி நாடு முழுவதும் விழிப்புணர்வு ஏற்படுத்த சக்தி

வாய்ந்த சாதனங்களாக இருந்தன. இந்த விஷயங்கள் அந்த கட்டத்தில் பிரமிக்கத்தக்க பலன்களைத் தந்து நாடு சுதந்திரம் பெற காரணமாக அமைந்தன. ஆனால் சுதந்திரம் அடைந்தபின் அதாவது சந்தர்ப்பம் மாறியபின் இவைகளின் சக்தி நாட்டுக்கு ஒவ்வாதவைகளாக மாறியது. ஆனால் மக்கள் இதை புரிந்து கொள்ளவில்லை. நமக்கு அடிப்படை சுதந்திரம் இல்லாதபோது இவை தேவையாக இருந்தன. ஆனால் சுதந்திரம் கிடைத்தபின் நம்மை நாமே ஆளும்போது வேலை நிறுத்தம் அதிகாரத்திற்கு எதிராக செயல் படும் ஒரு கோட்பாடாக மாறியபோது விளைவுகள் நாட்டுக்கு எதிரானவையாக ஆகிவிட்டன. எதற்கும் ''பந்த்'' வேலைநிறுத்தம் என்று ஒரு நியதி இல்லாமல் இதனால் ஏற்படும் சேதத்தை புரிந்து கொள்ளாமல் செயல் படுவது தான் இன்றைய பிரச்சினை அல்லவா?

மற்றொரு உதாரணத்தை எடுத்துக் கொள்ளுங்கள். எந்தத் தொழிலைத் தொடங்குவதற்கும் உரிமம் மற்றும் அரசு அனுமதி தேவைப்பட்ட, பொருளாதார கட்டுப்பாடுகள் நிறைந்த இந்தியாவில் சில நிறுவனங்கள் அரசிடம் அனுமதி பெறுவதை ஒரு கலையாகி மாற்றி வியாபாரத்தில் வெற்றி பெற்றன. ஆனால் 1991க்கு பிறகு பொருளாதார சுதந்திரக் கொள்கை அமுல்படுத்தப்பட்ட பின் பழைய உத்திகளையே நம்பிக் கொண்டிருந்த நிறுவனங்கள் அழிந்தன அல்லது தொழிலில் தங்களுடைய தலையாய இடத்திலிருந்து கீழே தள்ளப்பட்டன.

என்னுடைய சொந்த அனுபவம் ஒன்றை பகிர்ந்து கொள்கிறேன். இதை நீங்கள் ஒன்றி புரிந்து கொள்வீர்கள் என நினைக்கிறேன்.

அண்மையில் கோவா சென்றிருந்தபோது ஒரு ஐந்து நட்சத்திர ஹோட்டலில் தங்கியிருந்தேன். முதல் நாள் மாலையிலேயே வேலை முடிந்து விட்டது . அடுத்த நாள் இரண்டு மணி அளவுக்கே விமான நிலையத்தில் இருந்தால் போதும். எனவே சாவகாசமாக காலை உணவு அருந்தி விட்டு வழியில் சில கடைகளுக்கும் செல்லலாம் எனத் திட்டமிட்டேன். எதற்கும் ஹோட்டலிலிருந்து விமான நிலையம் செல்ல எவ்வளவு நேரம் தேவைப்படும் என உறுதி படுத்திக் கொள்ள எண்ணி வரவேற்பில் அமர்ந்திருந்த சுட்டியாக தோற்றமளித்த பெண்மணியை அணுகி கேட்டேன். ''இங்கிருந்து விமான நிலையம் செல்ல எவ்வளவு நேரம் ஆகும் என்று சொல்ல முடியுமா?'' அதற்கு அவள், ''உங்கள் விமானப் பறப்பு எப்பொழுது'', என பதில் கேள்வி கேட்டாள். எனக்கு ஒன்றும் புரியவில்லை. எரிச்சல் மண்டியது. எரிச்சலை அடக்கிக்கொண்டு நான் கேட்ட தகவலைத் தரமுடியுமா என வினவினேன். அதற்கு அவள், ''சார்,

நீங்கள் இந்த ஹோட்டலில் தான் தங்கியிருக்கிறீர்களா?'' எனத் திரும்பவும் கேட்டாள். என் முகம் போன போக்கைப் பார்த்து, ''சார், 11 மணி அளவில் இங்கிருந்து ஒரு பஸ் புறப்படுகிறது. அதில் நீங்கள் இலவசமாக செல்லலாம், அதற்காகத்தான் கேட்கிறேன்'' என்றாளே பாருங்கள்!!!

எனக்கு மண்டையை பிய்த்துக்கொள்ளலாம் போல இருந்தது. ஆனால் செய்யவில்லை. முடிவில் வெகு சிரமத்துடன் வேண்டிய தகவலைப் பெற்று நல்லபடியாக வந்து சேர்ந்தேன் . இதைபற்றி பிற்பாடு சிந்தித்து பார்த்த போது நல்ல எண்ணம் தவறான செயலில் முடிவதற்கு இது ஒரு நல்ல உதாரணம் என்பது எனக்கு புரிந்தது. ''வாடிக்கையாளர்களை அரசர் போல் கருத வேண்டும்'' ''அவர்கள் கேட்கும் முன்னாலேயே மனதறிந்து செயல் புரிய வேண்டும்'' என்று ஹோட்டலில் பயிற்சி அளித்திருப்பார்கள் போலும். அந்தச் சுட்டி மகள் அந்தப் பயிற்சியை அப்படியே நடை முறைபடுத்திக் கொண்டிருந்தாள். ஆனால் என்னை திருப்திப்படுத்துவதற்கு பதில் எரிச்சல் அல்லவோ மூட்டினாள்? இந்தக் கோளாறு ஏன் ? எப்படி ஏற்படுகிறது?

நம்மில் சிலர் அடிக்கடி நடந்து கொள்வது போல் அவளுக்கு எந்த தருணத்தில் எப்படி நடந்து கொள்ள வேண்டும் என்பது தெரிந்திருக்க வில்லை. அதாவது கற்றவற்றைத் தருணமறிந்து பயன்படுத்த வேண்டும் என்பது புரியாததே கோளாறு. ''வாடிக்கையாளர்களைத் திருப்திப்படுத்துவது'' என்ற நோக்கத்தில் மாற்றமில்லை. ஹோட்டல் அதற்காக பணியாளர்களுக்கு தீவிரமான பயிற்சி அளிக்கிறது. வாடிக்கையாளர்கள் எதிர்பார்ப்பிற்கு அதிகமாகவே அவர்களைத் திருப்திப்படுத்த வேண்டும் என்று அழுத்தம் திருத்தமாக பயிற்சி அளிக்கிறார்கள். அவர்களின் பயிற்சியின் வெற்றி அந்த மகளின் மனத்தில் ஆழமான தாக்கத்தை ஏற்படுத்தி ஒரு கோட்பாடாக மாறிவிட்டது. இது வரை எல்லாம் சரியே. ஆனால் அந்த சுட்டி மகள் தனது ஆர்வத்தில் வாடிக்கையாளரைப் புரிந்து கொண்ட பின்பே அவர் தேவையை பூர்த்தி செய்ய முடியும் என்பதை மறந்து விட்டாள். தகவல் கேட்கப்படுவது இங்கு ''விஷயம்'. வாடிக்கை யாளரை மகிழச்செய்ய வேண்டும் என்பது ''கோட்பாடு'' ஆனால் அந்தக் கோட்பாடு அந்தத் தருணத்தில் சரியாக பயன்படுத்தப் படவில்லை .

ஹோட்டல் துறையிலிருந்து மற்றொரு உதாரணம் கூறுகிறேன். புது டில்லியில் ஒரு சொகுசு ஹோட்டலில் என் நண்பரின் அனுபவம். ஒரு கடுமையான கோடைக் காலத்தில் மாலை வேளையில் விமானம் கால தாமதமாக வந்த எரிச்சலுடன் ஹோட்டலில் நுழைந்தார். அறைக்குச் செல்லுமுன் தேவையான குளியலறை சாதனங்கள் மற்றும் படிக்க புத்தகம் ஆகியவற்றை வாங்கிக் கொண்டு சாவதானமாக அறைக்கு செல்லலாம் என்றிருந்தார். ஆனால் சுட்டியான பணியாளர்கள் அவரை விடவில்லை. வாடிக்கையாளர்கள் நுழைந்த மூன்று நிமிடத்திற்குள் அவர்களை அறைக்கு அழைத்துச் செல்ல வேண்டும் என்பது அவர்களுக்கு தரப்பட்ட படிநிலை. ஹோட்டலில் சேவையின் தரத்தை உயர்த்தும் நோக்கத்துடன் பணியாளர்களின் சேவையின் தரத்தை அந்த அளவுகோல் கொண்டு மதிப்பிட்டார்கள். ஆதலால் என் நண்பரை பணிவுடன் விடாப்பிடியாக அறைக்கு அழைத்து சென்ற பிறகே அவர்கள் ஓய்ந்தார்கள். தரமான சேவை என்ற விஷயம் கோட்பாடாக மாற்றப்பட்டு தவறான தருணத்தில் பயன் படுத்தப்பட்டதை உணருகிறீர்களா?

நம் வாழ்க்கையில் இது போன்ற சம்பவங்கள் சர்வ சாதாரணமாக நடப்பதை நினைத்துப் பாருங்கள். ஒருவர் உங்களிடம் வந்து எதையோ வினவுகிறார். அது உங்கள் அன்றாட பணிகளின் பொறுப்பில் ஒன்று. இதற்கு முன்பு பல தடவை அவர் உங்களுக்கு தேவையான அவகாசம் தராமல் உங்களை சங்கடத்துக்குள்ளாக்கியிருக்கிறார். அந்த அனுபவத்தை வைத்து, ''அவர் எப்பொழுதும் முன் கூட்டி திட்டமிடாமல் கடைசி நிமிஷத்தில் கழுத்தறுப்பார்'' என்று ஒரு அபிப்பிராயம் உங்கள் மனதில். அதனால் இந்த தடவை அவர் கேட்டதை முழுவதும் செவி மடுக்காமல் '' எனக்கு தேவையான நேரம் வேண்டும் '' என்று சற்று காட்டமாகவே சொல்கிறீர்கள். இப்பொழுது அவர் சங்கடத்துள்ளாகிறார். உங்களைப் பற்றி, ''இவன் வெடுக்கென்று சீறி விழுகிறவன்', ஒத்துழைப்பு தராதவன்'' என்று அபிப்பிராயம் (கோட்பாடு) ஏற்படுகிறது. அதனால் உங்களைச் சந்திப்பதையும் தகவல்கள் கேட்பதையும் முடிந்த அளவுக்கு தவிர்க்கிறார். அதனால் எப்பொழுதும் கடைசி நிமிடத்தில் தவிர்க்க முடியாது என்ற நிலையிலேயே உங்களிடம் வருகிறார். அவரைப் பற்றி உங்கள் அபிப்பிராயம் (கோட்பாடு) வலுப்பெறுகிறது.

கோட்பாடுகளின் பிடி எப்படி நம்மை முக்கிய நோக்கத்திலிருந்து தூர அழைத்துச்செல்கிறது என்பது புரிகிறதா? இது போன்ற கருத்துத்

திரிபுகளே நம் உள் மனதை சுற்றி மாசாகவும் கசடாகவும் படிகிறது. நாம் இப்படி பல பயன் தரா விஷயங்களில் ஈடுபடுகிறோம். இவை எல்லாம் மனதிலிருந்தும் அதில் படிந்துள்ள கோட்பாடு களிலிருந்தும் வெளிப்படுகின்றன. தேவையே இல்லாத இவைகள் தான் நம்முடைய மன உளைச்சலுக்கும் இறுக்கத்துக்கும் அழுத்தத்துக்கும் காரணாமாக அமைகின்றன.

நம் ஒவ்வொருவருக்கும் தனிப்பட்ட முறையில் எல்லாவற்றைப் பற்றியும் சில எண்ணங்களும் அபிபிராயங்களும் உள்ளன ''கேரளகாரர்களுக்கு ஆங்கிலம் நன்றாக வரும்''. ''சிந்தியை ஒரு போதும் நம்பாதீர்கள்'' '' உயரமானவர்களுக்கு மூளை அதிகம்''. ''குட்டை பாவாடை அணியும் பெண்கள் ஒழுக்கம் சரியாக இருக்காது'' இது போன்ற கோட்பாடுகளின் பிடியில் விஷயங்களை நாம் உண்மை உருவத்தில் காண்பதில்லை. கோட்பாடுகளின் மூலமாக அவை காணப்படும்போது அவைகளின் நிறம் மாறியே தெரிகிறது.

ஒரு நாள் நாங்கள் மதிய உணவு அருந்திகொண்டிருக்கும்போது சக அதிகாரி ஒருவருக்கு எம்.டி அவரை மூன்று மணி அளவில் சந்திக்க விரும்புகிறார் என்ற செய்தி வந்தது. அந்த ''விஷயம்'' அவருடைய உணவருந்துதலை முழுவதுமாக குலைத்து விட்டது. M.D.யின் அழைப்பை பற்றிய அவருடைய கோட்பாடுகள் அவரை அலைக்கழிக்கத் தொடங்கின. அலுவலக இலக்குகளில் அவர் சிறிது பின் தங்கியிருந்தார். அது குறித்து சக அதிகாரிகளிடம் கடுப்பாக பேசியிருந்தார். அவருக்கு சந்தேகம் எவரோ M.D.இடம் புகார் செய்திருப்பார்களோ என்று. அடுத்த இரண்டு மணி நேரத்திற்கு அவரால் வேலையில் கவனம் செலுத்தமுடியவில்லை என்ன கேள்வி கேட்பாரோ என்று முடிந்த அளவுக்கு எல்லா கோப்பு களையும் சேகரித்துக்கொண்டு தம்மை தயார் செய்து கொண்டார். பதட்டத்துடன் நிலை குலைந்து குறித்த நேரத்திற்கு M.D.யின் அறையில் ஆஜரானார். M.D. எழுந்திருந்து அவரிடம் கை குலுக்கி ''வாழ்த்துகள் திரு.ஷா அவர்களே, நீங்கள் இன்றோடு பத்து ஆண்டுகள் சேவையை முடித்துள்ளீர்கள். இதைப் பாராட்டி கம்பெனி உங்களுக்கு ஒரு ஞாபகப் பரிசு அளிக்கிறது' என்று கை குலுக்கியபோது திருவாளர் ''ஷா''வினால் தன் கண்களையும் காதுகளையும் வேறு எந்த உணர்வுகளையும் நம்ப முடியவில்லை என்று கூறவும் வேண்டுமோ? ''M.D.யோடு சந்திப்பு'' என்ற

விஷயத்தைப் பற்றிய ஷாவின் கோட்பாடுகள் அந்த சந்திப்பின் நோக்கத்தை எப்படி பாதித்தது என்பது புரிகிறதா?

''அடிக்கடி கேட்கப்படும் கேள்விகள் '' : (அ.கே.கே.) :

''அப்படியென்றால் கோட்பாடுகள் தவறானவை, கேடு விளைவிப்பவை என்கிறீர்களா?

இந்த சமயத்தில் உங்கள் கேள்வி மிகவும் சரியே. அதிலிருந்து விஷயத்துக்கும் கோட்பாடுகளுக்கும் இடையே உள்ள வித்தியாசத்தை நீங்கள் புரிந்து கொள்ளத் தொடங்கி விட்டீர்கள் எனப் புரிகிறது. கோட்பாடுகள் தவறோ கெட்டதோ என்று நான் கூறவில்லை. அவைகள் நல்லவை அல்லது சரியானவை என்றும் நான் கூறவில்லை. நான் சொல்வதெல்லாம் இது தான். விஷயங்களும் கோட்பாடுகளும் வேறுபட்டவைகள். அதை சரியாகப் புரிந்து கொண்டு செயல் படாததாலேயே பல பிரச்சினைகள் ஏற்படுகின்றன.

நாம் உயிருடன் உள்ளவரை நமக்கு மனம் இருக்கும். மனம் உள்ளவரை நமக்கு கோட்பாடுகள் இருக்கும். சூரியன் கிழக்கே உதிப்பது எவ்வளவு உறுதியோ அவ்வளவு இதுவும் உறுதி. அதை ஏற்றுக்கொள்வதோ அல்லாமல் விடுப்பதோ நம் கையில் இல்லை. அவைகள் சரியுமில்லை, தவறுமில்லை; நல்லதோ கெட்டதோ இல்லை. அவைகள் உள்ளன. அவைகள் இருப்பதை நாம் உணர வேண்டும். அவ்வளவு தான்.

''அ.கே.கே.: இங்கு ''மனதை'' நுழைத்து விட்டீர்கள் . மனம் என்றால் எனன? அதை எப்படி வெல்லுவது?

மனதைப் புரிந்து கொள்வது, அதை எப்படி வெற்றி கொள்வது எனபதைப் பற்றி இப்பொழுது பேசினால் அது சற்று முந்துவதாக இருக்கும். உரிய காலத்தில் அதை எடுத்துக் கொள்வோம். இப்பொழுது அது இருப்பதை ஒத்துக் கொண்டு அதன் செயலின் சில விசேஷங்களையும் புரிந்து கொள்வோம். சந்தேகமில்லாமல் மனது நமது கோட்பாடுகளின் களஞ்சியம் தான். மனதைப் பற்றி வடமொழியில் ஒரு அருமையான ஒப்புவமை இருக்கிறது. மனம் ஒரு குரங்கு.எப்படிப்பட்ட குரங்கு? போதை ஏறிய ஒரு குரங்கை தேள் கொட்டியதாம். அதே சமயம் அதை பிசாசு பிடித்துக் கொண்டதாம்.அப்பொழுது அதன் நிலை எவ்வாறு இருக்கும். அது தான் மனதின் சாதாரண நிலை என்கிறது அந்தச் செய்யுள். ஒரு

குரங்கைப் போல அது ஒரு நிலையில் இருப்பதில்லை. ஒரே நொடியில் அது பல திக்குகளுக்குப் பாய்ந்து பல எண்ணங்களுக்கு செல்லும் தன்மையுடையது. போதை ஏறினால் அதனுடைய விகட புத்திக்கும், சபலங்களுக்கும், திரிபுணர்வுக்கும் எல்லையே இல்லை. மனதின் பக்குவத்தைப் பொறுத்து சில விஷயங்கள் அதைத் தேள் கொட்டுவது போல் பாதிக்கின்றன. மற்றொருவன் வெற்றியில் பொறாமை.எல்லாம் எனக்கே வேண்டும். அது அகந்தை, கர்வம், வெறுப்பு போன்ற பிசாசுகளால் சில சமயம் ஆட்டுவிக்கப்படும்.

மனம் என்பது வெகு சிக்கலான பொருள். அதை புரிந்து கொள்வது அவ்வளவு எளிதல்ல. நம் மனதையே புரிந்து கொள்ள முடியாத போது மற்றவர்களுடைய மனங்களை எவ்வாறு புரிந்து கொள்ள முடியும்? உன் தோலுக்குள் வாழ்ந்து கொண்டிருக்கிற மனிதன் என்கிறவனின் மனதை புரிந்து கொள்ள பாடு படு. மற்றவனின் மனதை அல்ல. முதல் படியாக உள்மனதை உற்றுப்பார்த்து விஷயங்களுக்கும். சந்தர்ப்பச் செயல்களுக்கும் கோட்பாடுகளுக்கும் இடையே உள்ள வேறுபாடுகளைப் புரிந்து கொள்வது மிக முக்கியமென்று கருதுகிறேன்.

"அ.கே.கே.: சில சமயம் கோட்பாடுகளும் சந்தர்ப்பச் செயல்களும் ஒன்று போல் தோற்றமளிக்கும் என்று கூறினீர்கள் போல் தோன்றுகிறது. அது எனக்கு சரியாக புரியவில்லை. விளக்க முடியுமா?

ஆம். அது சரியே. நாம் கோட்பாடுகளோடு ஒன்றிவிடுகையில் நம்மை அறியாமல் அவைகளிடம் ஒரு பற்று ஏற்பட்டுவிடுகிறது. வெகு காலமாக அவைகளைப் பயன் படுத்தி நமது முடிவுகளை எடுத்துக் கொண்டிருந்ததால் தருணம் மாறும்போது அவைகள் சரியல்ல என்பதை நம்மால் ஏற்றுக்கொள்ள முடிவதில்லை. மனதிற்குத் தன்னை எப்பொழுதும் நியாயப்படுத்திக்கொள்ள ஒரு உள்ளார்ந்த தேவை இருக்கிறது. அதனால் ஆழமாகப் பதிந்த கோட்பாடுகளையும் அவை மூலம் எடுத்த முடிவுகளையும் நாம் நியாப்படுத்திக் கொள்கிறோம். முடிவுகள் தவறாகும்போது கோட்பாடுகள்தான் தவறென்று புரிந்து கொள்ளாமல் விஷயங்களை குறை கூறுகிறோம். கோட்பாடுகளின் மீதுள்ள பற்றினால் அவைகளை லேசில் விடுவதில்லை. கோட்பாடுகளை மாற்றிக் கொள்ள நாம் எவ்வளவு எதிர்ப்பு தெரிவிக்கிறோமோ அவ்வளவு

நம் முடிவுகளும் தவறாக மாறுகின்றன. போகப்போக நம்மை அறியாமல் விஷயங்களின் அசல் நோக்கத்திலிருந்து தூர தூர விலகுகிறோம்.

ஒரு சூழ்நிலையை முன்பே நிச்சயித்த கோட்பாடோடு அணுகும் போது நம்மை நியாயப்படுத்திக்கொள்ள விஷயங்களைத் திரிக்கிறோம். எந்த நிகழ்ச்சிக்கும் ''பார், நான் சொல்லியபடி நடந்ததா''? என்கின்ற முடிவு நமக்கு மகிழ்ச்சியைத் தருகிறது. எப்பொழுதும் ''கடைசி நொடியில் கழுத்தறுக்கும்'' நண்பரின் உதாரணம் நினைவுக்கு வருகிறதா? சூழ்நிலை எவ்வாறு திரிக்கப் பட்டது என்பது புரிகிறதா? நாம் மரண ஆசை நிறைந்தவர்கள் போல் தோன்றுகிறது. கையிலுள்ள வேலை முடியாவிட்டாலும் பரவாயில்லை, ஆனால் என் கோட்பாடு உண்மையாக்கப்பட வேண்டும் என்பதே நமது குறிக்கோள். இப்படித்தான் உங்கள் வேலையில் தோல்வி உங்களின் கோட்பாட்டின் வெற்றியாக மாறுகிறது. தோல்வியில் உங்கள் வீர மரணத்தை காண்கிறீர்கள்.

சற்று எண்ணிப்பாருங்கள். இந்தத் தகவலை வைத்து மற்றவர் களுடைய செயல்களை அலசாதீர்கள். உங்கள் உள்ளே நோக்கி உங்களின் கோட்பாடுகளின் வகைகள் எவ்வாறு உங்கள் வாழ்வோடு பிணைந்துள்ளன என்று நினைத்துப்பாருங்கள். மனது தொடர்ந்து எதற்கும் அங்கீகாரம் அளிக்க மறுப்பதை காணுங்கள். விஷயங்களை அவைகளின் அசல் தூய்மையோடு பார்க்க மனது அனுமதிப் பதில்லை. மற்றவர்கள் சொல்வதை அப்படியே கேட்க அது அனுமதிப்பதில்லை. உங்களுக்கு எது விருப்பமோ அதையே நீங்கள் கேட்கிறீர்கள். உங்களுக்கு விருப்பமானது உங்கள் கோட்பாடுகளை நியாயப்படுத்துவது அல்லவா?

நான் திரும்பவும் சொல்கிறேன். கோட்பாடுகள் கெட்டவையோ தவறானவையோ அல்ல. அதைக் காணுங்கள். அது இருப்பதை ஒத்துக்கொள்ளுங்கள். இது மிக முக்கியமான படி. ஒத்துக்கொள்வது. இந்தக் கட்டத்தில் மனது இதை ஏற்றுக்கொள்ளாது. அது தீவிரமான மறுப்பு நிலையில் இருக்கும். அதையும் காணுங்கள். அதையும் ஒத்துக்கொள்ளுங்கள். நீங்கள் அப்படி காணும்போது, அதை ஒத்துக்கொள்ளும்போது விஷயங்களிலிருந்து கோட்பாடுகளைப் பிரித்து அவைகளை ஒரு திறந்த மனதுடன் காண்கிறீர்கள் அவ்வளவு தான். அனுபவக் கல்விக்கு இதுவே முதல் படி.

உங்கள் கோட்பாடுகளை தவறென்று எண்ணவேண்டாம். உங்களிடமும் எந்தத் தவறும் இல்லை. உங்கள் கலப்பில்லாத பார்வையும். ஒட்டுதலலில்லாமையும், அவைகளைப் பிரித்து பார்ப்பதுமே தேவை. இதைத் தவிர வேறு ஒன்றும் தேவையில்லை. மிகவும் சுலபம். இது வரை இவற்றை நம்மிடம் எவரும் சொல்லவில்லை. நீங்கள் போதிய அளவு சிந்தித்து பார்த்தீர்களானால் ஞானிகள் காலம் காலமாக நம்மிடம் கூறிக் கொண்டிருப்பது இது தான் என்பது தெளிவாகும். நம்முடைய கோட்பாடுகளை நியாயப்படுத்தும் மனதின் சத்தத்தில் இவை நமக்கு கேட்கவில்லை.

இதோ ஒரு சுவாரசியமான பழமொழி.

''மறுப்பு தடைகளை வலுப்படுத்தும்
ஏற்பு அவைகளை மறையச் செய்யும்''

இதைச் சிந்தித்துப் பாருங்கள். உங்கள் வாழ்க்கையில் பல சந்தர்ப்பங்களில் மகத்தான மாற்றம் விளைவிக்கும் சக்தி இந்தக் கருத்துக்கு உண்டு. கணவன் மனைவி உறவுகளிலும், உறவினர், சுற்றம் உறவிலும் அது தொழிலாகட்டும் அல்லது சொந்த வாழ்க்கையிலாகட்டும் நான் பெரியவன், எனக்குத் தெரியும் என்ற கோட்பாடுகள் பிரச்சினைகளை ஏற்படுத்துகின்றன. அவர்களுடைய சில பழக்கங்கள் உங்களுக்கு பிடிக்காதலால் விடாப்பிடியாக அவைகளை மாற்ற நினைக்கிறீர்கள். அவர்கள் உங்களைத் தொல்லைப்படுத்துவதும் அதற்கு நீங்கள் சமாதானம் சொல்வதுமாகவே நம் வாழ்க்கை கழிகிறது. ஒரு பரிசோதனை செய்து பாருங்கள். மற்றவர்களை மாற்ற நினைக்காமல் ஏற்றுக்கொள்ளுங்கள். விளைவு உங்களுக்கு ஆச்சரியம் தரும்.

அ.கே.கே: கோட்பாடுகளை ஒப்புக் கொண்டு, அவைகளைத் தனிப்படுத்தி, அவற்றிலிருந்து ஒதுங்கி நின்று, அவற்றை நோக்கிய பிறகு என்ன செய்ய வேண்டும்? மேலே எவ்வாறு செல்வது?

மனம் எப்படி புதிய விதி ஒன்றை, அதாவது புதிய கோட்பாட்டைத் தேடுகிறது பாருங்கள். இது தவறே இல்லை. ஆனால் அதை நீங்கள் உணர வேண்டும். அவ்வளவு தான்.

நீங்கள் கோட்பாட்டிலிருந்து தள்ளி நிற்கும்போது சூழ்நிலையின் தன்மையை தானாகவே முற்றிலும் மாற்றி விடுகிறீர்கள். இப்பொழுது கோட்பாட்டின் பிடியில் நீங்கள் இல்லை. அவைகளை நீங்கள்

உரியவாறு உபயோகப்படுத்திக் கொள்ளவோ அல்லது தள்ளவோ செய்யலாம். முன்பு நீங்கள் அதன் அடிமையாக இருந்த நிலை மாறி அவைகள் உங்கள் ஆளுகைக்கு உட்பட்டவைகளாக மாறி விடுகின்றன.

ஆகையால் ''கோட்பாட்டிலிருந்து விலகி நின்ற பிறகு என்ன செய்ய வேண்டும்?'' என்ற கேள்விக்கு பதில் நீங்கள் ஒன்றும் செய்ய வேண்டாம் என்பதே. வெறும் தன்னுணர்வோடு, கேள்வியோடு நிட்று விடுங்கள். நீங்கள் உங்களை ''இயற்கை அறிவு நிலை'க்கு மாற்றி விட்டீர்கள். உங்கள் உள்ளுணர்வு தானாகவே உங்களை மேற்கொண்டு அழைத்துச் செல்லும்.ஆனால் இந்த வழி உங்கள் மனதுக்கும் கோட்பாட்டுக்கும் முற்றிலும் மாறுபட்டதாக, ஏன் முரண்பாடாக கூட இருக்கலாம்.

விஷயங்களும், விஷயங்களை பயன் படுத்தும் நோக்கமும் அதைப்பற்றி உங்கள் கோட்பாடுகளும் மூன்று தனித்தனி உருவங்கள். கோட்பாட்டிலிருந்து தள்ளி நிற்கும்போது நீங்கள் விஷயங்களை கோட்பாட்டின் கலப்பில்லாமல் தூய்மையாகப் பார்க்கிறீர்கள். தருணத்திற்கு ஏற்றவாறு அணுகுகிறீர்கள். கோட்பாடுகளின் கடந்த காலச் சுமையிலிருந்து விடு படுவதால் உங்கள் பாதை சுலபமாகி விடுகிறது.உங்கள் அனுபவங்களை உரியவாறு பயன்படுத்திக் கொள்ளும் சுதந்திரம் உங்களுக்கு கிடைக்கிறது. முந்தைய சரி, தவறு என்ற விதிகளின் பிடி இல்லாதலால் நீங்கள் இயற்கையாக, அதிக சிரமமில்லாமல் தானாகவே செயல் படுகிறீர்கள்.

நாம் எடுத்துக் கொண்ட மேம்பாட்டின் உதாரணங்களை பாருங்கள். உங்களின் சொந்த மேம்பாட்டின் உதாரணங்களைப் பாருங்கள். இந்த சூழ் நிலைகளில் எப்படி காரியத்தை முடிப்பது என்பது தெரியாமல் இருந்த போதும் நீங்கள் சிரமில்லாமல் முன்னே செல்ல முடிந்தது. உங்கள் உள்ளுணர்விலிருந்து உங்களுக்கு விடைகள் கிடைத்தன. ஆகவே இந்தப்படியில் நீங்கள் முக்கியமாக நினைவில் வைத்துக்கொள்ள வேண்டிய சக்தி வாய்ந்த பாடம் இது தான். கேள்விகளோடு நின்றால் பதில்கள் மாறுவதைக் காண்பீர்கள்.

''அ.கே.கே: நாம் கல்வி வழி பயிற்சி பெற்றது இதற்கு முற்றிலும் நேர்மாறல்லவா? அறிவு, திறமை, ஆய்வு இவைகளே முக்கியம் என்று நம் மனதுக்குள் நன்றாக ஏற்றப்பட்டிருக்கிறதே.நீங்கள் அவை எல்லாவற்றையும் மிகத் துச்சமாக தூக்கி எறிகிறீர்களே?''

ஆம். வருந்தத் தக்க விஷயம் தான். அளவுக்கும் அதிகமான காலமாக வலுக்கட்டாயமாக எதையும் கோட்பாடுகளாக மாற்ற வேண்டிய சூழ்நிலை நமது வாழ்க்கையில் ஊடுருவி விட்டது. ஆரம்ப காலப் பள்ளி நாட்களில் தொடங்கி நமது கல்வி முறைகளில் பெரும் பாலானவை விஷயங்களைத் தெரிந்து கொள்வதற்கும் தெரிந்து கொண்டவற்றை திரும்பக் கூறுவதற்கும், விதிமுறைகளுக்கும் முக்கியத்துவம் கொடுத்து வந்துள்ளன. இள நிலை, முது நிலைக் கல்வி இதை மேலும் வற்புறுத்தின. நிர்வாகக் கல்வியோ இதை வேதமாகவே ஆக்கி விட்டது. கோட்பாடுகளைத் தெரிந்து கொள்வது ஒரு போற்றத்தக்க விஷயமாக ஆக்கப்பட்டு விட்டது. உங்களுக்கு ஒன்றின் ஏழு தத்துவங்கள், மற்றொன்றின் ஐந்து விதிகள், இன்னொன்றின் எட்டு திறமைகள் ஆகியவை தெரிந்திருந்தால் நீங்கள் ஒரு சிறந்த நிர்வாகி அல்லது அதிகாரியாக கருதப் படுகிறீர்கள். நுட்பங்களும், விதிகளும் திரும்பத் திரும்ப வற்புறுத்தப் படுவதால் நிர்வாகக் கல்வி மூலம் சிறந்த நிர்வாகக் கலை விற்பன்னர்கள் உருவானார்கள். ஆனால் அவர்கள் மோசமான நிர்வாகிகளாக இருக்கிறார்கள். இந்த விற்பன்னர்கள் தாங்கள் கற்றுக்கொண்ட சமீபத்திய நுட்பங்கள், முறைகள் தீர்வுகள் ஆகிய ஆயுதங்களுடன் வேலையில் அமர்கிறார்கள். ஆனால் அங்குள்ள பிரச்சினைகளை இவர்கள் கற்றுக்கொண்ட தயார் நிலை நுட்பங்களாலும் தீர்வுகளாலும் சமாளிக்க முடிவதில்லை. அதனால் அவர்கள் ஸ்தாபனங்களைக் குறை கூறுகிறார்கள். ஒரு வேலை யிலிருந்து மற்றொன்றுக்குத் தாவுகிறார்கள். ஹார்வேர்ட் வணிகக் கல்வி நிலையத்தின் ஒரு ஆய்வின் படி வியாபாரத்தில் வெற்றிக்கும் சிறந்த வணிகக் கல்விக்கும் சம்பந்தம் இல்லை என்று கணித்திருக் கிறார்கள். வணிகக் கல்வியில் பிரச்சினைகளை சமாளிக்கும் முறை களும் நுட்பங்களும் வலியுறுத்தப்படுகின்றன. ஆனால் தொழிலின் முக்கியத் தேவை பிரச்சினைகளைப் புரிந்து கொள்வதே. சூழ்நிலையை ஆய்ந்து உண்மையான பிரச்சினையைப் புரிந்து கொண்டால் அதற்கான தீர்வுகள் தானாகவே தெளிவாகும்.

நிர்வாகக்கலைச் சிந்தனையாளர்களும் ஆய்வாளர்களும் பழைய பிரச்சனைகளை புதிய முறைகளில் அணுகுவதைப் பற்றி தொடர்ந்து ஆய்வுகள் தந்து கொண்டிருக்கிறார்கள். பெரும்பாலும் அவர்கள் தருவது மாறிய சூழ்நிலைக்கேற்ற புதிய கோட்பாடுகள். ஆரம்ப காலத்தில் இந்த உத்திகள் பலன் தருகின்றன. ஆனால் அவர்கள்

செய்யும் தவறு என்னவென்றால் இந்த வெற்றி புதிய கோட்பாட்டினால் கிட்டியது என்று எண்ணுவது தான். தருணத்திற்கேற்ற கோட்பாட்டினாலேயே அவர்கள் பலனடைந்தார்கள் என்பதை அவர்கள் உணருவதில்லை. ஆதலால் புதிய உத்தியை எல்லாப் பிரச்சினைகளுக்கும் சஞ்சீவி மருந்து போல் பயன் படுத்துகிறார்கள். சில பிரச்சினைகளில் தீர்வு கிட்டாதபோது அந்த உத்தியை புறக்கணித்து விட்டு புதிய உத்தி ஒன்றைத் தேடுகிறார்கள். இதனால் வாழ்க்கை தேவையில்லாமல் சிக்கலாகிவிடுகிறது. எளிதான தீர்வே என்றும் நிலையான தீர்வு என்று நாம் உணர்ந்தால் நலம்.

நமது நோக்கம் கல்வியையோ, கற்கும் பாடங்களையோ மற்றும் கோட்பாடுகளையோ ''தவறு'', ''தீங்கிழைப்பது'' என்று முத்திரை இடுவதல்ல. நாம் வாழ்க்கையில் பெற்ற வெற்றிகளின் பின்னால் செயல்களைக் கோட்பாடாக மாற்றும் நமது திறமைக்கு பெரும் பங்கு உண்டு. அதே சமயம் நமது பிரச்சினைகளுக்கான முக்கிய காரணமும் எதையும் கோட்பாடாக மாற்றும் நமது இயல்பு தான். கோட்பாடுகள் உருவாக்கப்படுவதில்லை, ஆனால் அவைகள் நம்மை அறியாமல் தானாகவே உருவாகுகின்றன என்பதை உணர்ந்து கொள்வது மிக மிக அவசியம். இந்த உணர்வு இருக்குமானால் எந்த நிமிடமும் நாம் கோட்பாட்டிலிருந்து விலகி பிரச்சினைகளின் உண்மை சொரூபத்தை அறிய முடியும். அப்பொழுது ஒரு கடந்த கால பாடத்தையோ அல்லது ஒரு விதி முறையையோ, கோட்பாட்டையோ தருணத்திற்கொப்ப கொள்ளவோ அல்லது தள்ளவோ முடியும். தருணத்திற்கொப்ப விஷயங்களை காண முடியாமையே நமது மனதின் முட்டுக்கட்டைகள். இந்தத் தடையை நாம் கடந்து நின்றால் நாம் கடந்த காலத்தின் அடிமையாக அதுவே நமக்கு ஒரு சுமையாக இருக்காது. ''எது தவறு, எது சரி, எது நல்லது, எது கேட்டது என்கின்ற ஆராய்ச்சி நமக்கு தேவையில்லை. நம்முடைய கவனமெல்லாம் நம் செயல் அந்தத் தருணத்திற்கு உகந்ததா, சூழ்நிலைக்கு ஏற்றதா என்பதிலேயே இருக்கட்டும். அதுவே பகுத்தறிவின் முதல் படி.

''அ.கே.கே. : ஆக நம் கல்வியெல்லாம் வெறும் வீண் என்கிறீர்களா?

நீங்கள் சில கடினமான உண்மைகளை ஒத்துக்கொள்ளத் தயாராக இருக்க வேண்டும். ஒரு சிறிய ஒப்பனைக் கதை ஒன்று கூறுகிறேன் கேளுங்கள். ஒரு நவீன கால அறிஞர். கல்விமான். இரண்டு முறை

முனைவர் பட்டம் பெற்றவர். அவர் புலமைக்கும், சாதனைகளுக்கும் மனித ஒழுகலாற்றை பற்றி அறிவாழம் வாய்ந்த விளக்கத்திற்கும் நன்றாக அறியப்பட்டவர். ஆனால் அவருக்கு தன்னுடைய அறிவில் ஏதோ ஒரு குறை, இடைவெளி இருப்பதாகத் தோன்றியது. அந்த இடை வெளியை நிரப்ப ஜென் புத்த மதத்தைப் பற்றி படிக்கத் துவங்கினார். ஜப்பானிலுள்ள ஒரு புகழ் வாய்ந்த, மிகவும் மதிக்கப்பட்ட ஜென் மதகுரு ஒருவரிடம் தீக்ஷை பெற விரும்பி அங்கு சென்றார்.

பள்ளிக்கு வந்த அடுத்த நாள் மதகுரு அவரை தேநீர் அருந்த அழைப்பு விடுத்தார். ஜென் வழக்கப்படி மதகுருவே விசேஷ விருந்தாளிக்கு தேநீரை ஊற்றத் துவங்கினார். தேநீரை ஊற்றிக் கொண்டே விருந்தாளியின் நலம் பற்றி விசாரித்துக்கொண்டிருந்தார். தேநீர் ஊற்றிக் கொண்டிருக்கையில் மதகுருவின் கண்கள் தன்னையே நோக்கிக் கொண்டிருப்பதை முனைவர் கவனித்தார். கோப்பை முழுவதும் நிறைந்து அடியில் உள்ள தட்டில் விழுந்து கொண்டிருந்தது. அதை மதகுரு கவனித்ததாகத் தெரியவில்லை. தொடர்ந்து தேநீரை ஊற்றிக் கொண்டே இருந்தார். தட்டும் நிரம்பி வழிந்து கீழே உள்ள மேஜை விரிப்பை நனைக்கத் தொடங்கியது.

இதைப் பார்த்த முனைவருக்கு பொறுக்கவில்லை. ''ஐயா, மன்னிக்க வேண்டும். கோப்பை நிறைந்து வழிகிறது'', என்று மதகுருவிடம் பணிவுடன் மொழிந்தார். மதகுரு தேநீர் ஊற்றுவதை நிறுத்திவிட்டு கூறினார். '' அன்பார்ந்த முனைவரே , இதுதான் உங்களுக்கு முதல் பாடம் . இந்தப் பள்ளியிலிருந்து பாடம் கற்க வேண்டுமானால் முதலில் உங்கள் மனதை காலி செய்ய வேண்டும்''. நம்முடைய மனது கடந்த காலப் பாடங்கள், கோட்பாடுகள், தகவல்கள், தர்க்கங்கள் ஆகியவற்றால் முற்றிலும் நிரம்பியிருக்கிறது. அதனால் அது புதியதாக எதையும் ஏற்றுக்கொள்ளும் நிலையில் இல்லை. புதிய உள்ளீடுகள் ஏற்கப்படாமல் வெளியே வழிந்து விடுகின்றன ஆகவே நமது முதல் வேலை மனதை காலியாக திறந்து வைத்துக் கொள்வதே. ஒருவிதமாகப் பார்ப்போமானால் இந்தப் பயிற்சி புதியதை கற்றுகொள்வது அல்ல. முன்பு கற்றுக்கொண்ட கோட்பாடுகளை எடுத்து வெளியே போடுவதே.

''அ.கே.கே.: நீங்கள் சொல்வதை நிரூபிக்கவும், நியாயப்படுத்தவும் ஏதாவது ஆதாரம் வைத்திருக்கிறீர்களா?

இல்லை. இருந்தாலும் உங்களுக்குத் தரப்போவதில்லை. இங்கே சொல்லப்படுவதை ஆதாரங்களை வைத்து எடை போடாதீர்கள். உங்கள் உள்ளுணர்வு என்ன சொல்கிறது என்று பாருங்கள். தர்க்க ரீதியாகவோ, அலசிப்பார்த்தோ அல்லது அறிவு பூர்வமாகவோ இதை ஆராயாதீர்கள். அனுபவ பூர்வமாக இது சரியென்று உங்களுக்குத் தோன்றுகிறதா? மனதின் நிலையிலிருந்து இதைப் பார்க்காமல் இதய பூர்வமாக நோக்குங்கள். சரியென்று பட்டால் மட்டுமே ஒத்துக்கொள்ளுங்கள். நீங்கள் நம்புவதெல்லாம் உண்மையல்ல. உங்கள் அனுபவமே உண்மை.

''அ.கே.கே.: இன்னும் சிறிது குழப்பமாகத்தான் இருக்கிறது. ஒரு பக்கம் நீங்கள் அறிவிலிருந்து விடுபடுங்கள் என்கிறீர்கள். இன்னொரு பக்கம் ''இயற்கை அறிவு'' என்கிறீர்கள். இது முரண்பாடாக இல்லையா?

குழப்பம், முரண்பாடு இவை இரண்டுமே மனதின் மோசமான எதிரிகள். நான் சற்று முன் கூறியது போல் இதன் சாரத்தை உள்ளுணர்வு மூலம் உணருங்கள். கேள்விகள் எழுத்தான் செய்யும். அவைகளோடு தங்கியிருந்தால் விடைகள் மாறுவதைக் காண்பீர்கள். விஷயங்களை கோட்பாடுகளிலிருந்து பிரித்துப் பார்க்கப் பயிலுங்கள். அந்த அனுபவத்தைப் பெறுங்கள். இந்தப் பயணத்தில் நீங்கள் குழப்பத்தையும் முரண்பாடுகளையும் சந்திப்பீர்கள்.அதைப் பற்றி கவலைப்படாதீர்கள்.

புத்த கோவில்களின் படங்களைப் பார்த்திருக்கீர்களா? இந்தக் கோவில்களின் கர்ப்பகிரகத்தின் வாயிலில் இரண்டு கட்டு மஸ்தான, பலம் மிகுந்த வீரர்களின் சிலைகளைப் பார்த்திருப்பீர்கள். உள்ளே உறையும் உண்மையை உணர வேண்டுமானால் உடற்கட்டுடன் ஆயுதங்களும் தாங்கிக்கொண்டிருக்கும் அந்த பலவான்களை தோற்கடித்த பிறகே முடியும். அந்த துவார பாலகர்கள் தான் குழப்பம், முரண்பாடு ஆகிய உங்கள் இரண்டு பிரச்சினைகளின் உருவங்கள். ஆக நீங்கள் இவை இரண்டையும் வெற்றி கொள்ள வேண்டும். இதை எப்படி செய்வீர்கள்? அவைகளிடம் மோதினால் வெற்றி பெறுவது சாத்தியமில்லை. இந்த ஒப்பனைக் கதை இன்னும் மேலே செல்கிறது. இந்த அரக்கர்கள் ஆயிதம் தரித்த பலவான்களாக இருந்தாலும் நீங்கள் கூர்ந்து கவனித்தீர்களானால் அவர்களுக்கு கண்கள் இல்லையென்பது தெரிய வரும். அவர்களால் பார்க்க முடியாது ஆதலால் அவர்களைத் தூண்டாதவரை நீங்கள் இருப்பது

அவர்களுக்குத் தெரியாது. அதுதான் தந்திரம். அவர்களை அப்படியே இருக்கவிட்டு நீங்கள் கர்ப்பகிரகத்திற்குச் சென்றால் உள்ளேயுள்ள கடவுளைக் காணலாம் நீங்கள் அதைச் செய்ய முடியுமா? குழப்பம், முரண்பாடுகள் இருந்தாலும் அவைகளைக் கண்டு கொள்ளாமல் மேலே செல்ல முடியுமா? கேள்விகளோடு இருந்து கொண்டு பதில்கள் மாறுவதைக் காண முடியுமா? அதை சில காலம் செய்து பாருங்கள். நீங்கள் நினைத்துப் பார்க்காத ஆச்சரியத்தைக் காண தயாராகுங்கள்.

''அ.கே.கே: புரிவது போல் தோன்றுகிறது. இது ஒரு புதிய சிந்தனை. மனது சட்டென்று ஏற்க மறுக்கிறது. வேறு ஏதாவது முறையில் இன்னும் விளக்கமாக கூறினால் நான் சரியாக புரிந்து கொண்டேனா என்பதை உறுதிப் படுத்திக் கொள்ளலாம்.

சரி. இதை இப்படிச் சொல்லலாம். ஒரு விஷயத்தின் சந்தர்ப்பத்தை தனிப்படுத்தி அதை கோட்பாடுகளிலிருந்தும் விஷயத்திலிருந்தும் பிரித்துப் பார்ப்பதன் உண்மை அழகு என்னவென்றால் அந்தச் செயலின் எளிமையும் சுலபமுமே. இதன் முக்கிய முதல் படி, நம்முடைய அறிவு, காலத்தால் சோதனைக்குள்ளாக்கப்பட்ட தத்துவங்கள், முடிவெடுப்பதைப் பற்றிய விதி முறைகள் அனைத்துமே கடந்த காலத்திலிருந்து ஒலிக்கும் ஒலிகளே என்பதைத் தெரிந்து, புரிந்து ஒத்துக் கொள்வதே. கடந்த காலச் சந்தர்ப்பங்களால் நிர்ணயிக் கப்பட்ட கோட்பாடுகள் நிகழ் கால விஷயங்களுக்கு ஒவ்வாமல் இருக்கலாம் என்ற தீர்மானமான உணர்வே நிகழ் காலத்தின் நிகழ்வுகளுக்குத் தேவையான முடிவுகள் இந்தச் சந்தர்ப்பத்தை ஒட்டிய கோட்பாடுகளால் இருந்தால் மட்டுமே அவை சரியானவை களாக இருக்க முடியும். நாம் நிகழ் காலத்தில் முழுவதுமாக மூழ்கும்போது எடுக்கும் முடிவுகள் ஆச்சரியப்பட வைக்கும். முன்னால் தென்படாத தீர்வுகள் இப்பொழுது தெரியத் தொடங்கும். ஏனெனில் நாம் சென்றகாலக் கோட்பாடுகளின் முட்டுக்கட்டை களிருந்து விடுபட்டு திறந்த மனதுடன் அதை அணுகுகிறோம்.

ஒரு பிரச்சினையை அணுகும்போது அது எந்தப் பிரச்சினையாக இருந்தாலும் கோட்பாடுகளைப் பயன் படுத்திப் பழக்கப் பட்டவர்கள் அந்தப் பிரச்சினைக்கு தீர்வு காணும் வரை ஒய்வு பெற மாட்டார்கள். அதலால் அந்தப் பிரச்சினைக்கு தீர்வு காணுவதற்கு அவர்கள் வலுக்கட்டாயமாக இயந்திரம் போல் தங்களுடைய

அனுபவங்களையும், கோட்பாடுகளையும், முடிவின் விதி முறை களையும் ஆழமாகத் தோண்டி தீர்வு காண முயல்வார்கள். ஆனால் சென்ற காலத்தவை இந்தச் சந்தர்ப்பத்திற்கு உகந்ததாக இருப்பது அபூர்வம். இதனால் விரயமான நேரமும் முயற்சிகளுமே மிஞ்சும். புதிய தீர்வுகளை நோக்க விழைவோ சக்தியோ இருக்காது. சந்தர்ப்பத்தை ஒட்டிய கண்ணோட்டம் நமக்கு கேள்விகளோடு ஒன்றித் தீர்வுகள் மாறுவதைக் காண வாய்ப்பளிக்கின்றன. "out of the box solutions என்று "ஆங்கிலத்தில் சொல்வார்கள்'' அது போல் நமது கோட்பாடுகளுக்கு வெளியே உள்ள தீர்வுகளை நம்மால் இனம் கண்டு கொள்ள முடியும். சொல்லப்போனால் நாம் உண்மையாகப் பிரச்சினை இருக்கிறதா என்பதையே எண்ணிப் பார்க்க முடியும்.

சந்தர்ப்பத்தை ஒட்டி செயல்படுவதென்பது ஒரு கை தேர்ந்த சிற்பி சிலை சமைப்பதைப் போல. ஒரு கல் துண்டை எடுத்து அதில் ஒரு சிலையைக் கண்டு சிலை அல்லாத பாகங்களை செதுக்கி அல்லவா சிற்பி சிலை செய்கிறார். வியாபாரத்தில், ஏன் வாழ்க்கையின் மற்ற பகுதிகளிலும் கூட, சந்தர்ப்பத்தை ஒட்டி செயல்படுவதே நம் மேம்பாட்டை வெளிக்கொணரும், மேம்பாட்டை அடைவதற்காக நாம் தொடர்ந்து புதிய கருவிகளையும், முறைகளையும், தந்திரங் களையும் தேடிக் கொண்டிருக்கிறோம். ஒரு அதிசயத் தீர்வைத் தேடித்தேடி நம் சக்தி செலவழிந்து போவதால் தீர்வு தென்படும் போது அதைக் கண்டு கொள்ளும் மனநிலையில் நாம் இருப்பதில்லை. இந்த சஞ்சீவி மருந்தைத் தேடி தேவையில்லாமல் அலைவதை விடுத்தால் நாம் அந்த அதிசயத் தீர்வின் மேலேயே அமர்ந்திருப்பது புலப்படும். நம் மனதின் முட்டுக் கட்டைகள் இத்தனை காலம் நம் பார்வையை மறைத்துக் கொண்டிருந்தன.

கேள்விகளை உற்று நோக்கி அதன் மூலம் அதிசயத் தீர்வுகள் கண்டு கொண்டதை பலர் என்னிடம் பகிர்ந்து கொண்டிருக்கிறார்கள். சென்னையில் நடந்த ஒரு பயிற்சி முகாமில் பங்கு கொண்ட ஒரு அதிகாரியின் அனுபவம். அவர் ஒரு குறிப்பிட்ட தேதிக்குள் தமது கம்பெனியின் கணக்கை முடிக்க வேண்டிய கட்டாயம். அந்தத் தேதியில் பொதுக் கடையடைப்பு மற்றும் வேலை நிறுத்தமாக இருந்ததால் அவருடைய உதவியாளர்கள் எவரும் பணிக்கு வரவில்லை. சந்தர்ப்பத்தை ஒட்டி, தமது இலக்கை மட்டும் கருத்தில் கொண்டு இதை எப்படி முடிப்பது எனச் சிந்தித்தார். தன்னுடைய

ட்ரைவரை(DRIVER) வைத்துக்கொண்டு, பட்டியலிடுதல் போன்ற வேலைகளை அவர் மூலம் முடித்து உரிய நேரத்தில் பணியை முடித்தார். இந்த அனுபவத்தை வைத்து ட்ரைவர்களை எல்லாம் பட்டியலிடும் உதவியாளர்களாக மாற்ற முடியுமா !!! அப்பொழுது தான் அவருக்கு உண்மையில் பிரச்சினை உருவாகும்.

குறைந்த நேரத்தில் மிகுந்த பலன்களை அடைய முடியும் என்பதை பலர் கண்டு கொண்டிருக்கிறார்கள். இருக்கின்ற பணியாளர்களை வைத்து கொண்டே வேலைத் தரத்தையும் அளவையும் இருபது சதமானம் உயர்த்திய அனுபவம் சிலருக்கு உண்டு. இதற்காக இவர்கள் புதிய தந்திரம் ஒன்றையும் கையாளவில்லை. வியாபாரம் மந்தமான நிலையில் கொடுத்த கடனைத் திரும்பப் பெறுவதில் சிலர் சாதனைகள் புரிந்திருக்கிறார்கள். தீர்வுகள் தேடாமல் கேள்வியை மட்டும் உற்று நோக்கி என்ன நடக்கிறது என்று காண முயன்று பாருங்கள். உங்களுடைய வாழ்க்கையில் பத்து சதமானமே உங்களுக்கு நேர்வது. மீதமுள்ள தொண்ணூறு சதமானம் நீங்கள் அதை எவ்வாறு எதிர்கொள்கிறீர்கள் என்பதைப் பொறுத்து அமைகிறது.

இதன் தாத்பர்யம் என்ன? நமக்கு என்ன நேர்கிறது என்பது நம் கையில் இல்லை. நமது கார் எதிர் பாராமல் நின்று போகலாம். விமானம் தாமதமாக வந்து நம் திட்டமெல்லாம் குளறுபடியாகலாம். நமது காரின் குறுக்கே ஒரு மனிதர் திடீரென்று வரலாம், இவையெல்லாம் விஷயங்கள். ஆனால் இவற்றிற்கு பதில் செயல் உங்கள் கையில். வெறும் ஏட்டுச் சுரைக்காய் என்று தோன்றுகிறதா? இந்தச் சம்பவத்தைப் படியுங்கள்.

நீங்கள் ஒரு செவிலியர். குடும்பத்துடன் காலை உணவு உண்டு கொண்டிருக்கிறீர்கள். உங்கள் மகள் சீருடையில் காப்பியைக் கொட்டி விடுகிறாள். இது உங்கள் கட்டுப்பாட்டுக்குள் இல்லாத செயல். இதற்கு எப்படி நடந்து கொள்கிறீர்கள் என்பது உங்கள் கையில். இப்படி ஒரு காட்சி.

உங்கள் மகளைக் கடுமையாக திட்டுகிறீர்கள். அவள் அழுகிறாள். அடுத்து உங்கள் கணவரைப் பார்த்து காப்பியை மேஜையின் விளிம்பில் வைத்ததற்காக கண்டனம் தெரிவிக்கிறீர்கள். கோபத்துடன் உங்கள் அறைக்குச் சென்று சீருடையை மாற்றிக் கொள்கிறீர்கள். திரும்ப வந்து பார்க்கையில் மகள் இன்னும் அழுது கொண்டிருக்கிறாள். உணவைத் தின்று முடித்து பள்ளிக்கு தயாராகவில்லை. பள்ளி

வாகனத்தைத் தவற விடுகிறாள். உங்கள் கணவர் உடனடியாகப் பணிக்குச் செல்லவேண்டிய சூழ்நிலை. நீங்கள் காரை எடுத்துக் கொண்டு வெகு வேகமாகச் செலுத்தி, அதற்காக Rs.500 அபராதம் கட்டி, 15 நிமிடம் தாமதமாக மகளை பள்ளியில் விடுகிறீர்கள். உங்களுக்கு ''பை பை'' கூட சொல்லாமல் மகள் வகுப்பிற்கு ஓடுகிறாள். 20 நிமிடம் தாமதமாக மருத்துவமனை வந்து சேர்ந்த நீங்கள், மாலை செல்லவிருக்கும் விழாவிற்கு உடைகளை எடுத்துவர மறந்து விட்டதை உணருகிறீர்கள். உங்களுடைய எரிச்சல் மனப்பாங்கு நோயாளிகளிடமிருந்து புகார்களும் சக ஊழியர்களிடம் சச்சரவுகளும் வரக் காரணமாகின்றது. கணவரிடமும் மகளிடமும் மனத்தாங்கலோடு படுக்கைக்குச் செல்கிறீர்கள். ஏன்? நீங்கள் காலையில் நடந்து கொண்ட விதத்தால்!!!

உங்கள் தினம் ஏன் மோசமாக இருந்தது? அது காபியால் ஏற்பட்டதா? அல்லது உங்கள் மகளால் ஏற்பட்டதா? போலீஸ் காரனால் ஏற்பட்டதா? அல்லது நீங்கள் தான் அதற்குக் காரணமா? விடை முடிவில் தரப்பட்டது தான். காபி கொட்டியது உங்கள் கட்டுப்பாட்டில் இல்லை. அந்த முதல் ஐந்து வினாடிகளில் உங்களின் எதிரியக்கம் தான் உங்களின் மோசமான நாளுக்கு காரணம்.

இப்படியும் நடந்திருக்கலாம். இல்லை, இல்லை, நடந்திருக்க வேண்டும்.

உங்கள் உடையில் காபி கொட்டியது. மகள் அழத் தொடங்குகிறாள். நீங்கள் மென்மையாக கூறுகிறீர்கள் ''பரவாயில்லை, செல்லம். நீ கொஞ்சம் ஜாக்கிரதையாக இருக்கணம்''. ஒரு துவாலையை எடுத்துக் கொண்டு அறைக்குச் செல்கிறீர்கள். சீருடையை மாற்றிக் கொண்டு, மாலைக்குத் தேவையான உடையையும் எடுத்துக் கொண்டு வருகையில் உங்கள் மகள் பள்ளி வாகனத்தில் ஏறுவதை பார்க்கிறீர்கள். அவள் திரும்பி கையசைக்கிறாள் நீங்கள் கணவரிடம் முத்தம் கொடுத்து அன்பைத் தெரிவித்துவிட்டு பணிக்குச் செல்கிறீர்கள். ஐந்து நிமிடம் முன்பாகவே வந்து சேர்கிறீர்கள். உங்கள் சக ஊழியர்களிடம் குசலம் விசாரித்து விட்டு, நோயாளிகளிடம் வழக்கம் போல் இன்முகம் காட்டுகிறீர்கள். உங்கள் அதிகாரி உங்கள் பொறுமையையும் சேவையையும் பாராட்டுகிறார்.

இரண்டுக்குமுள்ள வேறுபாட்டைக் கவனித்தீர்களா? இரண்டு காட்சிகளின் தொடக்கமும் ஒன்று தான். ஆனால் முடிவு முற்றிலும்

மாறானவை. ஏன்? உங்களின் எதிரியக்கம் மட்டுமே இரண்டுக்கு முள்ள வேறுபாடு. உங்களுக்கு நடக்கும் பத்து சதமான நிகழ்ச்சிகள் உங்கள் கட்டுப்பாட்டில் இல்லை. ஆனால் அதைத் தொடர்ந்து நடக்கும் தொண்ணூறு சதமான நிகழ்ச்சிகளை நீங்கள் தீர்மானிக்க முடியும். இந்த 90 /10 ரகசியம் உங்களுக்கு புதிய பாதை ஒன்றை காட்டுகிறதா?

இந்தப் புத்தகத்தை படிக்கும்போது இதைப் பற்றி அசை போடுங்கள். அதைப் பயிலவும் சோதித்துப் பார்க்கவும் செய்யுங்கள். முதல் அடி என்றுமே கடினமாக இருக்கும். இதை முயன்று பார்க்காமல் இருக்க உங்கள் மனது ஆயிரம் காரணங்கள் சொல்லும். அல்லது நாளையிலிருந்தோ அல்லது பிற்பாடோ முயலலாம் என்று சொல்லும். மனதோடு மோதாதீர்கள். அது சொல்வது போல சில சங்கடங்கள் இருக்கத்தான் செய்யும். ஆனால் அதைப் பொருட் படுத்தாமல் முயன்றீர்களானால் பிரமிக்கத் தக்க மாற்றங்கள் உங்களுக்காக காத்திருக்கிறது.

இந்தப் பரிசோதனைகளை சோதித்துப்பார்க்க உங்கள் நலனுக்காக இரண்டு பயிற்சிகளை பரிந்துரைக்கிறேன். முதலாவது ஒரு தியானப் பயிற்சி. இந்த அத்தியாயத்தின் முடிவில் தரப்பட்டுள்ளது. நீங்கள் மனமார்ந்து இதைப் பயின்றால் உங்கள் மனம் சம நிலை எய்தும். உங்களின் அமைதியும், சக்தியும் அதிகரிக்கும். இன்னும் நுணுக்கமாக உங்கள் அடி மனத்திற்குச் சென்று விஷயங்களையும் கோட்பாடு களையும் வேறுபடுத்திப் பார்ப்பதை எளிதாக்கும்.

இரண்டாவது பயிற்சி நீங்கள் உங்களுக்காக சிறிய கடினமான இலக்குகளை ஏற்படுத்திக் கொள்வது. அது நீங்கள் பணி புரியும் இடத்திற்கானதாகவோ அல்லது வீட்டுச் சூழ்நிலைக்கானதாகவோ இருக்கலாம். இலக்குகள் தற்பொழுதுள்ள உங்கள் மன நிலைக்கு அடைய முடியாத இலக்காக இருக்க வேண்டும். ஆனாலும் ஒரு கடமையுணர்ச்சியுடன் இதய பூர்வமாக முயன்று பாருங்கள். தோல்வியைக் கண்டு மனம் தளராமல் தொடருங்கள். இது உங்களை நீங்களே சோதித்துக்கொள்ளவும் இந்தக் கருத்தின் உண்மையை பரிசோதித்துப் பார்க்கவும் ஏதுவாயிருக்கும். முதல் வெற்றி உங்களுக்கு ஒரு அற்புதம் போல் தெரியும். பிறகு இது போல் நினைத்தபோது அற்புதங்களை நிகழ்த்தும் சக்தி உங்களுக்கு இருப்பதை புரிந்து கொள்வீர்கள்.

தியானப் பயிற்சி – 1

ஒரு சௌகரியமான நாற்காலியில் சௌகரியமான நிலையில் அமருங்கள். உங்கள் கைகளிலோ மடியிலோ எதையும் வைத்துக் கொள்ளாதீர்கள். உங்கள் கைகளையும் கால்களையும் கோத்துக் கொள்ளாமல் ஒன்றுக்கொன்று சற்று இடைவெளி விட்டு வைத்துக் கொள்ளுங்கள். உங்கள் கண்களை மூடிக்கொண்டு கீழே சொல்லப் பட்ட காட்சியை நடத்துங்கள். காட்சியினூடே நீங்கள் செல்லும் போது உங்கள் எண்ணங்களையும், உணர்வுகளையும், மனக்கிளர்ச்சி களையும், உடல் உணர்வுகளையும், நினைவுகளையும் மற்ற உணர்வுகளையும் கவனியுங்கள். அவைகள் அப்படியே இருக்க விடுங்கள். எதையும் மாற்ற முயலாதீர்கள். அவைகளை சும்மா கவனியுங்கள். சரியான உணர்வுகள், உணர்ச்சிகள், காட்சிகள் என்று பெறுவதற்கு ஒன்றுமில்லை. இந்த வழிமுறைகளின் ஊடே செல்லும்பொழுது உங்கள் மனது அலைபாயலாம். மேலும் இந்த ஓட்டத்தைத் நீங்கள் இழக்க நேரிடலாம். அது பரவாயில்லை. எப்பொழுது நீங்கள் இந்த ஓட்டத்திலிருந்து வெளியே வந்து விட்டது உங்கள் கவனத்துக்கு வருகிறதோ, அப்பொழுது திரும்பவும் உள்ளே வந்து இந்தப் பயிற்சியின் அடுத்த அடியைத் தொடருங்கள். இந்தப் பயிற்சியின்போது எந்தக் காரணத்தினாலவது நீங்கள் அசௌகரியாமாக உணர்ந்தால், சும்மா நிறுத்தி விட்டு கண்களைத் திறவுங்கள். சௌகரிய நிலைக்குத் திரும்பியவுடன், கண்களை மூடிக்கொண்டு அடுத்த படிக்குச் செல்லுங்கள்.

ஆரம்பத்தில் இந்தப் பயிற்சிக்கு 7 முதல் 10 நிமிடங்கள் வரை ஆகலாம். ஆனால் இதைத் தவறாமல் செய்து வந்தீர்களானால் நீங்கள் அதிக நேரம் ஒருமுகப்படுத்த முடிவது உங்களுக்குத் தெரியும். படிப்படியாக முயன்று ஒரு அமர்தலின் போது 20 நிமிடம் வரை செய்ய முயலுங்கள். இந்தப் பயிற்சியை எந்த நேரத்திலும்

செய்யலாம். ஆனால் வயிறு நிறைந்திருக்கும்போது செய்வதைத் தவிருங்கள். உங்களை எவரும் தொந்தரவு தராத நேரமாகத் தேர்ந்தெடுங்கள்.

இந்தப் பயிற்சியின் வழிமுறை இதோ:

கண்களை மூடிக் கொண்டு உங்களுடனே இருங்கள். உங்களுடனே இருக்கச் சில மணித்துளிகளைச் செலவழியுங்கள். உங்கள் எண்ணங்களையும், மனக்காட்சிகளையும் உணர்ச்சிகளையும் உணர்வு களையும், கவனியுங்கள். அவைகளை சும்மா அப்படியே இருக்க விடுங்கள்.

நல்லது.

இப்பொழுது உங்கள் உடம்பு கண்ணாடியால் ஆனதாகக் கற்பனை செய்து கொள்ளுங்கள். அது உங்கள் உடம்பின் வடிவத்திலுள்ள ஒரு கண்ணாடி பாட்டில். இந்தக் கண்ணாடி பாட்டிலுக்கு உங்கள் கை கால் விரல் நுனிகளில் வால்வுகள் (VALVES) இருக்கின்றன. இந்த வால்வுகள் உள் பக்கமாகவும் வெளிப் பக்கமாகவும் திறக்கக் கூடியவை. இந்தக் கண்ணாடி பாட்டில் நீர்த்த ஆரஞ்சு நிறத் திரவத்தால் நிரப்பப் பட்டிருப்பதாகக் கற்பனை செய்து கொள்ளுங்கள். இதன் குழைம நிலையும் (VISCOSITY) ஓட்டமும் தண்ணீர் போல, இள ஆரஞ்சு நிறத்தில் குளிர் பானம் போல என்று வைத்துக் கொள்ளுங்கள். ஆனால் அதில் சீறும் நுரையோ (FIZZ) காற்றுக் குமிழிகளோ இல்லை. எந்த விதமான கசடுகளுமில்லை.

இந்தக் காட்சியை உருவாக்கும்போது உங்கள் எண்ணங்களையும், மனக்காட்சிகளையும் உணர்ச்சிகளையும் உடல் உணர்வுகளையும், கவனியுங்கள். அவைகளை சும்மா அப்படியே இருக்கவிடுங்கள்.

நல்லது இப்பொழுது உங்கள் கை கால் விரல் நுனிகளிலுள்ள வால்வுகள் வெளிப்பக்கமாகத் திறக்கட்டும். அவைகளின் வழியாக ஆரஞ்சுத் திரவம் மெதுவாகத், துளித் துளியாக கசியத் தொடங்கட்டும். அந்த திரவம் கசியும்போது அதனுடன் உங்கள் உடம்பின் உளைச்சலையும், அழுத்தங்களையும் நோவையும் வலிகளையும் அதோடு எடுத்துச் செல்லட்டும். திரவத்தின் ஓட்டம் மிக மெதுவாக இருக்கட்டும். அதன் அளவீடு எப்படி இருக்க வேண்டுமென்றால் உச்சந்தலையிலிருந்து முன்-தலையின் நடுவில் வருவதற்கு ஒரு துளிக்கு 15 நொடிகளாவது பிடிக்கும்.

உச்சந்தலையிலிருந்து கசிவு தொடரட்டும், அதோடு உடம்பிலுள்ள நச்சுப் பொருள்களும் அழுத்தங்களும் கசிவோடு வெளியேறட்டும்.

இது நடைபெறும்போது உங்கள் எண்ணங்களையும், மனக்காட்சி களையும் உணர்ச்சிகளையும் உடல் உணர்வுகளையும், கவனியுங்கள். அவைகளை சும்மா அப்படியே இருக்கவிடுங்கள் கவனம் சிறிது சிதறியிருந்தால் அதைக் கவனித்துத் திரும்பவும் பயிற்சிக்கு வாருங்கள்.

கசிவு தொடரட்டும். திரவம் வெளியேறட்டும் மெதுவாக, உங்கள் முன்-தலையிலிருந்து, கண்புருவங்களிலிருந்து, பின்-தலையிலிருந்து, பெருமூளை (CEREBRUM), சிறுமூளை (CEREBELLUM) முழுவதுமிலிருந்து காலியாகட்டும் மெதுவாக, சீராக கசிவு மேலும் தொடரட்டும் கண்களிலிருந்து, பார்வை உறுப்புகளிலிருந்து நெற்றிப் பொட்டிலிருந்து, காது மடல்களின் மேலிருந்து, பின்-தலையிலிருந்து. மூக்கிலிருந்து, கன்னங்களிலிருந்து, மேல் வாயிலிருந்து, காதுகளிலிருந்து, கேட்கும் உறுப்புகளிலிருந்து, மேல் தாடையிலிருந்து, பற்களிலிருந்து.

இது நடைபெறும்போது உங்கள் எண்ணங்களையும், மனக்காட்சி களையும் உணர்ச்சிகளையும் உடல் உணர்வுகளையும், கவனியுங்கள். அவைகளை சும்மா அப்படியே இருக்கவிடுங்கள் கவனம் சிறிது சிதறியிருந்தால் அதைக் கவனித்துத் திரும்பவும் பயிற்சிக்கு வாருங்கள்.

நல்லது. மேலே தொடருங்கள். திரவம் வெளியேறட்டும், கீழ்த்தாடை யிலிருந்து, கன்னத்திலிருந்து, கழுத்தின் பின்னாலிருந்து, நாக்கிலிருந்து, உணவுக் குழாயின் ஆரமபத்திலிருந்து, உங்கள் தலையிலிருந்து திரவம் முழுவதும் வெளியேறட்டும். ஏதாவது துளிகள் இன்னும் தங்கியிருந்தால் அதைக் குலுக்கி ஓட்டத்தோடு சேர விடுங்கள். திரவம் வெளியேறும்போது அதோடு நோவுகளும், வலிகளும், உளைச்சல்களும், அழுத்தங்களும், நச்சுப் பொருள்களும் வெளியேறட்டும்.

நல்லது. மேலே தொடருங்கள். திரவம் வெளியேறட்டும், தொண்டையிலிருந்து, கழுத்திலிருந்து, உணவுக் குழாய் வழியாக, காற்றுக் குழாய் வழியாக, குரல் வளை வழியாக. முகுளத்திலிருந்து, இப்பொழுது திரவம் தோள்களின் மேல் வரை இருக்கிறது. கசிவு

தொடரட்டும். தோள்களிலிருந்து. நீங்கள் சுமந்த சுமைகள், அழுத்தங்கள் யாவும் வெளியேறட்டும்.

இப்பொழுது உங்கள் கால்விரல் நுனி வால்வுகள் சிறிது நேரம் மூடப்படட்டும். கைவிரல்களின் நுனியிலிருந்து கசிவு தொடரட்டும். மேல் கைகளிலிருந்து, எலும்பு, மற்றும், தசை மண்டலத்தின் வழியாக, தசை நார்கள், நரம்புகளின் வழியாக. திரவம் சிறிது சிறிதாக, சீராகக் கசிகிறதைக் கவனியுங்கள். அது முழங்கை மூட்டுகள் வரை வந்து விட்டதை உணருங்கள். கசிவு தொடரட்டும். முழங்கை மூட்டுகளிலிருந்து, முழங்கைகளிலிருந்து, மணிக்கட்டு களிலிருந்து, கைகளிலிருந்து, உள்ளங்கைகளிலிருந்து, விரல் களிலிருந்து, நகங்களிலிருந்து, இப்பொழுது உங்கள், தலை, இரு தோள்கள், இரு கைகள் முழுவதிலிருந்தும் திரவம் முழுவதுமாக வடிந்து விட்டது. ஏதாவது துளிகள் இருப்பதாக உணர்ந்தால் அதைக் குலுக்கி வெளியேற்றி விடுங்கள். திரவத்தோடு உங்கள் உளைச்சல்கள், இறுக்கங்கள், நோவுகள், வலிகள் எல்லாம் வெளியேறிவிட்டன.

உங்கள் எண்ணங்களையும், மனக்காட்சிகளையும் உணர்ச்சி களையும் உடல் உணர்வுகளையும், கவனியுங்கள். அவைகளை சும்மா அப்படியே இருக்கவிடுங்கள் கவனம் சிறிது சிதறியிருந்தால் அதைக் கவனித்துத் திரும்பவும் பயிற்சிக்கு வாருங்கள்.

நல்லது. இப்பொழுது கால் விரல்களின் நுனியிலுள்ள வால்வுகள் திரும்பவும் திறக்கட்டும், திரவம் கசியத் தொடங்கட்டும். உங்கள், மார்பிலிருந்து, முலையகங்களிலிருந்து, நெஞ்சுப்பகுதியிலிருந்து நெஞ்சுக்கூட்டிலிருந்து, நுரையீரல்களிலிருந்து, இதயத்திலிருந்து, முதுகின்தசைகளிலிருந்து, தோள்பட்டைகளிலிருந்து, கசிவு மெதுவாக சீராகத் தொடரட்டும். நெஞ்சுப் பகுதியிலிருந்து முழுவதுமாக வெளியேறட்டும்.

நல்லது. இப்பொழுது கசிவு தொடரட்டும். வயிற்றிலிருந்து, பின் முதுகுத் தசைகளிலிருந்து, கணையத்திலிருந்து, முதுகுத் தண்டி லிருந்து, ஜீரணப்பையிலிருந்து, கல்லீரலிருந்து, சிறு நீரகங் களிலிருந்து, குடல்களிலிருந்து, கீழ் வயிற்றிலிருந்து, தொப்புளி லிருந்து, இடுப்பிலிருந்து, பிட்டங்களிலிருந்து, பிறப்புறுப்பு களிலிருந்து, தோலிலிருந்து, மெள்ள மெள்ள கசிவு தொடரட்டும் முழுவதும் காலியாகும் வரை.

உங்கள் எண்ணங்களையும், மனக்காட்சிகளையும் உணர்ச்சி களையும் உடல் உணர்வுகளையும், கவனியுங்கள். அவைகளை சும்மா அப்படியே இருக்கவிடுங்கள் கவனம் சிறிது சிதறியிருந்தால் அதைக் கவனித்துத் திரும்பவும் பயிற்சிக்கு வாருங்கள்.

நல்லது. இப்பொழுது கசிவு தொடரட்டும், தொடைகளிலிருந்து, எலும்புகளிலிருந்து, தசைகளிலிருந்து, தோளிலிருந்து, முடி களிலிருந்து, இப்பொழுது திரவம் உங்கள் கால் முட்டு வரை வந்து விட்டது. அது கால் மூட்டுகளிலிருந்து இறங்குவதைக் கவனியுங்கள். இப்பொழுது கீழ்க் கால்களிலிருந்து, முழங்கால்களிலிருந்து, கணுக்கால்களிலிருந்து, பாதங்களிலிருந்து, விரல்களிலிருந்து இப்பொழுது பாட்டில் முழுவதும் காலி. ஏதாவது தங்கியிருந்தால் அதைக் குலுக்கி வெளியேற்றி விடுங்கள்.

திரவம் வெளியேறும்போது அது உங்கள் உடம்பிலிருந்து, உளைச்சல்களையும், அழுத்தங்களையும், இறுக்கங்களையும், நோவையும், வலிகளையும், நச்சுப் பொருள்களையும் எடுத்துச் சென்றுவிட்டது. இப்பொழுது பாட்டில் காலி. உங்கள் எண்ணங் களையும், மனக்காட்சிகளையும் உணர்ச்சிகளையும் உடல் உணர்வு களையும், கவனியுங்கள். அவைகளை சும்மா அப்படியே இருக்க விடுங்கள் கவனம் சிறிது சிதறியிருந்தால் அதைக் கவனித்துத் திரும்பவும் பயிற்சிக்கு வாருங்கள்.

இப்பொழுது பூமியில் உங்களுடைய மிகவும் அழகான ஒரு இடத்தைக் கற்பனை செய்யுங்கள். சுத்தமான, மாசுகளே இல்லாத, புது வலுவு ஏற்படுத்துகிற ஒரு இடம். அது கடற்கரையிலோ, மலை மேலொ, காட்டின் உள்ளோ, தனிமையான ஒரு தீவிலோ, எது வேண்டுமானாலும் இருக்கலாம். இந்த கண்ணாடி பாட்டிலை அங்கு கொண்டு செல்லுங்கள். அது தினத்தில் உங்களுக்கு மிகவும் பிடித்தமான வலுவூட்டும் நேரமாக இருக்கட்டும்-அதி காலையோ, சூரியன் மறையும் மாலை வேளையோ எந்த நேரமாகவும் இருக்கட்டும். வானிலை உங்களுக்குப் பிடித்தமான நிலையில் இருக்கட்டும். அங்கே நீங்கள் மட்டும் தான். அந்த இடம் உங்களுக்கே உங்களுக்குத் தான். அதை அனுபவியுங்கள். மகிழுங்கள். இப்பொழுது பாட்டிலின் வால்வுகள் உள் பக்கமாகத் திறக்கட்டும். நன்றாக மூச்சை உள்ளுக்கிழுங்கள். பரிசுத்தமான வலுவேற்றும் காற்று பாட்டில் முழுவதும் நிரம்பட்டும். உங்கள் நெஞ்சு நிறையும் வரை

இங்கே இருங்கள். உங்களுக்குத் தேவையான சக்தியை எடுத்துக் கொண்டதாகத் திருப்தி வரும் வரை இங்கே அமர்ந்திருங்கள்.

முழுத் திருப்தி அடைந்தவுடன், கண்ணாடி பாட்டிலை ஆரம்பித்த இடத்துக்குக் கொண்டு வாருங்கள். தற்சமயத்துக்கு வாருங்கள். நீங்கள் யார் என்பதை உணருங்கள். கண்களைத் திறவுங்கள்.

மாற்றத்தை உணருகிறீர்களா?

இரண்டாம் பாகம்

தொழில்வாழ்க்கையில் பயன்படுத்தும் முறைகள்

3 திட்டமிடுதல்

ஒரு நிறுவனமென்பது ஒரு பொது இலக்கை அடைவதற்காக பல நபர்களின் குழு சேர்ந்து செயல் படும் இடம் என்று அடிக்கடி விவரிப்பார்கள். இந்த விவரணம் எல்லா விதமான நிறுவனங் களுக்கும் பொருந்தும் - வியாபார நோக்குடன் செயல்படுபவை களுக்கும் அல்லாதவைகளுக்கும், லாபத்திற்காக செயல்படுபவை களுக்கும், அறக்கொடை நிறுவனங்களுக்கும், மற்றும் அரசாங்க இலாக்களுக்கும் அவைகள் எந்த வகையைச் சேர்ந்ததாக இருந்தாலும் சரி. நிறுவனங்களைத் தொடங்கும் அடிப்படைக் காரணத்தை பிரதிபலிப்பதால் இது ஒரு நல்ல விவரணம் என்று சொல்லலாம். ஆனால் காலப்போக்கில் அடிப்படை நோக்கம் காணாமல் போய் விடுகிறது என்பது வருந்தத்தக்கது. பல நபர்கள் வெவ்வேறான திசை களுக்கு நிறுவனத்தை இழுத்துச் செல்லும் நபர்களின் கூட்டமாக சில நிறுவனங்கள் அல்லாடுகின்றன. பொது இலக்கு என்பது ஒரு தெளிவற்ற கனவாக மாறிவிடுகிறது. நல்ல நோக்கத்துடன் செயல் படும், நன்கு நிர்வகிக்கப்படும் நிறுவனங்களிலும், அவைகள் உடையவர்களால் நடத்தப்பட்டாலும் அல்லது அமர்த்தப்பட்ட கைதேர்ந்த நிபுணர்களால் நடத்தப்பட்டாலும் இது நடக்கலாம். அப்பொழுது இந்த நிறுவனங்கள் உத்தம நிலைக்கு கீழே செயல்படத் தொடங்குகின்றன. பணி புரியும் குழுக்கள் தங்கள் உற்சாகத்தை இழக்கின்றன. ஆக்க சக்தி மலிவதால் மிக அதிகமான செயல்பாடுகள் காணப்பட்டாலும், முடிவில், ''தலையைத் தண்ணீருக்கு மேல் வைத்துக்கொள்ளும்' செயல்பாடாக ஆய்விடுகிறது. நிச்சயமாக மேம்பாட்டிலிருந்து வெகு வெகு தொலைவு நிலை.

அங்கு பணி இருக்கிறது, செயல் இருக்கிறது, ஊதியம் கிடைக்கிறது ஆனால் ஆக்கமோ ஊக்கமோ இல்லை. உங்களில் எவராவது இது போன்ற நிறுவனங்களில் பணி புரிகிறீர்களா?

இந்த நிறுவனங்களில் நல்ல நிர்வாகக் கோட்பாடுகளும் உத்திகளும் நடை முறையில் இருக்கலாம். அங்கு தொலை இலக்கைப்பற்றியும் (vision) உடனடி இலக்குகள் பற்றியும் (mission) அருமையான நன்கு சிந்தித்து சமைக்கப்பட்ட அறிக்கைகள் தொங்கிக் கொண்டிருக்கலாம் தரம், பண்பு ISO, TQM ஆகியவை பற்றிய கொள்கைகள் இருக்கலாம், ஆகியவை பற்றிய சான்றிதழ்கள் பெற்றிருக்கலாம். வரவுசெலவுத் திட்டம் (Budget), மேலாண்மைத் தகவல் முறைமைகள் (MIS) கட்டுப்பாட்டு உத்திகள் (Control Mechanisms) ஆகியவை இருக்கலாம். அங்கு முக்கியமாகக் கவனிக்க வேண்டிய துறைகள்(KRA -Key result areas), அவைகளை ஒட்டிய ஊதியத் திட்டங்கள் ஆகியவையும் இருக்கலாம்.

அவர்கள் நிறுவன ஆற்றல் திட்டங்களை (ERP -Enterprise Resource Planning) அமுல்படுத்திக் கொண்டிருக்கலாம். தங்கள் அதிகாரிகளுக்கு ''ஆறு தரமுயர்த்தும் வழிகள்' (Six Sigma), ''நிச்சயிக்கப்பட்ட குறித் தகடுகள் (Balanced Score Card) ஆகிய உத்திகளில் பயிற்சி அளித்திருக்கலாம். இருப்பினும் நிர்ணயிக்கப்பட்ட இலக்குகளை அவர்கள் அடைவதில்லை. போட்டியின் அழுத்தங்கள் மிகவும் அதிகரிக் கின்றன. முடிவில் ஜீவித்திருக்க தேவைப்படும் ஒரு யுத்தமாக அவர்கள் வாழ்க்கை மாறி விடுகிறது. இங்கே நம் நோக்கம் இது ஏன் நடக்கிறது; நிறுவனங்களும் அதன் மேலாளர்களும் இது குறித்து என்ன செய்யலாம் என்பதை விவாதிப்பதே.

நம்முடைய முதல் இடையூறு நிறுவனத்தினுடைய பொது இலக்கைப் புரிந்து கொண்டு அதை வரையறுப்பதே. நிறுவனங்களும் அவைகளின் குழுக்களும் இதைப் பற்றி தெளிவாகப் புரிந்து கொண்டிருக்கிறார்களா? நிறுவனத்தின் பொது இலக்கு லாபம் ஈட்டுவதே என்று சொன்னால் போதாது. அதைத் தொடர்ந்து பல கேள்விகள் எழுகின்றன. எவ்வளவு? அதற்காக எடுக்கப்படும் முயற்சியின் மதிப்பு என்ன? மொத்த வணிக வாய்ப்பில் இந்த நிறுவனத்தின் பங்கு விகிதம் எவ்வளவு? பணி புரிபவர்களைக் குறித்தும் சமூகத்தைக் குறித்தும் உள்ள பொறுப்புகள் என்ன? எதிர்காலத்தில் என்ன முதலீடு தேவைப்படும்? இங்கு ஒன்றுக்கொன்று முரண்பாடான இலக்குகள் பல. அவற்றை அடைய வேண்டியவர்களிடையே அவைகளைப் பற்றி தெளிவு இருக்கிறதா? அது இல்லையென்றால், குழுவின் அங்கத்தினர்களின் மத்தியில் பொருத்தமில்லாத செயல்பாடுகள் தோன்றினால் அவர்களைக் குறை கூற முடியாது.

மாறாக, பணி புரிபவர்களின் மத்தியில் தங்களுடைய இலக்கைப் பற்றியும், நிறுவனத்தின் இலக்கில் அதன் பங்கைப் பற்றியும் ஒரு தெளிவு இருக்குமானால் அவர்களுடைய செயல்பாடுகளில் அது ஒரு கணிசமான வேறுபாட்டைத் தோற்றுவிக்கும்.

இந்தக் கதையை கேள்விப் பட்டிருக்கீர்களா?

கட்டுமான வேலைகள் நடந்து கொண்டிருக்கும் ஒரு இடத்திற்கு வந்த ஒருவருக்கு அங்கு என்ன நடந்து கொண்டிருக்கிறது என்பதை அறிந்து கொள்ள ஆவலாயிருந்தது. அவர் சந்தித்த முதல் கொத்தனார், '' என்னைத் தயவு செய்து தொந்தரவு செய்யாதீர்கள். நான் ஒரு தினக் கூலி. ஒரு நாளைக்கு 300 கற்களாவது அடுக்க வேண்டும். இல்லையென்றால் என் குடும்பத்தாருக்கு உணவளிக்க முடியாது'' என்றார். அதனால் சற்று ஆசுவாசமாக இருந்த மற்றொரு கொத்தனாரிடம் என்ன நடக்கிறது என்று கேட்டார். ''இங்கு என்ன நடக்கிறது என்று நிச்சயமாகத் தெரியாது. ஆனால் இது ஒரு மிகப் பெரிய பணித் திட்டம் போல் தெரிகிறது. என்னுடைய சொந்த ஊரிலிருந்து ஒரு வருட ஒப்பந்தத்தோடு வந்திருக்கிறேன்.'' என்று பதில் வந்தது. மிகவும் உற்சாகத்துடனும் புத்திசாலி போலும் காணப்பட்ட மூன்றாவது கொத்தனாரிடம் கேட்டபோது, '' ஓ, நீங்கள் ஊருக்கு புதிதோ, அதனால் தான் கேட்கிறீர்கள். நாங்கள் நவீன தாஜ் மகாலைக் கட்டிக் கொண்டிருக்கிறோம். இதன் அமைப்பு இந்த ஊருக்கே பெருமை சேர்க்கப் போகிறது. இதை ---- கட்டிடக் கலைஞர் ---- இன்னாருக்காக வடிவமைத்திருக்கிறார். .... வாருங்கள். என்னுடைய மேலாளருக்கு அறிமுகப்படுத்துகிறேன். அவர் உங்களைச் சுற்றிக் காட்டி மேல் விவரங்கள் சொல்வார்.' என்று உற்சாகத்துடன் சொன்னார். மூன்றாவது கொத்தனாரின் செயல்பாடும் பணியும் சிறந்ததாக இருக்கும் என்று கூறவும் வேண்டுமோ? அவர் ஏன் மிக புத்திசாலியாகவும் உற்சாகத்துடனும் காணப்படுகிறார் என்பதற்கு விளக்கம் வேண்டுமா? '' முழு ஓவியம் '(Big Picture) அதாவது ''சந்தர்ப்பச் செயலைத்'' (Context) தெளிவாகக் காணும்போது. அன்றாட அலுவல்கள் அதாவது செயல்கள் (contents) ஆக்கத்துடனும் ஊக்கத்துடனும் செய்யப்படுகின்றன.

குழு உறுப்பினர்களை நிறுவனத்தின் மகாப்பொது இலக்கைத் தெளிவாகக் காணச் செய்யவும் அதில் தங்களின் பங்கை உணர்ந்து

கொள்ளச் செய்யவும் ஒரு நிறுவனம் என்ன செய்ய வேண்டும்? இது தான் நிறுவனத்தின் உயர் நிலை மேலாளர்கள் மற்றும் தலைமை செயல்பாட்டு அதிகாரியின் (CEO) மிகப் பெரிய பொறுப்பு. நிறுவனத்தின் இலக்கைத் தெளிவாகப் புரிந்து கொள்ள குழு உறுப்பினர்கள் கீழே கொடுக்கப்பட்டுள்ள சில முக்கிய கேள்விகளைத் தங்களுக்குள் கேட்டுக் கொள்ள வேண்டும்.

''நாம் என்ன வியாபாரத்தில் ஈடுபட்டிருக்கிறோம்?''

''நம்முடைய அடிப்படைத் திறமைகள் என்ன?''

''நிறுவனத்தின் சூழ்நிலையைப் பற்றி அடுத்து வரும் காலத்தின் கணிப்பு என்ன?''

'' பங்குதாரர்களைத் திருப்திப்படுத்தும் அளவுக்கு நிறுவனத்தின் மதிப்பை உயர்த்த அடுத்து வரும் காலத்திலும், எதிர் காலத்திலும் நாம் நிறுவனத்தை எந்த அளவுக்கு முன்னேற்ற விரும்புகிறோம்?''

''நிறுவனம் எந்த அளவுக்கு தன் மதிப்பை உயர்த்திக் கொள்ள முனைகிறது? எப்படி? அதன் கால வரை என்ன?''

எல்லாவற்றையும் உள்ளிட்ட சூழ்நிலைக்கு ஏற்றவாறு (in the overall context) பங்குதாரர்களுக்கும் சமூகத்துக்கும் செல்வ வளத்தைப் பெருக்க நிறுவனம் கடமைப் பட்டிருப்பதால் இந்தக் கேள்விகளுக்கும் மற்றும் இது போன்றவைகளுக்கும் விடைகள் காண வேண்டும். அதுவே அதன் முதற்பணி.

அடுத்த பணி செயல்முறைத் திட்டம் வரைதல் (strategy formulation). பணியாளர்களிடையே அவற்றைப் பற்றி ஒரு மனத் தெளிவை ஏற்படுத்துவது, செயல்முறைத் திட்டம் நடைமுறைப் படுத்துதல் (strategy implementation). இலக்கை அடைவதற்கு வழி நன்கு தீட்டப்பட்ட செயல்முறைகளும் குழு உறுப்பினர்கள் உதவியுடன் அதனை செவ்வனே நடை முறைப் படுத்துதலுமே அல்லவா?

நிகழ் காலச் சூழ்நிலையில் (context) ஏற்ற விடைகள் காண்பதே ''விஷயங்கள்''(Contents). விடைகள் காலப்போக்கில் மாறலாம்; மாறும். அதனால் அவைகளைத் திரும்ப வரையறுப்பது அவசியம். கேள்விகளை தீர்க்கமாக நோக்கினால் விடைகள் மாறுவதைக் காணலாம். நீண்ட எதிர்கால இலக்கை வரையறுத்த பின்னால், நிறுவனம் குழு உறுப்பினர்கள் மூலமாக அதை அடையத் தக்கவாறு

சிறு சிறு பகுதிகளாகப் பிரிக்க வேண்டும். இதன் நோக்கம் என்னவென்றால், குழு உறுப்பினர்களின் தனித் தனித் திறமைகள், பணிகள், செயல் முறைத் திட்டங்கள், அவைகளின் இடையே உள்ள இசைவுகள், (உறுப்பினர்கள், பணிகள், தொடர்புகள் அணி) ஆகியவை களுக்கு ஏற்றவாறு பொது இலக்கின் பாகங்களைப் பிரிப்பதே.

படம் :

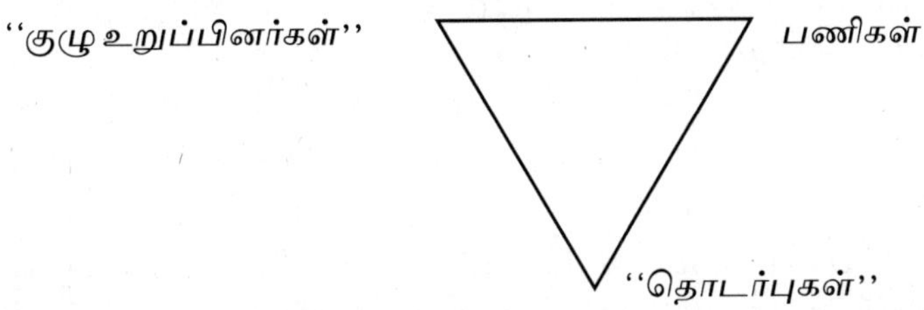

பொது இலக்கை பணி புரிபவர்களிடேயும் குழு உறுப்பினர் களிடமும் பகிர்ந்து கொள்ளாவிட்டால் அவர்களால் அதில் பங்கு பெற முடியாது. பகிர்ந்து கொள்வது செவ்வனே செய்யப் படாவிட்டால் அதனின் உடையவர்களாக அவர்கள் தங்களைக் காண முடியாது. தங்களை உடையர்வகளாக நினைக்காவிட்டால் இலக்கை அடைய பொறுப்புடனும், ஈடுபாட்டுடனும், உற்சாகத் துடனும், பணி புரிய மாட்டார்கள். அவர்கள் அப்படி பணி புரியா விட்டால் முன்பு கூறியது போல் மேம்பாடு சாத்தியமில்லை. ஆதலால் ''தொடர்பு கொள்வது'' அல்லது ''பகிர்ந்து கொள்வது'' பற்றி நாம் நன்றாகப் புரிந்து கொள்வது அவசியம்

தொடர்பு கொள்வதென்பது ஒருவரிடம் பேசுவதோ அல்லது அவருக்கு மடல் அநுப்புவதோ மட்டும் அல்ல. அது மிகுந்த சொல்வளம், அலங்காரமான மொழி, ஆரவாரமான வார்த்தைகள் போன்றவையும் அல்ல. சிறந்த ஒலி ஒளியுடன் கூடிய அளிக்கை (presentation), நல்ல முழக்கங்கள், (slogan), சுவரொட்டிகள், சிறு கைப்புத்தகங்கள் ஆகியவைகளும் அல்ல. செவ்வனே தொடர்பு கொள்வதற்கு இவைகள் கருவிகளாகப் பயன் படுத்தப் பட்டாலும் இவைகள்மட்டும்போதா. பகிர்ந்து கொள்ள வேண்டிய அனுபவத்தை, உணர்வுகளை மற்றவரிடமும் ஏற்படுத்துவதே செம்மையான தொடர்பின் இலக்கணம். தொடர்பு பெறுவது, (receiving communication)தொடர்பு கொள்வது (giving communication) இரண்டுக்கும் இது பொருந்தும்.

பல தடவைகள் விளக்கிய பின்னும் ஒருவர் சரியான எதிரியக்கம் (response) தரவில்லை என்ற மனத்தாங்கல் இருந்தாலோ, அல்லது அவர் எதிர்பார்த்தபடி நடப்பாரோ என்ற சந்தேகம் இருந்தாலோ அங்கு தொடர்பு முழுமை பெறவில்லை என்பது நிச்சயம். சில சமயம் தொடர்பு கொள்ளப்பட்டவரிடமிருந்து பின்னூட்டு (feedback) கிட்டிய பின்னும் தொடர்பு முழுமை பெறாமல் இருக்கலாம். ''சரி ஐயா, அதை நான் நிச்சயமாக கவனிக்கிறேன்'' என்று ஒருவர் உங்களிடம் கூறுகிறார். ஆனால் அவர் அதை நிச்சயமாகச் செய்ய மாட்டார் என்பது உங்களுக்குத் தெரியும். இப்படி உங்களுக்கும் நிகழ்ந்திருக்குமே?

மற்றொரு பக்கம், நாம் எல்லோரும் சில சந்தர்ப்பங்களில், எந்தவித மொழித் திறமையோ, வார்த்தை ஜாலமோ இல்லாமல் மற்றொருவருடன் ஒன்றிய தொடர்பை (harmony in communication) ஏற்படுத்தியிருக்கிறோம் அல்லவா? அது போன்ற ஒன்றிய தொடர்பை நாம் நிறுவனச் சூழ்நிலையில் ஏற்படுத்த முடிந்தால் பொது இலக்கை நம் சொந்த இலக்காக ஏற்றுக் கொள்ள வைப்பதில் பெருமளவுக்கு வெற்றி பெற்று விடுவோம். நீங்கள் மேம்பாட்டு உதாரணங்களைப் பகிர்ந்து கொண்ட போது பெற்ற அனுபவம் நினைவுக்கு வருகிறதா? (முதல் அத்தியாயம்)

அடுத்தவரின் சந்தர்ப்ப நிலையை (position in that context) உணர்ந்து கொண்டு அதற்கேற்ப நம் தொடர்புகள் இருந்தாலே நம்மின் ஒன்றிய தொடர்புகள் அனுபவத்தை (experience of harmony in communication) மேம்படுத்த முடியும். நமக்கு அபிப்பிராயங்கள் இருப்பது போல மற்றவர்களுக்கும் அவர்களின் அபிப்பிராயத்துக்கு உரிமை உண்டு என்பதை உணர்ந்து கொள்ளும் அமைவுணர்வு (humility) நமக்குத் தேவை. மற்றவர்கள் ''மடத்தனமான மறுப்புரைகள் (silly objections)தரும்போது நமக்கு எரிச்சல் வருகிறது. ஆனால் அவர்களைப் பொறுத்தவரை அது நிஜமே, இல்லாவிட்டால் மறுப்புரை கொடுத்திருக்க மாட்டார் எனபதை ஒத்துக் கொள்ளும் மாற்றானுணர்வும் (empathy) நமக்குத் தேவை. '' நம் பார்வையே சரி'' என்ற குறுகிய மனப்பான்மையிலிருந்து நாம் வெளியே வந்து மற்றப் பார்வைகளுக்கும் இடம் கொடுக்க வேண்டும். அது

இல்லையென்றால் நாம் அடிக்கடி நம் அபிப்பிராயங்களை நியாயப் படுத்துவதில் இறங்கித் தொடர்பேற்படுத்துவதில் தவறி விடுவோம். மாறாக நாம் தொடர்பு கொள்வதற்கு முக்கியத்துவம் கொடுத்து மற்ற அபிப்பிராயங்களையும் ஏற்றுக்கொண்டால் மேம்பாட்டை நோக்கிச் செல்வோம்.

அமெரிக்கக் குடியரசின் முன்னாள் தலைவர் ஜான்.எப். கென்னெடியைப் பற்றிய சம்பவம் ஒன்று சொல்லப்படுகிறது. 1960ல் ஜனாதிபதித் தேர்தலில் வென்ற சிறிது காலத்தில் தன்னுடைய மூத்த ஆலோசகர்களை அழைத்து, ''அமெரிக்காவிற்காக நீங்கள் ஒரு மகாத் திட்டம் தயாரிக்க வேண்டும். அடுத்த பத்து வருடங்களுக் குள்ளாக மனிதன் சந்திரனில் காலடி எடுத்து வைக்க வேண்டும்'' என்று ஒரு அறிவிப்பு கொடுத்தார். நிதிச் செயலாளர் உடனே, ''ஆனால் அதற்கான பணம் எங்கே?' என்று வினவினார். அந்தத் திட்டத்தை நிறைவேற்ற வேண்டுமானால் தேசீய நிதியில் பெரும் அளவை Nasa போன்ற ஸ்தாபனங்களுக்கு ஒதுக்கினாலே முடியும் என்பது உண்மையே. JFK பணிவு கலந்த மரியாதையுடன் கூறினார், ''ஆம். நிச்சயமாக நிதித் தேவைகளைக் கணக்கிட்ட பிறகே திட்டமிட முடியும். மதிப்பிற்குரிய நிதிச் செயலாளர் அதற்காக ஆவன செய்து திட்டத்தின் வெற்றிக்கு உதவுவார் என்று நம்புகிறேன். ''(நீங்கள் இந்தத் திட்டத்திற்கு ஒத்துழைப்பு தரவில்லை என்றால் எங்கள் குழுவுக்கு எதிரியா? '' என்றெல்லாம் கேட்கவில்லை). அளவு செறிந்த அவர் பதில் சூழ்நிலையில் வியத்தகு மாற்றம் விளைவித்தது. நிதிச் செயலரின் கவனம், ''நம்மிடம் நிதி எங்கே?'' என்ற மறுப்புரையிலிருந்து ''எப்படி நிதி திரட்டலாம்?'' என்ற செயல்முறைக்கு மாறியது. தொடர்பைத் தக்க வைத்துக்கொண்டு, மற்றவரின் மறுப்புரையை மறுக்காமல் ஏற்றுக் கொண்டால், உங்களால் மற்றவர்களை பொறுப்பேற்றுக் கொள்வதில் ஊடுவழிகள் (breakthrough) காண முடியும். அதனால் அவர்களை உங்கள் சந்தர்ப்பத்திற்கு, அதன் நோக்கத்திற்கு மகிழ்வுடன் இணங்கச் செய்ய முடியும்.

நல்ல தொடர்புகளுக்கு நாம் வார்த்தைகளையும், வாக்கியங் களையும், மொழியையும் பயன் படுத்தத்தான் வேண்டும். ஒரு நிறுவனத்தின் சூழ்நிலையில் நீண்ட எதிர்கால மற்றும் குறுகிய கால இலக்குகளைத் (vision and mission) தெளிவாக்குவது முதல் படி. தரக் கொள்கை, பண்புக் கொள்கை, இலக்குகளை நிதி

ஒதுக்கீட்டுகளோடு (budget)இணைத்தல், முக்கிய விளைவுப் பகுதிகள் (Key result area) அனைத்துமே சரியான அடுத்த படிகள் தான். ஆனால் அவைகளை நிர்ணயிக்கும் போது நாம் சந்தர்ப்பத்தின் முக்கியத்துவத்தை மறந்து விடக் கூடாது. இவை எல்லாமே குழுவினரிடம் தொடர்புகள் ஏற்படுத்துவதற்காகத்தான் என்பதையும் மறந்து விடக் கூடாது. தொடர்புகள் ஏற்படுத்துவது ஒவ்வொரு குழு உறுப்பினரும் பொது இலக்கைத் தன் இலக்காக எண்ணி தன் பங்கை செவ்வனே செய்வதற்கே.

ஆகையால் சுருக்கமாக நன்கு எழுதப்பட்ட ''எதிர்கால இலக்குகளின் அறிவிப்பு'' (vision statement) நிறுவனத்தின் எதிர்கால ஜீவக் கனவுகளையும் பேரார்வங்களையும் வெளிப்படுத்துமெனில் நிர்வாகம் அவற்றை பணி புரியும் குழுவினருக்குத் தெளிவு படுத்த உரிய முயற்சியும் நேரமும் எடுத்துக் கொள்ள வேண்டும். ஒவ்வொரு சொல்லும் அங்கு ஏன் இருக்கிறது, அது எதைக் குறிக்கிறது, ஏன் அந்தப் பொருளுக்கீடான மற்ற சொற்கள் வேண்டுமென்றே தவிர்க்கப் பட்டிருக்கின்றன என்பதை விளக்க வேண்டும். அந்த அறிவிப்பை நன்கு புரிந்து கொள்ளும் பொறுப்பு, ஒவ்வொரு பணியாளருக்கும் உண்டு. மற்ற தரக் கொள்கை, பண்புக் கொள்கை, குறுகிய கால நெடுங்கால இலக்குகள் பற்றிய அறிவிப்புகளுக்கும் இது பொருந்தும். ஒவ்வொரு உறுப்பினரும் தமது அன்றாடப் பணிகளில் இந்தக் கொள்கைகளைத் தொடர்ந்து, தெள்ளத் தெளிவாக கடைப் பிடிக்க வேண்டும், அப்பொழுது தான் அவைகளை அகநிலைப் (internalise) படுத்த முடியும். நிறுவனமும் அவர்களை கூட்டாக சொந்தம் கொண்டாடுவதை நோக்கிச் செல்ல இயலும். சீரிய தொடர்புகளுக்கு உதவுமானால் நிறுவனத்திற்கே உரிய சொற்களை உருவாக்குவதும், முழக்கங்களை உருவாக்குவதும் நல்ல உத்திகள் தான்.

இப்பொழுது சில உதாரணங்களைப் பார்ப்போம்.

Disney world *(டிஸ்னீ வேர்ல்ட்)* கண்காட்சித் தொழிலில் (show business) இருப்பதற்கு பெருமைப்படுகிறது. ஆதலால் உள் தொடர்புகளைச் சிறப்பாக ஏற்படுத்துவதற்காக தனது ஸ்தாபனத்துக் கென்று தனியான சொற்களின் பட்டியலைத் தயாரித்துள்ளது. பணியாளர்கள், ''கதா பாத்திரங்கள்'' என அழைக்கப்படுகிறார்கள். அவர்கள் அணிவது சீருடை அல்ல, ''அரங்குடை'' (costume).

அவர்கள் தொடர்பு கொள்ள வேண்டியவர்கள் ''அரங்கத்தினர்''; அவர்களின் ''விருந்தாளிகள்'' - சுற்றிப் பார்க்க வந்தவர்கள் அல்ல. முக்கியமாக, ஒவ்வொரு ''கதா பாத்திரமும்'', '' நாடகத்தின்'' ''வெற்றிக்கு''.

(''ஒவ்வொரு அரங்கத்தினரும் கொடுத்த காசுக்கு திருப்தி எய்துவது'') - தன் பங்கைச் செய்வது எவ்வளவு அவசியம் என்று சிறந்த உள் தொடர்புகள் மூலம் அவர்கள் ஞாபகப் படுத்தப்படுகிறார்கள்.

மற்றொரு உதாரணம்.

நான் ஒரு பிரபல இஞ்சினீரிங் (பொறி இயல்) கம்பெனிக்கு ஆலோசகராக இருந்தேன். அவர்கள் உலக அளவில் போட்டியிடும் அளவுக்கு உயர -"BPR" ''வணிக முறைகளைத் திருத்தி அமைத்தல்'' ("Business Process Re -engineering")லில் ஈடுபட்டிருந்தார்கள். அவர்கள் தயாரித்துக்கொண்டிருந்த இயந்திரங்களை ''ஆர்டர் பெற்றதிலிருந்து டெலிவரி வரை'', உலகத் தரப்படி, 8 வாரங்களுக் குள்ளாக அனுப்ப வேண்டும் என்பது அவர்கள் இலக்கு. தற்பொழுது அதற்காக எடுத்துக் கொண்ட நேரம் 24 வாரங்களாக இருந்தன. ஆனால் அதற்காக கம்பெனி எடுத்துக் கொண்ட முயற்சி பணி புரிபவர்களிடையே வரவேற்கப்படவில்லை. சில கலந்துரை யாடல்களுக்குப் பிறகு, இஞ்சினீரிங் குழுவினர் சொல்வதை செவி மடுத்துக் கேட்ட பின், BPR என்ற சொல்தான் உள்தொடர்புகள் ஏற்படுத்துவதற்கு பெரிய தடையாக இருந்தது என்பது புலனாயிற்று. அந்த இஞ்சினீயர்கள் இந்தியாவின் தலை சிறந்த கல்லூரிகளில் படித்தவர்கள். அவர்கள் தங்கள் நிறுவனத்தை இந்தியாவின் தலை சிறந்த நிறுவனமாக உயர்த்திய சாதனைக்கு பெருமை கொண்டி ருந்தார்கள். ISO 9000, போன்ற நவீன தரமுயர்த்தும் உத்திகளை முதன் முதலில் அமுல்படுத்திய பெருமையும் அவர்களுக்கு இருந்தது. இந்த நிலையில் ''திருத்தியமைத்தல்'' என்ற வார்த்தை அவர்களை அவ மதிப்பதாகக் கண்டார்கள்.

அதே திட்டம் வேறொரு பெயருடன் தொடங்கப்பட்டது. இப்பொழுது ''ஆர்டர் பெற்றதிலிருந்து டெலிவரி வரை, நேரத்தை பாதியாகக் குறைப்பது எப்படி'' என்றபடி அறிவுப்புகளும் உற்சாக முழக்கங்களும் உருவாக்கப்பட்டன. திட்டம் உற்சாகத்துடன் ஏற்றுக்கொள்ளப்பட்டது. நாம் கவர்ச்சியான நவீன வணிகச் சொற்களை பயன்படுத்தும் மோகத்தை விடுத்து, ஏன் குழுவினரிடம்

தொடர்பு கொள்கிறோம் என்ற நோக்கத்திற்கு முக்கியத்துவம் கொடுக்க வேண்டும். சொற்கள் ''விஷயங்கள்'' அவைகளை ''சந்தர்ப்பத்திற்கு'' தகுந்தவாறு பயன்படுத்தி தொடர்பு கொள்ளுதல் என்ற ''செயலின்'' நோக்கத்தை நிறைவேற்ற வேண்டும். கேட்பவர்களின் அனுபவத்தை ஒட்டி அவர்கள் சொற்களுக்கு அர்த்தங்கள் கொடுக்கிறார்கள். அந்தப் பொருள் சந்தர்ப்பத்திற்கு தகுந்ததாக இல்லாவிட்டால் தொடர்பு வெற்றியடையாமல் போகலாம். சூழ்நிலைக்கு ஏற்றவாறு பொருத்தமான சொற்களைப் பயன்படுத்தி தொடர்புகள் ஏற்படுவதை உறுதிப் படுத்திக் கொள்வது அவசியம்.

இலக்குகளை நிர்ணயித்தல், இவைகளை சிறிய இலக்குகளாகப் பாகுபடுத்தல், குழு உறுப்பினர்களுக்கு பகுத்தளித்தல் ஆகிய திட்டமிடுதலின் பாகங்கள் எல்லாமே தொடர்பேற்படுத்துவதின் தொடர்ச்சியே. அந்த வகையில் நடக்கும் செயல்கள் எல்லாமே தொடர்பை உறுதிப்படுத்துவதற்காகவே. இலக்குகளைத் தெளிவாக்குவதற்கு அவைகளுக்கு ஒரு அளவை தேவை. ''ஆற்றில் போட்டாலும் அளந்து போடு'' என்ற பழமொழி நம் எல்லோருக்கும் தெரியும். எதையும் மதிப்பிடாமல் அளவிடாமல் எப்படி நிர்வகிக்க முடியும்? நிதி, கணக்கு, பணம். போன்ற கணக்கியலின் மொழி இதற்கு பயன்படுத்தப்படுகிறது. ஒரு நிறுவனம் உள் தொடர்புகளை ஏற்படுத்தப் பயன்படுத்தும் மொழி தான், விற்பனை, மதிப்பு, முதலீடு போன்ற வார்த்தைகள். ஒவ்வொரு வருடமும் ''நிதி ஒதிக்கீடு'' (budget) நடவடிக்கைகளின் போது இந்த நிதி அலகுகள் (parameters) நிர்ணயக் கற்களாக (corner stones) பயன்படுத்தப்படுகின்றன.

பட்ஜெட் நடவடிக்கையின் போது மேலாளரின் தன் குழுவினரிடம் தொடர்பு கொள்ளும் திறமை கடுமையான பரிசோதனைக் குள்ளாகிறது. பெரும்பான்மையான நிறுவனங்களில் நிதி ஒதுக்கீடு, இலக்குகள் நிர்ணயித்தல், விளைவுகள் தரும் முக்கிய பகுதிகளை இனம் காணுதல் ஆகியவை உணர்ச்சிகள் உச்சத்திற்குப் போகும் நடவடிக்கைகள். ஊதிய உயர்வு (increment), ஊக்கத் தொகை (incentive), பரிசுகள் (rewards), ஆகியவை இந்த நடப்போடு ஒன்றிய தொடர்புடையவை. இந்த ''மீட்டிங்குகளில்'' (சந்திப்புகளில்) ஒருவருடைய தொழில் முன்னேற்றம் மற்றும் இறக்கம் நிச்சயிக்கப்படலாம். ''நான் பட்ஜெட் இலக்கை

அடையத் தவறினால் என்ன நடக்குமோ?'', என்ற பயத்துடனேயே உறுப்பினர்கள் இந்த மீட்டிங்குக்கு வருகிறார்கள். அதனால் மேலும் உள்மனதின் உளைச்சலினால் மேலாளர், தலைமை அதிகாரி, மற்றும் நிறுவனம், ''என்னைக் கட்டாயப்படுத்தி அடைய முடியா இலக்குகளுக்கு ஒத்துக் கொள்ள வைக்கும்'', எதிரிகளாகப் பாவிக்கப்படுகின்றன. தலைமை அதிகாரியும் இந்தக் கூட்டத்திற்கு வரும்போது உறுப்பினர்களின் உச்ச செயல்பாட்டை வெளிக்கொணர அவர்களுக்கு ''இழுக்கும் இலக்கு'' (stretch target) நிர்ணயிக்கும் மனநிலையோடே வருகிறார். கீழே பணி புரிபவர்களின் தற்காப்பு உத்திகளையும் தந்திரங்களையும் புரிந்து கொள்ளாத முட்டாளல்லவே அவர்?

இரு தரப்பினருடைய மன நிலைகள் அவர்களுடைய ''கோட்பாடுகள்'' எனபதைப் புரிந்து கொள்ளுங்கள். இந்த மனநிலைகளில் முக்கியமாக அடிபடுவது தொடர்பு நடவடிக்கையே. ஆனால் பட்ஜெட் நடவடிக்கை தொடர்பை வலுப்படுத்துவதற்காக அல்லவா தொடங்கப்பட்டது? கோட்பாடுகளின் பிடியில் சிக்கிய இரு தரப்பினரும் மற்றவர் கருத்தை எதிர்ப்பார்கள், தங்கள் பக்கமுள்ள நியாயத்தை நிரூபிக்கத் தலை கீழாக நிற்பார்கள்.

ஒரு மாதிரி சம்பவத்தை எடுத்துக் கொண்டு இந்தக் காட்சி எப்படி விரிகிறது என்பதைக் காணுவோம்.

திரு.சர்மா ஒரு நிறுவனக் கிளையின் மேலாளர் தனது வருடாந்திர ''பட்ஜெட்டை'' நிர்ணயிக்கத் தயாராகிறார். அவருடையது ஒரு முற்போக்கான நிறுவனம். பட்ஜெட்டை தீர்மானிப்பதற்கு இரு தரப்பினரும் ஒருவரோடொருவர் தொடர்பு கொள்ள வேண்டும் என்பது அதன் கொள்கை.

சர்மா சென்ற வருடம் 87 அளவுகள் சாதித்திருந்தார். மார்க்கெட் (MARKET) நிலவரப்படியும், கம்பெனியின் வளர்ச்சிக்கான முயற்சிகள் அடிப்படையிலும் 15 விழுக்காடுகள் அதிகம் அதாவது 100 அளவுகள், சற்று கடினமாக இருந்தாலும் சாதிக்கக் கூடியதுதான் என்பது சர்மாவின் கணிப்பு. அவருடைய பகுதியையும் பொறுப்புகளையும் வைத்துப் பார்க்கும்போது அதை அடைவது உண்மையில் மேம்பாடே என சர்மா நம்பினார். ஆனால் எதிர் விளைவுகளுக்கு குஷன் (cushion) வேண்டு மென்பதாலும், எப்படியும் அவர் மேலாளர் திரு.வர்மா 100

அளவுகளையே இலக்காக எடுத்துக் கொள்ள வற்புறுத்துவார் என்பதாலும் சர்மா பட்ஜெட்டை 94 அளவுகள் என நிர்ணயித்தார்.

மேலாளர் வர்மா தனது சிந்தனைக்கு ஏற்ப 110 என நிர்ணயித்தார். காரணம், திரு.வர்மா இன்னும் சாதிக்க முடியும், ஆனால் வேண்டு மென்றே இலக்குகளை குறைவாகவே வைத்துக் கொள்கிறார் எனபது அவர் கருத்து. அவரும் எதிர்விளைவுகளுக்காக ஒரு குஷன் (cushion) வைத்துக் கொள்கிறார். இதைத் தொடர்ந்து கலந்துரையாடல்களும் பேச்சு வார்த்தைகளும் நடக்கின்றன. சர்மா சில மார்க்கெட் பிரச்சினைகளை எடுத்துக் காட்டுகிறார்; உதாரணத்திற்கு அந்தப் பகுதியில் அரசாங்க உதவித் தொகை குறைக்கப்பட்டதால் இந்த வருடம் வளர்ச்சி எதிர்பார்த்ததை விட குறைவாக இருக்கும் என்கிறார். வர்மா உற்பத்தி மற்றும் மார்க்கெட்டைப் பெருக்க கம்பெனியின் முயற்சிகளை விளக்குகிறார். மூன்றாவது காலாண்டில் Mark III என்ற புதிய பொருளை விற்கத் தொடங்குவோம் என்கிறார். அதனால் பட்ஜெட்டில் அதையும் எடுத்துக் கொள்ள வேண்டும் என்பது அவர் தரப்பு வாதம். இருவரும் மற்றவரின் சில கருத்துகளை ஏற்றுக் கொண்டு சர்மா தன் பட்ஜெட்டை 97 ஆக உயர்த்துகிறார். வர்மா 105 ஆக குறைக்கிறார்.

இதுவரை பட்ஜெட் நடவடிக்கை அதன் நோக்கப்படியே நடக்கிறது அதாவது சர்மாவும் வர்மாவும் தொடர்பு கொள்வது. கூடின சீக்கிரமே நிலைமை மாறத் தொடங்குகிறது. முன்னாலேயே தீர்மானிக்கப்பட்ட மனநிலைகளும், எதிர்விளைவுகளைப் பற்றிய பயங்களும் அவர்களை ஆட்கொள்ளத் தொடங்குகின்றன. தங்கள் கருத்தை வலியுறுத்தி நியாயப்படுத்துகிறார்கள். பேரம் பேசுவது மீன் சந்தையைத் தோற்கடிக்கிறது. தொடர்பு கொள்வது இப்போது ஒப்பந்தப் பேச்சாக மாறுகிறது. சிறிது நேரம் பொறுத்து சர்மா தனது குஷனான மூன்று அளவுகளை வெளிக்கொணர்கிறார். ஆனால் வர்மா 105 லியே விடாப்பிடியாக நிற்கிறார்.

நாம் இங்கு கவனிக்க வேண்டியது என்னவென்றால் அடுத்த 12 மாதங்களில் மார்க்கெட் எப்படி இருக்கும் என்பது ஒரு யூகம்தான். சரியான பட்ஜெட்டை யாராலும் நிர்ணயிக்க முடியாது. இருப்பினும் அந்த இருவரும் தாங்கள் நினைத்த எண்ணை விட வேறு எண்ணை ஒத்துக் கொள்வதைத் தோல்வியாக நினைக்கிறார்கள். பேரப் பேச்சின் சூட்டில் அடுத்த 12 மாதங்களில் மார்க்கெட் போக்கை நிர்ணயிக்க முடியாது என்ற உண்மையை மறந்து விட்டார்கள்.

பேரப் பேச்சில் ஒத்துக் கொள்ளப்படும் விஷயம் ஒருவருக்கு வெற்றி மற்றவருக்குத் தோல்வி என்றே முடிகிறது. இந்தச் சூழ்நிலையில் தேவைப்படுவது சர்மாவின் மேம்பாட்டினாலேயே நிறுவனம் தன இலக்கை அடைய முடியும் என்ற உண்மையை அவருக்கு தெரிவிப்பதே. முடிவில் வர்மா மேலதிகாரியாதலால் அவரே வெற்றி பெறுகிறார். சர்மாவும் வழக்கம் போல் மொழிகிறார். ''ஓகே ஐயா, நீங்கள் வற்புறுத்துவதால் ஒப்புக் கொள்கிறேன். உங்களுக்காக 105 அளவுகள் எய்த முயற்சிக்கிறேன். வர்மாவும் அதை பிடித்துக் கொள்கிறார். மீட்டிங் முடிகிறது.

எனக்கு மிகவும் பிடிக்காத வார்த்தைகள். ஒருவர், ''நான் முயற்சிக்கிறேன்'' - இன்னும் மோசமானது- ''நான் முடிந்த அளவு முயற்சிக்கிறேன்'' என்று கூறினால் அவர் முயற்சிக்க மாட்டார் என்பது நிச்சயம், என்பதே என் கருத்து. சர்மா மீட்டிங்கை விட்டு தோல்வி அல்லது விரக்தியுடன் வெளியே வருகிறார். ''ஏன் ஒவ்வொரு முறையும் இந்த நாடகம். நூறு அளவுகளை விட அதிகமாக என்னால் அடைய முடியாது என்பது அவர்களுக்குத் தெரியும். எதற்காக எனக்கு ஒரு போலித்தனமான இலக்கை நிர்ணயிக்கிறார்கள்'' என்று நினைத்தபடி செல்கிறார். வருட முடிவில் இலக்கை அடைய முடியாமல் போனாலோ என்று இப்பவே தப்பிக்க வழி தேடுகிறார். வர்மாவுக்கு ''நாங்கள் 100 அளவு பட்ஜெட்டை நிர்ணயித்தோம் ஆனால் உங்கள் வற்புறுத்தலால் 105 சவாலை ஏற்றுக் கொள்கிறோம்........'' என்று குறிப்பு அனுப்புகிறார். நகலை வர்மாவின் மேலதிகாரிக்கும் அனுப்புகிறார். பதில் எதிர்பார்த்தல்ல. பதிலும் தரப்படுவதில்லை. அந்த 105 இன் பொறுப்பை சர்மா சாமர்த்தியமாக வர்மாவுக்குத் தள்ளி விடுகிறார்.

வர்மாவும் அதே போல் அதிருப்தியுடனும் விரக்தியுடனும் தான் சென்றிருப்பார். ''ஒவ்வொரு முறையும் ஏன் இந்த நாடகம்? மானேஜர்கள் முதலிலேயே நேர்மையாக இருந்தாலென்ன?'' என்று எண்ணிக் கொண்டே. அடுத்த மாதாந்திர, காலாண்டு, அரையாண்டுக் கூட்டங்களிலும் இலக்குகளை அடையமுடியாத போது சர்மா தன் குறிப்பை சுட்டிக் காட்டுவார். வர்மாவிற்கு சர்மாவைப் பற்றிய எண்ணம் வலுக்கும்.

வருடம் முழுவதும் சர்மா என்ன செய்கிறார்? பட்ஜெட் இலக்கை அடையவா அல்லது தன் நிர்ணயம் சரியென்று நிரூபிக்கவா? இந்தக்

கதை திரும்பத் திரும்ப எத்தனை நிறுவனங்களில் நிகழ்கிறது? நாம் எவ்வளவு சுலபமாக பட்ஜெட் நம்பெர்களைப் பற்றிய நம் கோட்பாட்டுக்குள் சிக்கி, தொடர்பு கொள்வது என்கிற விஷயத்தை மறந்து விடுகிறோம்? இந்த நடவடிக்கையில் ஈடுபட்ட இருவரில் ஒருவர் தொடர்பில் மட்டும் கவனம் செலுத்தி ''பேரப் பேச்சு'' என்ற பொறியில் சிக்காமல் இருந்திருந்தால் முடிவு எவ்வளவு இனிமையாக இருந்திருக்கும்?

தேவைப்பட்டால் அடுத்த சீராய்வில் (Review) உயர்த்திக் கொள்ளலாம் என்று வர்மா 100 அளவுகளுக்கு ஒத்துக் கொண்டிருக்கலாம். சர்மா அதை எதிர்பார்த்திருக்க மாட்டார்; ஆனால் அப்படி நடந்திருந்தால் சர்மாவைக் காட்டிலும் அந்த பட்ஜெட் இலக்குக்கு பொறுப்பேற்பவர் அந்தக் கம்பெனியில் வேறொருவர் இருந்திருக்க மாட்டார். சர்மாவும் அதே போல் தேவைப்பட்டால் பிற்பாடு மாற்றிக் கொள்ளலாம் என்று 105 க்கு ஒத்துக் கொண்டு இருக்கலாம். ஒரு கால் வர்மா '' பட்ஜெட் கணக்கு 100 ஆகவே இருக்கட்டும். ஆனால் 105 க்கு முயல்கிறீர்கள் என்பது நமக்குள் இருக்கட்டும்'' என்று கூறியிருப்பாரோ?.

''அ.கே.கே: இது உண்மைதான். என் நிறுவனத்திலும் இப்படித்தான் நடந்து கொண்டிருக்கிறது. இது போன்ற சிக்கலுக்கள் விழாமலிருக்க வேறு ஏதாவது பட்ஜெட் முறைமைகளைப் பரிந்துரைக்க முடியுமா?''

நண்பரே! உள்ளே நோக்குங்கள். எவ்வளவு முறை நீங்கள் இந்தப் பொறிக்குள் விழுகிறீரென்று? இங்கு கூறுவது உங்கள் நிறுவனத் திலுள்ள மற்றவர்களுக்காக அல்ல. இது உங்கள் தோலுக்குள் வாழும் ''மூர்த்திக்குத்'' தான். நீங்கள் கீழ்நிலை அதிகாரியா அல்லது மேல்நிலையில் உள்ளவரா என்ற கேள்வி இங்கே தேவையில்லை. நிச்சயமாக உங்களுக்கு கீழே சிலரும் மேலே சிலரும் இருப்பார்கள். நீங்கள் அனேகமாக அடுத்தவர் தன் ஒப்பந்தப் பேச்சு நிலை யிலிருந்து கீழே இறங்கி வரக் காத்துக் கொண்டிருப்பீர்கள். எப்பொழுதும் மற்றவர்கள் தான் அதை ''ஈகோ''வை (அகந்தை) பிரச்சினையாக மாற்றி விடுகிறார்கள், அப்படித்தானே?

விழித்துக் கொள்ளுங்கள். நீங்கள் கீழதிகாரியோ அல்லது மேலதி காரியோ, ஒப்பந்தப் பேச்சு முறையிலிருந்து தொடர்பு முறைக்கு மாறுவது எப்பொழுதும் உங்கள் கையில். தேவையெல்லாம் நீங்கள்

தொடர்பு முறை நிலையில் இருக்கிறீர்கள் என்பதை நினைவில் கொள்வது தான். உடனே அந்த நிலைக்கு வந்து விடுவீர்கள். குறைந்த பட்சம் பேரப் பேச்சுக்கு மாற மாட்டீர்கள். எந்த பட்ஜெட் முறையைப் பின் பற்றுகிறீர்கள் என்பது ஒரு பொருட்டே அல்ல. எந்த முறையிலும் இந்த நாடகத்தை நடத்தும் உங்கள் புத்திசாலி மனது! எந்த முறையை நீங்கள் பின்பற்றினாலும் அதை எப்படி கையாளுகிறீர்கள் என்பதே இங்கு முக்கியம் எனபது புரிகிறதா? ''தொடர்புகள் ஏற்படுத்துவது'' என்று அந்தச் சந்தர்ப்பத்திற்கேற்ப பயன்படுத்தப்படும் எந்த முறையும் உங்கள் நிறுவனத்தில் பயன்படுத்தப்படும் முறையும் நமது நோக்கத்தை நிறைவேற்றும். ''நல்ல'', ''சிறந்த'' முறைகளுக்காகக் காத்திருக்காதீர்கள். இப்பொழுது நீங்கள் பின்பற்றும் முறை குறையற்றதே. உங்களை மாற்றி கொண்டு அதைப் பயன்படுத்துங்கள்.

நீங்கள் ஒப்பந்தப் பேச்சு அல்லது பேரப் பேச்சில் ஈடுபடும்போது உங்கள் செயல்கள் பயன் தருபவைகளாக இல்லை என்பதைக் கவனியுங்கள். உள்ளே உறையும் மூர்த்தியின் மேல் மாசுகள் சேர்கின்றன. அவைகளே இறுக்கமாகவும், அழுத்தமாகவும், குடற்புண்களாகவும் வெளிப்படுகின்றன. மேம்பாட்டை நோக்கிச் செல்ல நீங்கள் பிரம்மப் பிரயத்தனம் செய்ய வேண்டியதில்லை; உங்கள் சக்தியை பயன் தரா செயல்களில் ஈடுபடுத்துவதை நிறுத்துங்கள். வாழ்க்கையின் உண்மை விஷயங்களை எதிர் கொள்ள உங்களுக்குத் தேவையான சக்தியின் சேமிப்பு இருக்கும்

பட்ஜெட் நடவடிக்கை என்பது நிறுவனத்தின் மகா இலக்குகளின் பாகங்களை நிறுவனத்தில் வெவ்வேறு படிகளில் இருப்பவர் களிடம் அவர்கள் மகா இலக்கை தங்கள் சொந்த இலக்காக காணச் செய்யும் வகையில் அதைப் பகிர்ந்து கொள்வதே. குழுவினரின் இடையே ஒப்பந்தங்கள் நடத்தும் நடவடிக்கை அல்ல அது. மாறாக இலக்குகளின் சொந்தத்தையும் அதை நிறைவேற்றுவதில் உடன்படிக்கையும் ஏற்படுத்துவது. உடன்படிக்கையும் சொந்தமும் இருக்குமானால் சாதனைகளுக்குப் பொறுப்பு தானே வரும்.

திட்டமிடுதல், பட்ஜெட், படிவங்கள் (forms) உருமாடுகள் (formats) ஆகிய எல்லாமே இந்த முறைமைக்கு இடைநிகழ்வுகள். தொடர்பு முறைகள் (விஷயம்), தொடர்பைச் சிறப்பாக ஏற்படுத்தி உடன்படிக்கை, சொந்தம், பொறுப்பு ஆகியவைகளுக்கு வழி வகுக்கு மானால் அவைகளே அந்தச் சந்தர்ப்பத்திற்கு உகந்த உத்திகள். நாம்

இது ஒரு தொடர்புகொள்ளும் முறைமை என்பதை கருத்தில் கொண்டு அதற்கொப்பான தீர்வுகளை மலர விடவேண்டும்.

எனக்குத் தெரிந்து சில நிறுவனங்கள் பட்ஜெட் நடவடிக்கைகளே தொடர்பு கொள்ளுவதற்குத் தடங்கலாக இருக்கின்றன என்று அவற்றைக்கைவிட்டிருக்கின்றன. உதாரணத்திற்குதகவல் தொழில்(IT Industry) மற்றும் தொடர்புத் (communication) தொழில்களில் வெளிச் சூழல்களில் மாறுதல்கள் மிக துரிதமாக இருந்ததால் செயல்பாடுகளை வருகின்ற மாதத்துக்கு கணிப்பதே கடினமாயிருந்தது. வருடாந்திர பட்ஜெட் அர்த்தமற்றதாகிவிட்டது. தீர்மானங்கள் தொடர்புகளின் வழி எடுக்கப்பட்டனவே அன்றி மேலிடத்திலிருந்து தீர்மானிக்கப் படவில்லை.

''அ.கே.கே: எல்லா நிறுவனங்களும் அதில் பணி புரிபவர்களும் இவற்றையெல்லாம் புரிந்து கொள்ளும் அளவுக்கு வளர்ந்திருக் கிறார்களா?

உங்கள் தோலுக்குள் வாழ்ந்து கொண்டிருக்கும் மனிதன் வளர்ச்சி பெற்றவர் என்றால், உங்களைச் சுற்றியுள்ளவர்கள் வளராமலிருக்க காரணம் இல்லையே. அடிப்படை உண்மை என்னவென்றால் நிறுவனங்களிலுள்ள மக்கள் தங்களுடைய சொந்த வாழ்க்கையிலும் தொழிலிலும் மேம்பாட்டை அடைவதற்காக பாடுபடுவதில் விருப்பம் உள்ளவர்கள். நாம் நம் சக தொழிலாளர்களை நம்ப வேண்டும்; திட்டமிடுதல், பட்ஜெட் ஆகியவற்றைத் தொடர்பு கொள்ளும் முறையாகப் பயன்படுத்தி அவர்களுடைய ஆற்றலை பொது இலக்கு நோக்கிச் செலுத்த வேண்டும். அப்பொழுது நாம் அதிசயத்தக்க பலன்களைக் காணுவோம். மாறாக, உங்கள் கேள்வியில் தொக்கி நிற்பது போல, மக்களிடம் அவநம்பிக்கை யுடனும் சந்தேகத்துடனும் நாம் செயல் பட்டால், மக்களைக் கண்காணிப்பதற்கும், திருத்துவதற்கும், பிடிப்பதற்கும் இன்னும் அதிகமாக, சிறந்த, கூர்மையான கருவிகளையும் உத்திகளையும் தேடிக் கொண்டே இருப்போம். ஆதலால் உங்கள் கேள்விக்குப் பதில் ''ஆம், ஒருகால் உங்களைச் சுற்றியுள்ள மக்கள் முதிர்ந்தவர் களாகவே இருந்திருக்கிறார்கள். ஆனால் உங்கள் கண்களுக்குப் புலப்படவில்லை. அவர்களின் முதிர்ச்சியைக் காட்ட ஒரு வாய்ப்பு கொடுத்துப் பாருங்கள். நடப்பதைக் காணுங்கள். அவர்கள் உள்ளே உறையும் மூர்த்தி வரை செல்லுங்கள்!

இதற்காக நீங்கள் என்ன செய்ய வேண்டும்? ஒன்றுமில்லை! சும்மா உணர்வோடிருங்கள், தொடர்பில் கவனம் வையுங்கள், கோட்பாடு களிலிருந்து விடுபடுங்கள், அதிசயங்கள் விரிவதைக் காணுங்கள். நீங்கள் கருவிகளையும் உத்திகளையும் மட்டும் நம்பினால் உங்களுக்கு மிஞ்சுவது சிறந்த கருவிகளும் உத்திகளுமே; அவைகள் ஏன் வேலை செய்யவில்லை என்று விளக்கத்தைத் தேடிக் கொண்டி ருப்பீர்கள். இந்தப் புத்தகத்தைப் படித்துக் கொண்டிருக்கும் போதே இங்கு சொல்லப் பட்டவைகளை மனசார சோதித்துப் பாருங்கள். முதலில் அது சந்தேகமாகவும் ஆபத்தாகவும் தோன்றும். ஆனால் அந்த சந்தேகத்துடனும் ஆபத்துகளுடனும் மேலே செல்லுங்கள். சரியான சந்தர்ப்பத்திற்காக காத்திருக்காதீர்கள் ஒருகால் மற்றவர்கள் நீங்கள் முதலடி எடுத்து வைப்பீர்கள் எனக் காத்துக் கொண்டிருக்கலாம். கண்டுபிடியுங்கள்.

4 அமைப்பும் பங்கும் (Structure and Role)

ஒரு நிறுவனத்தின் இயக்கத்தில் நமது பங்கு மற்றும் நோக்கமென்கிற மற்றொரு பரிமாணத்தை நாம் இப்பொழுது ஆய்வுக்கு எடுத்துக் கொள்வோம். இதற்காக இரண்டாம் அத்தியாயத்தில் நாம் உருவாக்கிய சொற்களின் அடிப்படையில், நம்மைச் சுற்றி நடக்கும் ''விஷயங்களின்'' அமைப்பை ஆராய்வோம்.

ஒரு நிறுனத்தின் குறிக்கோள் செல்வ வளத்தைப் பெருக்குவது அல்லது சுற்றுச் சூழலின் மதிப்பை உயர்த்துவது எனக் கொள்வோம். அதை அடைய அது சமூகத்திலிருந்து சில வளங்களை எடுத்துக் கொண்டு பதிலுக்கு சில பொருள்களையோ அல்லது சேவையையோ வழங்குகிறது. எடுத்துக்கொண்ட வளங்களைவிடத் திரும்ப அளிப்பவை அதிகமாக இருக்கும் வரை சமூகமும் நிறுவனமும் ஒன்றுக்கொன்று ஆதரவாக இயங்குகின்றன. நிறுவனம் எடுத்துக் கொண்டவளங்களின் மதிப்பை விட அதனுடைய பொருள் அல்லது சேவையின் மதிப்பு கூடுதலாக இருக்குமாயின் அதுதான் நிறுவனம் உருவாக்கிய செல்வ வளம் அல்லது மதிப்பு. ஒரு நீண்ட காலக் கணிப்பில் நிறுவனம் செல்வ வளத்தைப் பெருக்கிக் கொண்டிருக்குமாயின் சமூகமும் அதற்குத் தேவையான வளங்களைத்தந்து கொண்டேயிருக்கும்.

நிறுவனம் தான் உபயோகித்த வளங்களின் மதிப்பை கணிக்கிறது; ஆனால் கஸ்டமர்கள் (CUSTOMERS= நுகர்வோர்) அது தரும் பொருள்கள் அல்லது சேவையின் மதிப்பை எடை போடுகிறார்கள். மார்க்கெட் (MARKET=சந்தை) நிலவரங்களால் இது நிர்ணயிக்கப் படுகிறது. ஒரு நிறுவனம் தான் சிறப்பாகவும் சிக்கனமாகவும் செயல்பட்டு கஸ்டமர்களின் தேவைக்கேற்ப நன்றாக செயலாற்றிக் கொண்டிருப்பதாக எண்ணிக் கொண்டிருக்கலாம்; ஆனால்

கஸ்டமர்கள் அது தயாரிக்கும் பொருள்களை விரும்பி வாங்கி னாலன்றி அதன் வியாபாரம் நிலைத்து நிற்காது.

சுற்றுப்புற சூழ்நிலைகளின் ஓட்டங்களைப் புரிந்து கொண்டு அதற்கேற்ப உடனுக்குடன் செயல் படுவதே இந்த ''வளம் கூட்டுதல்'' என்கின்ற செயல்பாட்டின் அடிப்படை. ''மாற்றம் ஒன்றே நிலையானது'' எனும் தற்போதுள்ள சூழ்நிலையில் மார்க்கெட்டில் ஏற்படும் எண்ணற்ற மாற்றங்களுக்கு நிறுவனங்கள் ஈடு கொடுக்க வேண்டியிருக்கின்றன. ஒரு முக்கிய மூலப்பொருளுக்கு தட்டுபாடு ஏற்படலாம், வெளிநாட்டுப் பணத்தின் மாற்று விகிதம் (ரேட்டு-Rate) திடீரென்று பாதகமாகலாம், போட்டி நிறுவனங்கள் புதிய மார்க்கெட் உத்திகளை வெளியிடலாம், உள்நாட்டு, வெளிநாட்டு அரசியல் விவகாரங்களின் தாக்கம் வியாபாரத்தை பாதிக்கலாம், பணத் தட்டுப்பாடு, அடிப்படை வசதிகளின் (infrastructure) குறைபாடுகள், இயற்கை தரும் இன்னல்கள் இது போல எத்தனயோ நிகழலாம். இவைகள் மார்க்கெட் நிலவரங்களின் சில உதாரணங்களே. இந்தச் சூழ்நிலையில் மாற்றங்களின் சவாலைச் சமாளித்து ஜீவித் திருப்பதற்கு வேகமும், சுறுசுறுப்பும் தேவைப்படுகிறது. ஒரு நிறுவனத்தின் பணியாளர்கள், குழுக்கள் மற்றும் மேலாளர்களின் திறமை சோதனைக்குள்ளாவது இதனால் தான்.

நாம் சென்ற அத்தியாயத்தில் பார்த்தது போல், ஒரு நிறுவனத்தின் முதல் தீர்மானம் அது தான் செயல்படும் ஒரு சமூகத்தில் நீள் காலத்தில் என்ன வளமும் மதிப்பும் கூட்டலாம் எனபதைப் பற்றியே. அந்தக் குறிக்கோள் ஒரு பக்கம் நல்ல வியாபார உத்திகள் மூலமாகவும் மற்றொரு பக்கம் அந்த உத்திகளை பணியாளர்கள் மூலம் நிறைவேற்றுவதாலுமே அடையப்படுகிறது. ஒவ்வொரு பணியாளரும் நிறுவனத்தின் இந்த நீள்-கால குறிக்கோளைப் புரிந்து கொள்ளவும் அதில் தன பங்கைத் தெரிந்து கொள்ளவும் உள்-தொடர்புச் செயல் திட்டங்கள் பெரிய அளவில் தீட்டப் படுகின்றன. குழுவின் உறுப்பினர்கள் யார், அவர்களுடைய அறிவு-திறமைகள் என்ன, அவர்தம் செயல்பாடுகள் யாவை, அவற்றை மற்ற உறுப்பினர்களின் செயல்பாடுகளோடு எவ்வாறு இணக்கப்படுத்துவது (அதாவது: மக்கள்- செயல்பாடுகள் - தொடர்புகள் இவைகளின் இணைப்பை) ஆகியவைகளை நிறுவனம் தெளியவேண்டும்.

நிறுவனங்களில் சாதாரணமாக புழங்கும் ''நிறுவன அமைப்பு'' (Organisation structure) ''நிறுவன வரைபடம்'' என்பதையே நான் ''மக்கள்-செயல்பாடுகள் -தொடர்புகள் இணைப்பு'' என்று கூறுகிறேன் எனபதை மிடுக்கான வாசகர்கள் உணர்ந்திருப்பார்கள். ஒரு நிறுவனத்தின் அமைப்பு சாதாரணமாக கீழ்க் கண்டவாறு வரை படத்தின் மூலம் விளக்கப்படும்.

படம்

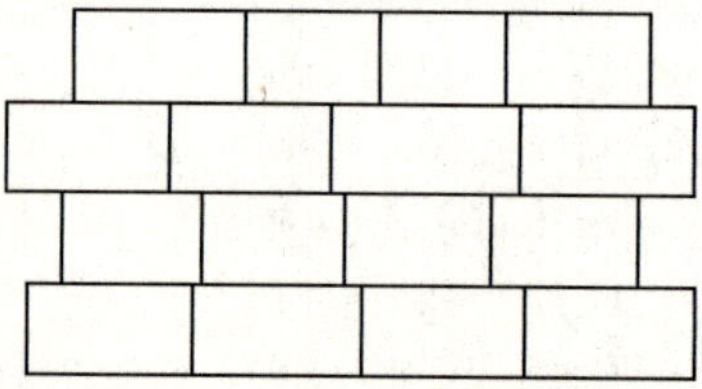

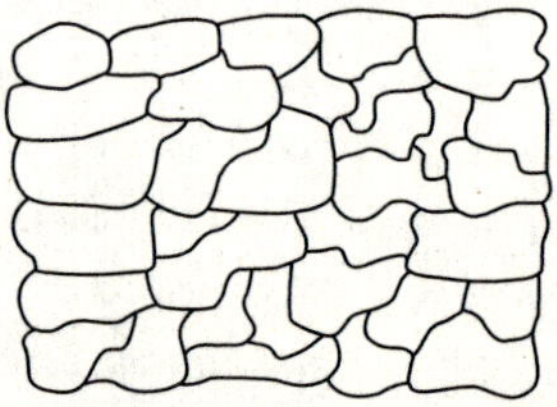

அவர்களின் செயல்கூறுகள், அவைகளின் இடையே உள்ள தொடர்புகள் ஆகியவைகளை ''பதவிப் பொறுப்புகள்'' என்று குறிப்பிடுவது வழக்கம். ஒரு குழு உறுப்பினரையே ''பொறுப்பின் மையம்'' (responsibility center) என்றும் குறிப்பிடலாம். அவருக்கு சிலவற்றைப் (மக்கள்-அவர்கள் செயல்பாடுகள்) பயன்படுத்தும் பொறுப்பும் அதற்குத் தகுந்தவாறு பயனை ஈட்டும் பொறுப்பும் நிர்ணயிக்கப்படும். ஒரு நிறுவனத்தில் நபர்களின் செயல்கூறுகளை நிர்ணயிக்கும்போது அவர்தம் செயல்களிடையே உள்ள தொடர்பை இனம் காணுவது தவிர்க்க முடியா அம்சம்.

செயல்கூறுகளிடையே உள்ள தொடர்பை நிர்ணயிப்பதை இரண்டு விஷயங்கள் சிக்கலாக்குகின்றன. ஒன்று சூழலில் அடிக்கடி நிகழும் மாற்றங்கள், மற்றொன்று குழுவினரின் இயல்புகள். விற்பனை நன்றாயிருக்கும் போது உற்பத்திக்கு முக்கியத்துவம் கொடுக்கப்படுகிறது. மாறாக விற்பனை மந்த கதியில் இருக்குமானால் ''மார்கெட்டிங்'' (விற்பனைச் செயல்) முக்கியத்துவம் பெறுகிறது.

தங்களுடைய எந்த செயல்பாடுகளின் (விற்பனையா, உற்பத்தியா, வேறொன்றா) விளைவுகள் முக்கியமானவை என்று நிறுவனங்கள் தொடர்ந்து இனம் கண்டு கொண்டேயிருக்க வேண்டும், அதற்குத் தகுந்தவாறு அந்தந்த அதிகாரிகளின் பொறுப்புகளுக்கு முக்கியத்துவம்

கொடுக்க வேண்டும். இவைகள் அடிக்கடி மாறுவதால் ''மக்கள்-செயல்கூறுகள் -தொடர்புகள் இணைப்பும்'' மாறிக் கொண்டேயிருக்கும்.

குழுவில் ஏற்படும் மாற்றங்களும் சிக்கலை அதிகப் படுத்துகின்றது. மனித வளம் (manpower) எப்பொழுதும் மாறிக் கொண்டேயிருக்கின்றது. புதியவர்கள் பணியில் சேர்கிறார்கள். முன்பிருந்தவர்கள் விலகுகிறார்கள். இருப்பவர்களின் திறமைகளும் அவர்களின் ஊக்கத்தின் அளவும் கூட மாற்றத்திற்குள்ளானது. இவைகள் மாறாமல் இருந்தாலும் சூழலில் மாற்றங்களுக்கேற்ப புதிய திறமைகளும் இயக்கங்களும் தேவைப்படலாம்.

ஒரு நிறுவனத்தின் மிகப் பெரிய சவால் இந்த இயக்கங்களின் ஓட்டங்களை ''மக்கள்- செயல்கூறுகள்-தொடர்புகள் இணைப்பில்'' சரிவரக் கொணர்வதே. தனது நீள்-காலக் குறிக்கோளின் பகுதிகளை குழுவினரிடம் இணைத்து அவைகளை ஒட்டு மொத்தமாக மொத்தக் குழு உறுப்பினர்களிடையேயும் பகிர்ந்து கொண்டு ஒவ்வொருவரும் குறிக்கோளில் தனது பங்கை உணர்ந்து கொள்ளச் செய்ய வேண்டும்.

ஒரு நிறுவனத்தின் அலுவலகர்கள் அவர்கள் பெயராலும் வகிக்கும் பதவியாலும் அறியப்படுகிறார்கள். பதவிகள் அவர்களின் செயல்கூறுகளையும் மற்றவர்களுடைய செயல்கூறுகளோடு உள்ள தொடர்பையும் தெரிவிக்கின்றன. மும்பை, நாக்பூர், கோவா, அகமதாபாத், ஆகிய கிளைகளின் தலைவர்களின் பரஸ்பர நிலையையும் அவர்கள் எல்லோரும் ''ரீஜனல் மானேஜர்'' (மேற்கு) (Regional Manager West-பிராந்திய மேலாளர் (மேற்கு)) அவர்களின் மேலாண்மைக்கு உட்பட்டவர்கள் என்பதையும் கொடுக்கப்பட்ட படம் (படம் -1) காட்டுகிறது. அவர் மேற்பார்வையிலுள்ள மும்பை பகுதியின் பரப்பு மற்றும் முக்கியத்துவத்தையும், அவர் மற்ற மானேஜர்களுக்கு மூத்தவர் என்பதயும் குறிக்கும் வகையில், மும்பை மானேஜர் ''சீனியர் மானேஜர்'' என்று அழைக்கப் படுகிறார்.

எல்லாவற்றையும் உள்ளிட்ட தனது குறிக்கோளை அடைவதற்கு, நிறுவனம் இந்த அமைப்பை நடைமுறைப் படுத்த வேண்டியிருக்கிறது. அந்த நோக்கத்திற்குத் தேவையான உள்தொடர்புகளை ஏற்படுத்த இந்த அமைப்பே சாதகமாக இருக்கிறது. இந்த

அமைப்பை இன்னும் நன்றாகத் தெளிவுபடுத்த பணி விவரணங்கள் ("job description") செயல்பாடுகளை கணித்தல், ("performance appriasal"), பரிசுத் திட்டங்கள் ("reward systems") அதிகாரம் மற்றும் பொறுப்பின் வரம்புகள் ("authority and responsibility limits") இன்னும் இது போன்ற வழிமுறைகளை நிறுவனம் பின்பற்றுகின்றது. இவைகளின் நோக்கம், வெளியுலக மாற்றங்களின் சவால்களை உடனுக்குடன் எதிர்கொள்ளும் வகையில் ஒருவருக்கொருவர் இடையில் இசைவை ஏற்படுத்துவதும், தீர்மானங்கள் எடுக்கும் ''அதிகாரத்தை பகிர்ந்தளிக்க'' (delegation) வழிவகை செய்வதும் ஆகும். இந்த அமைப்பை சம்பிரதாயப்படியோ (formal) இயல்பாகவோ (informal) உருவாக்கிய பிறகு, குழு உறுப்பினர்கள் தங்கு தடையின்றி தங்கள் பங்கை நிறைவேற்றி விளைபயன்களைத் (result) தருவார்கள் என எதிர்பார்க்கப் படுகிறது.

இது வரை எல்லாம் சரியே. இவைகள்தான் ஒரு நிறுவன இயக்கத்தின் உள்ளோட்டம் என்கிற ''விஷயங்கள்''. நாம் இவைகளை நன்கு புரிந்து கொண்டு அவைகளோடு இயங்க வேண்டும். ஆனால் வெகு சீக்கிரமே நம்முடைய ''கோட்பாடுகள்'' இந்த ''விஷயங்களை'' ஒதுக்கித் தள்ளத் தொடங்கும். அப்பொழுதுதான் பிரச்சினைகள் தொடங்குகின்றன. பதவிகளை வகிக்கும் மனிதர்களின் தனித்தன்மையை கணக்கில் எடுத்துக் கொள்ளாமல் வெறும் பதவிகளின் பொறுப்புகளையும் அவைகளின் இடையே உள்ள தொடர்புகளையும் விளக்கும் ஒரு வளைந்து கொடுக்கா ஆவணமாக (document) சில நிறுவனப் பட்டியல்கள் (orgnisation charts) காணப்படுகின்றன. மாறாக சில நேரங்களில் சில மனிதர்களின் இயல்பை ஒட்டி பதவிகள் நிர்ணயிக்கப்படுகின்றன. ஒரு நிறுவனத்தின் மொத்தக் கண்ணோட்டத்தில் பார்க்கையில் முதலாவதை ஒரு செங்கல் சுவருக்கும் இரண்டாவதை ஒரு கற்சுவருக்கும் ஒப்பிடலாம். முதல் உவமையில் சுவரை அமைக்க இருக்கும் இடத்தில் செங்கல்லை நுழைப்பது போல் பதவிப் பொறுப்புக்குள் மக்கள் எப்படியோ தம்மை நுழைத்துக் கொள்கிறார்கள். இரண்டாவது உவமையில் கல்லின் இயல்பை ஒட்டி சுவரை அமைப்பது போல் மனிதர்களின் இயல்பை ஒட்டி பதவிகள் ஏற்படுத்தப்படுகின்றன. ஒவ்வொரு நிறுவன அமைப்பிலும் சில செங்கல் சுவர்களும் சில கற்சுவர்களும் காணப்படுகின்றன.

1. அ.கே.கே.: இவை எல்லாம் சரிதான். பின்பு ஏன் கோளாறுகள் ஏற்படுகின்றன?

நம்முடைய முயற்சிகள் சிறப்பாக இருந்தாலும் சில இடக்கு முடக்குகள் ஏற்படலாம். இந்த முரண்பாட்டுக்கு இரண்டு முக்கிய காரணங்கள். முதலாவது சூழ்நிலையின் சுழற்சிகளையும் ஓட்டங் களையும் முழுவதுமாக நிறுவனத்தின் அமைப்புக்குள் உள்ளடக்கும் கடினம். இரண்டாவது ஒரே சூழ்நிலையை வெவ்வேறு மனப் பாங்குள்ளவர்கள் வெவ்வேறு விதமாக அணுகுவது. ஒரு குறிப்பிட்ட சூழ்நிலையைக் கருத்தில் கொண்டு உருவாக்கப்பட்ட வழிமுறைகளே சூழ்நிலை மாறும்போது தடைகளாகவும் மாறக்கூடும். வழிமுறைகள் மாற்றப்படும் வரை அவைகள் புனிதமாகக் கருதப்படுவதே இதற்குக் காரணம். மாறாக நெகிழ்வான வழிமுறை களும், அடிக்கடி மாற்றப்படும் வழிமுறைகளும் தெளிவைக் கொண்டு வருவதற்காக அமைக்கப்பட்டாலும் அலுவலகர்களிடையே குழப்பத்தை விளைவிக்கலாம்.

தனி மனிதர்களுடைய மனப்பாங்கினால் ஏற்படும் சிக்கல்களின் பின் விளைவுகளோ வேறு. உதாரணத்திற்கு ஒரு பதவியின் பொறுப்பை, அதன் பணி விவரணங்கள், அதிகாரங்கள், பொறுப்புகள் ஆகியவற்றைத் தெள்ளத் தெளிவாக சமைப்பதற்கு நிறுவனம் மிகவும் பாடுபட்டிருக்கலாம். ஆனால் ''முதலில் தற்காப்பு'' என்ற மனப்பாங்குள்ளவர் பொறுப்பை ஏற்றுக்கொள்ளும்போது அதிகாரங்களை வரையறுத்திருப்பதை ஒரு குறையாகக் காணலாம். அவர் அதிகாரங்களுக்குப் பின்பே பொறுப்பைப் பற்றி ஆலோசிப்பவர். மாறாக நிறை (positive) மனப்பாங்குள்ளவர் எந்த அமைப்பிலும் செயலாற்றி காரியத்தை முடிப்பார். பொறுப்புகளையும் அதன் இன்னல்களையும் அவர் விரும்பி ஏற்பதால் அதற்குத் தகுந்த அதிகாரங்களைஅவர்தானாகவே பெறுகிறார். நிறுவனப் பட்டியல்கள் (organization charts), இது போன்ற மனப்பாங்கு வேறுபாடுகளை பிரதிபலிக்காது. ஆனால் இந்த வேறுபாடுகள் ''மக்கள்-செயல்கூறுகள்-தொடர்புகள்'' இணைக்கத்தை நன்றாகவே பாதிக்கும்.

''அ.கே.கே.: இந்த இக்கட்டிலிருந்து விடுபடுவதற்கு தனி மனிதனும் நிறுவனமும் என்ன செய்ய முடியும்? எப்படி சில தனி மனிதர்களும் நிறுவனங்களும் தொடர்ந்து மேம்பட்ட செயல்பாடுகளைத் தர முடிகிறது? மாறாக மற்றவர்கள் எப்பொழுதோ தருகிறார்கள்

அல்லது தருவதேயில்லை, இது ஏன்? பிரச்சினை நம் மக்களிடமா அல்லது நம் வழிமுறைகளிலா? இதற்குத் தீர்வுகள் உண்டா?

தற்போதையதைவிடச் சிறந்த வழிமுறைகளோ, அல்லது முற்றிலும் மாறான வழிமுறைகளோ, இதைவிடச் சிக்கலான வழிமுறைகளோ இதன் தீர்வல்ல என்பதே இந்தக் கேள்விக்கு விடை. மேலும் வேறான சிறந்த மக்களை அமர்த்துவதும் இதற்குத் தீர்வல்ல. நிறுவனம், மக்கள், அமைப்புகள் எல்லாமே சரியாகத்தான் இருக்கின்றன, அவைகளில் எந்த வித மாற்றமும் தேவையில்லை. ஒரு நிறுவனமும், தனி மனிதனும் அமைப்புகளையும் வழிமுறை களையும் சந்தர்ப்பத்தை ஒட்டி நோக்குவது கோடி மாற்றங்களை விளைவிக்க வல்லது.

இதை ஒரு விரிவான உதாரணத்தோடு விளக்குகிறேன்.

ஒரு ''சேல்ஸ் மானேஜர்'' (விற்பனை மேலாளர்). அவர் மேலாண்மையில் நான்கு ''சேல்ஸ் ஆபீசெர்ஸ்'' விற்பனை அலுவலர்கள், A.B.C.D. அலுவலர்கள் ஒரே பகுதியில் வெவ்வேறான பொருள் வகைகளைக் கையாளுகிறார்கள். ஆக அமைப்பின்படி எல்லோரும் சம நிலையில் உள்ளவர்கள், அவர்களின் அதிகாரங்களும் பொறுப்புகளும் சமமே. அவர்கள் பின் பற்றவேண்டிய விதிகளும், விதிமுறைகளும் (rules and regulations) பகிர்ந்தளிக்கும் அதிகாரங்களும் (delegation powers) அவ்வாறே. ஆனால் அவர்களுடைய பட்ஜெட்டும் இலக்குகளும் அந்தந்த பொருள் வகைகளின் மார்க்கெட் நிலவரத்தைப் பொறுத்து நிர்ணயிக்கப்படும். A.B.C.D. நால்வருமே ஆற்றலுள்ள, திறமை வாய்ந்த, விசுவாசமுள்ள, அலுவலர்கள். ஆனால் D மட்டும் அதிக நிறை மனப்பாங்கு (positive attitude) உள்ளவர். வயிற்றில் கனலுள்ளவர் (FIRE IN THE BELLY) என்று சொல்வார்களே, அது போல் பேராற்றல் கொண்டவர். அவர் மற்றவர்களை விட ஒப்பிய பொறுப்பு (commitment), உற்சாகம், பேரார்வம் ஆகிய குணங்களை வெளிக் காட்டுவது போல் தெரிந்தது.

உதாரணத்திற்கு வாகனங்கள் வேலை நிறுத்தம் நிகழலாம் என்ற நிலையில் தனக்குத் தேவையான பொருள்களை தருவிக்க ஒரு ''பிரைவேட் கான்ட்ராக்டரை'' கண்டு பிடிக்கிறார். உரிய அனுமதிக்கு Xஐ அணுகுகிறார். அனுமதியும் உடனே வழங்கப் பெறுகிறது.

Aயோ, (அவரும் ஒரு விழிப்புணர்வுள்ள அலுவலர் தான்) Xஐ சந்தித்து வேலை நிறுத்தம் நிகழ வாய்ப்பிருப்பதால் ''லாஜிஸ்டிக்ஸ் டிபார்ட்மென்ட்'' (இடப்பெயர்வு இலாகா)டிற்கு உரிய உத்தரவுகள் கொடுத்து ''பிரைவேட் கான்ட்ராக்டரை'' நியமிக்க ஏற்பாடுகள் செய்ய வேண்டுமென அவரிடம் விண்ணப்பிக்கிறார். ''பிசி'' (busy- மிகவும் வேலையுள்ள)யாகவுள்ள மேலாளர் மேலெழுந்த வாரியாகத் தலையாட்டிவிட்டு ''முதலில் கையிலுள்ள சரக்கை விற்று முடியுங்கள்'' எனக் கூறுகிறார்.

A ''மீட்டிங்கை'' விட்டு தொங்கிய முகத்துடன் வெளியே வருகிறார். ''நான் முன்கூட்டியே செயலாற்றி கம்பெனிக்கு நல்லது செய்ய முனைகிறேன். எனக்கு உரிய ஆதரவு தராதது மட்டுமல்ல, எனது சிறிய குறை பாட்டைச் சுட்டிக் காட்டுகிறார்'', என்று வருத்தப் படுகிறார். Dஐ சந்தித்து, '' இன்று ''பாஸ்''(Boss- முதலாளி) நல்ல ''மூடில்'' (மூட் -மனநிலை) இல்லை போலும்'' என்கிறார். Dக்கு ஆச்சரியம். ''இல்லையே. நான் சற்று முன்புதானே அவரைச் சந்தித்தேன்'' என்கிறார் D. Aக்கு இது அசாதாரணமாகத் தெரிகிறது. உடனே Bஐ சந்தித்து ''பாஸ்''ஐப் பற்றி அங்கலாய்க்கிறார். B இதை நன்கு செவி மடுத்துக் கேட்கிறார். அவருக்கும் ''பாஸ்'' இடம் காலையில் இதே போன்ற அனுபவம். அவர்கள் Cஐ சந்தித்து அவர் அனுபவத்தைக் கேட்க நினைக்கிறார்கள். A,B,C மூவரும் பானங்கள் அருந்திக் கொண்டு கம்பெனியின் குறைகள் பற்றியும், இலாகா எப்படி நடத்தப்பட வேண்டும் என்றும், முக்கியமாக D எப்படி ''பாஸ்''இன் ''ஜால்ராவாக''மாறி விட்டார் என்றும் பேசிக் கொள்கிறார்கள்.

ஒரு பக்கம் A,B,C ஆகிய மூவரும் மற்றொரு பக்கம் Dயும், சமமாகத் தோன்றும் தங்கள் பதவிப் பொறுப்புகளுக்கு, எப்படி முற்றிலும் மாறான விளக்கங்களைக் காணுகிறார்கள் என்பதைக் கவனியுங்கள்.

எந்தச் சூழ்நிலையிலும் Aயும் Bயும் Cயும் தங்கள் அதிகாரத்தின் எல்லையை கவனித்துக்கொண்டு, உன்னிப்புடன் அதற்குள்ளேயே இருக்க விரும்புவார்கள். சந்தேகம் ஏதாவது தோன்றும்போது செயலில் ஈடுபடுமுன் மேலாளர் Xஇன் ஆலோசனையைக் கேட்பார்கள். அதனால் அவர்களின் செயலில் எப்பொழுதும் கால தாமதம் இருக்கும் ''முனைப்புடன் செயல்படுவதில்லை'' என்ற கண்டனங்கள் பெறுவர். அவர்களுடைய செயல்பாடுகள் மோசமில்லை என்றாலும் சராசரிக்கு மேல் அல்லது மேம்பட்டது என்ற

நிலையையே எய்தாது. அவர்கள் நல்ல நண்பர்கள், அடிக்கடி மாலையில் பானங்கள் அருந்திக் கொண்டே கம்பெனி பற்றி விவாதிப்பார்கள். கம்பெனி எப்படி அதிகார வர்க்கத்தினால் ஆளப்படுகிறது, தங்களுக்கு செயலாற்ற தேவையான சுதந்திரங்கள் தருவதில்லை, X எப்படி இலாகாவை நடத்த வேண்டும் என்ற வகையில் இருக்கும் அவர்கள் பேச்சு. அவர்கள் ''ஒரு-மனதானவர்கள்''!!!!

மாறாக, D சூழ்நிலைகளை வேறு விதமாக அணுகுகிறார். அவர் முதலில் உரிய தீர்வு என்ன என்பதை நோக்குகிறார், பிறகு அதை தன் அதிகாரத்துக்குட்பட்டும் கம்பெனியின் விதிமுறைக்குட்பட்டும் எப்படி செயல் படுத்துவது என்று சிந்திக்கிறார். கம்பெனியின் விதிகளில் நிழலான பகுதிகளை தனக்கும் கம்பெனிக்கும் சாதகமாக மாற்றிக் கொள்கிறார். சில இடங்களில் துணிந்து செயல் படுகிறார். சந்தேகம் வரும்போது முதலில் செயல்களில் ஈடுபட்டு பிறகு அதை சரிப்படுத்திக்கொள்கிறார். அவருடைய மொத்த செயல்பாடு உச்சத்தில் இருக்கிறது. சில சமயம் அவருடைய செயல்களில் தவறுகள் நடக்கின்றன. ஆனால் மேலாளர் அவைகளைப் புரிந்து கொண்டு மன்னித்து விடுகிறார். மேலாளருக்கு அவருடைய மேலிடத்திலிருந்து புதிய கடினமான பணி- ஒதுக்கீடுகள் (assignments) வரும்பொழுது அவர் Dஐ உதவிக்கழைக்கிறார். கம்பெனியின் தலைமையகம் யாராவதொருவரை வெளிநாட்டுப் பயிற்சிக்கு பரிந்துரைக்கச் சொன்னால் Dயின் பெயர் அனுப்பப்படுகிறது. அவருடைய பயண மற்றும் விருந்தோம்பல் செலவுகளின் கோரிக்கைகள் உடனுக்குடன் "sanction " '' சாங்க்ஷன்'' (ஒப்பளிப்பு) பெறுகின்றன.

வெகு சீக்கிரமே A,B,Cயுடைய மாலைச் சந்திப்பு சம்பாஷணைகளில் Dயின் பெயர் நன்றாகவே அடிபடுகிறது. காரியங்களைச் சாதிக்க பிரயோகிக்கும் தந்திரங்களை ஏன் மேலாளர் X கண்டுகொள்ளாமல் இருக்கிறார் என்றும், போகப்போக இது கம்பெனியை எப்படி பாதிக்கும் என்றும் தீவிரமாக விவாதிக்கிறார்கள். நிறுவனத்தின் அடுத்த பணி மாற்றங்களின் போது Dக்கு பதவி உயர்வு (ப்ரோமோஷன் - promotion) கிடைக்கிறது. வேறொரு பகுதியில் விற்கப்படும் எல்லாப் பொருள் வகைகளுக்கும் சுதந்திரமாக கையாளும் அதிகாரம் வழங்கப் பெறுகிறது. A,B,Cக்கோ சாதாரணமாக கொடுக்கப்படும் ஊதிய உயர்வு (இன்க்ரிமென்ட் - increment) மட்டும் தரப்படுகிறது,

அவர்கள் அதே பகுதியில் விற்பனை அலுவலர்களாகத் தொடர்கிறார்கள்.

இங்கு என்ன நடந்தது என்பதைக் கவனியுங்கள். நிறுவன அமைப்பையும், அதன் வழிமுறைகளையும் (systems) செயல் முறைகளையும் (procedures) தான் என்ன செய்ய வேண்டும், மற்றவர்களோடு எப்படி தொடர்பு கொள்ளவேண்டும் என்பதற்கு வழிகாட்டி என்று நினைத்து D செயல்பட்டார். அவர் எப்பொழுதுமே சூழ்நிலைக்குத் தக்கவாறு தான் எப்படி செயல்படவேண்டும் என்பதிலியே குறியாக இருந்தார். அவர் ''சந்தர்ப்பத்தில் செயல்'' என்பதிலியே கவனம் கொண்டிருந்ததால் நடைமுறைநூலில் (manual) தரப்படாத சில சலுகைகள் அவருக்கு கிட்டின. (உதாரணத்திற்கு வெளி நாட்டில் பயிற்சி, அதிகாரத்தை மீறியதற்கு மன்னிப்பு ஆகியவை). தன்னுடைய இலாகாவில் முத்திரை இல்லாத (unofficial) உபதலைவராகக் கருதப்பட்டார். கம்பெனியின் நிறுவன அமைப்பு இந்த மாற்றத்தை ஆண்டின் முடிவில் தான் அங்கீகரித்து அவருக்கு சேல்ஸ் மானேஜராக பதவி உயர்வு அளித்தது.

ஒவ்வொரு நபரும் நிறுவனத்தில் தன பங்கை எண்ணிப் பார்க்கும்போது ''நான் என்ன செய்ய வேண்டும்'' (do), ''என் அதிகாரம் என்ன'' (have), ''நான் யார்'' (be) என்ற சொற்றொடர்களின் பொருளை இதே வரிசையில் சந்தர்பத்தின் கண்ணோட்டத்தோடு காண வேண்டும். நாம் பெரும்பாலும் இவைகளை தவறாக, நான் யார், என் அதிகாரம் என்ன, என்ன செய்ய முடியும் என்கின்ற வரிசையிலேயே காண்கிறோம். அலுவலர்கள் A,B,C உதாரணங்களை எடுத்துக் கொண்டோமானால் அவர்கள் என்ன நினைத்தார்கள் - நாங்கள் அலுவலர்கள்- (சேல்ஸ் மானேஜர் அல்ல), எங்களுக்கு (சேல்ஸ் மானேஜரின்) அதிகாரம் இல்லை, எங்களால் என்ன செய்ய முடியும் ? என்று அந்தச் சூழ்நிலையின் தேவையை கோட்டை விட்டார்கள். ''நான் முதலில் பதவியும் அதிகாரமும் பெற்றால் செய்கையில் இறங்குவேன்'' என்ற கோட்பாடோடு இயங்கும்போது செய்கைகளின் அடிப்படையில் தரப்படும் பதவியும் அதிகாரமும் அவர்களுக்கு கிடைப்பதில்லை. நிறுவனத்தைப் பற்றிய மனத்தாங்கலும் Dபோன்றவர்களின் முன்னேற்றத்தில் பொறாமையும் தான் அவர்களுக்கு மிஞ்சும் D செயலாற்றியது போல் ''நான் என்ன செய்ய வேண்டும், அதற்கு எப்படி அதிகாரம் பெறுவது, என் பொறுப்பு சேல்ஸ் (நான்

சேல்ஸ் ஆபீசர்)' என்று சந்தர்ப்பத்திற்குத் தகுந்தாற்போல் நாம் செயலாற்றும்போது அபரிமிதமான சக்தி பெறுகிறோம்.

''அ.கே.கே.: அதிகாரம், பதவி இரண்டும் செய்கைகளைத் தொடர்ந்து வரும் என்று உறுதி கூற முடியுமா? வேலைகளை யெல்லாம் செய்து விட்டு ஒன்றும் கிடைக்காமல் நான் முட்டாளாக ஆக்கப்படுவதும் நடக்கலாமில்லையா?

நிச்சயமாக உறுதி ஒன்றும் தர முடியாது. நீங்கள் கூறிய ஆபத்தும் இருக்கிறது. நீங்கள் செய்கையில் ஈடுபட வேண்டாம். உங்கள் சந்தர்ப்ப சூழ்நிலைகளைக் குறை கூறிக்கொண்டே உங்கள் வாழ்நாள் முழுவதையும் கழிக்கலாம். உங்களைச் சுற்றி இது போன்ற தியாகிகளை சேர்த்துக் கொள்ளலாம் அது உங்கள் விருப்பமானால் அதுவே உங்களுக்கு கிட்டும் . ததாஸ்து. ஆமென்.

அல்லது உங்கள் தலைகளை உடைத்தெறிய நினைக்கலாம். அது உங்கள் ''சாய்ஸ்'' (Choice - தேர்வு). இந்த உலகில் எவரும் முழுவதுமாக Dயாகவோ அல்லது முழுவதுமாக A,B,Cயாகவோ இருப்பதில்லை என்பதை நீங்கள் புரிந்து கொள்ள வேண்டும். நம் எல்லோருக்குள்ளும் Dயும் Aயும் இருக்கிறார்கள் . D தான் உள்ளே உறையும் ''மூர்த்தி''. A தான் அதன் மேல் படிந்துள்ள கசடு.

உங்கள் வாழ்க்கையில் கண்ட மேம்பாட்டின் உதாரணத்தைப் பாருங்கள். நீங்கள் A போல் நடந்து கொண்டீர்களா அல்லது D போலா? உங்களுடைய அலுவலகச் சூழ்நிலையில் சில சமயம் D போல் செயலாற்றுவீர்கள், சில சமயம் A போல் ஒதுங்குவீர்கள். இதைக் கவனித்து உணரக் கற்றுக் கொள்ளுங்கள். நீங்கள் Aஐப்போல் நடப்பதை உணர்ந்தீர்களானால் என்ன செய்ய வேண்டும் என்பதை தற்பொழுது புரிந்து கொண்டிருப்பீர்கள். உங்களை ஏற்றுக்கொள்ளுங்கள். உங்களிடமிருந்து விடுபட்டு உங்களைப் பாருங்கள். நீங்கள் தவறுகள் இழைக்கிறீர்கள் என்றோ கெட்டவர் என்றோ வருந்த வேண்டாம். உங்களையே நீங்கள் எதிர்க்க வேண்டாம். ''எதிர்ப்பு இறுக்குகிறது. ஏற்பு விடுவிக்கிறது''

'' அ.கே.கே.: D ஐப்போல் மற்ற அதிகாரிகளை உருவாக்க ஒரு ஸ்தாபனம் என்ன செய்யவேண்டும்?

நிறுவனத்தைப் பற்றி கவலைப் படாதீர்கள். நீங்கள் உங்களைப் பார்த்துக் கொண்டால் நிறுவனம் அதைப் பார்த்துக் கொள்ளும்.

என்ன செய்ய வேண்டுமோ அதை உங்கள் நிறுவனம் ஏற்கனவே செய்து விட்டது. ''நான் யார், என் அதிகாரம் என்ன, நான் என் செய்வேன்?'' என்ற நிலையிலிருந்து ''நான் என்ன செய்ய வேண்டும்'', (Do), ''என் அதிகாரம் என்ன'' (Have), ''நான் யார்'' (Be)என்ற எண்ணத்துக்கு மாற, உங்கள் நிறுவனமோ, அதன் அமைப்போ, வழி முறைகளோ, செயல் முறைகளோ, உங்கள் மேலாளரோ, சக அலுவலரோ ஒன்றுமே செய்ய வேண்டாம் என்பதைக் கவனித்தீர்களா? நமக்குள்ளே மாற்றம் நிகழும்போது நம்மைச் சுற்றியுள்ளவைகளும் (நிறுவனம், மேலாளர், சக அலுவலர்கள்) நம் எண்ணங்களுக்கு ஒத்துழைக்கும்.

இருப்பினும் நிறுவனத்தின் கண்ணோட்டத்தில், குறிக்கோளின் உப-இலக்குகளை நிறுவன ஊழியர்கள், அவர்களது செயல்பாடுகள், செயல்பாட்டின் பரஸ்பர தொடர்புகள், ஆகியவைகளோடு ஒருங்கு சேர்ப்பதே அதன் லட்சியம் என்பதை மறக்க வேண்டாம். அதுதான் அதன் நோக்கம் ''சந்தர்ப்பம்''. அதை அடைந்தபிறகு அதுவே ''விஷயமாக'' மாறுகிறது; அது அங்கேயே நிற்க வேண்டும். ஆனால் அதை -அந்த அமைப்பை நாம் மற்ற பல நோக்கங்களுக்கும் பயன் படுத்துகிறோம். அதில் ஒன்று சன்மானங்களை நிர்வகிப்பது (Reward Administration) பணி விவரணம் (job defenition) பதவி பொறுப்பு களைத் தெளிவு படுத்துவது (role clarity) முதலானவை மற்றவைகள். இதை இன்னும் தெளிவாகச் சொல்ல வேண்டுமென்றால், நாம் விதிகள், வழிமுறைகள், செயல் முறைகள் ஆகியவைகளை ஒரு முறை ஒழுங்கு படுத்தி விட்டோமானால் அவைகளுக்கு அடிமையாகி விடுகிறோம். (கோட்பாடு சந்தர்பத்தை மீறுகிறது) அமைப்பு முறையில் தெளிவு (structure clarity), தகர்க்க முடியா வழிமுறைகள் (fool -proof systems) ஆகியவைகளை எய்துவதே நமது இலக்காக மாறி விடுகிறது. குறிக்கோளின் உப இலக்குகளை ''மக்கள் - செயல்பாடுகள் - தொடர்புகள்'' ஆகியவைகளோடு இணையச் செய்வது என்ற அசல் நோக்கம் பின்னுக்குத் தள்ளப்படுகிறது.

இங்கும் இந்த இக்கட்டிலிருந்து விடுபடும் வழி சந்தர்பத்தோடு ஒன்றி இருப்பதே. நிறுவன அமைப்பு என்பது ''மக்கள், செயல்பாடுகள், தொடர்புகள்'' இணக்கத்தை விளக்க ஒரு சாதனம் என்பதை நாம் புரிந்து கொள்ள வேண்டும். அது அந்த இணக்கத்தை வரையறுக்காது (define). வரையறுப்புக்கு உட்படா சுழற்சியும் ஓட்டமும் கொண்ட இணக்கம் அது. ஆகையால் நமது செவிகளை

அடி மட்டம் வரை செலுத்தி அடிப்படை உண்மைகளை உணர்ந்து சந்தர்ப்பத்திற்கேற்றவாறு இயங்க வேண்டும். இங்கு சரியான உத்தி, பாதுகாப்பான முறைகள் என்று எதுவும் கிடையாது. நோக்கத்திலிருந்து பிழறாமல் சூழ்நிலைக்கு ஏற்றவாறு காணும் விடைகளே சரியானவை. அதை நாம் செய்தோமானால் நம் மக்களிடையே ஒளிந்து கிடக்கும் ஆற்றல்களை- அவர்தம் உள்ளே உறையும் ''மூர்த்திகளை'' வெளியே கொண்டு வர வழி வகுப்போம். அவர்களை மாற்றி ஒரு புதிய குழுவை கொண்டு வர அவசியமில்லை என்பதை நாம் உணர்வோம். நமது நீள் -காலக் குறிக்கோளின் ஒரு பாகமாக அவர்களை அணைப்பதே நமது நோக்கம். குறிக்கோளோடு இசைவும் மேம்பாடும் தானாகவே ஏற்படும்.

அந்த மேம்பாட்டின் வெது வெதுப்பில் குளிர் காயுங்கள். அதற்கு முயலுங்கள். முதலில் செயல். சேர்ப்பும் இருப்பும் தொடரும்.

5 கட்டுப்படுத்துதல் (Control)

இது வரை நமது புதிய கண்டு பிடிப்பான ''சந்தர்ப்பம் -விஷயம்- கோட்பாடு'' அணுகுமுறை ஒரு நிறுவன இயக்கத்தின் சில விஷயங்களில் - முக்கியமாக தொடர்பு கொள்ளுதல், பட்ஜெட் மற்றும் இலக்குகள் தீர்மானித்தல், நிறுவன இயக்கத்தில் நமது பங்கைப் புரிந்து கொள்ளுதல், ஆகியவைகளில் என்ன பலன்களைத் தரவல்லது என்பதைப் பார்த்தோம். நம்முடைய பங்கைப் பற்றித் தெளிவாக உணர்ந்த பிறகு, (என் வேலை என்ன, எனக்கு என்ன அதிகாரம் இருக்கிறது, நான் யார்), நம்முடைய இலக்குகளுக்குப் பொறுப்பு எடுத்துக் கொண்ட பிறகு, அதை அடைவதற்கும் மிஞ்சுவதற்குமான செயல்களில் ஈடுபடுகிறோம்.

ஒரு நிறுவனத்தின் இயக்கத்தில் ''கட்டுப்படுத்துதல்''-(CONTROL) ஒரு மிக முக்கியமான மேலாண்மைச் செயல் முறையாகும். (management process). உத்திகளைத் (strategy) தீர்மானித்து, திட்டங்கள் தீட்டிய பிறகு, இலக்குகள் அடைவதை உறுதிபடுத்துவதே ஒரு மானேஜரின் பொறுப்பு. தேவைப்பட்டால் திட்டங்களையும் இலக்கையும் மாற்றி அமைக்க வேண்டும். பிறகு அதுவே புதிய இலக்கும் புதிய பொறுப்புமாகிறது. மனிதர்களின் ஆளுமையே (managing men) மேலாண்மை (management) என்பதால் குழு உறுப்பினர்கள் குழுவின் இலக்கை அடையச் செய்வதற்கும் மானேஜரே பொறுப்பு. திட்டங்களை அமுல் படுத்தும்போது ஏற்படும் முக்கியமான விலகல்களை (deviations) அடையாளம் கண்டு, அதை சரிப்படுத்தும் செயல்களை உறுப்பினர்கள் மூலம் நிறைவேற்றுவதே கட்டுப்படுத்துதல் (control).

ஒரு கம்பெனியைச் சிறப்பாக நடத்துவதற்கு கட்டுப்படுத்துதல் அவசியம் என்று கருதப்படுவதால் மேலாண்மையைப் பற்றிய கையேடுகளிலும், புத்தகங்களிலும், கட்டுப்படுத்துதல் முறைகளைப்

பற்றி ஏராளமான கோட்பாடுகள் காணப்படுகின்றன. பலவிதமான கட்டுப்படுத்துதல் முறைகள், விலகல்களை (deviations) அடையாளம் கண்டு சரி செய்யும் முறைகள், முக்கியமாக ஒழுக்க சம்பந்தமான காரணிகள் (behavioural factors) ஆகியவை பற்றி அவைகள் விளக்குகின்றன. ''பொறுப்பு மையங்கள்'' (responsibility centres), ''லாப மையங்கள்'' (profit centres), பட்ஜெட், ''செயல்பாடுகளின் அளவை'' (performance measurement), நிதி பற்றி மேலும் மற்றபல அறிக்கைகளை அலசுதல், சமச்சீர் குறி அட்டை (balanced score cards), ஊதியம் மற்றும் பரிசுத் திட்டங்களின் நிர்வாகம் (compensation and reward administration) போன்ற ஒருங்கிணைக்கப்பட்ட இயக்கமுறைகள் (integrated mechanisms) ஆகியவை பற்றியும் விளக்கங்கள் அந்தப் புத்தகங்களில் காணப்படுகின்றன.

ஒவ்வொரு கம்பெனியும், தன் தனிப்பட்ட அமைப்பையும் கலாச்சாரத்தையும் ஒட்டியும், தன் அனுபவங்களின் அடிப்படையிலும் தனக்கென்று ஒரு கட்டுப்படுத்துதல் முறையை ஏற்படுத்திக் கொள்கிறது. அதன் ஒரு பகுதி செயல்களைக் கட்டுப்படுத்துவதாகவும் மற்றொரு பகுதி விளைபலன்களை (results) கட்டுப்படுத்துவதாகவும் அமைகிறது. பூட்டுகள், சாவிகள், காவலர்கள், போன்றவைகள் செயல் கட்டுப்படுத்துதலில் உட்படும். மேலும் கொள்கைகள் (policies), ஒப்புதல் வரம்புகள், (approval limits) தணிக்கை (audit), நேர்முக மேற்பார்வை (direct supervision) பணி விதிகள் (work rules), நடத்தை விதித் தொகுப்புகள், (code of conduct) ஆகிய செயல் முறை நடவடிக்கைகளும் செயல் கட்டுப்படுத்துதலிற்கு உட்பட்டவைகளே. இங்கு செயல் கட்டுப்படுத்துதல் முறைகளை நம் விவாதத்துக்கு எடுத்துக் கொள்ளவில்லை.

மாறாக, பட்ஜெட் தீர்மானங்கள், இலக்குகள் நிர்ணயிப்பது, இலக்குகள் அடிப்படையில் மேலாண்மை (management by objectives), முக்கிய விளைபலன் துறைகள் (key result areas) அல்லது முக்கிய செயல்பாட்டுத் துறைகள் (Key Performance Araes), உற்பத்தி மற்றும் அதைச் சார்ந்த மாதாந்திர /காலாண்டு மறு ஆய்வு (review) செயல்முறைகள், ஆகியவைகள் விளைபலன் கட்டுப்படுத்துதல் நடவடிக்கைகளுக்கு உட்பட்டவைகளாகும். ஊக்கத்தொகை, பரிசுத்திட்டங்கள், செயல்பாட்டு கணிப்பு முறைகள் ஆகியவைகளை பெரும்பாலும் கம்பெனிகள் இதோடு சேர்த்துவிடுவதால் நடத்தை பற்றிய பரிமாணங்களும் இதை ஒட்டியே கையாளப்படுகின்றன.

கட்டுப்படுத்துதல் என்ற பொருள் பற்றிய அறிவியலும், ஆய்வுகளும், அனுபவங்களும் மிகுந்து காணப்பட்டாலும் இந்தத் துறையில் பெரும்பாலான கம்பெனிகளில் ஆழ்ந்த பிரச்சினைகள் இருக்கத்தான் செய்கின்றன. மேலாளர்கள் இதைப் பற்றி முனகிக் கொள்வதையும் அங்கலாய்த்துக் கொள்வதையும் அடிக்கடி கேட்கலாம், ''நம்முடைய கட்டுப்படுத்துதல் மிக மோசம்'', ''நம் செயல் முறைகள் அடிக்கடி வேலை செய்வதில்லை'', ''நாம் மீட்டிங்குகளில் அதிக நேரம் வீணடிக்கிறொம், ஆனால் பலன் ஒன்றுமில்லை'', ''ஒவ்வொரு வருட ஆரம்பத்திலும் நாம் பெரிதாகத் திட்டங்கள் போடுகிறோம், ஆனால் திட்டங்கள் தீட்டியவர்கள்தான் அதை முதலில் மாற்றுகிறார்கள்''. ''நமக்கு கடுமையான இலக்குகள் தருகிறார்கள்; அதற்குத் தேவையான வள ஆதாரங்களும் தருவதாக வாக்களிக்கிறார்கள்; ஆனால் ஆதரவு தராமலே இலக்குகளை ஏன் அடையவில்லை என்று நம்மைத் வறுத்தெடுக்கிறார்கள்'' இன்னும் இது போல. இதனால் , கம்பெனி இலக்குகளை எய்துவதில்லை, முழு ஊக்கத்தொகைகள் சம்பாதிக்கப்படுவதில்லை, ஊக்கம் -பரிசுத் திட்டங்களைப் பற்றிய சந்தேகங்கள் எழும்புகின்றன, ஊழியர்களின் ஒத்துழப்பும் ஒழுங்குணர்வும் குன்றுகிறது. கம்பெனியின் செயல்பாடு சராசரிக்கு மேல் செல்வதில்லை. பிறகு மேம்பாடு எங்கனம் ?

ஏன் இவ்வாறு நடக்கிறது? எங்கே தவறுகள்? இதை ஆராய நாம் ஆரம்பத்திலிருந்து தொடங்குவோம். இந்தக் கட்டுப்படுத்துதல் செயல்முறையின் மையப்பகுதிகளை இனம் காணுவோம். இதன் முதல் பாகம் அல்லது உறுப்பு பட்ஜெட் இது-அதாவது ''பட்ஜெட்'' என்ற சொல், திட்டம், இலக்கு, மைல்கல், பணி மதிப்பீட்டு அளவை (bench mark), K.R.A., K.P.A, அளவுகோல், ஆகிய எல்லாவற்றையும் குறிப்பதாகக் கொள்வோம் . இது வருடத்திற்காக கணிக்கப்பட்டு, கட்டுப்பாட்டுக்குள் வைப்பதற்கும், மறு ஆய்வு செய்வதற்கும் வசதியாக உப கால வரைக்கு (மாதம், காலாண்டு...) பிரிக்கப்படுகிறது.

இதன் அடுத்த பாகம் அந்தந்த கால வரைக்கான அடைந்த செயல் பாடுகளைக் கணிப்பது. (உற்பத்தி, விற்பனை, வரவு, செலவு, ஆகியவை).இவைகள் சாதாரணமாக கம்பெனியின் மேலாண்மைத் தகவல் அமைப்பினால் (Management Information System) தரப்படுகிறது. அல்லது பெரிய கம்பெனிகளில் இன்னும் பெரிய அளவில் அமைக்கப்பட்ட ''நிறுவன வள-ஆதாரத் திட்ட அமைப்பு'' (Enterprise Resource Planning System)லிருந்து தரப்படலாம்.

பட்ஜெட்டில் நிர்ணயித்தமைக்கும் உள்ளபடி எய்தமைக்கும் உள்ள வித்தியாசம் ''வேறுபாடு''(variance). அது சாதகமாகவோ, பாதகமாகவோ, கூடுதலாகவோ, குறைவாகவோ இருக்கலாம். இந்த வேறுபாட்டை சென்ற வருடம் இதே கால வரையில் காட்டிய செயல்பாட்டுடன் ஒப்பிட்டும் கணக்கிடலாம். அது வெறும் எண்களாகவோ அல்லது சதமானமாகவோ கூறப்படலாம். சாதாரணமாக பட்ஜெட், அதற்கொத்த ''எய்தியவை'' (actual), வேறுபாடு (variance) ஆகிய தகவல் ஒரு அட்டவணையாக மற்றுமொரு MIS அறிக்கையாக தயாரிக்கப்படும்.

இந்தக் கட்டுப்படுத்துதல் முறையின் நான்காவது பாகம் வேறுபாடுகளை அலசி ஆராய்ந்து அதற்கான காரணங்களைக் கண்டறிவதே. காரணங்களைக் கண்டுபிடித்த பிறகு, அடுத்த கடைசி பாகம் கட்டுப்படுத்துதல் செயல்களை மேற்கொள்ளுவது. இதை இந்தப் படத்தின் மூலம் விளக்குவோம்.

படம்

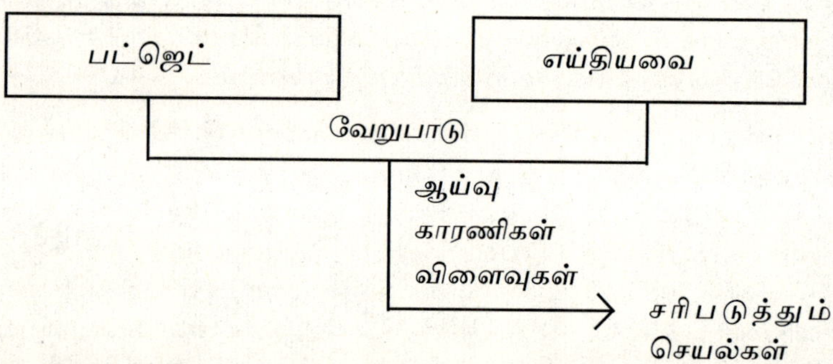

இந்த சமயத்தில் நாம் தெளிவாகப் புரிந்து கொள்ள வேண்டிய சொற்றொடர் '' பொறுப்பு மையம்'' (Responsibility Centre) ''பொறுப்பு மையம்'' என்பது நிறுவனத்தில் சில வளங்களை எடுத்துக் கொண்டு சில வளங்களை உற்பத்தி செய்யும் பொறுப்பு உள்ள எவராகவும் இருக்கலாம். உண்மையில், கம்பெனியின் ஒவ்வொரு நபரும், அதிகாரப் படிகளில் எந்த நிலையில் இருப்பவராயிருந்தாலும், ஒரு பொறுப்பு மையம் தான். அவர் அவருடைய செய்பணிக்கும் (task- கொடுக்கப்பட்ட வேலை), இலக்குக்கும், பட்ஜெட்டுக்கும் பொறுப்பு கணக்குகாட்ட வேண்டியவர்.

கிளை மேலாளர் Mr. சர்மா அவர்களின் உதாரணத்தை எடுத்துக் கொள்வோம். அவர் ஒரு பொறுப்பு மையம். அவருடைய வருடாந்திர பட்ஜெட் 105. அது 25,25,25,30 என நாலு காலாண்டுகளுக்கு பிரிக்கப் பட்டுள்ளது. அவர் முடியும் என்று நினைத்ததை விட 5% அதிகமாக இருந்தாலும் சர்மாவே இந்த பட்ஜெட்டை ஒப்புக்கொண்டுள்ளார். தனது ஆதங்கத்தை குறிப்பு மூலம் தெரியப்படுத்தியும் இருக்கிறார். (அத்தியாயம் 3ல் அவருடைய குறிப்பு ஞாபகம் இருக்கிறதா?)

முதல் காலாண்டின் இறுதியில் அவருடைய MIS அறிக்கை அவர் அடைந்த எண்களை 21 யூனிட்டுகளாக காட்டுகிறது, அதாவது நான்கு யூனிட்டுகள் குறைவு. சர்மா 23.5 யூனிட்டுகள் எதிர்பார்த்த தனால் சிறிது அதிர்ச்சியடைகிறார். விசாரித்ததில் மாதத்தின் கடைசி தினத்தில் ''பில்'' செய்த 2.5 யூனிட்டுகளை சில விதிகளினால் கணக்கில் எடுத்துக் கொள்ளப்படவில்லை எனத் தெரிகிறது.

இந்த இடத்தில் MIS பற்றி சில வார்த்தைகள் சொல்வது உசிதமாக இருக்கும். இந்த ''தகவல்கள் காலத்தில்'' (information age) நன்கு தயாரிக்கப்பட்ட MIS ஒரு கம்பெனியின் ஜீவநாடியாகக் கருதப் படுகிறது. ''இன்டர்நெட்'' ''ஐ.டி'' போன்ற தகவல்கள் பகிர்ந்து கொள் வதில் ஏற்பட்ட, ஏற்பட்டுக்கொண்டிருக்கிற, தொழில் நுட்பப் புரட்சியினால், உரிய காலத்தில், குறைந்த செலவில் சரியான, உகந்த தகவல்களைத் தருவது மிகவும் எளிதாகி விட்டது. இருப்பினும் ஒவ்வொரு கம்பெனியும் சிறந்த MIS அறிக்கை பெறுவதற்கு தகவல் நுட்பங்கள் வாங்க எவ்வளவு முதலீடு செய்யலாம் என்பதை ஆலோசித்தே செய்ய வேண்டியிருக்கிறது. முதலீடுகள் செய்வதில் நிதிப் பற்றாக்குறை போன்ற தடைகள் உள்ளதால் உரிய காலத்தில், நம்பகமான, உகந்த தகவல்கள் பெறுவது பாதிக்கப்படலாம். ஆதலால் சில கம்பெனிகளில் மாதம் முடிந்து அடுத்த மாதம் இரண்டாம் நாளில் ("FLASH REPORT") ''மின்னல் அறிக்கை'' என்று ஒன்று தயார் செய்வார்கள். இந்த அறிக்கை உரிய காலத்தில் தகவல் தந்தாலும் ஓரளவுக்குத்தான் சரியாக இருக்கும். உண்மைச்சூழ்நிலையைப் பார்த்தோ மானால் அனேகமாக நம் தகவல்கள் சிறிது கால தாமதமாகவும், சில தவறுகளுடனும், சில கோளாறுகளுடனும் தான் இருக்கும்.

''அ.கே.கே; ஆனால், கணினி மயம் ஆக்கப்பட்டதாலும், ERP யாலும் இன்று நமக்கு கிடைக்கும் தகவல்கள் முன்பு கிடைத்ததை விட மிக நன்றாகவே இருக்கின்றன இல்லையா?

உண்மைதான்? ஆனால் உங்கள் வியாபாரத்தை முழுக் கட்டுப் பாட்டுக்குள் வைப்பதற்கும் அதன் விளைபலன்களுக்கு (Results) பொறுப்பு யார் என்று தீர்மானிப்பதற்கும் இது போதுமா? இன்று மார்க்கெட்டில் நிகழும் மாற்றங்களும் நமது எதிர்பார்ப்புகளும் மிக அதிகமாகி விட்டன. தகவல்கள் நிறைய கிடைத்தாலும் அவைகள் அப்பழுக்கற்றதாக (perfect) இல்லை.உண்மையில் இன்று நமக்கு மிதமிஞ்சிய தகவல்கள் கிடைப்பதனால் எதை எடுத்துக் கொள்வது எதை விடுவது என்று தெரிவதில்லை. ''எங்கும் நீர், ஆனால் குடிக்க ஒரு துளியில்லை'' என்ற நிலைமை. யாராவது நமக்கு உகந்த தகவல்கள் தந்தாலென்ன?

''கட்டுப்படுத்துதல் மீட்டிங்குகளில்'' (control meetings) முதல் அரை மணி நேரமாவது எல்லோரும் ஒரே எண்களை (தகவலை) வைத்துக் கொண்டே பேசுகிறார்கள் என்பதை உறுதிப் படுத்திக் கொள்வதிலேயே செலவழிக்கப் படிகிறது. எய்திய 21 யூனிட்டுகள் பட்ஜெட்டை விட 16% குறைவாக இருப்பதால் சர்மாவுக்கு அவர் மேலதிகாரி வர்மா விடமிருந்து மிக மோசமான குறிப்புரை கிடைக்கிறது. தற்காப்புக்குத் தயார் நிலையில் உள்ள சர்மா, ''இல்லை, சார், என் கணக்குப்படி 23.5 யூனிட்டுகள். கடைசி நாள் விற்பனையை நம் அமைப்பு கணக்கில் காட்டவில்லை'' என்று வழக்காடுகிறார். உடனே, ஏன் அவ்வாறு நடக்கிறது என்ற விவாதத்திற்கு சிறிது நேரம் தாவுகிறார்கள். ஒழுக்கத்தின் முக்கியத்துவத்தைப் பற்றி ஒரு சொற்பொழிவு தரப்படுகிறது. கணினி அமைப்பின் அதிகாரிகளை அழைத்து இது போன்ற தவறுகள் நடக்காமல் பார்த்துக் கொள்ளும்படி அறிவுரை வழங்கப்படுகிறது. கணக்கை சரியாக்கியபறகு வேறுபாடு உண்மையில் 1.5 யூனிட்டுகள் - அதாவது 6% தான் என்று ஒத்துக் கொள்ளப் படுகிறது.

இந்த நடப்பில் எவ்வளவு தேவையில்லாத, மதிப்பில்லாத பணிகள் நடந்து விட்டன, நமது உள்ளே எவ்வளவு கசப்புகள் படிந்து விட்டன என்று எண்ணிப் பாருங்கள். யாரோ வேண்டுமென்றே வர்மாவுக்கு தவறான தகவல்கள் தருகிறார்கள் என்று சர்மா ஏற்கெனவே சந்தேகப் படத் துவங்கி விட்டார். வர்மாவோ கணினி அமைப்பின் தலைவரை அடுத்த மீட்டிங்கில் ''ஒரு வாங்கு வாங்க வேண்டும்'' என்று மனதில் முடிச்சுப் போட்டுக் கொண்டு விட்டார். அடுத்ததாக ''ஏன் 1.5 யூனிட்டுகள் குறைந்தன'' ''அந்த வேறுபாட்டுக்கு (குறைவுக்கு) பொறுப்பு யார் என்ற விவாதம் தொடரும்.

நீங்கள் யார் இதற்குப் பொறுப்பென்று நினைக்கிறீர்கள்?

''அ.த.ப : நிச்சயமாக மிஸ்டர்.சர்மாதான். அவர்தானே பொறுப்பு மையம். இது அவருடைய பட்ஜெட். அவர் தலைதான் உரலுக்குள்.

மிக நல்லது. அப்போ சர்மா காரணத்தைக் கண்டு பிடிக்க வேண்டும். வர்மாவிடம் விவாதித்து அவருடைய ஆமோதலைப் பெற வேண்டும். பிறகு உரிய சரிப்படுத்தும் செயல்கள் மேற்கொள்ளவேண்டும். சர்மா சொல்லும் காரணம் உண்மையானதா என்று கண்டு பிடிக்க வேண்டாமா?

''அ.த.ப. : ஆமாம். சந்தேகமில்லாமல். ஏனெனில் சர்மா கொடுக்கும் காரணம் தவறாக இருந்தால் அதை ஒட்டி செய்யப்படும் பரிகாரச் செயல்களும் தவறாகி விடுமல்லவா?

அப்போ அவர் கொடுக்கும் காரணம் சரியா தவறா என்று நாம் எப்படி கண்டு கொள்வோம்?

''அ.த.ப. 1; நிகழ்ச்சியின் விவரங்களின் படி "FISH BONE ANALYSIS மீன் எலும்பு ஆய்வு அல்லது "ROOT CAUSE ANALYSIS", ''மூலக் காரண ஆய்வு'' நுட்பங்களை உபயோகித்து முறையான காரணங்கள் கொடுக்கப்பட வேண்டும். சம்பத்தப் பட்டவர்கள் தங்களுடைய அறிவையும், திறமையையும், அனுபவத்தையும் பயன் படுத்த வேண்டும்.

அது சரி தான். ஆனால் அது சரியான காரணம் தானா என்று நீங்கள் எப்படி கண்டு பிடிப்பீர்கள்?

''அ.த.ப.2 : ஆய்வின் பலன்களை ஒட்டி. அடுத்த மறு ஆய்வின்போது இந்த குறை வேறுபாடு நிவர்த்தியானால்.

சரி தான். ஆனால் அது பிற்பாடு தானே நடக்கும். இந்த வேறுபாட்டின் காரணம் ''இப்பொழுது'' உங்களுக்குத் தெரிய வேண்டும். இல்லை யெனில் நீங்கள் எடுக்கும் நிவர்த்திச் செயல் கடவுள் கருணையால் சரியாக இருக்கும் என்று நம்புகிறீர்கள் தானே.

நீங்கள் இன்னொன்றை நினைவில் வைத்துக் கொள்ள வேண்டும். நீங்கள் ஆய்வுக்கு எடுத்துக் கொண்ட தகவல் முற்றிலும் முழுமை யானதாகவோ, முற்றிலும் சரியானதாகவோ, முற்றிலும் உகந்ததாகவோ உள்ளனவா?

இந்தக் கேள்வியோடு சிறிது நேரம் இருங்கள். இது மிகவும் சக்தி வாய்ந்த கேள்வி. இதன் அடிமட்டம் வரை நாம் செல்ல வேண்டும்.

ஆனால் அதற்கு முன் மற்றொரு இதே அளவுக்கு சக்தி வாய்ந்த பொருத்தமானகேள்வி ஒன்றை விவாதத்துக்கு எடுத்துக் கொள்வோமா?

இது மிஸ்டர்.சர்மாவுடைய பட்ஜெட் என்றும் அவர் தான் பொறுப்பு மையம் என்றும் ஒத்துக் கொண்டு விட்டோம்.அது சரியென்றால் இந்தச் சூழ்நிலையில் அவர் எதற்குப் பொறுப்பு?

அ.த.ப.:

- ''பட்ஜெட் யூனிட்டுகளை அடைவதற்கு
- இப்பொழுதுள்ள நிலைமைக்கும் இப்பொழுது சாதித்தமைக்கும்
- வேறுபாட்டுக்கு-அதாவது குறைவுக்கு
- வேறுபாட்டுக்கு சரியான காரணத்தைக் கண்டு பிடிப்பதற்கு

இந்த பதில்களைப் பற்றி சிந்தியுங்கள் , அதே சமயம் கேள்வியைப் பற்றியும் சிந்தியுங்கள். இந்த பதில்களால் நமக்குப் பெரிய தெளிவொன்றும் கிட்டுவதில்லை என்பதைக் கவனியுங்கள். அந்தக்காலாண்டில் பட்ஜெட்டை அடையமுடியவில்லை, வேறுபாடு இருக்கிறது ! அதற்கு சர்மாதான் பொறுப்பு என்பதால் நமக்கு என்ன லாபம்? அதனால் வேறுபாட்டை மாற்ற முடியுமா? அவர் தான் பொறுப் பென்றால் இந்தத் தகவலை வைத்து என்ன செய்யப் போகிறீர்கள்? அவருக்கு தண்டனை ஏதும் தரப் போகிறீர்களா? பதவியை விட்டு விலகச்சொல்லப் போகிறீர்களா? அதனால் பிரச்சினைதீர்ந்து விடுமா?

நாம் இங்கு இரண்டு முக்கிய கேள்விகளைக் கவனிக்க வேண்டும். முதலாவது, பொறுப்பு மையம் உண்மையில் எதற்குப் பொறுப்பு? இரண்டாவது- எப்பொழுது, எப்படி நாம் வேறுபாட்டின் உண்மையான காரணத்தை தெரிந்து கொள்வோம்? மேலே செல்ல வேறுபாட்டின் காரணம் என்ன என்ற கேள்வியைப் பற்றிய விவாதத்தைத் தொடருவோம். முன்கண்ட உதாரணத்தில் பட்ஜெட்டை விட குறைந்ததற்கு சர்மா என்ன காரணம் சொல்லக்கூடும்?

அ.த.ப. :

- முதலில் தரப்பட்ட பட்ஜெட் மிக அதிகம்
- மார்க்கெட் நிலவரங்கள் மோசமாக இருந்தன
- நம்முடைய பொருள்களின் விலை போட்டியாளர்களின் விலையை விட அதிகம்.

வேறு ஏதாவது காரணங்கள் உண்டா?

- நம்முடைய பொருள்களின் தரம் குறைவு
- வரவேண்டிய பொருள்கள் சரியான நேரத்திற்கு டெலிவரி செய்யப்படவில்லை
- பூகம்பம், வெள்ளம்
- லாரி ஆபரேட்டர்கள் ஸ்ட்ரைக்

இவ்வளவு தானா? வேறு காரணங்கள் இருக்கலாமா?

- போட்டியாளர்கள் தங்கள் போட்டியை அதிகரித்தார்கள்.
- தலைமையகத்திலிருந்து விளம்பர ஆதரவு கிடைக்கவில்லை
- ஊழியர்களின் உற்சாகக் குறைவு
- அரசாங்கக் கொள்கை

எல்லாம் சொல்லியாகிவிட்டதா? வேறு ஏதாவது இருக்கிறதா?

அ.த.ப.:

சர்மா இன்னும் அதிகமாக உழைத்திருக்கலாம்.

ரொம்ப சரி. ஆனால் இவைகளில் எது சரியென்ற கேள்வி இன்னும் தொங்கிக் கொண்டுதான் இருக்கிறது. எந்தச் சூழ்நிலையில், எப்படி அது தான் சரியென்று நமக்குத் தெரியும்? முன்பு நீங்கள் சொன்னது ஞாபகம் இருக்கிறதா? சரியான காரணம் நமக்குத் தெரியவில்லை யென்றால் நம்மால் சரியான தீர்வைத் தேர்ந்தெடுக்க முடியாது. நாம் எப்பொழுதும் சில குறைகளுள்ள தகவல்களை வைத்துக் கொண்டே முடிவெடுக்கிறோம் என்பதையும் நினைவில் வைத்திருங்கள்.

மேலதிகாரியான திரு.வர்மா இந்த ஆய்வுகளை எப்படி எடுத்துக் கொள்கிறார் என்று யூகியுங்கள் பார்க்கலாம்.

அ.த,ப

- எந்தக் காரணங்களையும் அவர் செவி மடுக்க மாட்டார்.
- மோசமானசெயல்பாட்டை மறைக்க, சொல்லும்கதைகள்என்பார்.
- இதெல்லாம் உங்கள் பிரச்சினை.எனக்குத் தேவை ரிஸல்ட்ஸ் என்பார்.

✤ அவர் இப்படியும் சொல்லலாம். மிஸ்டர். சர்மா, இந்தப் பிரச்சினைகளுக்கெல்லாம் தீர்வுகள் காண்பதே உங்கள் வேலை. இந்தப் பிரச்சினைகளெல்லாம் இருக்கின்றன என்று எங்களுக்கும் தெரியும். அவைகள் இல்லயென்றால் நீங்கள் எதற்கு?

இவைகளெல்லாம் சர்மாவின் ஈகோவை கடுமையாக பாதிக்கும். அதனால் தான் மிகவும் சிரமத்துடன் தயாரித்த ஆய்வுகளை விட்டுக் கொடுக்காமல் வாதாடுவார். அவருடைய கண்ணோட்டத்தில் அவர் செய்வது ஒரு நாடகமே அல்ல. அவைகளை உண்மையென்று ஆழமாக நம்புகிறார். இதனால் என்ன நடக்கும்? ஒவ்வொருவரும் தங்களது கணிப்பை சரியென்று நுட்பத்துடன் சாதிப்பார்கள். சுற்றிச் சுற்றி வருவார்கள். வெற்றுச்செயல்களும், தர்க்கங்களும் இயலாமையும், விரக்தியும் தான் மிஞ்சும்.

இந்தப் பம்மாத்து (CHARADE) ஒவ்வொரு கம்பெனியிலும் அடிக்கடி நிகழும் நிகழ்ச்சி. நேரமும், பணமும், சக்தியும் வெகுவாக வீணடிக்கப்படுகின்றன. மக்களின் மன உறுதி பாதிக்கப்படுகிறது. இது போன்ற மீட்டிங்குகளில் மக்கள் நடந்து கொண்ட விதத்தினால் அவர்கள் தொழிலில் முன்னேறியதையோ அல்லது வீழ்ந்ததையோ நாங்கள் பார்த்திருக்கிறோம். பெரும்பாலான மானேஜர்கள் இந்த பழி சுமத்தும் விளையாட்டை விடுத்து தங்கள் பொன்னான நேரத்தை ஆக்கத்திற்குப் பயன்படுத்த விரும்புவார்கள்.

நம்மில் பெரும்பாலோர் நல்லதையே நினைத்தாலும் ஏன் விஷயங்கள் தாறுமாறாகின்றன? இந்த இக்கட்டிலிருந்து எப்படி விடுபடுவது?

இதைப் பற்றி நாம் தெளிவாகப் புரிந்து கொள்ள இந்த நிகழ்ச்சியின் அசல் விஷயங்களை நாம் உற்று நோக்குவோம். உண்மையில் விஷயங்களில் கோணலொன்றுமில்லை, அவைகள் சரியாகவே இருக்கின்றன. ஒரு பட்ஜெட். அதை அடைய ஒரு செயல்பாடு. அங்கு ஒரு வேறுபாடு. அதைச் சுற்றி ஒரு கதை. மேலதிகாரி அதை ஒத்துக் கொண்டால் அது காரணம். இல்லையானால் அது கதை. கூட்டியொ குறைத்தோ கூற இங்கு வேறொன்றுமில்லை.

முக்கியமாக கதை எப்படிப் போகிறதென்று பாருங்கள். பட்ஜெட்டை அடையாததற்கு சர்மா என்ன சொல்வாரென்று நாம் கற்பித்த பொதுவான காரணங்களைத் திரும்ப நோக்குங்கள்.

- முதலில் தரப்பட்ட பட்ஜெட் மிக அதிகம் (மேலதிகாரியே, நீங்கள் தான் இதற்கு காரணம்.-நான் முன்பே சொல்ல வில்லையா, 100க்கு மேல் செய்ய முடியாதென்று? என் xx/xx/xxxx தேதியிட்ட குறிப்பை நினைவு கூறுங்கள்.)
- மார்க்கெட் நிலவரங்கள் மோசமாக இருந்தன (பட்ஜெட்டை விட குறைந்ததற்கு கஸ்டமர்களே காரணம்.)
- நம்முடைய பொருள்களின் விலை போட்டியாளர்களின் விலையை விட அதிகம். (நிர்வாகத்தின் விலை நிர்ணயக் கொள்கை மேலதிகாரியே, நீங்களும் உஙகள் அதிகாரியும் தான் இதற்குப் பொறுப்பு)
- நம்முடைய பொருள்களின் தரம் குறைவு (தொழிற்சாலை தான் இதற்குப் பொறுப்பு)
- வரவேண்டிய பொருள்கள் சரியான நேரத்திற்கு டெலிவரி செய்யப்படவில்லை (தொழிற்சாலையும் போக்குவரத்து இலாக்காவும் தான் இதற்குப் பொறுப்பு)
- பூகம்பம், வெள்ளம் (கடவுள் தான் இதற்குப் பொறுப்பு)
- லாரி ஆபரேட்டர்கள் ஸ்ட்ரைக் (இதற்குப் பொறுப்பு யூனியன் (தொழிற்சங்கம்)
- போட்டியாளர்கள் தங்கள் போட்டியை அதிகரித்தார்கள்.(நான் என்ன செய்ய முடியும்? போட்டியாளர்கள் என்னை விட சமர்த்தர்கள். என் தோல்விக்கு அவர்கள் பொறுப்பு)
- தலைமையகத்திலிருந்து விளம்பர ஆதரவு கிடைக்கவில்லை (கம்பெனியும் அதன் விளம்பர இலாக்காவும் தான் இதற்குப் பொறுப்பு)
- ஊழியர்களின் உற்சாகக் குறைவு (நீங்கள் ஒரு மந்தமான குழுவை என்னிடம் தந்துள்ளீர்கள். நாம் கொடுக்கும் சம்பளத்துக்கு இதைவிட என்ன எதிர் பார்க்க முடியும்? கம்பெனியின் மனித வள இலாக்காவும் அவர்களின் கொள்கையுமே இதற்குப் பொறுப்பு)
- அரசாங்கக் கொள்கை (U.P.A அல்லது N.P.A) அல்லது எவரோ ஒருவர் பொறுப்பு)

- சர்மா இன்னும் அதிகமாக உழைத்திருக்கலாம் (o.k. நான் தான் இதற்குப் பொறுப்பென்றா நினைக்கிறீர்கள்? நான் அப்படித்தான். என்ன வேண்டும் உங்களுக்கு?

இந்த ஏதோ ஒன்றின் அல்லது எல்லாக் காரணங்களுக்கும் பொதுவாக உள்ள பல்லவி எது? நான் இதற்கு பொறுப்பல்ல, அவன்,அவள், அது, எவரோ ஒருவர் தான் இதற்குப் பொறுப்பு . நான் யார்? ஞாபகம் இருக்கிறதா? நான் பொறுப்பு மையம்!!! என் பொறுப்பு என்ன? நான் எவ்வாறு பொறுப்பல்ல என்று நிரூபிப்பது!!!. நீங்கள் தொடர்ந்து இப்படி நியாயப்படுத்தும் வரையிலும் மற்றவர்கள் உங்களுடன் வாதம் செய்து கொண்டே இருப்பார்கள், இது நிச்சயம். நீங்கள் எவ்வளவுக்கெவ்வளவு எதிர்க்கிறீர்களோ அவ்வளுவுக் கவ்வளவு பதில் எதிர்ப்பு தொடரும்.

நாம் ஏன் இவ்வாறு செய்கிறோம்? நாம் நமது சக்தியை உறிஞ்சும் இந்த வெற்று பம்மாத்தில் ஏன் ஈடுபடுகிறோம்?

இதற்கு படி கிட்டவில்லையா? திரும்பவும் கேள்விக்குச் செல்லுங்கள். பொறுப்பு மையம் உண்மையில் எதற்குப் பொறுப்பு? அந்தக் கேள்விக்கு நமக்குக் கிடைத்த பதில்கள் துரதிர்ஷ்டவசமாக எல்லாமே தப்பு. நாம் என்ன சொன்னோம்? சர்மா தான் பட்ஜெட்டுக்கும், அதில் அவர் அடைந்ததற்கும், அது குறைவாக இருந்ததற்கும், அதற்கான காரணங்களைக் கண்டுபிடிப்பதற்கும் பொறுப்பு. உண்மையிலிருந்து இதை விட நாம் வெகு தூரம் செல்ல முடியாது.

நிகழ்வுகள் பாதகமான இந்த வேளையில் பொறுப்பு மையத்தின் ஒரே பொறுப்பு என்னவென்று நினக்கிறீர்கள்? குறைவை ஈடுகட்டுவதைத் தவிர வேறு பொறுப்பு எதுவும் சர்மாவிற்கு இல்லையென்று உங்களுக்குத் தோன்றவில்லையா? இதற்கான செயல்களை மேற்கொள்வதைத் தவிர அவருக்கு வேறு பொறுப்பு உண்டா? நான் நடந்ததற்குப் பொறுப்பல்ல என்று நிரூபிக்கும் வரை நாம் அதைச் செய்ய மாட்டோம்.பாதகமான வேறுபாடு (adverse variance) உண்டாயிற்று என்பது விஷயம் இந்த சந்தர்ப்பத்தில் என்ன செய்ய வேண்டும்? அதை ஈடுகட்ட ஆவன செய்ய வெண்டும். அவ்வளவு தான். சந்தர்ப்பத்தோடு ஒட்டி நமது செயல்கள் இருக்கு மானால் வாழ்க்கை சீராகச் செல்லும்.அதை செய்வதை விட்டு நாம் நான் செய்யவில்லை என்ற கோட்பாட்டுக்குள் சிக்கிக் கொண்டோம்.

கட்டுபடுத்துதல் என்ற செயல்முறையின் அங்கமான பொறுப்பு என்கின்ற சொல்லை தவறாகப் புரிந்து கொள்வதே நாம் செய்கின்ற பெரிய தவறு. பொறுப்பு மையத்தின் பொறுப்பை பட்ஜெட்டின்ன் 105 யூனிட்டுகளாகக் காணுவதே நாம் செய்யும் மிக மோசமான தவறு. கட்டுப்படுத்துதல் செயல்முறையில் பொறுப்பு மையத்தின் பொறுப்பு பட்ஜெட்டோ, எய்தவையோ, (actual), வேறுபாடோ (variance), அதன் காரணத்தைக் கண்டுபிடிப்பதோ அல்ல. கட்டுப் படுத்துதல் செயலைத் தொடங்கும்போது இவைகளெல்லாம் கடந்த காலத்தவை. அவைகள் குறித்து இனி நாம் ஒன்றுமே செய்ய முடியாது.

சிறிது சிந்தித்தோமானால் இந்த சந்தர்ப்பத்தில் பொறுப்பு மையத்தின் பொறுப்பு சூழ்நிலையை சரி செய்ய ஆவன செய்ய வேண்டுமே தவிர அது ஏன் நடந்தது என விளக்கம் தருவது அல்ல. அறையில் குப்பை இருந்தால் செய்ய வேண்டியது அதை நீக்குவதே தவிர யார் போட்டார்கள் என ஆய்வு நடத்துவது அல்ல. ஆனால் நாம் அதைச் செய்வதில்லை. முதலில் நாம் அதைப் போடவில்லை என்று நிரூபணம் ஆன பிறகே அதை அகற்றுவதைப் பற்றி யோஜனை செய்வோம்.அறையைக் கடைசியாக யார் உபயோகப் படுத்தினார்கள்? யார் ஜன்னலைத் திறந்து போட்டார்கள் என்று ஆய்வு நடத்துவோம். ஒரு வேளை அறையில் குப்பை ஏன் சேர்கிறது என் ஆராய ஒரு கமிட்டி அமைத்தாலும் ஆச்சரியப்படுவதற்கில்லை.

ஆகையால் தேவையெல்லாம் கோட்பாடுகளிலிருந்து நம்மை விடுவித்துக்கொண்டு அந்த சந்தர்ப்பத்திற்குத் தேவையான நிவர்த்தி அளிக்கும் செயலுக்குச் செல்வதே. அப்படி நாம் செய்தோமானால் சூழ்நிலை தானாக மிக நன்றாக மாறும். சும்மா சொடக்கு போடுவது போல்- முயற்சியே இல்லாமல் மாற்றங்கள் விளையும். இப்பொழுது நமது சக்தி ஏன், எப்படி நடந்தது என்கின்ற ஆய்வுகளிலும், விளக்கங்களிலும் வீணாவதற்குப் பதில் குறைகளை நிவர்த்திக்கும் வழிகளில் பயன்படுத்தப்படும். வேறுபாடுகளுக்கு பொறுப்பு ஏற்றாலே நிவர்த்திக்கு பொறுப்பு ஏற்க முடியும். பொறுப்பு ஏற்பதென்பது இங்கே தவறுகளை ஒத்துக் கொள்வது என்ற பொருளில் சொல்லப்படவில்லை. ஆனால் அந்த நிலையை மாற்றுவதற்குப் பொறுப்பு ஏற்றுக்கொள்வது. என்பதாகும். பொறுப்பை ஆங்கிலத்தில் ரெஸ்பான்சிபிலிடி என்பார்கள். அதையே பிரித்து ரெஸ்பான்ஸ் + எபிலிடி என்பார்கள். அதாவது பதில் செயல் தரும் சக்தி. அது போல பொறுப்பென்பது பதில்

தேடும் செயலுக்கு பொறுப்பு ஏற்பதே அன்றி வெறும் தவறுக்கு பொறுப்பை ஏற்றுக்கொள்வதல்ல. செயலுக்கு பொறுப்பு ஏற்றுக் கொள்ளும்போது நாம் இயற்கை அறிவு நிலைக்கு மாறுகிறோம். அந்தச் செயல் தானாகவே நமக்குத் தோன்றும். நாம் அடுத்த நிமிடத்துக்கு அடுத்த செயலுக்கு சீராகச் செல்வோம்.

அ.கே.கே : ஆனால் ஆய்வுகளே இல்லாமல் நம்மால் என்ன செய்ய முடியும்? முடிவெடுப்பதற்கு முன்னால் ஆய்வுகள் நிச்சயமாகத் தேவை.

நம் பணி வாழ்வின் பெரும் பகுதியை நாம் வேறுபாடுகளை ஆய்வதில் செலவழிக்கிறோம். நாம் நவீன உத்திகளைப் பயன் படுத்துவதிலும் பாரபட்சமில்லாமல் ஆய்வுகள் நடத்தும் நமது திறமையிலும் பெருமை கொள்கிறோம். நம்முடைய பாடங்கள், கல்வி எல்லாமே புதிய சிறந்த ஆய்வுகளைப் பற்றியதே. நான் இங்கே சொல்வதெல்லாம் உங்கள் வாழ்க்கையை நீங்கள் ஒருகால் வீணத்திருக்கக் கூடும் என்பதே.இது ஒரு கசப்பான செய்தி தான்.

நான் இப்பொழுது உங்களுக்கு கோபமூட்டும். சில கூற்றுகளை சொல்லப் போகிறேன்.

1. சில சந்தர்ப்பங்களைத் தவிர்த்து வேறுபாடுகளை அலசுவது ஒரு பயன் தரா செயல்.
2. பொறுப்பு மையம் வேறுபாடுகளுக்கு பொறுப்பெடுத்துக் கொண்டால் அவருக்கு தானாகவே என்ன நிவர்த்தி என்று தெரியும். அவர் செயலில் ஈடுபட வேண்டும். அவ்வளவுதான்
3. சில தவிர்க்க முடியாத சந்தர்ப்பங்களில் விரிவான ஆய்வுகள் தேவைப்படலாம். இங்கும் ஆய்வுகள் நிவர்த்திச் செயல்களின் முதல் படியாகத்தான் இருக்கும்.

இதை சில உதாரணங்கள் மூலம் விளக்கலாம். நீங்கள் உற்பத்தி மேலாளராக இருக்கிறீர்கள். உங்கள் தொழிற்சாலை இரண்டு வகையான பொருள் வகைகளை உற்பத்தி செய்கிறது. ஒவ்வொரு வகைகளுக்கும் ஒருவர் பொறுப்பென்று இரண்டு சூப்பர் வைஸர்கள் (மேற்பார்வையாளர்கள்) உங்களுக்கு கீழே பணியாற்று கிறார்கள். ஒரு நாள் நீங்கள் காலை 9 மணிக்கு தொழிற்சாலை செல்கிறீர்கள். 9.20க்கு ஒரு சூப்பர்வைஸர் உங்கள் அறைக்கு வேகத்துடன் நாற்காலியில் வந்து அமர்ந்து அறிவிக்கிறார்.

''நம்முடைய பெர்ஸானெல் டிபார்ட்மென்ட் (ஊழியர்கள் நிர்வாக இலாக்கா) என்று தான் தெரிந்து கொள்வார்களோ? அவர்களின் முட்டாள் செயலால் இன்றும் நமது உற்பத்தி பாதிக்கப்படுமென உங்களுக்கு முன் கூட்டியே சொல்லி விடுகிறேன்''. நீங்கள் என்ன பிரச்சினை என்று கேட்கிறீர்கள்.அவர் கூறுகிறார்,'' இன்றும் மூன்று பணியாளர்கள் வேலைக்கு வரவில்லை. நம் எல்லோருக்கும் தெரியும், வினாயக சதுர்த்தியின் போது அவர்கள் முன் கூட்டி சொல்லாமலே லீவு எடுப்பார்களென்று!!. பெர்ஸானெல் டிபார்ட்மென்ட் இதற்கெல்லாம் தயாராக இருப்பதேயில்லை' நீங்கள் அவரிடம் பெர்ஸானெல் டிபார்ட்மென்டிடம் தகவல் சொல்லியாகிவிட்டதா,இது குறித்து என்ன செய்யப் போகிறார் என்று கேட்க முனையும்போது, உங்களது இன்னொரு சூப்பர்வைஸர் உள்ளே எட்டிப் பார்க்கிறார். (அவர் நாற்காலியைப் பிடிக்க வில்லை-கவனியுங்கள்) பாஸ், நமது 9.30 மணி டிபார்ட்மென்ட் மீட்டிங்குக்கு நான் 15 நிமிஷம் லேட்டாக வரலாமா? என்று பதவிஸுடன் கேட்கிறார். என்ன விஷயம் என்று நீங்கள் கேட்ட போது, இன்று மூன்று பேர் வேலைக்கு வரவில்லை. அதனால் கோபாலை டயாஸ் வேலையயும் பார்க்கச் சொல்லியிருக்கிறேன். கான் அப்படியே சில அட்ஜஸ்ட்மென்ட்ஸ் செய்கிறார்.

P.Dept தற்காலிகமாக இன்னொருவர் தருகிறேன் என்று சொல்லியிருக் கிறார்கள்.இதையெல்லாம் சரிக்கட்டி உற்பத்தி பாதிக்காமல் ஏற்பாடுகள் செய்து விட்டு வந்து விடுகிறேன்.ஒரு 15 நிமிடம் தான். என்கிறார்.

நீங்கள் உங்கள் சூப்பர்வைஸர் இரண்டாமவரைப் போல இருக்க வேண்டுமென்று விரும்புவீர்களா இல்லையா? சூழ்நிலையில் ஒரே விதமான மாற்றம்,ஆனால் இருவரிடமிருந்தும் முற்றிலும் எதிர் மறையான இயக்கங்கள்.ஒருவர் எல்லாக் காரணங்களையும் சரியாக அலசுகிறார்.மற்றவர் செய்ய வேண்டிய எல்லாம் செய்கிறார். இருவருக்கும் சம்பந்தமே இல்லையே.

மீட்டிங்கில் சர்மா இப்படி சொல்லியிருந்தால் அவருக்கு முற்றிலும் வேறான ஒரு அனுபவம் கிட்டியிருக்கும். பாஸ், பட்ஜெட்டில் 1.5 குறைகிறது.இதை அடுத்த காலாண்டில் சரி செய்து விடலாம். நான் ஆவன செய்து விட்டேன். கமெர்ஷியல் மானேஜரிடம் (வியாபார மேலாளர்) பேசி விட்டேன்.நீங்கள் உற்பத்தி இயக்குனரைச் (manufacturing director) சந்திக்கும்போது அவரிடமும் ஒரு வார்த்தை சொல்லி

விடுங்கள். எப்படி!!!. நீங்கள் இது போல பணியாற்றும்போது கட்டுப்படுத்துதல் மீட்டிங்குகள், சொடுக்கு போடு முன் முடிந்து விடும். தேவையில்லாஆய்வென்ற முடக்கு வாதமில்லை, இறுக்கமோ, அழுத்தமோ, பயன் தரா பேச்சுகளோ, கால விரயமோ இல்லை. மீட்டிங்க் முடிவில் எல்லோரும் அதிக வலிமையுடன் சுறுசுறுப்பாக வெளி வருவார்கள்.

மேற்கண்ட சர்மாவும் இரண்டாவது சூப்பர்வைஸரும் தீர்வைத் தேடுகிறார்கள். ஆனால் நம்மில் பலரும் பெரும்பாலான நேரங்களில் பிரச்சினைகளை அலசுவதிலியே சிக்கி அவஸ்தைப்படுகிறோம். முதலாளிகள் பலரும் அவர்கள் அறையில் பெரிதாக ஒரு அறிவிப்பு பலகை தொங்க விட்டிருப்பார்கள் பார்த்திருக்கிறீர்களா? என்ன அறிவிப்பு? பிரச்சினைகளுடன் இங்கு வராதீர்கள், தீர்வுடன் மட்டுமே வாருங்கள் என்று. ஏன் என்று புரிகிறதா? நாம் தீர்வுகளில் பங்கெடுக்காத வரையில் நாமே தான் பிரச்சினை என்பது என்றும் நமக்கு நினைவிருக்கட்டும்.

''அ.கே.கே: நாம் ஏன் அடிக்கடி பிரச்சினைகளை அலசுவதில் இறங்கி விடுகிறோம்? நம்மையும் மற்றவர்களையும் இதிலிருந்து காப்பாற்ற என்ன செய்ய வேண்டும்?

பிரச்சினைகளின் காரணங்களை அலசி ஆராய்வதைப் பற்றி தரக்குறைவாக எதுவும் நான் பேசவில்லை என்பதை நீங்கள் புரிந்து கொள்ள வேண்டும். பிரச்சினைகளின் காரணத்தைத் தேடுவதை விடுத்து தீர்வுகளை நோக்கிச் செல்லும் இயல்பு ஒரே நாளில் நீங்கள் நினைத்தவுடனேயே வந்து விடாது. மனது அலசி ஆய்வதை விரும்புகிறது. நீங்கள் இதிலிருந்து விடுபட வேண்டுமெனதீர்மானமான பிரதிக்னை எடுத்துக் கொண்டாலும் நடு நடுவில் ஆய்வில் இறங்கி விடுவீர்கள். இது ஒன்றும் பெரிய குற்றமல்ல. அதற்காக நீங்கள் கலங்க வேண்டாம். ஏன் அதற்குப் போனீர்கள் என்று ஆராயவும் வேண்டாம். உங்களை மென்மையாக விடுவித்துக் கொள்ளுங்கள். நீங்கள் அது மட்டும் தான் செய்ய வேண்டும். அப்படிச் செய்யும் போது தீர்வுகள் மாறுவதைக் காண்பீர்கள். முனைவில்லா அனாயாசத்தோடு செயல்கள் முடிக்கப்படும். வாழ்க்கை தொடரும்.

ஆனால் தயவு செய்து மற்றவர்கள் ஆய்வு வழியில் இறங்கும்போது அவர்கள் தவறைச் சுட்டிக் காட்டாதீர்கள். இது அவர்களைத் தற்காத்துக் கொள்ளும் இயல்புக்கு மாற்றி மேலும் அதில் அவர்களைச்

சிக்கவைத்துவிடும். நீங்கள் தீர்வுவழியில் தொடர்ந்து இருங்கள். ஆவன செய்யுங்கள். முன் கண்ட உதாரணங்களில் நீங்கள் சர்மாகவோ அல்லது உற்பத்தி மேலாளராகவோ இருந்தீர்களானால் உங்கள் இள அதிகாரிகளின் ஆய்வு வழியைத் தவறென்று கூறாதீர்கள். தீர்வின் பக்கமே கையைக் காட்டி முன்னேற்றப் பாதையை அவர்கள் உணர வழி செய்யுனள்.

நம்முடைய கல்வித் திட்டங்களில் பெரும்பாலும் நம் ஆய்வுத் திறமைகளை வளர்த்துக் கொள்வது வலியுறத்தப் படுகிறது.ஆனால் எந்த சந்தர்ப்பங்களில் அவைகளைப் பயன்படுத்த வேண்டும் என்ற தெளிவு அங்கு தரப்படுவதில்லை. அந்தத் திறமைகளை மிக புத்தி சாலித்தனத்துடனும் திறமையுடனும் பயன்படுத்தி என்ன தவறு ஏன் நடந்தது என்பதைச் சிறப்பாகக் கணிக்கிறோம். இப்படி செயல்படும் போது தவறுகளின் சரியான காரணத்தைக் கண்டுபிடிப்பது தீர்வுக்கு சமானம் என்று நினைக்கிறோம். நம்மை அறியாமல் நமக்குள்ளே ஒரு அடிப்படை எண்ணம் வளர்கிறது. இதை நாம் சாதாரணமாக உணர்வதில்லை. கட்டுப்படுத்துதல் என்பது வேறுபாடுகளின் காரணத்தை ஆய்வதைத் தீர்வின் வழியாக மாற்றுவதே. வேறுபாடு களுக்கு பொறுப்புள்ளவர் தீர்வுக்கும் பொறுப்பை உணர வைப்பதே கட்டுப்படுத்துதல் முறையின் இலக்கணம்.

நாம் எவ்வளவு காலம் தப்பிலக்கணத்தில் செயலாற்றிக் கொண்டிருந் தாலும் எவ்வளவு ஆழமாக அதில் ஊறியிருந்தாலும் அதிலிருந்து வெளி வர ஒரு கணமே போதுமானது. உணரும் நொடியே புது இலக்கணம் மலரும் நொடி.

சிறந்த செயல்பாடென்பது மகாப் பெரிய விஷயங்களைச்செய்வதல்ல. அது சின்னத்தனமான விஷயங்களைச் செய்யாமலிருப்பதே. சிற்பி சிலை வடிப்பது போல் தேவையில்லாததை நீக்கினால் மிஞ்சுவது நெஞ்சை அள்ளும் மூர்த்தி. அது நம் உள்ளே உறைகிறது. குறைகளின் ஆய்வு அதன் பிரகாசத்தை மறைக்கும் அழுக்கு நிறைகளின் தீர்வு அந்த அழிக்கைச் செதுக்கும் உளி.

மூன்றாம் பாகம்

உண்மையை ஆராய்வது

6 அனுபவங்களிலிருந்து கற்றுக்கொள்வோம்

இந்தப் புத்தகத்தை சில நாட்களுக்கு மூடி வைத்து விட்டு உங்கள் கோட்பாடுகளிலிருந்து விலகி நிற்கப் பயிலுங்கள். தேவைப் பட்டால், நீங்கள் இரண்டாம் அத்தியாயத்தில் கொடுக்கப்பட்ட பயிற்சியைப் மேற்கொள்ளலாம். முடியாதென்று நினைக்கிற மினி-இலக்குகளை உங்களுக்காக நிர்ணயித்துக் கொள்ளுங்கள். அவைகளை 100% ஈடுபாடோடு அடைய முனையும் போது என்ன நடக்கிறதென்று பாருங்கள். நீங்கள் எப்படி செயல்படுகிறீர்கள் என்பதை கவனியுங்கள். உங்கள் செயல்கள் மற்றவர்களுடன் தொடர்புகள் ஏற்படுத்திக் கொள்ள உதவினவா? அல்லது உங்கள் தொடர்புகள் ஒப்பந்தகளாக மாறும் சுழலில் சிக்கினீர்களா? உங்கள் செயல்முறை எந்த வரிசையில்? முதலில் செயல், அதனால் அதிகாரம் அதனால் பதவி அல்லது முதலில் பதவி, பதவியினால் அதிகாரம், அதனால் செயல் என்பதா? நீங்கள் தீர்வுகளுக்கு பொறுப்பேற்றுக் கொள்ள முன் வந்தீர்களா? இயற்கையாகத் தீர்வுகள் மலர்வதை உணர்ந்தீர்களா? இப்படி நடக்கும்போது உங்கள் வாழ்க்கையில் மாற்றம் ஏதேனும் கண்டீர்களா?

என்னுடைய பயிற்சி முகாம்கள் பங்கேற்றவர்களில் சிலர் இந்த பாடங்களை பரிசோதித்து பிறகு பகிர்ந்து கொண்டவைகள் இவை.

விவேக் : முன்பிருந்ததை விட ஒரு நாளில் நான் சற்று அதிகமாகப் பணிகள் செய்வதை உணர்கிறேன். பெரிய அதிசயங்கள் ஒன்றும் நடந்து விடவில்லை, எனினும் வேலைகளை முடிக்க முடியாமல் அடுத்த நாளுக்கு எடுத்துச் செல்லும் பழக்கம் மாறி வருகிறது. உரிய நேரத்திற்கு முன்னாலேயே பணிகளை முடிக்கிறேன். எனக்குள் ஒரு அமைதியைக் காண்கிறேன்.

அனுபவக் கல்வியின் முதல் படி இது தான், விவேக். முழுவதுமாக எவ்வளவு நேரத்தையும் சக்தியையும் சேமித்தீர்கள் என்று கவனியுங்கள். நீங்கள் அதை நன்றாக உணர சிறிது அதிக காலம் தேவைப்படும். ஆனால் நீங்கள் அலட்டிக் கொள்ளாமல் பணி செய்யும் முதல் தத்துவத்தைத் தெரிந்து கொண்டு விட்டீர்கள். உள்ளே மூர்த்தியின் மேல் படிந்துள்ள தள்ளிப்போடல் என்ற அழுக்கின் கனத்தைக் குறைத்திருக்கிறீர்கள். அது நடந்தது மிகச் சிறப்பு தான்.

அபிஷேக் : இயற்கையாக நான் ஒரு கோபக்காரன். ஆனால் இந்த வாரத்தில் சாதாரணமாக இருப்பதை விட அமைதியுடன் இருக்கிறேன். என் குடும்பத்தவரும் நெருங்கிய தோழர்களும் இதைக் கவனித்து பாராட்டுகிறார்கள். நாங்கள் மகிழ்ச்சியுடன் இருக்கிறோம்.

ரொம்ப நல்லது, அபிஷேக். இதைவிட வேறு என்ன வேண்டும்? நண்பர்களே!, இங்கு ஒரு சிறந்த பாடம் கற்கப்பட்டதைப் பாருங்கள். அபிஷேக் ஒரு கோபக்காரன். அவரைச் சுற்றியுள்ள மனிதர்களும் விஷயங்களும் அவர் கோபத்தைக் கிளறின. ஆனால் இந்த வாரத்தில் அவரைச் சுற்றியுள்ள மனிதர்களிடமும் விஷயங்களிலும் எந்த வித மாற்றமுமில்லை. அவர்கள் என்ன செய்தார்களோ அதைச் செய்து கொண்டு தான் இருக்கிறார்கள். இருப்பினும் அபிஷேக் பெரும்பாலும் அமைதியாகவே இருக்கிறார். மக்களின் நடத்தைக்கும் அபிஷேக்கின் கோபத்துக்கும் உண்மையில் சம்பந்தமில்லை. இதை இரண்டு விதமாகப் பார்க்கலாம். மக்கள் என்னை எரிச்சல் மூட்டுகிறார்கள் என்று காணலாம். அல்லது மக்களால் நான் எரிச்சலுறுகிறேன் என்றும் காணலாம். இவை இரண்டுக்குமுள்ள வேறுபாட்டின் இலக்கணத்தை அபிஷேக் புரிந்து கொண்டு விட்டார். மக்களோ, சூழ்நிலையோ உங்கள் வசத்தில் இல்லை, ஆனால் அதற்கு பதிலியக்கம் தருவது உங்கள் வசம். உங்கள் உணர்வுகளுக்கு நீங்கள் பொறுப்பெடுத்துக் கொண்டால் மக்களும் சூழ்நிலையும் மாறுவதைக் காண்பீர்கள். இது நம் சக்தியை நமக்கு உணர்த்தும் ஒரு அற்புதமான பாடம்.

அனில்: நான் என் 8 வயது மகனுடன் உறவாடுவதில் ஒரு மகிழத்தக்க மாற்றம் கண்டேன். கடந்த வாரம் வரை ஒவ்வொரு மாலையும் அவனுடன் யுத்தம் தான். அது அவன் என்னிடம் எக்குத் தப்பாக பதில் பேசுவதிலும் நான் அவனை இரண்டு சாத்து சாத்துவதிலும் முடியும். போன வாரம் நான் வீடு திரும்பியபோது அவன் படித்துக்

கொண்டிருக்காமல் வழக்கம்போல் விளையாடிக் கொண்டிருந்தான். நான் அதை ஏன் செய்தேனென்று தெரியவில்லை. ஆனால் கோபத்துடன் அவனைத் திட்டாமல் அவனுடன் விளையாட்டில் கலந்து கொண்டேன். அதிசயத்தில் அதிசயம், 15 நிமிடம் விளையாடிவிட்டு அவனே விளையாட்டை நிறுத்தி விட்டு படிக்க வேண்டுமென்றான். இது இப்பொழுது வழக்கமாகிவிட்டது. நான் மிகவும் சந்தோஷமாக இருக்கிறேன்.

அற்புதமாக இல்லையா? நீங்கள் இந்தப் பயிற்சி முகாமில் பங்கேற்கிறீர்கள். உங்கள் மகனின் பழக்கம் மாறுகிறது!!!

ராம்: நான் இந்த வாரம் எடுத்துக் கொண்ட இலக்குகள் நான் சாதாரணமாக செய்யும் வேலைகள் தான். வெகு நாளாகத் தள்ளிப் போட்டுக் கொண்டே இருந்தவை. ஆனால் அவைகளை இப்பொழுது முடித்து விட்டேன். மிக நிம்மதியாக இருக்கிறது.

ரொம்ப சந்தோஷம் ராம். மனது எப்படி சோம்பேறித்தனமாக அதைத் தள்ளிப் போட்டுக் கொண்டே இருந்தது பார்த்தீர்களா? நீங்கள் அதிலிருந்து விடுபட்டவுடன் வேலைகள் சுலபமாகி விட்டன இல்லையா? இது உங்களுக்கு பெரிய நிம்மதி தருகிறது என்று கூறுகிறீர்கள். அப்படித்தான். மனது உங்களை தள்ளிப்போட தூண்டியது மட்டுமல்லாமல், அது தவறு என்ற உறுத்தலையும் ஏற்படுத்தி பதற்றத்தையும் அழுத்தத்தையும் ஏற்படுத்தும். அது தான் அதற்கு உணவு போலும்!!! உள்ளேயுள்ள மூர்த்தியைச் சுற்றி ஏற்படும் பயனில்லாச் சுமை இது தான். அதிலிருந்து நம்மை எப்படி விடுவித்துக் கொள்வது என்பதற்கு உங்கள் அனுபவம் ஒரு அருமையான உதாரணம். அதன் பிறகு எல்லாமே அனாயாசமாக நடக்கும். அழுத்தம் குறைந்தவுடன் நீங்கள் ஒரு பெரிய சுமை இறங்கியதை அனுபவித்து சுகித்தீர்கள். மிகவும் சந்தோஷம்.

சுமேதா: என்னுடைய மாமியாருடன் இப்பொழுது சாந்தமான உறவு ஏற்பட்டிருக்கிறது. நாங்கள் டி.வி.ஸீரியலில் காண்பது போல சண்டை போட்டுக் கொள்ளவில்லையென்றாலும் எங்களுக்குள் ஒரு இடைவெளி இருந்தது. இப்பொழுது அந்த இடைவெளி குறைந்திருப்பது தெரிகிறது.

ரொம்ப நல்லது, சுமேதா. அந்த அனுபவம் தொடரட்டும். மனதின் உளைச்சலை நாம் உணரும்போது அதைப் பற்றி ஒன்றும் செய்யாமலே அது தானாக விலகுவதைக் கவனித்தீர்களா? மன

உளைச்சல் எங்கும் செல்வதில்லை. ஆனால் அதனால் நீங்கள் பாதிக்கப் படாமல் இருக்கும்போது உங்கள் உறவுகளின் ஆரோக்கியம் அதிகரிக்கிறது. விஷயத்தை கோட்பாட்டிலிருந்து விடுவித்து சந்தர்ப்பத்தை பொறுப்பேற்றுக் கொள்ளவைப்பது என்பது இதுதான்.

ஒவ்வொரு நபரும் பெற்ற அதிரடி பலன்கள் வெவ்வேறு விஷயங்களில் என்பதைக் கவனித்தீர்களா? ஒவ்வொரு மனிதன் மனதிலும் ஒரு குரங்கு இருக்கிறது.ஆனால் அது எப்போதும் ஒரே மாதிரியான குரங்காக இருப்பதில்லை. மற்றவருடைய அனுபவத்தை ஆராய்வதில் நமக்கு பயன் இல்லை. ஓ, ஸுமேதா மிகவும் லக்கி. அவள் மாமியாரை எப்படிக் கையாள்வது எனக் கற்றுக் கொண்டு விட்டாள். நமக்கும் இருக்கிறாளே ஒரு மாமியார் என்று எண்ணுவது நம்மை எங்கும் கொண்டு செல்லாது.

மேலும் நீங்கள் ஒரு மாமியாராக இருந்தால், இந்தப் புத்தகத்தை வாங்கி உங்கள் மருமகளுக்கு கொடுக்கலாம் என்ற எண்ணத்தைக் கைவிடுங்கள். உங்கள் மருமகள் மாறி உங்கள் இடைவெளி குறைவதை நீங்கள் நிச்சயமாக விரும்புவீர்கள். ஆனால் சுமேதாவின் அழகான அனுபவம் ஏன் விளைந்தது? மாமியாரோடு இடைவெளி குறைவதற்கு அவள் மாமியார் ஏதும் செய்ய வேண்டும் என்று எண்ணவில்லை. அந்தப் பொறுப்பை அவள் எடுத்துக் கொண்டாள். உங்கள் உள்ளிலுள்ள மனிதன் அந்தப் பொறுப்பை ஏற்றுக் கொள்ள வேண்டும். அப்படிச் செய்தோ மானால் டி.வி.சீரியல்களைச் சீண்ட யாரும் இருக்க மாட்டார்கள். ஒவ்வொருவரும் உண்மையாகவும் துணிவுடனும் தங்கள் அனுபவத்தைப் பகிர்ந்து கொள்ளும் அழகைப் பாருங்கள். நான் முதலில் ஒரு முட்டாளாக இருந்தேன் என ஒத்துக் கொள்வதற்கு அபாரத் துணிவு வேண்டும்.

KUNDU(குன்டு) : நான் இங்கு ஸ்டோர்ஸ் இன் சார்ஜாக (Stores-in-Charge பண்டக சாலைப் பொறுப்பாளர்) இருக்கிறேன். செல்லு படியாகாத சரக்குகளினால் எங்களுக்கு வெகு நாளாகப் பிரச்சினை. 20 லட்சம் ரூபாய் மதிப்புள்ள சரக்குகள் சேர்ந்து விட்டன.அதைக் குறைக்க நிர்வாகம் என்னைத் துளைத்தெடுத்துக் கொண்டிருந்தது. பல மாதங்களாக என்ன செய்வதென்று எனக்குத் தெரியவில்லை. நான் என்ன செய்ய முடியும் என்று ஒரு தத்தளிப்பில் இருந்தேன். சென்ற வாரம் அதை 50 % குறைக்க ஒரு இலக்கை எனக்கு விதித்துக்

கொண்டேன். அதற்காக முனையத் தொடங்கினேன். என்னுடைய இலக்கில் 90% எய்தி விட்டேன். சந்தோஷமாக இருக்கிறது.

அபாரம், மிஸ்டர்.குன்டு, நண்பர்களே! இங்கு என்ன நடந்தது என்று பாருங்கள். குன்டுவுடைய சூழ்னிலையில் எந்தவித மாற்றமும் இல்லை. ஆனால் அந்த இலக்குக்கு பொறுப்பு எடுத்துக் கொண்டவுடன், குன்டு சாதிக்கத் தொடங்கி விட்டார். தன் மனோபலத்தால் ஒரு அதிசயம் நிகழ்த்தி விட்டார். தனக்குள்ளே இருக்கும் மந்திர வாதியை இனம் கண்டுவிட்டார்.

மிஸ்டர்.குன்டு, இன்னொரு விஷயம். நீங்கள் உங்கள் சாதனைக்குத் திருப்தி அடைந்து விட்டால் அது அங்கேயே நின்று விடும். இன்னும் 10% பாக்கி இருக்கிறதே. எதிர்பார்த்ததை விட உங்களுக்கு பலன் கிடைத்தவுடன் உங்கள் பணியைச் சிறிது தளர்த்தத் தொடங்கி விட்டீர்கள் எனத் தோன்றுகிறது அது பரவாயில்லை. அதில் தவறொன்றுமில்லை. ஆனால் 10% அடையாததும் உங்கள் படைப்பு தான். ஒரு பந்தயத்தில் கடைசி அங்குலம் மிக முக்கியமானது. அந்த சமயத்தில் உங்கள் முனைவு தான் நல்ல அல்லது மேம்பாடான பலன்களுக்கு இடையே உள்ள வேறுபாட்டை. நிர்ணயிக்கிறது.

வீர பாண்டியன்: சென்ற வாரம் நீங்கள் அடையமுடியாதென்கிற பணியை நினைத்துப் பாருங்கள் என்று சொன்னதை அப்படியே செய்தேன். லாட்டரியில் பரிசு பெற வேண்டும் என்று ஒரு இலக்கை எடுத்துக் கொண்டேன். அதற்கு சீட்டு கூட வாங்கவில்லை. ஆனால் சென்ற வாரம் அருகிலுள்ள கடையில் பொருள்கள் வாங்கிய பிறகு சில்லறை இல்லாததால் கடைக்காரர் ஒரு 5 ரூ பரிசுச் சீட்டைக் கொடுத்தார். அதை வாங்கிக் கொண்டேன். 100 ரூபாயே ஆனாலும் அதற்கு ஒரு பரிசு விழுந்திருக்கிறது!!!

அற்புதம் தான்!!, நீங்கள் எதையாவது வேண்டுமென்று மிகத் தீவிரத்துடன் விரும்பினால் பிரபஞ்சம் அதை உங்களுக்குத் தர ஒன்றுகூடிச் செயலாற்றுகிறது என்று பாலோ கொயெல்ஹொ(Paulo Coelho) ஆல்கெமிஸ்ட் (Alchemist)டில் கூறியிருப்பது இப்பொழுது புரிகிறதா? பாண்டியன், ஆனால் நீங்கள் ஒரு தொகையைப் பற்றி நினைத்திருந்தால் ஒரு வேளை அந்தப் தொகைப்பரிசு உங்களுக்கு விழுந்திருக்கலாம். நீங்கள் நினைத்தது நடக்கும். ஆமென். ததாஸ்து.

சசிகுமார் : என் அனுபவம் இவ்வளவு பெரியதில்லை. என்னோடு மூன்று மேஜர் (பெரிய) சப்ளையர்ஸ் (பொருள் வழங்குவோர்)

களிடமிருந்து குறைந்த பட்சம் 5% டிஸ்கௌன்டாவது (சலுகையாவது) வாங்கவேண்டுமென்று ஒரு டார்கெட் (இலக்கு) வைத்துக் கொண்டேன். மூன்று பேராவது தேறுவார்களென்று ஒரு 5 பேர்களிடம் ட்ரை (Try - முயற்சி) பண்ணினேன். ஐந்து பேர்களும் இதை ஒத்துக்கொண்டார்கள். சிலர் 3% லேந்து 7% வரை டிஸ்கௌன்ட் தருகிறேனென்று ப்ராமிஸ்(ஒப்புதல்) பண்ணி யிருக்கிறார்கள். ஆனால் யாரும் ரைட்ட்ங்கில் (எழுத்து மூலம்) இது வரை தரவில்லை. எனக்கு என்னவோ இது நடந்துவிடும் என்று தோணுகிறது. ஆனா இது வரை ஒன்றும் நடக்கவில்லை. ஒரு வாரமும் ஓடிப் போய்விட்டது.

நன்றி சசிகுமார் அவர்களே! ரொம்ப இன்டெரெஸ்டிங்கா (சுவாரசியமாக) இருக்கு. எனக்கு என்னவோ இது நடந்துவிடும் என்று தோணுகிறது என்று சசிகுமார் சொன்னதை கவனித்தீர்களா? அதுதான் நமக்கு உள்ளுக்குள்ள தோணும்னு சொல்றது. ஏதாவது ஒன்று நடப்பதிற்கு முன்னால் அது நடக்கும் என்று ஒரு ஃபீலிங்க் (உணர்ச்சி) ஆறாம் அறிவுன்னு ரொம்ப லூஸா (இளக்கமாக) சொல்கிறார்களே அப்படி இல்லை இது என்று நீங்கள் புரிந்து கொள்ளவேண்டும். சசிகுமார் இதற்கென்று வேலை செய்திருக்கிறார். வரப்போவதை அவர்தான் உருவாக்கியிருக்கிறாரென்று சொல்லலாம். ஒரு ஐடியாவோட(எண்ணம்,கருத்து) டைம் (நேரம்) வந்து விட்டதென்றால் அது மிகவும் சக்தி வாய்ந்தது என்று சொல்வதை கேள்விப்பட்டிருக்கீங்களா?

இந்த சமயத்தில உங்களுக்கு விஞ்ஞானத்திலிருந்து ஒரு சின்ன உதாரணம் சொல்கிறேன். தி ஹண்ட்ரெத் மங்கீ ஃபினாமினன் (The Hundredth Monkey Phenomenon) அப்படியென்று இங்க்லிஷில் சொல்வார்கள். அதாவது நூறாவது குரங்கின் நிகழ்வு என்று சொல்வார்கள். சில விஞ்ஞானிகளெல்லாம் சேர்ந்து குரங்கு களெல்லாம் புதிய ஒரு சூழ்நிலையில் எப்படி விஷயங்களைக் கற்றுக் கொள்கிறதென்ளறு ஆராய்ச்சி நடத்தினார்கள். வெளி யிலிருந்து ஆராய்ச்சி செய்கிறவர்களெல்லாம் பார்க்கிற மாதிரி ஒரு இயற்கையான சூழ்நிலையை உருவாக்கினார்கள். அந்த இடத்துக்கு குரங்குகளெல்லாம் முன்னால் போனதில்லை. அவைகளுக்கு அந்த இடம் சுத்தமாகப் புதிய இடம். அந்த ஏரியாவில் (பகுதி) ஒவ்வொன்றாக குரங்குகளை விட்டார்கள். அவர்கள் நிறைய விஷயங்கள் ஆராய்ச்சி பண்ணினார்கள். அதில் ஒன்று, ஒரு இயற்கை

ஓடையைத் தண்ணீருக்காக கண்டு பிடிப்பதற்கு குரங்கு எவ்வளவு டைம் எடுத்துக் கொள்கிறது என்ற ஒன்று. அவர்கள் பார்த்ததில் முதல் குரங்கு 20 நிமிஷம் எடுத்துக்கொண்டது. இரண்டாவது 19.5 நிமிஷம், மூன்றாவது 20.5 நிமிஷம் இப்படி. ஒவ்வொரு புது குரங்கும் கிட்டத்தட்ட அதைக் கண்டு பிடிப்பதிற்கு அதே நேரம்தான் எடுத்துக் கொண்டது.

இப்படியே சிறிது நாள் சென்றது. ஒரு முக்கியமான நிகழ்ச்சி நடக்கும் வரை. அந்த நிகழ்ச்சியை - இங்க்லிஷில் க்ரிடிகல் பாயின்ட் அதாவது திருப்பு முனை என்று சொல்வார்கள். அது 100வது குரங்கை விட்டபோது நடந்தது. அதற்கப்புறம் விட்ட குரங்குகளெல்லாம் தண்ணீர் ஓடையைக் கண்டுபிடிப்பதற்கு வெறும் மூன்றே நிமிடங்கள் தான் எடுத்துக்கொண்டன. தண்ணீர் ஓடைக்கு வழி இருப்பது இப்பொழுது எல்லாக் குரங்குகளுக்கும் தெரிந்த விஷயமாகப் போய்விட்டது. 99வது குரங்கை விடும் வரை ஒன்றுமே மாற வில்லை. ஆனால் நூறாவது குரங்கை விட்டவுடன் ஒரு மகா மாற்றம் அதாவது திரும்பவும் மாறாத மாற்றம்- அதைத் தான் மகா மாற்றமென்று சொல்கிறார்கள், அது நடந்தது. நீங்கள் மேம்பாட்டை அடைய நினத்தால் இதே போல உங்களுக்கும் நடக்கலாம். நீங்கள் 99 தடவை தோற்றுப் போனாலும் (நிஜமாக 99 தடவைகள் இல்லை, சும்மா ஒரு பேச்சுக்கு அப்படி சொல்கிறோம்) உறுதியோடு நம்பிக்கை யோடு இருந்தீர்களானால் உங்கள் நிலைமை திடீரென்று மாறும். அதுதான் அற்புதம் இங்க்லிஷில் மிராக்கில் என்று சொல்வார்கள். ஆக தேவையெல்லாம் செயலும் உறுதியும் நம்பிக்கையும் தான். உங்கள் வாழ்க்கையிலும் இது போல பலப் பல அற்புதங்கள் மாஜிக்கை நிகழ்த்தலாம் நீங்கள் நினைத்தால்!!! ஆமென், ததாஸ்து, அப்படியே ஆகட்டும்.

மோனா: நான் என்னோடு கம்பெனியில் க்வாலிடி கன்ட்ரோல் டிபார்ட்மென்ட்ல் (தரக் கட்டுபாடு இலாக்கா) இருக்கிறேன். போன தடவை என்னை அப்ரைஸ் பண்ணும்போது (என் வேலைத் தரத்தை மதிப்பிடும்போது) என்னோட பிரசென்டேஷன் (PRESENTATION= நாம் சொல்ல வேண்டியவற்றை கம்ப்யூட்டரில் படம் மற்றும் ஒலி மூலமாக விளக்குவது) தரம் சுமாராகத்தான் இருக்கிற தென்று சூப்பர்வைஸர் சொன்னார். வெளிநாட்டிலிருந்து எங்க கம்பெனிக்கு சில கஸ்டமர்கள் போன வாரம் வந்தார்கள். அவர்களுடன் எக்ஸ்போர்ட் (ஏற்றுமதி) கான்ட்ராக்ட் (ஒப்பந்தம்) போட நல்ல சான்ஸ்(வாய்ப்பு)

இருந்தது. எங்களோட தரக் கட்டுப்பாடு பற்றி அவங்களுக்கு கம்ப்யூட்டர்ல பிரசென்டேஷன் பண்ணவேண்டியிருந்தது. முன்னால் நான் யூஸ் பண்ணிய ஸ்லைட்ஸ் (படத்தகடுகள்) களைத்தான் நான் இப்பவும் உபயோகித்தேன். நான் வழக்கமாக எங்க கம்பெனியுடைய திறமைகள், அமைப்புகள் எவ்வளவு சிறந்தவை என்று எடுத்துச் சொல்வேன். ஆனால் இந்த முறை அவர்களைப் புரிந்து கொண்டு, அவர்களுக்கு என்ன வேண்டுமென்று தெரிந்து கொண்டு, அதற்குத் தகுந்த மாதிரி அவர்களுடைய கடுமையான ஸ்டாண்டர்ட்ஸை (தரத்தை) எங்களால் எப்படி நிறைவேற்ற முடியுமென்று மாற்றிச் சொன்னேன். அப்புறம் என்ன? எல்லோரும் பிரெசென்டேஷனைப் பாராட்டினார்கள், வந்தவர்களும் எங்கள் தரக் கட்டுப்பாடு பற்றி ரொம்ப உயர்வாகப் பேசினார்கள். எங்களுக்கு உடனடியாக ஒரு சின்ன ஆர்டரும் கொடுத்தார்கள். ஒரு பெரிய ஆர்டர் கிடைப்பதற்கு நல்ல வாய்ப்புமிருக்கிறது.

என் மனமார்ந்த வாழ்த்துக்கள் மோனா அவர்களே!! ஆச்சரியமாக இருக்கிறது, இல்லயா? அதே மோனாதான், அதே பிரசென்டேஷன் தான். ஆனால் அபாரமான மாற்றம். இது எப்படி நடந்தது? புதியதாக நீங்களோ கம்பெனியோ எதுவும் செய்யவில்லை. நீங்கள் தொடர்பு கொள்ள வேண்டியவர்களோடு, அவர்கள் தேவையை உணர்ந்து கொண்டு செயவலாற்றினீர்கள். மற்றவர்களுக்கு என்ன தேவை என்று தெரிந்து கொண்டு அதை அவர்களுக்குத் தந்தால் அவர்கள் நமக்கு வேண்டியதைத் தருகிறார்கள். உண்மையிலேயே ஒரு அருமையான அனுபவம். அபாரம்!!! அபாரம்!!!

நாம் பேசும்போது நமக்கு பொறுமையே இருப்பதில்லை. நம்மிடம் ஒரு கேள்வி கேட்டு முடிக்கும் முன்னரே, நாம் அதற்குப் பதில் சொல்லத் தொடங்கி விடுகிறோம். பேச்சு வார்த்தைகளில் ஈடுபடும் போது அதில் தான் நமது கவனம் இருக்க வேண்டும். நம்முடைய எண்ணங்களிலோ அல்லது நம் கருத்துகளிலோ அல்ல. நன்றாக காது கொடுத்துக் கேளுங்கள். மற்றவர்கள் சொல்வதைப் புரிந்து கொண்டு, அவர்கள் தேவையைப் பூர்த்தி செய்யுங்கள். மோனாவுக்கு நடந்த மாதிரி நமக்கும் விஷயங்கள் அனாயாசமாக நடக்கும்.

சில நேரங்களில் நீங்கள் ஒரு கேள்வி அல்லது விமரிசனத்தை முழுவதுமாகப் புரிந்து கொள்ளாமலிருக்கலாம். அல்லது அதை முட்டாள்தனமாகவும் இயற்கைக்கு புறம்பானதாகவும் நினைக்கலாம்.

அந்த சமயத்தில் அதற்கு பதில் சொல்வதற்கு முன் திரும்பவும் அதை விளக்கச் சொல்வதே சிறந்தது. ஒரு தடவை நான் ஒரு வியாபார பேச்சுவார்த்தை குழுவின் உறுப்பினராக இருந்தேன். என் குழுவிலுள்ள ஒருவர் எதிர்கட்சியிடம் நியாயமில்லாத எக்குத் தப்பான சலுகை ஒன்றைக் கேட்டார். நான் பேச்சு வார்த்தை முறிந்து போய்விடுமென பயந்தேன். ஆனால் எதிர்கட்சியிலுள்ளவர் வெகு அமைதியுடன், ''எதற்காக இதைக் கேட்கிறீர்கள்'' என்று கேட்டார். அது அங்குள்ள சூழ்நிலையையே மாற்றியது. இரு கட்சியும் வெற்றியாகக் கருதும் பேச்சு வார்த்தைகளுக்கு வழி பிறந்தது. எவருக்கும் எந்தவித மனத்தாங்கலும் ஏற்படவில்லை.

சுனில்: என்னுடைய நண்பர்கள் பகிர்ந்து கொண்ட நல்ல பலன்கள் எனக்கு மிகவும் மகிழ்ச்சி தருகிறது. ஆனால் என் வாழ்க்கையில் பெரிதாக ஒன்றும் நடக்கவில்லை. இந்த வாரத்துக்காக சில இலக்குகள் எடுத்துக் கொண்டேன். ஆனால் திடீரென்று வெளியூர் செல்ல வேண்டி வந்ததால் ஒன்றையும் கவனிக்க முடியவில்லை.

உண்மையைப் பகிர்ந்து கொண்டதற்கு மிக்க நன்றி, சுனில் அவர்களே! இந்த மாதிரி கூட நடக்கலாம். நீங்கள் வெளியூர் செல்ல வேண்டியிருந்ததால் நினைத்த வேலையைச் செய்ய முடியவில்லை. அது பரவாயில்லை. நாம் இலக்குகளை நிர்ணயித்து அதற்காக வேலை செய்யவில்லையென்றால் அதை நிச்சயமாக அடைய முடியாது என்பது உங்களுக்குத் தெளிவாகப் புரிந்திருக்குமென நினைக்கிறேன். மேலும் அதைப் பற்றி நீங்கள் கஷ்டப்படவோ வருந்தவோ தேவையில்லை. நம்முடைய இலக்குகளும் நம்மைக் கட்டிப் போடக் கூடாது. உங்களது மாறிய சூழ்நிலைக்குத் தகுந்தவாறு புதிய இலக்குகளை நிர்ணயித்துக் கொள்ளுங்கள். ஒவ்வொரு நிமிடமும் ஒரு புதிய வாய்ப்பைத் தருகிறது. அதைக் காண்பது நம் கையில்.

சஞ்சீவ்: நீங்கள் போன வாரம் சொன்னபடி ஒரு இலக்கை எடுத்துக் கொண்டிருக்கிறேன். அது மிகவும் பெரிய இலக்கு. அதை ஒரு வாரத்தில் முடிக்க முடியாது என்று எனக்குத் தெரியும். ஆனால் அதைத் தொடங்கி 10 % வரை முடித்து விட்டேன்.

நல்லது. 10% சாதித்ததைப் பற்றி உங்களுக்கு என்ன உணர்ச்சி என்று எனக்குத் தெரியவில்லை. நீங்கள் துணிவுடன் பெரிய இலக்காக எடுத்துக் கொண்டீர்கள் என்பது மகிழ்ச்சி தான். அப்படிச் செய்யும்

போது அதை சிறிய உப-இலக்குகளாகப் பிரித்துக் கொண்டு, அவற்றை ஒப்பிட்டுப் பார்க்க ஒரு தரத்தையும் ஏற்படுத்திக் கொள்ள வேண்டும். நீங்கள் அளக்க முடியாத எதையும் நிர்வகிக்க முடியாது என்பதை எப்பொழுதும் நினைவில் வைத்திருங்கள். அப்படி செய்திருந்தால் அந்த 10% எய்தியதை நீங்கள் நினைத்த இலக்கை அடைந்ததாகவோ அல்லது இன்னும் உழைக்க வேண்டும் என்ற தகவலாகவோ நீங்கள் பார்த்திருக்க முடியும்.

மனது வேலை செய்யும் விசேஷத் தன்மையைப் பாருங்கள். இயற்கையில் இது போன்ற நிச்சயமில்லாத சூழ்னிலைகளில் மனது அதை அப்படியே ஒரு தெளிவில்லாமல் வைத்திருக்கத்தான் விரும்பும். இப்படி வைத்திருந்தால் நிலைமை எப்படிப் போனாலும் அதை நியாயப்படுத்துவதற்கு அதற்கு நல்ல காரணங்கள் கிடைக்கும். நமக்கு தேவை காரியங்களைச் செய்து முடிப்பதே. அது ஏன் முடியவில்லை என்று காரணங்கள் கண்டு பிடிப்பது அல்ல. இது பற்றி பிற்பாடு பேசுவோம்.

கோபால்: எனக்கும் இந்த வாரம் வெளியூர் போக வேண்டியிருந்தது. நான் மும்பையிலிருந்து புனேக்கு பஸ்ஸில் சென்று கொண்டிருந்தேன். எனக்குப் பின்னால் ஏறிய ஒருவர் எனக்கருகில் அமர்ந்தவுடன் நான் டிக்கெட்டுக்கு எவ்வளவு கொடுத்தேன் என வினவினார். நான் ரூ 150 என்றேன். அவர் புன்னகைத்து, நீங்கள் ஏமாந்து விட்டீர்கள் என்றார். அவர் ரூ 120 தான் கொடுத்தாராம். பிறகு பிரைவேட் (தனியார் துறை) பஸ்காரர்கள் எப்படி பஸ் ஸ்ர்வீஸ் (சேவை) நடத்துகிறார்கள் என்று விவரித்தார். நாம் பஸ் புறப்படும் தறுவாயில் ஏறினால் சலுகை தருவார்கள் என்றார். பிறகு என்னிடம் அதிகப் பணத்தை திருப்பிக் கேட்கச் சொன்னார். மற்ற பயணிகளிடம் அவர்கள் எவ்வளவு கொடுத்தார்கள் என்று கேட்டார். ஏதோ ஒருவர் ரூ110க்கு வாங்கியிருந்தார். அவ்வளவு தான். அவருடைய நாள் கரி நாளாயிற்று. கண்டக்டரிடம் சண்டை போட்டார். அவர் பணத்தைத் திருப்பிக் கொடுக்க மறுத்து விட்டார்.

இவையெல்லாம் நடந்து கொண்டிருந்தபோது நான் எவ்வளவு அமைதியாகவும் சாந்தமாகவும் இருந்தேன் என்பதை உணர்ந்தேன். மற்ற எல்லோரும் கொதித்துக் கொண்டிருந்தார்கள். சாதாரணமாக நான் அந்தச் சர்ச்சையில் கலந்து கொண்டிருப்பேன் அல்லது கோபப்பட்டவர்களை சமாதானப் படுத்தவாவது செய்திருப்பேன்.

ஆனால் அன்று ஒன்றும் செய்யவில்லை. நான் ஒரு நாடகம் பார்த்துக் கொண்டிருப்பது போல் உட்கார்ந்திருந்தேன். நமது நண்பர் ரூ.30 குறைவாகக் கொடுத்திருந்தாலும் வருந்திக் கொண்டிருந்தார். நான் அதிகம் கொடுத்திருந்தாலும் எனக்கு பிரச்சினை ஒன்றுமில்லை. நாம் வாழ்க்கையை எப்படிப் பார்க்கிறோம் என்பதைப் பொறுத்தே நமது நாள் அமைகிறது என்பதை உணர்ந்தேன்.

அபூர்வமான அனுபவம் கோபால்!வாழ்க்கையை தூர நின்று பார்ப்பதற்கு ஒரு சிறந்த உதாரணம். வாழ்க்கையென்பது வெறும் விஷயங்கள் தான் கோட்பாடுகள் அல்ல என்பதை நாம் புரிந்து கொண்டால் நல்லது.

இந்த அனுபவ மணிகளையெல்லாம் கோர்த்தாற்போல் அவற்றினூடே ஒரு நூலிழை ஓடுவதைக் கவனியுங்கள்.உங்களுக்கு ஒரு அதிரடிப் பலன் கிட்டியதோ இல்லையோ, நீங்கள் ஒரு பாடம் கற்றுக் கொண்டதாக எண்ணுகிறீர்களோ இல்லையோ, ஒன்று மட்டும் எல்லோருக்கும் பொதுவாக இருக்கிறது. தன் அனுபவங்களைப் பகிர்ந்து கொண்ட ஒவ்வொருவரும் தங்கள் எண்ணங்களைக் கூர்ந்து கவனிக்கிறார்கள்.அவர்கள் அந்த சந்தர்பத்தின் விஷயங்களைக் கோட்பாட்டிலிருந்து பிரித்து நோக்குகிறார்கள். நீங்கள் அனைவரும் கேள்வியை உற்று நோக்கி அதன் பதில் மாறுவதைக் கவனிக்க கற்றுக் கொண்டிருக்கிறீர்கள். நம்முள் இருக்கும் மேம்பாட்டை நோக்கிச் செல்வதற்கு இதுவே முதல் படி. நீங்கள் இதை உணர்ந்து கொண்டது எனக்கு மிகவும் சந்தோஷத்தைத் தருகிறது.

பரமேஸ்வரன் : நான் ஒரு ஆர்க்கிடெக்ட் (ARCHITECT= கட்டிடக் கலை நிபுணர்) எனக்கு மேம்பாடென்றால் என்னுடைய கட்டிடங் களில் டிஸைன் (Design = வடிவமைப்பு) அப்பழுக்கு இல்லாமல் இருக்க வேண்டும். என்னுடைய வாடிக்கையாளர்கள் என் டிஸைன் களின் சிறப்பை உணருவதில்லை; மேலும் ஏதாவது காரணத்துக்காக சரியில்லாத டிஸைனை ஒத்துக் கொள்ளச் சொல்கிறார்கள். இதனால் நான் மகிழ்ச்சியாக இருப்பதேயில்லை. இது போன்ற ஒரு நிகழ்ச்சி சென்ற வாரம் நடந்தது. அதிலிருந்து என்னால் மீள முடியவில்லை.

உங்களுடைய சங்கடம் புரிகிறது, பரமேஸ்வரன்! பெர்ஃபெக்ஷன் (PERFECTION= முழுவதும் சரியானது) என்பது ஒவ்வொருவருக்கும் வெவ்வேறாக இருக்கலாம் என்பது உங்களுக்குத் தெரியுமென்று நினைக்கிறேன். அதை ஒரு வரையறைக்குள் கொண்டு வர

முடியுமா? உங்கள் கருத்துப்படி ஒரு தரம் வைத்துக் கொண்டுள்ளீர்கள் என்று எண்ணுகிறேன். அதில் தவறொன்றுமில்லை. அது நம்மை மறைமுகமாக ஊக்குவித்து மேம்பாட்டை நோக்கிச் செல்ல வைக்கிறது. அந்த வகையில் நன்மையே. ஆனால் சில சமயம் அதுவே ஒரு கோட்பாடாக மாறும்போது அதன் பிடியில் நாம் சிக்கிக் கொள்கிறோம் என்பதே என் கருத்து.

பரமேஸ்வரன், நீங்கள் எந்தத் தொழிலில் இருக்கிறீர்கள், உஙகள் வாடிக்கையாளர்களிடம் எதற்காக பேச்சு வார்த்தைகள் நடத்துகிறீர்கள் என்பதை நீங்கள் சிந்தித்துப் பார்க்க வேண்டும். அது வியாபார நோக்கமென்றால் வாடிக்கையாளர்களைத் திருப்திப் படுத்துவது உங்களுக்கு முக்கியமில்லையா? அப்பொழுது பெர்ஃபெக்ஷன் என்னவென்று உங்கள் வாடிக்கையாளர் தான் சொல்லவேண்டும் அல்லவா? பல விதமான தீர்வுகள் (OPTIONS) இருப்பதை நீங்கள் அவருக்கு எடுத்துச் சொல்லலாம். ஆனால் முடிவை அவரிடம்தான் விட வேண்டும். அவருடைய தேர்வு உங்களைப் பொறுத்தவரை சிறந்ததாக இல்லாமல் இருக்கலாம். ஆனால் அவருக்கு அது தான் தேவையென்றால் அதைக் கொடுப்பதே உங்கள் தொழிலின் நோக்கமென்று நான் நினைக்கிறேன். .

"அ.கே.கே: இந்த உதாரணங்கள் மூலம் நமக்கு என்ன பொதுவான கருத்துகளும் சித்தாந்தங்களும் கிடைக்கின்றன?"

நாம் திடீர்ப் பணக்காரராக வேண்டுமென்றால் லாட்டரி டிக்கெட் வாங்கவேண்டும்! நம் பிள்ளைகள் சரியாகப் படிக்க வேண்டுமென்றால் அவர்களிடம் விளையாடவேண்டும்!! மன்னிக்க வேண்டும்; ஒரு தமாஷுக்காக அப்படிச் சொன்னேன்.

நீங்கள் கேட்ட கேள்வி மிக முக்கியமானது. அதற்கு விடை கிடைக்கவில்லையென்றால் அதுவே உங்களுக்கு நல்லது. இங்கே பகிர்ந்து கொள்ளப்பட்ட வெற்றிகளுக்கும் தோல்விகளுக்கும் மனது ஏதாவது காரணங்கள் கண்டு பிடிக்கும். அவைகள் ஏன் வேலை செய்தன அல்லது ஏன் வேலை செய்யவில்லை இரண்டுமே நமக்கு முக்கியமல்ல. கேள்வி கேட்பதைத் தவிருங்கள். வெற்றியின் மூன்று படிகள் என்ன, அற்புதங்களை நிகழ்த்தும் 10 வழிகள் என்ன, என்று கேட்கவும், அதை விட என்னிடமிருந்து கேட்டுத் தெரிந்து கொள்ளவுமான உந்துதல் உங்களுக்கு நிச்சயமாக இருக்கும். ஆனால் நான் உங்களுக்கு ஏமாற்றம் தான் தரவேண்டும். அப்படிப்

பட்ட விதிகள் இல்லை. சரியென்றும் தவறென்றும் எதுவுமே இல்லை. நீங்கள் எந்த விதியை உருவாக்கினாலும் வெகு சீக்கிரமே அது கோட்பாடாகி அதன் அடிமையாகி விடுவீர்கள். ஆதலால் விடைகளையோ விதிகளையோ தேடாதீர்கள். இந்த அனுபவங் களைக் கவனியுங்கள். அவைகள் சரியான அனுபவங்கள் அல்ல. அனுபவங்கள் அவ்வளவுதான். கோட்பாடுகளிலிருந்து விஷயங் களைப் பிரித்து சந்தர்ப்பத்திற்குத் தகுந்தாற்போல் அவைகளை நோக்கும் முதல் அனுபவங்களே இவை. அது நிகழும்போது என்ன நடக்கலாம் என்பதை நோக்கினீர்கள். அந்த அனுபவங்களோடும் அதிலிருந்து எழும் கேள்விகளோடும் தொடர்ந்து இருங்கள்.

''அ.கே.கே: கேள்விகளோடு இருங்கள் என்று சொல்லிக் கொண்டே இருக்கிறீர்கள். அது உங்களுக்கு சரியாக இருக்கலாம், ஆனால் திரும்பவும் முதல் சதுரத்திற்கே (ஆரம்பத்துக்கே) போனாற்போல் எனக்கு ஒரு தத்தளிப்பைத் தருகிறது நான் என்ன செய்யவேண்டும்?''

இதைக் கேட்டதற்கு நன்றி. அது போல் நீங்கள் உணர்வது இயற்கை தான். மனது அடுத்து என்ன என்பதைத் தெரிந்து கொள்ள எப்போதுமே விரும்பும். நிகழ்காலத்தில் இருப்பது அதற்கு அசௌகரியமாக இருக்கும். இப்பொழுது என்பது முதல் சதுரம். (தொடக்கம்.) அங்கு உங்களுக்கு விளையாட மொத்த பலகையும் இருக்கிறது. நீங்கள் எப்படி வேண்டுமானாலும் விளையாடலாம். முதல் சதுரத்தில் இருப்பது பத்தாவது சதுரத்தில் இருப்பதை விட சௌகரியமானது இல்லையா? பத்தாவது சதுரத்தில் இருக்கும்போது 9 சதுரங்கள் உங்கள் வசமில்லை; அது குறித்து நீங்கள் ஒன்றுமே செய்ய முடியாது. முதல் சதுரம் ஒவ்வொரு வினாடியும் நமக்குள்ள வாய்ப்பைக் குறிக்கிறது. இப்பொழுதைப் போல். அதன் சக்தி அளவிட முடியாதது.

இங்கு பகிர்ந்து கொள்ளப்பட்ட அனுபவங்களின் இன்னொரு விஷயத்தை நீங்கள் கவனிக்க வேண்டும். அவைகள் சாதாரண மனிதர்களின் வாழ்க்கையில் நடந்த சிறு சம்பவங்கள். சம்பந்தப் பட்டவருக்கு தற்பொழுது அது ஒரு முக்கிய நிகழ்வாக இருக்கலாம், ஆனால் அந்த மதிப்பு தொடருமா என்பது நமக்குத் தெரியாது. இந்த சிறிய தனிப்பட்ட நிகழ்ச்சிகளை வைத்துக் கொண்டு நாம் அதன் ஓட்டத்தையோ அல்லது நீள்கால முக்கியத்துவத்தையோ அறிந்து கொள்ள முடியாதென்று நினைக்கலாம். ஆனால் இங்கு தான் நாம்

முற்றிலும் தவறு செய்கிறோம். இந்தச் சிறு நிகழ்ச்சிகளில் விசேஷ கவனம் செலுத்தி அதிலிருந்து கற்றுக் கொள்வது மிக முக்கியம். இல்லையென்றால் முழு உருவத்தின் பரிமாணத்தை நாம் காண முடியாது.

ஒரு தவளையைத் தண்ணீருள்ள பாட்டிலில் விட்டு அதைப் படிப்படியாக 80 டிகிரி வரை சூடாக்கினால், தவளை சூட்டில் இறந்து போகுமே தவிரத் தப்பிக்க முயலாதாம். ஆனால் முன்னாலேயே சூடாக்கப்பட்ட தண்ணீரில் அதை விடும்போது உடனே தப்பிக்கத் துடிக்குமாம். விஞ்ஞானிகளின் கண்டுபிடிப்பு. இதை இங்கு நான் ஏன் சொல்கிறேனென்றால் நம்மைச் சுற்றி நடக்கும் படிப்படியான மாறுதல்களை நாம் மெதுவாகவே புரிந்து கொள்கிறோம் என்பதை எடுத்துக் காட்டவே. மேம்பாட்டை அடைய நம் உள்ளே உள்ள உத்தமனைக் காண்பதும் படிப்படி யாகவே நிகழும். அது மாஜிக் போல உடனே நடக்காது. அந்த எண்ணத்தோடு, மனதிலிருந்து சிறிது விலகி, ஒவ்வொரு நிமிடமும் அதோடு இருந்து அதைக் கவனித்து, தொடர்ந்து பொறுமையாக இருக்க வேண்டும். இந்த நீள் காலப் பயணத்தில் வெகு தூரம் வந்து விட்டீர்கள். அடுத்த படியில் காலடி வைக்கத் தயாராகி விட்டீர்கள்.

7 இடையூறுகளில் பாடங்கள்

மேம்பாட்டை நோக்கிச் செல்லும் நமது பயணத்தில் நாம் பிரச்சினைகளையும் இடையூறுகளையும் எதிர் கொள்ள வேண்டியிருக்கும். நாம் அவைகளை ஒவ்வொன்றாய்ப் பார்த்து, கோட்பாடுகளை விஷயங்களிலிருந்தும், சந்தர்ப்பங்களிலிருந்தும் விலக்கும் முறையை ஆராய்ந்து என்ன தெளிவு பிறக்கிறது என்று பார்ப்போம். பொதுவாக நாம் எதிர் கொள்ளும் இடையூறுகள் யாவை?

பொதுப் பிரச்சினை 1 : நேரம் இல்லை.

பீட்டர்: நான் அடிக்கடி எதிர் கொள்ளும் பல பிரச்சினைகளில் நேரமின்மையும் ஒன்று.

நல்லது. அதை நாம் அதை சிறிது நன்றாகவே புரிந்து கொள்ள வேண்டும். நீங்கள் நேரமின்மை என்று சொல்வதை விளக்க முடியுமா?

பீட்டர்: பல வேலைகளைப் பார்க்க வேண்டியிருக்கிறது. எல்லாவற்றையும் பார்க்க நேரம் போதவில்லை. சிலவற்றை ஒத்திப் போட வேண்டியிருக்கிறது. சிலவற்றை அரையும் குறையுமாகச் செய்ய வேண்டியிருக்கிறது. அதனால் ஒரு திருப்தியில்லாத மாதிரி இருக்கிறது. எரிச்சலும், இயலாமையும், கவலைகளும், அழுத்தங்களும் தான் மிச்சம்.

பீட்டர், நீங்கள் இந்தப் பிரச்சினையின் விளவுகளை நன்றாகவே விளக்கினீர்கள். இன்னும் சிறிது ஆழமாகச் செல்வோமா? நீங்கள் பல வேலைகள் என்று சொன்னீர்கள். எத்தனை வேலைகள்? மேலும் சொன்னீர்கள், எல்லாவற்றையும் பார்க்க நேரமில்லை என்று. உங்களிடம் எவ்வளவு நேரம் இருக்கிறது?

பீட்டர்: அதைத் துல்லியமாக சொல்வது கடினம். ஒரு நாளில் 20 வேலைகள் என்று வைத்துக் கொள்ளுங்களேன். ஒவ்வொன்றுக்கும்

2 மணி நேரமாவது தேவைப்படும். ஆனால் நமக்கு 24 மணி தானே இருக்கிறது. அது தான் பிரச்சினை.

நீங்கள் இப்பொழுது சிறிது திட்ட வட்டமாகப் பேசுகிறீர்கள். மகிழ்ச்சி. நீங்கள் ஒரு விஷயத்தைக் கவனிக்க வேண்டும். நேரமின்மை என்பது ஒரு முடிவு அல்லது கோட்பாடு. செய்ய வேண்டிய வேலை களின் எண்ணும், ஒரு நாளில் உள்ள நேரமும் விஷயங்கள் இந்த சந்தர்பத்தில் உங்களது நோக்கம் அவைகளை ஒரே நாளில் முடிப்பதே.

நல்லது. ஒவ்வொன்றுக்கும் சராசரியாக 2 மணி நேரம் தேவை என்றும் சொன்னீர்கள். ஆகையால் 20 வேலைகளை முடிக்க உங்களுக்கு 40 மணி நேரம் தேவை. ஆனால் இருப்பது 24 மணி நேரங்கள் தான். இது பள்ளிக் கணக்கு தான். ஆனால் அங்கு தான் நம் பிரச்சினை. அடுத்த கேள்வி, ஒவ்வொன்றுக்கும் சராசரியாக 2 மணி நேரம் பிடிக்கும் என்பது உங்களுக்கு எப்படி தெரியும்?

பீட்டர்: நான் சும்மா ஒரு உதாரணத்துக்காகச் சொன்னேன். சில வேலைகளுக்கு அதிக நேரம் தேவை. சிலவற்றிற்கு குறைவாக ஆகலாம். ஒவ்வொன்றுக்கும் எவ்வளவு நேரம் தேவை என்று கணிப்பது கடினம்.

ஓ, அப்படியா? ஒவ்வொன்றுக்கும் எவ்வளவு நேரம் தேவை என்று அளவிடுவது கடினம். ஆனால், பீட்டர், இது தெரியாமலே நேரமில்லை என்று மனது முடிவு செய்து விட்டது. இது தான் கோட்பாடு. நீங்களோ உங்கள் மனதோ அப்படிச் செய்வது தவறில்லை. அது நடக்கும், நடந்து கொண்டே இருக்கும். ஆனால் அது கோட்பாடு. நேரமின்மை என்ற விஷயம் உண்மையாகவோ உண்மை யல்லாமலோ இருக்கலாம். ஆனால் இந்தக் கோட்பாடு விஷயங் களோடு (ஒரு நாளில் 20 வேலைகள்) சிக்கிக் கொள்ளும்போது அது உண்மையல்லாமல் இருக்க வாய்ப்பிருக்கிறது என்பதை உங்களால் நினைக்க முடியவில்லை. நீங்கள் அது உண்மையென்று எண்ணி செயல் படுவதால் உங்களால் மேலே செல்ல முடிவதில்லை. இதற்கு உங்களால் தீர்வு காண முடியாது.

உங்களுக்கு ஏற்கனவே என்ன செய்ய வெண்டுமென்று தெரியும், இல்லையா? கோட்பாடிலிருந்து விலகுங்கள். அவ்வளவு தான். என்ன நடக்கிறதென்று பாருங்கள். திடீரென்று விஷயங்கள் அப்படியே இருக்கின்றன. ஆனால் அவைகள் இப்பொழுது ஒரு

பிரச்சினை அல்ல. நீங்கள் மற்றொரு நிலைக்கு மாறுகிறீர்கள். அங்கிருந்து ஒரு நாளில் 20 வேலைகளை முடிக்க வழி தேட முடியும். அதைப் பயிலுங்கள். என்ன நடக்கிறதென்று பாருங்கள்.

பீட்டர் : நீங்கள் சொல்வதைப் பார்த்தால் மிகவும் எளிது போல் தோன்றுகிறது. ஆனால் வாழ்க்கையில் விஷயங்கள் அவ்வளவு சுலப மானவை அல்ல. சில விஷயஙகளை முடிக்க குறிப்பிட்ட நேரம் தேவைப்படத்தான் செய்கிறது.

ஒரு குறிப்பிட்ட வேலையை முடிக்க எவ்வளவு நேரம் தேவைப் படும் என்று நமக்கு எப்படித் தெரியும்?

பீட்டர்: சில நேரங்களில் அனுபவத்தின் மூலம், பொதுவாக விஞ்ஞான ரீதியாக நடத்தப்படும் ஒவ்வொரு இயக்கத்துக்கும் ஆகும் நேரத்தை கணிப்பதன் மூலம்.

நமது அனுபவங்களே கோட்பாடுகள் என்பது இப்பொழுது உங்களுக்கு நன்றாகப் புரிந்திருக்கும். அவைகள் உண்மையாகவோ உண்மையல்லாததாகவோ இருக்கலாம்.உதாரணத்திற்கு உங்கள் செய்-வேலைப் பட்டியலில் (To do list) ஒரு உருப்படி ஒருவரிடம் பேசி தகவல் பெற வேண்டியது என வைத்துக் கொள்வோம். உங்கள் அனுபவத்தின் படி அவரிடம் பேசி தகவல் பெறுவது ஒரு சிரமமான விஷயம். அது எரிச்சல் தரும் ஒரு விஷயம் என்பதால் நீங்கள் அவரிடம் தொடர்பு கொள்வதை தவிர்க்கிறீர்கள். உங்கள் நேரக் கணிப்பில் இதற்கான நேரமும் எடுத்துக் கொள்ளப்படும். இவையெல்லாம் கோட்பாடுகள் என்று உங்களுக்குத் தெரியும். நீங்கள் அவைகளிலிருந்து விடுபட்டால், உங்களுக்கு வேண்டிய தகவலை ஒரு தொலைபேசி அழைப்பில் பெற முடியும்.

மிகச்சிறப்பாகச்செய்யப்பட்ட விஞ்ஞானநேரம்-இயக்கம்ஆய்வுகளும் ஒரு பணியை முடிக்க எவ்வளவு நேரம் எடுத்துக் கொள்ளலாம் என்பதையே குறிக்கும். உங்களிடம் உள்ள 20 வேலைகளுக்கும் இது போன்ற ஆய்வுக் கணிப்புகள் உள்ளனவா? எவ்வளவு தொழிற் சாலைகளில் உண்மையில் நேரம்-இயக்கம் ஆய்வுகளின் படி உற்பத்தி நடக்கிறது? ஒரே ஃபாக்டரி சில சமயம் 110% உற்பத்தியும் சில சமயம் 85% உற்பத்தியும் செய்கிறது. நமக்குப் பிடிக்காத உண்மை என்னவென்றால், ஒரு வேலைக்கு எவ்வளவு நேரம் தேவை என்பதை அதை நிறைவேற்று முன் நம்மால் கணிக்க முடியாது.

உங்களிடம் இன்னொரு கேள்வி பீட்டர். ஒரு பேச்சுக்காக நான் சொல்வதெல்லாம் தவறென்று வைத்துக் கொள்வோம். ஒவ்வொரு வேலைக்கும் ஒரு மணி நேரமே ஆகிறதென்று வைத்துக் கொள்வோம். அப்பொழுது எல்லா வேலைகளையும் முடிக்க உங்களுக்கு நேரம் போதுமா?

பீட்டர்: எனக்கே எனக்கான நேரம் தேவை- தூங்குவதற்கு, படிப்பதற்கு, டி.வி. பார்ப்பதற்கு, குடும்பத்தினரிடம், உறவாடுவதற்கு, நண்பர்களுடன் அரட்டை அடிப்பதற்கு, வேலைக்குச் சென்று திரும்புவதற்கு இது போல.

நீங்கள் இதையெல்லாம் செய்யாமல் உங்கள் நேரத்தை முழுவதும் அந்த 20 வேலைகளுக்கே செலவழிக்க முடியுமா?

பீட்டர்: கற்பனைப் படி பார்த்தால் முடியும்

ஆனால் அந்த முடிவு உங்கள் வசம் இருக்கிறதா? நீங்கள் அதைச் செய்கிறீர்களோ இல்லையோ, அல்லது ஏன் அப்படிச் செய்கிறீரகள் என்பது உங்கள் கையில் இருக்கிறதா? நான் நீங்கள் அப்படிச் செய்ய வேண்டுமென்றோ அல்லது வேண்டாமென்றோ கூறவில்லை. அது சரியா தவறா என்றும் கூறவில்லை. நான் கேட்பதெல்லாம் அதைச் செய்யாமலிருக்கும் முடிவு உங்கள் கையில் இருக்கிறதா? வேறு விதமாகக் கேட்டால் ஒவ்வொரு நொடியிலும் அந்த 20 வேலைகளையோ அல்லது வேறு ஏதாவதொன்றையோ செய்ய யார் முடிவெடுக்கிறார்கள்.

பீட்டர் : நான் தான் .

அது தான் இங்கு விஷயம். பீட்டர், இப்பொழுது புரிகிறதா? இந்த சந்தர்ப்பத்தின் உண்மை என்னவென்றால் நேரம் இருக்கிறது. ஆனால் அந்த நேரத்தில் என்ன செய்யவேண்டும் என்பதை நீங்கள் தீர்மானிக்கிறீர்கள். இதைப் புரிந்து கொண்டால் உங்கள் வாழ்க்கையை மாற்ற முடியும். உங்கள் நேரத்தை உபயோகிப்பது உங்கள் கையில், ஆனால் அதன் விளைவு உங்கள் கையில் இல்லை. இதை நீங்கள் நன்கு புரிந்து ஏற்றுக் கொள்ள வேண்டும்.

பொதுப் பிரச்சினை 2 : முன் பின் மாற்றுவது.

சீமா: நான் எதிர்கொள்ளும் சூழ்னிலைகள் அடிக்கடி மாறிக் கொண்டேயிருப்பதால் எதை முதலில் செய்வது, எதை பின்னுக்குத் தள்ளுவது என்று ஒரே குழப்பம். இது என் பிரச்சினைகளில் ஒன்று.

ஓ, உங்கள் பிரச்சினையை நாம் சிறிது ஆழமாக நோக்குவோம். நீங்கள் ஒரு உதாரணத்தோடு விளக்க முடியுமா?

சீமா: நீங்கள் இரு குறிப்பிட்ட வேலையை முழு கவனத்துடனும் ஈடுபாட்டுடனும் செய்து கொண்டிருக்கிறீர்கள். திடீரென்று ஒரு முக்கியமான வாடிக்கையாளர் முன் கூட்டி சொல்லாமல் வந்து நிற்கிறார் அல்லது மேலதிகாரி கூப்பிட்டு ஒரு விசேஷ அறிக்கையைத் தயார் செய்யச் சொல்கிறார் அல்லது உங்கள் மகள் பள்ளியில் கீழே விழுந்து அடிபட்டுக் கொண்டாள் என்று வீட்டிலிருந்து போன் வருகிறது.ஏதோ ஒன்று நடந்து நீங்கள் செய்து கொண்டிருந்த பணி தூக்கியெறியப்படுகிறது.

நல்ல உதாரணம். இது போன்ற நிகழ்ச்சிகள் பொதுவாகவே அடிக்கடி நடப்பது சகஜம் அல்லவா ? நாம் எப்பொழுது நடக்கக் கூடாது என்று நினைக்கிறோமோ அப்பொழுது தான் அவை நடக்கும். இது போன்ற சூழ்நிலைகளை சமாளிக்க அவைகளை இன்னும் சற்று அலசுவோம். நீங்கள் செய்து கொண்டிருந்த பணியை ஏ என்று அழைப்போம். அது ஒரு பணியாக இருக்கலாம் அல்லது 20 பணிகளாக இருக்கலாம், அது நமக்கு முக்கியமில்லை. நீங்கள் ஏ பணியில் தீவிரமாக ஈடுபட்டுக் கொண்டிருக்கும்போது பி பணி முளைக்கிறது. அது சொல்லாமல் வருகிற வாடிக்கையாளராகவோ, மேலதிகாரி தருகின்ற பணியாகவோ அல்லது வீட்டிலிருந்து வருகின்ற போனாகவோ இருக்கலாம்.

இந்தச் சூழ்நிலை பல மாதிரி இருக்கலாம். ''பி'' தான் முக்கியம், அதை ஒத்திப் போடவோ தவிர்க்கவோ முடியாதென்று நீங்கள் நினைத்தால் ''ஏ'' யை ஒதுக்கி வைப்பதை நீங்கள் ஒத்துக் கொள்கிறீர்கள். நீங்கள் 'ஏ'' யை விட ''பி'' க்கு முக்கியத்துவம் கொடுக்கிறீர்கள். இங்கு பிரச்சினை இல்லை. ஆனால் சில நேரங்களில் நீங்கள் ''ஏ'' ஐ அவ்வளவு சுலபமாக தள்ளிப் போட முடியாத நிலை இருக்கும். அது உங்களுக்கு முக்கியம். அதனால் அதை நீங்கள் தள்ளிப் போடுவதில்லை. அந்தப் பொழுதில் அது உங்களுக்கு மிக முக்கியமான பணி. ''பி'' முளைக்கிறது. அது, மேலதிகாரி அறிக்கை கேட்டது போல் உங்கள் பொறுப்புத் துறையில் உள்ளதாக இருக்கலாம். ஆனால் உங்கள் கருத்துப்படி ''ஏ'' ஐ விட அது முக்கியமில்லை. பிரச்சினை. தர்ம சங்கடம். உங்களைப் படுத்துவதாக நீங்கள் எண்ணுகிறீர்கள். இந்த சூழ்நிலையில் என்ன செய்வீர்கள்?

சீமா: நமக்கு ''சாய்ஸ்'' இல்லை. வேறு வழியில்லாததால் நாம் ''ஏ'' ஐ விட்டு விட்டு ''பி'' ஐ எடுத்துக் கொள்ள வேண்டியது தான்

ஆமாம். இதைத் தான் நாம் செய்கிறோம். இப்பொழுது இதன் முழு பரிமாணத்தையும் நாம் ஏன் இவ்வாறு செய்கிறோம் என்பதையும் பார்ப்போம். இங்கு ''ஏ'', ''பி'' என்ற இரு பணிகள் இருக்கின்றன. ''ஏ'' யும் முக்கியம். ''பி'' யும் முக்கியம். இரண்டுக்கும் உங்கள் கவனமும் உழைப்பும் ஒரே நேரத்தில் தேவைப்படுகிறது. உங்களுக்கு பிரச்சினை. இதில் ஒன்றைத்தான் நீங்கள் எடுத்துக் கொள்ள முடியும். இதை இப்படிச் சொல்லலாம்.

1. ''ஏ'' அல்லது ''பி''

2. ''ஏ'' ஆனால் ''பி''

1. நீங்கள் ''ஏ'' அல்லது ''பி''ஐ எடுத்துக் கொள்ளலாம். அல்லது

2. நீங்கள் ''ஏ'' ஐ முடிக்க விரும்புகிறீர்கள். ஆனால் ''பி'' இருக்கிறது.

இங்கு எது நிஜம்? நாம் இப்போது பார்த்தது போல் :''ஏ'' யும் ''பி'' யும் நிஜங்கள் தான். எது நிஜமில்லை?

சீமா: ''அல்லது'', ''ஆனால்'' என்கிற வார்த்தைகள்.

ஆமாம். ''ஏ''க்கும் ''பி''க்கும் நடுவில் தொடர்பை ஏற்படுத்தும் ''அல்லது'', ''ஆனால்'' என்கிற வார்த்தைகள் மனதினால் உருவாக்கப் பட்டவை. முழுப் பிரச்சினையும் உருவானது மனது ''ஏ''க்கும் ''பி''க்கும் நடுவில் இந்த வார்த்தைகளால் தொடர்பை ஏற்படுத்தத் தொடங்கியபோது தான். இந்த இரண்டையும் வேறு ஏதாவது வார்த்தையால் இணைக்க முடியுமா?

சீமா: இரண்டும் என்று சொல்லலாமா?

ஆமாம் சீமா, அதே தான்''ஏ''யும் . ''பி'' யும் ''ஏ'' யையும் ''பி''ஐயும் ''இரண்டும்'' என்ற வார்த்தையால் இணைப்பது நம் விருப்பத்துக்கு உட்பட்டது. அது மிகவும் சக்தி வாய்ந்த தொடர்பு. சூழ்நிலையை 180 டிகிரி மாற்ற வல்லது. ''இரண்டும்'' என்று நீங்கள் சிந்திக்கத் தொடங்கியவுடன் இரண்டிற்கும் இடம் கிடைக்கிறது. ''அல்லது'', ''ஆனால்'' வார்த்தைகளால் இணைக்கப் படும்போது ஏதாவது ஒன்றிற்குத்தான் கவனம் கிடைக்கிறது. ஆனால் உங்கள் தேவை இரண்டும். ''இரண்டு'' என்கின்ற சிந்தனையால் அது சாத்தியமாகிறது.

இதன் தீர்வுகள் பல விதமாக இருக்கலாம். நீங்கள் பணியை வேறொருவரிடம் ஒப்படைக்கலாம். இன்னொருவரின் உதவியை நாடலாம். திடீரென்று வந்த முக்கியமான வாடிக்கையாளருடன் சில நிமிடங்கள் பேசி விட்டு, உங்கள் கீழதிகாரியை அவரைக் கவனிக்கச் சொல்லலாம். தன்னைக் கவனிக்க நிறுவனத்தில் பலர் இருப்பதை வாடிக்கையாளர் ஒரு வேளை வரவேற்கலாம்.

அல்லது மேலதிகாரியிடம் நிலைமையைச் சொல்லி அறிக்கையை அடுத்த நாள் தரலாமா என்று கேட்கலாம். அறிக்கையை மேலதிகாரி உடனடியாக விரும்புகிறார் என்று நீங்கள் நினைத்தது தவறாகக் கூட இருக்கலாம். (மேலதிகாரி கேட்பது எல்லாமே ''உடனடி'' என்பது மனதின் கோட்பாடு என்பதைக் கவனியுங்கள்)

உங்கள் சக தொழிலாளியை பார்த்துக் கொள்ளச் சொல்லிவிட்டு உங்கள் மகளைக் கவனிக்க நீங்கள் வீட்டிற்குச் செல்லலாம். அப்பொழுது கூட நீங்கள் ''ஏ'' ஐயும் ''பி'' ஐயும் கவனித்திருக்க முடியும். எப்படி? ''உம்'' என்ற சொற்களால் இரண்டையும் இணைத்தீர் களானால். நீங்கள் எதிர்கொள்ளும் எல்லாப் பிரச்சினைகளுக்கும் இடையூறுகளுக்கும் இதை நீங்கள் பயன் படுத்த முடியம் என்பதைக் கவனியுங்கள்.

என்னுடைய சொந்த அனுபவம் ஒன்றை உங்களிடம் பகிர்ந்து கொள்கிறேன்.

ஒரு சமயம் பங்கு மார்கெட்டில் ஷேர்கள் (பங்குகள்) புழங்கும் இரண்டு ''பப்ளிக் லிமிடெட்'' கம்பெனிகளின் இயக்குனராக நான் இருந்தேன், இது போன்ற கம்பெனிகள் அவைகளின் இயக்குனர்கள் தணிக்கை செய்த தங்கள் காலாண்டு அறிக்கையை, காலாண்டு முடிந்த ஒரு மாதத்துக்குள்ளாக பத்திரிகைகள் மூலமாக வெளியிட வேண்டும் என்பது, பொது மக்கள் நலனுக்காக பங்கு மார்கெட் நிலவரங்களை மேற்பார்வையிடும் ''செபி'' (SEBI)யின் உத்தரவு. இந்த உத்தரவின் படி தங்கள் காலாண்டு அறிக்கையை வெளியிட இரண்டு கம்பெனிகளும் ''போர்ட் மீட்டிங்கை'' (இயக்குனர்களின் கூடுதலை) அக்டோபர் 28ம் தேதி அன்று வைத்துக் கொண்டன. மீட்டிங்குகள் ஒரு கம்பெனியுடைய பதிவு செய்யப்பட்ட டில்லி காரியாலயத்திலும் மற்றொன்று பாருச்(BHARUCH)சிலும் நடக்கும். நான் இருப்பதோ மும்பை. இரண்டு கம்பெனி மீட்டிங்குகளிலும் பங்கு பேற வேண்டுமென்பது என் விருப்பம். ஆனால் முடியாத

விஷயம் - ''ஏ'' க்கும் செல்லவேண்டும், ஆனால் ''பி''க்கும் செல்ல வேண்டும் என்பதைப்போல.

நான் இங்கு கூறியதைப்போல இவைகளை ''ஆனாலுக்கு''ப் பதிலாக ''இரண்டும்'' என்ற விருப்பத்தால் இணைத்தேன். நான் அப்படி எண்ணிய நொடியிலேயே எனக்கு ''பருச்'' கம்பெனி யிலிருந்து ''டெலிபோன் கால்'' வந்தது. சில இயக்குனர்களின் சௌகரியத்துக்காக மீட்டிங்கை 28ம தேதி காலை மும்பையிலேயே வைத்துக்கொள்ள முடிவு செய்திருப்பதாகவும் அது எனக்கு சௌகரியம் தானா என்று கேட்டு, உடனே மீட்டிங்கை விமான நிலையத்துக்கருகிலுள்ள ஏதாவது ஹோட்டலில் வைத்துக் கொள்ள முடியமா என்று கேட்டு உறுதிப்படுத்திக் கொண்டேன். டில்லி கம்பெனிக்கு போன் செய்து அவர்கள் மீட்டிங்கை மாலையில் வைத்துக்கொள்ள விண்ணப்பித்தேன். எல்லோரும் ஒத்துக் கொண்டதால் நான் மும்பை மீட்டிங்கை காலையில் முடித்து விட்டு விமானத்தைப் பிடித்து டில்லி மீட்டிங்கிலும் கலந்து கொள்ள முடிந்தது. இங்கு என்ன நடந்தது என்று பாருங்கள்? பிரபஞ்சம் முழுவதும் என் விருப்பத்தை முடிக்க ஒத்துழைத்தது ''உம்'' என்ற சொல்லின் சக்தியோ?

பொதுப் பிரச்சினை 3: சோம்பல், ஒத்திப்போடல் போன்ற பழக்கங்கள்.

மினி: என் பிரச்சினை சோம்பேறித்தனம். அதிகாலை எழ வேண்டுமென நினைக்கிறேன் ஆனால். என்னால் முடியவில்லை.

மினி, நீங்கள் ஒன்றை கவனிக்க வேண்டும். உங்கள் பிரச்சினை ''நான் அதி காலை எழுபவளாக இருக்க வேண்டும், ''ஆனால்'' நான் சோம்பேறி. அதை ''நான் சோம்பேறி, இருப்பினும் நான் அதி காலை எழுபவளாக இருக்க வேண்டும்'' என்று ''இரண்டும்'' என்று மாற்றுங்கள். நீங்கள் அப்படிச் செய்யும்போது நீங்கள் சோம்பேறியாக இருந்தாலும் அதிகாலை எழுந்திருக்க என்ன செய்ய வேண்டுமோ அதைச் செய்வீர்கள். இரட்டிப்பு சக்தியுள்ள அலாரம் வைத்துக் கொள்வீர்கள் அல்லது வேறு ஏதோ செய்வீர்கள்.

ஒத்திப்போடல் மற்றும் அது போன்ற பழக்கங்கள், மன நிலைகள் எல்லாவற்றிர்க்கும் இது பொருந்தும். இந்தப் பழக்கங்கள் மேம்பாட்டை அடையாமலிண்ருக்க மனதிற்கு நல்ல சாக்குபோக்குகள் கொடுக்கும்.

இது போன்ற சாக்குப்போக்கு இருந்தால் மேம்பாட்டை அடையாம லிருப்பது அதை அடைவதற்கு சமானம் என்று மனது நினைக்கிறது.

''நான் செய்ய வேண்டுமென எனக்குத் தெரியும் இருப்பினும் செய்யத் தோன்றவில்லை'' என்பது ''இரண்டும்'' வகையைச் சார்ந்தது. இது ''நான் செய்ய வேண்டுமென எனக்குத் தெரியும் ஆனால் செய்யத் தோன்றவில்லை '' என்பதிலிருந்து முற்றிலும் வேறுபட்டது.

முதல் நிலையில் (''நான் செய்ய வேண்டுமென எனக்குத் தெரியும் இருப்பினும் செய்யத் தோன்றவில்லை'') நீங்கள் அதைப்பற்றி வருந்துவதோ அல்லது குற்ற உணர்வு பெறுவதோ இல்லை. அதை ஒப்புக்கொண்டு அதிலிருந்து விலகி அதைப் பார்க்கிறீர்கள். அப்படிச் செய்யும்போது உங்களைச் சுற்றியுள்ள கட்டு தானாக விலகும்.

ஜிம் ரான்(JIM ROHN) முன்னணியில் இருக்கும் ஊக்கம் தரும் பேச்சாளர். ஒரு முனைவரும் தத்துவ ஞானியும் கூட. இணைய தளத்திலிருந்து எடுத்த அவருடைய கட்டுரையிலிருந்து சில அறிவுரைகள்.

தொடக்கம்

ஒத்திப்போடல் என்றால் சாதரணமாக நீங்கள் ஒரு வேலையைத் தொடங்கவேயில்லை என்றே நினைக்கிறோம். ஆனால் தொடங்கிய வேலையை முடிக்க இயலாமையும் மற்றொரு விதமான ''ஒத்திப்போடல்'' தான். நீங்கள் மக்களிடம் ஏன் ஒத்திப்போடுகிறீர்கள் என்று கேட்டால் இப்படிச் சொல்வதை அடிக்கடி கேட்பீர்கள். ''எனக்கு அரை குறையாக எதையும் செய்வது பிடிக்காது. நான் வேலையைத் தொடங்கு முன் எல்லாமே சரியாக இருக்க வேண்டும். கவனத்தடைகள், அதிக சப்தம், டெலிபோன் அழைப்புகள், எதுவுமே இருக்கக் கூடாது. என் உடல் நிலையும் சரியாக இருக்க வேண்டும். தலைவலி இருக்கும்போது என்னால் வேலை செய்ய முடியாது''.

ஒத்திப்போடலின் மற்றொரு பரிமாணமாகிய முடிக்காமைக்கும் அவர்கள் இப்படி ஒரு விளக்கம் தருவார்கள். ''எனக்கு திருப்தி அளிக்கவில்லை. நான் தான் என்னுடைய சிறந்த விமர்சகன், எல்லா விதத்திலும் ஒன்று சரியாக இல்லையென்றால் என்னால் அதை ஏற்றுக் கொள்ள முடியாது. நான் அப்படித்தான். ஒருகால் நான் மாறவே மாட்டேன் போலும்''.

இங்கு என்ன நடக்கிறதென்று புரிகிறதா? ஒரு குறைபாடு நற்குணமாக மாற்றப்படுகிறது. நிறை மனிதர்(Perfectionist) என்ன சொல்கிறார்

என்றால் இந்த உலகம் அவருடைய தரத்துக்கு உயரவில்லையாம். பலவீனங்களை விவாதிக்கும்போது மக்களால் சாதாரணமாகப் பயன்படுத்தப்படும் உத்தி, குறையை நிறையாக மாற்றும் இந்த குணம். இது ஒரு சுமுகமான சால்ஜாப்பு சொல்வதேயன்றி வேறொன்று மல்ல. உண்மையில் ஏன் ஒத்திப்போடும் குணம் என்பதைப் பற்றி இது விளக்கம் தருவதில்லை.

ஒத்திப்போடும் குணத்தின் மூல காரணம் தோல்வியைப் பற்றிய பயமாக இருக்கலாம். நீங்கள் ஆழ்ந்து நோக்கினால் அப்பழுக்கில் லாமையைத் தேடுவது தோல்வியைப் பற்றிய பயம் தான் என்பது புலப்படும். நீங்கள் மற்ற எதற்கும் பயப்படுவதற்கும் சிறு குறை களைக் கண்டு பயப்படுவதற்கும் உண்மையில் என்ன வேறுபாடு? நீங்கள் பயத்தால் அல்லவா செயலிழக்கிறீர்கள். நீங்கள் தொடங்கா மலிருப்பதற்கும் ஒன்றை முடிக்காமலிருப்பதற்கும் என்ன வேறுபாடு? இரண்டிலும் உங்கள் அசைவு நின்று போய் விட்டது. இரண்டிலும் நீங்கள் மேலே செல்வதில்லை. எதிரிலுள்ள வேலை உங்களைத் திணறடிக்கிறது. உங்களை எல்லோரும் குறை கூறுவதாகவும், உங்களைப் பார்த்துச் சிரிக்கப் போவதாகவும், தண்டனை கொடுக்கப் போவதாகவும், அல்லது வெளியேற்றப் போவதாகவும் கற்பனை செய்து கொண்டு அந்தக் கற்பனையே உங்களை ஆட்கொள்ள நீங்கள் அனுமதிக்கிறீர்கள். வரபோவதை பற்றிய இந்த எதிர்மறை இயக்கமே (negative mechanism) உங்களைச் செயலிழக்கச் செய்கிறது. உங்களை ஒன்றும் செய்ய விடுவதில்லை. இது மனது உங்களைக் கவிழ்க்க எடுத்துக் கொள்ளும் ஒரு உபாயம்.

பொதுப் பிரச்சினை 4

தோல்வியைப் பற்றிய பயம். அவன்/ அவள்/ அவர்கள் என்னைப் பற்றி என்ன எண்ணுவார்கள் ?

இஷான்: நானும், பெரும்பாலும் மற்றவர்களும் எதிர்கொள்ளும் ஒரு பிரச்சினை ''முடியாது'' என்று சொல்ல பயம்.

ஆமாம். இதை எடுத்துக் கொண்டதற்கு மகிழ்ச்சி. நாம் தேவையான சந்தர்ப்பங்களில் கூட ''முடியாது'' என்று சொல்லத் தயங்குகிறோம். அதனால் நாம் சரி என்று சொல்லும்போது உண்மையில் இயலாது என்றே உணர்கிறோம். மேலும் நம்மால் முடியாத பொறுப்புகளை எடுத்துக் கொண்டு அதை முடிக்கத் திணறுகிறோம். நாம் ஏன்

இப்படிச் செய்கிறோம்? ''முடியாது'' என்று சொல்வது நமக்கு ஏன் கடினமாக இருக்கிறது?

இஷான்: ஒருகால் மற்றவர் நம்மை மட்டமாக எண்ணி விடக் கூடாதே என்ற எண்ணத்தினாலோ?

ஆமாம் அது தான் உண்மை இல்லையா? நாம் மற்றவர்கள் நம்மை என்ன விதமாக எண்ண வேண்டும் என்று நினைக்கிறோம்? அவர்கள் நம்மை திறமையுள்ளவராகவும், நியாயமானவராகவும், நிபுணராகவும், உதவி மனப்பான்மை உள்ள ஒரு நல்ல மனிதராகவும் நினைக்க வேண்டுமென எண்ணுகிறோம்.இது போன்ற பல வேறு விதமான பண்புகளை இங்கே சொல்லலாம். சில சமயங்களில் இதற்கு எதிர் மாறாக கூட இருக்கலாம். சில சமயங்களில் நம்மை மற்றவர்கள் கண்டிப்புக்காரன், சுலபமாக ஏமாறாதவன் என்று எண்ண வேண்டுமென நினைப்போம். அப்பொழுது ''ஆம்'' என்று சொல்வது (தேவையான நேரங்களில் கூட) நமக்கு கடினமாக இருக்கலாம்.ஆக பிரச்சினை ஒன்று தான். அதன் இரு முகங்கள்.

நாம் மற்றவர்கள் நம்மை ஒரு குறிப்பிட்ட முறையில் நினைக்க வேண்டுமென நினைக்கிறோம்.எல்லோரும் அப்படி நினைக்க வேண்டுமென்று எண்ணாவிட்டாலும் குறிப்பிட்ட மனிதர்கள் நம்மைப் பற்றி அப்படி எண்ண வேண்டுமென விரும்புகிறோம்.நாம் ஜீவிப்பதற்கு இது அவசியமானது. சில சமயம் நம்மைப் பற்றி ஒரு சிலர் என்ன எண்ண வேண்டுமென நினைக்கிறோமோ அதற்கும் வேறு சிலர் என்ன எண்ண வேண்டுமென நினைக்கிறோமோ அதற்கும் முரண்பாடு இருக்கலாம். நமது நண்பர்கள் நம்மை ஒரு காதல் மன்னன் என்று எண்ண வேண்டுமென நினைப்போம். ஆனால் அதே சமயம் நம் மனைவி நம்மை ஒரு ''ராமன்'' என்று எண்ண வேண்டுமென்று நினைப்போம். மற்றவர்கள் (அவன்/ அவள்/ அவர்கள்) என்னைப் பற்றி வைத்திருக்கும் அபிப்பிராயம் என் வாழ்க்கையில் மிக முக்கியம். நம் வாழ்க்கையில் அந்த புறத் தோற்றத்தைப் பாதுகாப்பது மற்ற எல்லாவற்றையும் விட ஒரு முக்கியம் வாய்ந்த நோக்கமாகக் கருதுகிறோம்.

ஆனால் நாம் உணர வேண்டியது என்னவென்றால் நாம் நம்மைப் பற்றி உருவாக்க நினைக்கும் உருவம் ஒரு கோட்பாடு. இந்தக் கோட்பாடு ''விஷயங்களோடும்'', ''சந்தர்ப்பங்களோடும்'' சிக்கிக் கொள்ளும்போது தான் பிரச்சினைகள் உருவாகுகின்றன. இது

நடப்பது தவறோ அல்லது அசாதாரணமோ அல்ல. அவைகள் நடக்கும். நாம் அவைகளை இனம் கண்டு ஒப்புக் கொள்ள வேண்டும். ஒரு சில வினாடிகள் சிந்தித்து உங்களைப் பற்றி, நீங்கள் மற்றவர்களுக்காக உருவாக்க நினைக்கும் உருவம் பற்றி, எண்ணிப் பாருங்கள். அதை ஒப்புக் கொள்ளுங்கள். மற்றவர்களுக்கு இது எப்படி உண்மையோ அப்படியே தான் உங்களுக்கும். உங்களைச் சுற்றியுள்ளவர்கள் நீங்கள் அவர்களைப் பற்றி என்ன நினைக்க வேண்டுமோ அதற்காக பாடுபடுவது உங்கள் கண்களில் படுகிறதா? நீங்கள் அவர்களை அக்கறையுள்ள மேலதிகாரியாகவோ, அன்பு காட்டும் வாழ்க்கைத் துணையாகவோ, உதவி நல்கும் சகதொழிலாளி யாகவோ, ஈடுபாடுள்ள பணியாளர்களாகவோ, அன்புக் குழந்தை களாகவோ நினைக்க வேண்டும் என்று எண்ணுகிறார்கள். உங்களுக்கு அவர்களின் வேஷம் தெரியும். அவர்களின் விளையாட்டும் தெரியும். அவர்கள் உங்களை முட்டாளாக்க முடியாது. அப்படித்தானே?

இப்பொழுது உங்களுக்கு ஒரு வருத்தமான செய்தி. நீங்கள் மற்றவர்களுடைய வேஷத்தைத் தெரிந்து கொண்டீர்கள் ஆனால் அவர்கள் உங்கள் வேஷத்தைத் தெரிந்து கொள்ளவில்லை என்கிறீர்களா? யாரை ஏமாற்றுகிறீர்கள்? மற்றவர்கள் உங்களை எப்படி நினைக்க வேண்டுமென எண்ணி அதற்காக நீங்கள் கடுமையாக உழைத்துக் கொண்டிருக்கிறீர்கள்? ஆனால் உங்களுடைய அபாரமுனைவுக்கப்புறமும் நீங்கள் எப்படி வேண்டாமென்று நினைக்கிறீர்களோ அப்படித்தான் மற்றவர்கள் உங்களைப் பார்க்கிறார்கள். இது தவறோ அல்லது கெடுதலோ அல்ல. அதற்காக தண்டனை ஒன்றும் கிடையாது. ஆனால் அதை நீங்கள் உணர்ந்து கொள்ள வேண்டும். உங்கள் வாழ்க்கையில் பயனில்லாச் செயல் களையும் பேச்சுகளையும் விட்டு விட வேண்டும். இந்தப் புறத் தோற்றத்தை உருவாக்கும் போலித்தனம் தான் உங்கள் மூர்த்தியைச் சுற்றி கசடுகளைப் படியச் செய்கிறது. நீங்கள் அதைக் கவனித்து அதை ஒப்புக் கொண்டால் அதிலிருந்து விடுபடுவீர்கள். ஏற்பினால் ஏற்படும் மறைவு.

இஷான்: தோல்வியைப் பற்றிய பயத்தைப் பற்றி என்ன சொல்கிறீர்கள்?

நாம் இங்கு பேசிக்கொண்டிருப்பதின் மறு பக்கம் தான் அது, இல்லையா? நம் வெளி உருவத்தை இழந்து விடுவோமோ என்பது

தான் உண்மையான பயம். நம் எல்லோருக்கும் இந்த பயம் இருக்கிறது. அது ஏதாவது ஒரு வகையில் வெளிப்படுகிறது. மனது வெகு புத்திசாலித்தனமாக பல வழிகளில் அதை மறைக்கிறது.

இந்த உதாரணத்தைப் பாருங்கள். மேலதிகாரி நடந்து கொண்டிருக்கும் ஒரு விஷயத்தைப் பற்றி அண்மை அறிக்கை (update) கேட்கிறார். நீங்கள் உரிய காலத்தில் அந்த வேலையை முடிக்கவில்லை; அது உங்களுக்குத் தெரியும். முடிந்தால் அந்த கால தாமதத்தை மேலதிகாரி யிடமிருந்து மறைக்க விரும்புகிறீர்கள். ஏன்? அதைத் தொடர்ந்து வரும் வசவுகளைத் தவிர்க்க விரும்புவதால். நீங்கள் வசவு வாங்கினால் என்ன? அது அடிக்கடி ஏற்பட்டால் அது செயல்பாட்டு ஆய்வைப் பாதிக்கும். மூன்று வருடம் தொடர்ந்து சராசரி மதிப்பைப் பெற்றால் உங்கள் வேலை ஆட்டம் கண்டு விடும். அந்த ஒரு கற்பனை பயத்தால் நீங்கள் உங்கள் காலதாமதத்தை மறைக்க விரும்புகிறீர்கள். ஆனால் மேலதிகாரிகள் எப்பொழுதும் இது போன்ற விஷயங் களைக் கண்டு பிடிப்பதில் கை தேர்ந்தவர்கள். நீங்கள் எவ்வளவுக் கெவ்வளவு மறைக்க வேண்டுமென நினைக்கிறீர்களோ அவ்வளவுக் கவ்வளவு அவர்கள் அதைக் கண்டு பிடிப்பதற்கு முனைவார்கள். எதிர்ப்பு விளைவிக்கும் முனைவை.

நாம் புரிந்து கொள்ள வேண்டியது என்னவென்றால் தோல்வியைப் பற்றிய பயமும் தோல்வியும் ஒன்றல்ல. நீங்கள் வாழ்க்கையில் தோற்கவில்லை. அதனால் தோல்வியைப் பற்றி உங்களுக்குத் தெரியாது, தோல்வியை தோல்வியின் பயத்தோடு இணைத்து அவஸ்தைப் படுகிறீர்கள். இந்தத் தோல்வியைப் பற்றிய பயம் தான் நம் தொடர்புகளுக்கு இடைஞ்சலாக இருக்கிறது. மற்றவர்கள் என்ன நினைப்பார்களோ என்று பயந்து நமக்குத் தேவையானதை நாம் கேட்பதில்லை. நாம் முழு உண்மைகளையும் பகிர்ந்து கொள் வதில்லை. அதற்கான பல காரணங்களும் கூறுகிறோம். நாம் உண்மையைக் கூறும்போது என்ன கூறினோம் என்று நினைவில் வைத்துக் கொள்வது அவசியமில்லாமல் போய் விடுகிறது.

மறைந்த ''மார்க் மெக்கார்மாக்'' (Mark McCormack) தான் எழுதிய ''வாட் தே டோண்ட் டீச் அட் ஹார்வார்ட் பிஸினெஸ் ஸ்கூல்'' (What they don't teach at Harvard Business School)

என்ற புத்தகத்தில் இப்படிக் கூறுகிறார். ''உலகளவில் பணி ஆற்றும் அதிகாரிகள் தங்களுக்கும் தங்களைச் சுற்றியுள்ளவர்களுக்கும்

பிரச்சினை தருவது அவர்கள் தேவையான நேரங்களில் இந்த மூன்று வார்த்தைகளைக் கூறாமல் இருப்பது தான்''.

''எனக்கு உதவி தேவை''

''நான் செய்தது தவறு''

''எனக்குத் தெரியாது''

நினைத்துப் பாருங்கள். இந்த மூன்று வார்த்தைகளைக் கூறாததனால் எவ்வளவு சுமையை ஏற்றிக் கொள்கிறோம்? இந்த மூன்று மந்திர வார்த்தைகள் உங்கள் வாழ்க்கையை எவ்வளவு எளிமையாக முன்னுக்குக் கொண்டு செல்லும் என்பதை முயன்று பாருங்கள்.

தோல்வியின் பயம் உங்கள் வாழ்க்கையைக் குலைக்க வேண்டாம். பயம் இருந்தால் அது பாட்டுக்கு இருக்கட்டும். ஆனால் நீங்கள் மேலே செல்லுங்கள்.

அகே.கே. அது ஆபத்தானது அல்லவா?

ஆமாம். அது ஆபத்து தான். நிச்சயமாகச் சொல்ல முடியாதது தான். ஒரு கால் சக்தி வாய்ந்ததாக இருக்கலாம். அல்லது அதிரடி பலன்களை அனாயாசமாக எய்த உதவலாம். ஒரு கால் மேம்பாட்டின் சாரமே இது தானோ என்னவோ? நீங்கள் முயன்று பார்க்காத வரை உங்களுக்குத் தெரியாது. அந்த அனுபவத்தைப் பெறுங்கள். அதைப் பயிலுங்கள். நீங்கள் உங்களுக்கே தெரியாமல் ''நான் தோல்வி யடையலாம்'' என்பதை ''நான் தோல்வியடைவேன்'' என்ற பொருள் பட சொல்கிறீர்கள். அதைக் கவனித்தீர்களா? நீங்கள் அப்படிச் செய்ய வேண்டிய தேவையில்லை. நீங்கள் தந்த மேம்பாட்டின் உதாரணங்களைப் நினைவு கூறுங்கள். நீங்கள் உங்களுக்குத் தெரியாமல் அடிக்கடி துணிவுடன் வேலையில் இறங்கியிருக்கிறீர்கள். இப்பொழுது தெரிந்தே அதைச் செய்யும்போது அதன் சக்தியை உணர்வீர்கள்.

பொதுப் பிரச்சினை 5 : பாராட்டின் தேவை

கான் : நான் எதிர்கொள்ளும் இன்னொரு பிரச்சினை நான் ஒரு விஷயத்தைச் சரியாகச் செய்கிறேனா இல்லையா என்று தெரிவதில்லை. மேலதிகாரிகளிடமிருந்தோ அல்லது நான் யாருக்காக வேலை செய்கிறேனோ அவர்களிடமிருந்தோ ''பீட்பாக்'' (feed-back=பின்னூட்டு) கிடைப்பதில்லை.

நீங்கள் எந்த விதமான ''பீட்பாக்கை'' எதிர்பார்க்கிறீர்கள், கான் அவர்களே?

கான் : நான் செய்வது சரிதான் என்று ஏதோ வகையில் சொன்னால் போதும்.

அந்த ''பீட்பாக்'' உங்களுக்கு எப்படி கிடைக்கும்.

கான்: அடுத்தவர் நான் செய்த வேலை சரிதான் என்று சொன்னாலோ அல்லது புகழ்ந்தாலோ. ஆக்கபூர்வமான கண்டனங்கள் தெரிவித்தாலும் சரிதான்.

இப்பொழுது தான் நீங்கள் சரியாகச் சொல்கிறீர்கள். உண்மையான விருப்பத்தை மனது எப்படி மூடி மறைக்கிறது பாருங்கள். உங்களுக்குத் தேவையெல்லாம் நீங்கள் செய்த வேலைக்கு நற்பெயரோ அல்லது பாராட்டோ தான். அதில் தவறொன்றுமில்லை. பாராட்டையும் நற்பெயரையும் எதிர்பார்ப்பதோ அல்லது வேண்டுவதோ சாதாரணமாக இயற்கையாக நடக்கக் கூடியது தான். ஆனால் அது கிடைக்கவில்லை என்றால் மனது சோர்ந்து போகிறது.

கான் : ஆமாம். இன்னம் மோசமானது என்னவென்றால் நாம் செய்த வேலைக்கு வேறொருவருக்கு பாராட்டு கிடைப்பது தான்.

உண்மைதான். ஆனால் இந்த பாராட்டு எத்தனை முறை அல்லது எவ்வளவு அடிக்கடி உங்களுக்கு தேவைப்படுகிறது கான் அவர்களே.

கான் : நடு நடுவில்

நேற்று உங்களுக்கு சபாஷோ பாராட்டோ கிடைத்தது என்று வைத்துக் கொள்வோம் இன்றும் எதிர்பார்ப்பீர்களா?

கான்: இன்றும் நான் சிறப்பாகப் பணியாற்றியிருந்தால் இன்றும் எதிர்பார்ப்பேன்.

நீங்கள் எதற்காக பணி புரிகிறீர்கள், கான் நன்றாக வேலை செய்வதற்கா அல்லது பாராட்டு பெறுவதற்கா?

கான் : உண்மையாகச் சொன்னால் இரண்டுக்குமேதான்.

சரிதான், ஆனால் முக்கியமாக எதற்கு?

கான் : எனக்குத் தந்த வேலையைச் சிறப்பாகச் செய்வதற்காகத் தான் இருக்க வேண்டும்.

இப்பொழுது புரிகிறதா, நாம் எப்படி நமக்கே பிரச்சினைகளையும் இடையூறுகளையும் ஏற்படுத்திக் கொள்கிறோம் என்று? நமது முதல் பொறுப்பு மேம்பாட்டுடன் பணி செய்வதே. ஆனால் அதற்கான பாராட்டைப் பெறுவதோ பெறாமல் இருப்பதோ நம்மை பாதிக்கிறது நம்மை இயக்குவது மேம்பாட்டை அடைய வேண்டும் என்ற விருப்பமல்ல, ஆனால் பாராட்டுக்கான ஏக்கம். நான் இதை தவறென்றோ அல்லது தீமை என்றோ கூறவில்லை. ஆனால் அது உங்களை எப்படி மேம்பாட்டிலிருந்து விலக்குகிறது என்று பாருங்கள். ''பாராட்டு தேவை'' என்ற கோட்பாடு அந்த சந்தர்ப்பத்தில் மேம்பாட்டுக்காக வேலை செய்யும் விஷயத்தைப் பாதிக்கிறது. ''பாராட்டின் தேவை'' மேம்பாட்டின் நோக்கத்தை மீறி செயல்படுகிறது.

பாராட்டுகள் போதும், இனித் தேவையில்லை என்று நாம் நினைப்பதேயில்லை. நேற்று தங்க நட்சத்திரங்கள் (GOLD STARS) கிடைத்தால் இன்றும் கிடைக்க வேண்டுமென எதிர்பார்க்கிறோம். அது கிடைக்கவில்லை என்றால் நாம் தளர்ந்து போகிறோம்; நமக்கு தவறிழைத்து விட்டார்கள் என்று கலங்குகிறோம். என்ன உலகமிது, இங்கே அரசியலும் அன்னியாயமும் தான் என்று புலம்புகிறோம்.

பாராட்டவில்லை என்றால் அதைக் கண்டனமாக நினைக்கிறோம். நமக்கு எந்த விதத்தில் பாராட்டுகள் தரப்படவேண்டும் என்றும் நமக்கு கோட்பாடுகள் வைத்துக் கொள்கிறோம். அந்த விதத்தில் கிட்டவில்லை என்றாலும் நம்மை அவமதித்ததாக எண்ணுகிறோம். என் நண்பர் அடிக்கடி என்னிடம் ஜோக்கடிப்பார். நல்ல உணவை ருசித்து சற்று அதிகமாகவே சாப்பிட்ட பிறகு மனைவி கேட்பாளாம். ''எப்படி இருந்தது '' என்று. அதற்கு அவர் ''வழக்கம் போல் நன்றாக இருந்தது'' என்று சொன்னால் மனைவி, ''நீங்களாக அதை சொல்வதில்லையே'' என்று அங்கலாய்த்துக் கொள்வாளாம்.

கையிலுள்ள வேலையைச் சிறப்பாக முடிக்க வேண்டும் என்று வேலை செய்வதற்கும், பாராட்டுக்காக வேலை செய்வதற்கும் கடலளவு வேறுபாடு உள்ளது என்பதை நாம் உணர வேண்டும். என்னுடைய சொந்த அனுபவம் ஒன்றை உங்களிடம் பகிர்ந்து கொள்கிறேன்.

நான் அப்பொழுதுதான் வேலையை மாற்றியிருந்தேன். என் மேலதிகாரி எனக்குப்பின் கம்பெனியில் சேர்ந்தார். ஆக நாங்கள்

இருவரும் புதியவர்கள். நமக்கு எல்லோருக்குமே பாராட்டுகள் தேவைப்படுகின்றன. புதிதாக கம்பெனியில் சேர்ந்த எனக்கு கேட்கவும் வேண்டுமா? என் திறமையைக் காட்ட வாய்ப்புகளை எதிர்பார்த்துக் கொண்டிருந்தேன். என் மேலதிகாரியும் அப்படித்தான் இருந்திருப்பார் என்று நினைக்கிறேன். நாங்கள் வேலையில் சேர்ந்து ஆறு வாரங்கள் இருக்கும். மேலதிகாரி என்னைத் தன் அறைக்குக் கூப்பிட்டார். மானேஜிங் டைரக்டர் சரக்குகளை நிர்வகிக்க (inventory control) புதியதாக ஒரு செயல்முறையை (system) உருவாக்கச் சொன்னாராம்.

என் திறமையைக் காட்ட சிறந்த வாய்ப்பு. நாங்கள் இருவருமே புதியவர்கள் ஆனதால் ஒரு சிறிய செயற்குழு நிர்ணயிக்கலாம் என்று ஆலோசனை கூறினேன். செயற்குழுவில் அந்த இலாக்காவில் பணி புரியும் மேலாளர்களையும் சேர்த்துக்கொண்டால் நல்லது என்றும் சொன்னேன். அவர் அதை வரவேற்று யாரையெல்லாம் செயற்குழுவில் போடலாம், அவர்களுடைய பணி பொறுப்புகளை எப்படி நிர்ணயிக்கலாம் என்று கேட்டார். நான் கூறியவற்றை ஏற்றுக் கொண்டு அதற்கான சுற்றறிக்கையை தயார் செய்யச் சொன்னார். இதை செய்து விட்டு வேறு ஏதோ வேலையில் மூழ்கி விட்டேன். மூன்றாவது நாள் MDஇடமிருந்து ஒரு சுற்றறிக்கை வந்தது. அதில் புதிய செயற்குழு பற்றியும், யார் உறுப்பினர்கள் என்றும் அவர்களின் நோக்கமும் பணிகளும் என்னென்ன என்று விவரிக்கப் பட்டிருந்தது. நான் தயாரித்த நகல் அப்படியே.ஆனால் ஒரே ஒரு மாற்றம். செயற்குழுவில் என் பெயர் இல்லை!!!

என் ஏமாற்றத்தையும் கோபத்தையும் பற்றி சொல்லவும் வேண்டுமோ? அண்மையில் நான் பெற்ற மனமாற்ற அனுபவம் மட்டும் இருக்க வில்லை என்றால் உடனே வேறு வேலை தேடத் தொடங்கி யிருப்பேன். எனக்கு உரிய அனுபவமும் தகுதிகளும் இருக்கின்றன. அதற்கு மதிப்பு தராத கம்பெனியில் நான் ஏன் வாழ்க்கையை வீணடிக்க வேண்டும்? நான் சிந்தித்தேன். என் ஏன் இங்கிருக்கிறேன்? என் திறமையைக் காட்டவா அல்லது அதற்கு மதிப்பு பெறவா? முதலில் திறமையைக் காட்டுவோம் என்று அந்தப் பணிக்கு என் முழு ஒத்துழைப்பு தந்தேன். எப்பொழுதும் என் ஆலோசனைகளை மேலதிகாரி மூலம் குழுவுக்குத் தந்தேன். சிறிது நாட்களில் செயல்முறை அறிக்கை தயாரானது. ஒப்புதல் பெற்று நடை முறையிலும் வந்தது. அது உருவாவதற்கு என் பங்கு கணிசமாக

இருந்தாலும் என் பெயர் கம்பெனி ஆவணங்களில் எங்குமே காணப்படவில்லை. இருப்பினும் அந்தச் செயல்முறை உபயோகிக்கப் படும்போது நான் இதுவரை இல்லாத பெருமிதம் கொண்டேன். கடைசியில் என் திறமைகள் அறியப்பட்டு அதற்கான பரிசும் பாராட்டும் உயர்வும் கிடைத்தன என்று வைத்துக் கொள்ளுங்களேன். அந்தக் கம்பெனியில் பணிக்காலம் வெகு சிறப்பாக இருந்தது. நாம் வேலையில் சிறப்பைக் காட்டினால் அதற்கான பரிசும் பாராட்டும் தானாகவே தொடரும் என்பது என் அனுபவம்.

அ.கே.கே: பகவத் கீதையிலும் இதுவேதான் சொல்லப்படுகிறது அல்லவா?

ஆமாம். சந்தேகமில்லாமல் நான் புதியதாக எதுவும் இங்கே சொல்லவில்லை. நாம் உண்மைகளை உணர்ந்து கொள்ள நமக்கே சக்தி அளித்துக் கொள்கிறோம் அவ்வளவுதான். பழமொழியில் சொல்வதுபோல் ''நீ நம்புவதெல்லாம் உண்மையல்ல, உன் அனுபவமே உண்மை'' என்பதே இதன் சாராம்சம். கையில் உள்ள பணியை ஈடுபாட்டுடன், கவனத்துடன் செய்யுங்கள். அதுவே சந்தர்ப்பம், நோக்கம் எல்லாம். அற்புதமான பலன்கள் தொடர்வதைக் காணுங்கள்.

கவாஸ்கர்(GAVASKAR) 29வது சதம் அடித்து பிராட்மநின்(BRADMAN) ரெகார்டை எய்திய நிகழ்ச்சி என் மனதில் ஆழப் பதிந்துள்ள ஒன்று. அன்று மாலை டிவியில் அது பற்றிய விசேஷக் காட்சிகளைப் பார்த்துக் கொண்டிருந்தேன். கவாஸ்கர் 97 ரன்களில் இருந்தார். அருமையான கவர் டிரைவ் (COVER DRIVE) ஒன்று அடித்தார். எதிர்ப்பக்கத்தில் வெங்க்சர்க்கர்.(VENGSARKAR). அவர்கள் ஒரு ரன் (RUN) ஓடி இரண்டாவதற்காகத் திரும்பிக் கொண்டிருந்தனர். அப்பொழுது பந்து பவுண்டரியைக் (BOUNDARY) கடந்ததைப் பார்த்தனர். கூட்டம் சந்தோஷத்தில் ஆரவாரித்தது. வெங்க்சர்கார் தான் முதல் முதலில் கவாஸ்கரை . வாழ்த்தி கை குலுக்கினார். கவாஸ்கரின் முகத்தில் ''இது எதற்கு'', என்ற குழப்பம் தெரிந்தது. அப்பொழுதுதான் அவர் ஸ்கோர் போர்டைப் (SCORE BOARD) பார்த்து அதை ஏற்றுக் கொண்டார். விளையாட்டு முடிந்து பேட்டியில் நிருபர் அவர் முகத்தில் குழப்பம் ஏன் வந்தது, எதற்காக ஸ்கோர் போர்டைப் பார்த்தார் என்று கேட்டார் .

நான் விளையாடும்போது ஸ்கோர் போர்டைப் பார்த்து எவ்வளவு ரன்கள் அடித்தேன் என்பதைக் கவனிப்பதில்லை என்று கவாஸ்கர்

சொன்னது ஒரு அற்புதமான பதில் என்பேன். கவாஸ்கர் ஏன் ரெகார்டுக்கு மேல் ரெகார்டுகளாகக் குவிக்கிறார் என்பது அந்த பதிலிலிருந்து தெரிகிறது. உலகம் முழுவதும் கவாஸ்கர் முறிக்கும் ரெகார்டுகளில் கவனம் செலுத்திக் கொண்டிருக்கிறது. ஆனால் கவாஸ்கரோ அப்பொழுது தன் கையில் உள்ள பணியில் மட்டும் கவனம் செலுத்திக் கொண்டிருக்கிறார்!!!.

பொதுப் பிரச்சினைகள்6: நம் கட்டுக்கடங்காத சூழ்நிலைகள்.

அ.கே.கே: நீங்கள் நம் கட்டுக்கடங்காத சூழ்நிலைகளே இல்லை என்கிறீர்களா?

நாம் இது வரை நேரமின்மை, விருப்பமில்லாமை, மனோநிலை, முன்பின் மாற்றுவது, தோல்வி பற்றி பயம், பாராட்டுக்கு ஏக்கம், போன்ற பிரச்சினைகள் பற்றி பார்த்தோம். ஒவ்வொரு விஷயத்திலும் நீங்கள் சூழ்நிலையை வேறு விதமாகப் பார்க்க வேண்டுமென நான் வலியுறித்தினேன்.கோட்பாடுகளிலிருந்து விலகி நின்று விஷயங்களை சந்தர்ப்பத்துக்குத் தகுந்தமாதிரி நோக்கினால் சூழ்நிலை மாறுகிறது என்பதை நாம் பார்த்தோம். நீங்கள் இதைத் தொடர்ந்து பழகி அனுபவங்கள் மூலம் கற்றுக் கொள்ள வேண்டும். முனிவர் துகாராம் சொல்வது போல ''ஏக் ஓவி அனுபவி'', ''ஒரு பிரார்த்தனையையாவது அனுபவியுங்கள்''. ஒருவர் பெரிய அறிவாளியாக வேதங்களைக் கற்றுத் தெளிந்தவராக இருக்கலாம். ஆனால் அனுபவம் இல்லையென்றால் அவர் கல்வி வெறும் வீண் என்ற பொருளில் சொல்கிறார்.

அ.கே.கே: நிச்சயமாக இது எல்லா சூழ்நிலைகளுக்கும் பொருந்தாது. பலவிதமான சூழ்நிலைகள் உங்கள் கட்டுக்கு அடங்காமல் இருக்கலாம். உங்களால் ஒன்றும் செய்யமுடியாமல் இருக்கலாம்.

ஒரு உதாரணம் தாருங்கள்.

உதாரணத்துக்கு உங்களைச் சுற்றியுள்ள மக்கள். அவர்கள் ஈடுபாட்டுடனும், ஊக்கத்துடனும், பொறுப்புடனும் நடந்து கொண்டால் தான் நாம் மேம்பாட்டு நிலையை அடைய முடியும்.

ஆமாம். அது ஒரு மிகப் பெரிய விஷயம். இதை அடுத்த அத்தியாயத்தில் விவரமாகப் பார்ப்போம். ஆனால் அதற்கு முன்னால் நாம் இதுவரை பார்க்காத, நம் கட்டுக்கடங்காத சூழ்நிலைகள் ஏதாவது இருக்கின்றனவா?

மணி: நான் ஒன்றைக் கூற முடியும். நான் என் கம்பெனியில் சுரங்க வேலைகளுக்கு பொறுப்பாளராக இருக்கிறேன். எங்களுடைய பெரிய பிரச்சினை சுரங்கத்தைச் சுற்றியுள்ள கிராமத்தில் வசிக்கும் மக்கள். அவர்களால் எங்களுக்கு வாழ்க்கை வெறுத்து விட்டது.

சற்று விவரமாகக் கூறுங்கள்.

மணி: சுரங்க வேலை சுற்றுச் சூழலைப் பாதிக்கும் ஒரு நடவடிக்கை என்பது எல்லோருக்கும் தெரிந்த விஷயம் தான். சுற்றத்தைப் பாதுகாப்பதற்காக பல சட்டங்களும் கடுமையான விதி முறைகளும் இருக்கின்றன. கிராம மக்களின் நல் வாழ்வைக் கருத்தில் கொண்டு சற்று தாராளமாகவே, சட்டம் விதி முறைகளின் தேவைக்கு அதிகமாகவே, நாங்கள் நடவடிக்கைகளை மேற்கொள் கிறோம். இருப்பினும் ஊர் குண்டர்களினாலும் (goondaas) அரசியல்வாதிகளினாலும் தூண்டி விடப்பட்டு கிராம மக்கள் நியாயமில்லாத கோரிக்கைகள் வைக்கிறார்கள். நாங்கள் ஏற்கவில்லை யென்றால் எங்கள் வேலையைத் தொடர விடாமல் தடுக்கிறார்கள்

ஆக உண்மையில் உங்கள் பிரச்சினை என்ன? - அரசியல் வாதிகளா, குண்டர்களா, கிராம மக்களா, அல்லது அவர்களின் நியாயமற்ற கோரிக்கைகளா?

மணி: சார், நாங்கள் அவர்களுக்காக என்னதான் செய்யவில்லை? எங்கெல்லாம் முடியுமோ அங்கெல்லாம் அவர்களுக்கு வேலை வாய்ப்பளிக்கிறோம்; அவர்கள் ட்ரக்குகள் வாங்க சிறந்த திட்டங்கள் வைத்திருக்கிறோம்; கிராமத்தில் சாலைகள், முதல் நிலைப் பள்ளிகள், மருத்துவ நிலையங்கள், மருந்தகங்கள், ஏழைகளுக்கு பால், உணவு வழங்குதல் ஆகிய திட்டங்களை அமுல் படுத்திக் கொண்டிருக்கிறோம் கிராமங்களின் வழியாக சரக்கு ட்ரக்குகள் செல்லும்போது சுற்றம் எந்த விதத்திலும் பாதிக்காமல் பார்த்துக் கொள்கிறோம். இருப்பினும் அவர்களுடைய கோரிக்கை களுக்கு முடிவே இல்ல.

அண்மையில் நடந்த ஏதாவதொன்றைச் சொல்லுங்களேன்.

மணி: ஒன்றென்ன, நிறையவே சொல்லலாம், நான் கூறியது போல் முதல் நிலைப் பள்ளிகள் இருக்கின்றன. அவர்களுக்கு உயர் நிலைப் பள்ளிகள் வேண்டுமாம். ஆதலால் இங்கிருந்து 25 கி.மீ. தொலை விலுள்ள பள்ளிக்கு தகுதி வாய்ந்த மாணவர்களுக்கு கல்வி உதவித்

தொகை அளித்தோம். பள்ளிக்கு செல்ல பஸ் வசதி செய்து தர வேண்டுமாம். பெற்றோர்களும் செல்கிற மாதிரி பெரிய பஸ்ஸாக இருக்க வேண்டுமாம். இது அநியாயமில்லையா? இதன் முடிவு தான் என்ன? என்னால் சமாளிக்க முடியாத விஷயம்.

மிக நல்லது, மணி சிறந்த நடந்து கொண்டிருக்கிற உதாரணம். சில வினாடிகளுக்கு முன் உங்களிடம் கேட்ட கேள்விக்கு திரும்பச் செல்லுவோம். உங்களுடைய உண்மையான பிரச்சினை அல்லது விஷயம் என்ன? கிராம மக்களா, அவர்கள் கோரிக்கைகளா, அல்லது கோரிக்கையின் நியாயமின்மையா?

மணி: கிராம மக்கள் நல்லவர்கள். அவர்கள் எங்களை மிகவும் மதிக்கிறார்கள். நாங்களும் ஒரு நல்ல முதலாளியாக எங்கள் சமூகப் பொறுப்பை மதிக்கிறோம். ஆதலால் விவாதங்களுக்குப் பிறகு அவர்களுடைய உண்மையான கோரிக்கைகளை ஒத்துக் கொள்கிறோம். ஆனால் இப்பொழுது அவர்கள் பேராசையால் அனியாயமான, தகாத கோரிக்கைகளை வைக்கிறார்கள்.

ஆக உண்மையான பிரச்சினை கோரிக்கையின் நியாயமின்மை. அறிந்து கொண்டதில் மகிழ்ச்சி. கட்டுக்கு அடங்காத சூழ்நிலை அவர்களின் நியாயமற்ற கோரிக்கை. சாதாரண தகுந்த கோரிக்கைகள் பிரச்சினை இல்லை. ''கிராம மக்கள்'' பிரச்சினை''கோரிக்கையின் ''நியாயமின்மைப் பிரச்சினையாக'' மாறியதைக் கவனித்தீர்களா?

நமது மனது எதையுமே பொதுவிதியாக (generalise) மாற்றுகிறது. பொது விதிகள் எல்லாமே கோட்பாடுகள். அவைகள் விஷயங்கள் அல்ல.

விஷயம் என்னவென்றால் ஒரு குறிப்பிட்ட கோரிக்கையை நீங்கள் நியாயமற்றதாக நினைக்கிறீர்கள். இப்பொழுது இதை இன்னும் அலசுவோம். நியாயமானதற்கும் நியாயமற்றதற்கும் என்ன வித்தியாசம்? யார் அதைப் பற்றி முடிவெடுக்கிறார்கள்?

மணி: இது எல்லோருக்கும் தெரிந்த ஒரு விஷயம். பெற்றோர்களுக்கு பஸ் வசதி கேட்பது நியாயம் என்கிறீர்களா?அவர்கள் அதைத் தங்கள் சொந்த வசதிக்காகத் தான் பயன்படுத்துவார்கள் எங்கள் செலவில்.

மணி, இங்கு பிரச்சினை, நான் அதை நியாயம் என்றோ இல்லை என்றோ சொல்வதல்ல. நான் அதை நியாயம் என்றால் அது நியாய மாகிவிடுமா? நான் கிராம மக்களுக்காக வக்காலத்து வாங்கவில்லை என்பதைப் புரிந்து கொள்ளுங்கள். கோரிக்கையின் நியாமின்மை

தான் பிரச்சினை என்பதால் நீங்கள் கோரிக்கையை நியாயமானது அல்லது நியாயமில்லாதது என்று எது தீர்மானிக்கிறது என்று சிந்திக்க வேண்டுமென்கிறேன்.

மணி: உண்மை உண்மைதான். அது நியாயம்தான் என்று எண்ண வேண்டும் என்று நான் ஒத்துக் கொள்ள மாட்டேன்

நான் உங்களை எதையும் ஒத்துக் கொள்ளச் சொல்லி வற்புறுத்த வில்லை.தயவு செய்து கோரிக்கையை எது, யார் நியாயமற்றது என்று தீர்மானிக்கிறார்கள் என்று சிந்தியுங்கள்.

மணி: நல்லது. அப்படிப் பார்த்தோமானால் எது சரி , எது தவறு என்ற நமது அபிபிராயம் தான்.

நல்லது மணி. இந்த நமது அபிப்பிராயம் என்பதே கோட்பாடுதான் என்பது தெரிகிறதா? அதன் அடிப்படை எவ்வளவு நியாயமான தாகவும் உகந்ததாகவும் இருந்தாலும் அது மதிப்பை எடை போடல் தான். நீங்கள் நியாயமில்லை என்று நினைப்பதை இன்னொருவர் நியாயம் என்று நினைக்கலாம். நீங்கள் எதை உங்கள் பணிக்கு உகந்த ஊதியம் என்று நினைக்கிறீர்களோ அதை உங்கள் முதலாளி அதிகம் என்று நினைக்கலாம். இவைகளெல்லாம் தனி மனிதனின் பார்வைகள் தான். அதனால் அவைகள் கோட்பாடுகள். அதை நீங்கள் புரிந்து கொண்டால் அதிலிருந்து விலகி நின்று பார்க்கலாம்.

நீங்கள் ''அவர்களது கோரிக்கை நியாயமற்றது'' என்ற நிலை யிலிருந்து செயல் படும்போது அந்தச் சூழ்நிலை உங்கள் கட்டுக்கு அப்பாற்பட்டது. ஆனால் ''அவர்கள் கோரிக்கை வைக்கிறார்கள். அதை நான் நியாயமற்றது என நினைக்கிறேன்'' என்ற நிலையிலிருந்து செயல்படும்போது சூழ்நிலை உங்கள் கட்டுக்குள் உள்ளது. இரண்டையும் சம்பந்தமில்லாத இரு விஷயங்களாக அதைப் பிரித்துப் பார்க்கும் சக்தி உங்களிடம் உள்ளது.

நீங்கள் ஆதாரமாக ஆகிறீர்கள், விளைவாக அல்ல.அப்பொழுது அது உங்கள் கட்டுக்குள் வந்து விடுகிறது. நீங்கள் அது நியாயமற்றது என நினைத்தாலும் மேலே செல்ல வழி இருக்கிறது. கோட்பாட்டி லிருந்து விலகி இந்த வழியை நீங்களே ஏற்படுத்திக் கொள்கிறீர்கள். நீங்கள் தான் ஆள்பவர். எப்பொழுதும். அதை நினைவில் வைத் திருங்கள். உள்ளே மூர்த்தி என்றும் இருக்கிறது. அதைத்தூசு தட்டுங்கள்.

இதற்கு தீர்வு என்ன வரும் என்பது எனக்குத் தெரியாது. ஆனால் எதுவாக இருந்தாலும் அந்தத் தீர்வை நீங்கள் தான் உருவாக்கி யிருப்பீர்கள். அந்தக் கேள்வியோடு நீங்கள் தேவையான காலம் இருந்தால் தீர்வு வெளிப்படும். அந்தச் சந்தர்ப்பத்திற்கேற்ற தீர்வாக இருக்கும். உங்களிடம் உள்ள ''இயற்கை அறிவு'' அதைத் தானாக வெளிப்படுத்தும்.

முயன்று பாருங்கள், என்ன நடக்கிறதென்று. அதிரடி பலன்கள் கிடைக்கலாம்.

8 மற்றவர்களை ஊக்குவிப்பது

முதல் ஐந்து அத்தியாயங்களில் அமைத்த அஸ்திவாரங்களின் உண்மைகளை சென்ற இரண்டு அத்தியாயங்களில் கண்டோம். மக்களுக்கு எது பயனளிக்கிறது என்று பார்த்து அதிலிருந்து நமது பாடங்களை எடுத்துக் கொண்டோம். நாம் எதிர்கொள்ளும் பிரச்சினைகள், இடையூறுகள் என்னவென்று பார்த்து அதிலிருந்தும் பாடங்களை எடுத்துக் கொண்டோம். இந்த மேம்பாட்டுக்கான முயற்சியில் நாம் நன்றாகவே முன்னேறியுள்ளோம் என்றே நினைக்கிறேன். நீங்கள் என்ன நினைக்கிறீர்கள்.?

"அ.த.ப : நன்றாகத்தான் இருக்கிறது. இவையெல்லாம் உள்ளே ஊறி அவைகளை முயன்று பார்த்து பலன்களை அடைவதற்கு சிறிது காலமாகும். இப்பொழுது என்னவோ உலகின் உயரத்தில் உட்கார்ந் திருப்பது போல் இருக்கிறது. நாம் பிரச்சினை, இடையூறு என்று நினைத்ததெல்லாம் மனதின் கட்டுக் கதை போல் தோன்றுகிறது. ஆனால் - அந்த ஆனால் இன்னும் இருக்கிறது. - ஏதோ ஒன்றை நாம் தவற விட்டு விட்டோம் என்று தோன்றுகிறது.

அது என்ன?

அ.த ப : ஒரு கேள்விக்கு நீங்கள் பதில் தராமல் விட்டு விட்டீர்கள். அதற்குத் தீர்வு காண வேண்டும். நம்மைச் சுற்றியுள்ள மக்களைப் பற்றிய பிரச்சினை அது. நம்முடைய மேம்பாட்டை நாம் அடைய அவர்களுடைய ஒத்துழைப்பும் இதய பூர்வமான ஆதரவும் தேவை. அதை நாம் பெறுவதை எப்படி உறுதிப்படுத்திக் கொள்வது?

நல்லது. அதைத்தான் நாம் இப்பொழுது பார்க்கப் போகிறோம். இந்தப் பிரச்சினை எப்படி வெளிப்படுகிறது என்பதற்கு சில உதாரணங்கள் கொடுக்க முடியுமா?

அ.த.ப :

- ''மக்களுக்கு திறந்த மனது இல்லை.
- ''அவர்களுக்கென்று சில கோட்பாடுகள் இருக்கின்றன. அதிலிருந்து அவர்கள் வெளியே வர மறுக்கிறார்கள்.
- ''அவர்களுக்கு மமதை (EGO - தன்முனைப்பு) இருக்கிறது.
- ''அவர்கள் ஒத்துழைப்பு தருவதில்லை. எல்லோரும் அல்ல. பெரும்பானோர்.
- ''நம்மையும் நம் உட்கருத்துகளையும் (intentions) எப்பொழுதும் சந்தேகிக்கிறார்கள்.
- ''அவர்கள் உதவியை நாடுவதில்லை. நான் அணுகக்கூடியவன் என்று அவர்கள் நினைப்பதில்லை.
- ''அவர்கள் தங்கள் அபிப்பிராயங்களில் நெகிழ்வற்றவர்களாக இருக்கிறார்கள். விட்டுக் கொடுப்பதில்லை.
- ''அவர்கள் எதற்கும் துணிவதில்லை. மாறவும் விரும்புவதில்லை.
- ''சவால்களை ஏற்றுக் கொள்ள மறுக்கிறார்கள்.
- ''ஒரு குழுவிலுள்ள ஒற்றுமை இல்லை. ஒரு குவி எண்ணமும் இல்லை.
- ''சுருக்கமாகச் சொன்னால் மக்களுக்கு ஊக்கமில்லை. அவர்களிடம் தாக்கமும் இல்லை. அது நடக்கவில்லையென்றால் நாம் எதை அடைய வேண்டுமென்றாலும் அதற்கு இடையூறுகள் எப்பொழுதும் இருக்கும். எல்லோரையும் இந்தப்புத்தகத்தைப் படிக்கச் சொல்லவேண்டும் போலும். அல்லது உங்கள் முகாமில் பயிற்சி பெற வேண்டும் போலும். நான் மட்டும் மாறினால் ஒரு பயனும் இல்லை.

அப்பப்பா!!! நான் நன்றாகக் கேட்டேன்!!!!. இல்லையா? நிச்சயமாக நம்மைச் சுற்றியுள்ள மக்களிடம் தாக்கம் ஏற்படுத்துவதிலும் அவர்களைஊக்குவிப்பதிலும் பிரச்சினைகள் நிறையவே இருக்கின்றன. நம் அளவுக்கு மக்கள் உற்சாகமாக இல்லையென்றால் நம்முடைய சாதனைகளும் குறைவாகவே இருக்கும். நாம் நம்மையும் நம் ஊக்கத்தையும் பார்த்துக் கொள்ளலாம். ஆனால் நம் மக்களிடம் எப்படி இதைக் கொண்டு வருவது. அது தானே நமது முக்கியப் பிரச்சினை.?

இவைகளெல்லாம் நிச்சயமாக நியாயமான கேள்விகளும் சூழ்நிலைகளும் தான். அவைகளை நாம் புரிந்து கொள்வதும் அவைகளை சமாளித்து நம் பணிகளைத் தொடர்வதும் நமக்கு மிக முக்கியம். ஊக்கத்தைப் பற்றி வேண்டிய அளவு தேற்றங்கள் (THEORIES) உள்ளன. மாஸ்லோ (MASLOW), ஸ்கின்னர் (SKINNER), வ்ரூம் (VROOM), ஹெர்ட்ஸ்பெர்க்(HERTZBERG), மேக்ரேகோர் (McGREGOR), போன்றவர்களும் மற்றவர்களும் இதைப் பற்றி அருமையான ஆய்வுகள் நடத்திப் புத்தகங்கள் எழுதியுள்ளார்கள். அவைகளின் அடிப்படையில் மக்களை ஊக்குவிப்பது எப்படி என்று நான் முடிவே இல்லாமல் பிரசங்கம் தர முடியும் . ஆனால் நான் அதைச் செய்யப் போவதில்லை. அவர்களுடன் அல்லவே நம் பணி. உங்களுடன் தான் விவாதத்தில் ஈடுபட்டிருக்கிறேன். நீங்களல்லவா இதைப் புரிந்து கொள்ள வேண்டும்.

மேலே செல்வதற்கு முன் இதற்குத் தீர்வு காண நீங்கள் என்ன செய்வீர்கள் என்பதைப் பார்ப்போம்.குறிப்பாக உங்களைச் சுற்றியுள்ளவர்களை ஊக்குவிக்கவும் அவர்களிடம் ஒரு தாக்கம் ஏற்படுத்தவும் நீங்கள் என்ன செய்வீர்கள் என்று கேட்கிறேன். உங்கள் உள்ளேயுள்ள மனிதனின் அனுபவத்தைத் தெரிந்து கொள்ள எனக்கு ஆர்வமாக இருக்கிறது. நம்மைச் சுற்றியுள்ளவர்களை ஊக்குவிக்க நாம் என்னென்ன செய்யலாம்?

அ.த. .ப :

- ''அவர்களிடம் பேசலாம்.
- ''நம் பொது இலக்கை அவர்களிடம் பகிர்ந்து கொள்ளலாம்.
- ''அவர்களை நேரிட்டு (PERSONALLY) தெரிந்து கொள்ளலாம்.
- ''அவர்களிடம் நம்பிக்கை வைக்கலாம்.
- ''பணியைப் பற்றிய ஆர்வத்தை உண்டாக்கலாம்.
- ''சவாலான வேலைகள் கொடுக்கலாம்.
- ''அவர்களைத் திருப்தி செய்யலாம்.
- ''எப்படி செய்வது'' என்ற பயிற்சி அளிக்கலாம்.
- ''அவர்களுக்கு முன் மாதிரியாக இருக்கலாம்.
- ''அவர்களை நம்பகமானவர்களாகக் கருதலாம்.

- ''அவர்களின் சிறந்த பணிக்கு பணம் மற்றும் பொருள் பரிசுகள் கொடுக்கலாம்.
- ''அவர்களுக்கு தோழமை சார்ந்த சூழ்நிலைகள் உருவாக்கலாம்.
- ''நற்பணிகளைப் பாராட்டலாம், சில சமயங்களில் எல்லோருக்கும் முன்னிலையில்.
- ''தவறுகள் நடக்கும்போது கண்டனங்களை தனிப்பட்ட முறையில் தெரிவிக்கலாம்.
- ''அவர்களுக்கு செயல் சுதந்திரம் அளிக்கலாம்.
- ''அதிக பொறுப்புகள் கொடுக்கலாம்.
- ''அதிகாரங்களை பகிர்ந்தளிக்கலாம்.
- ''செய்தால் பாராட்டு, செய்யாவிட்டால் தண்டனை கொள்கை (CARROT AND STICK)

மிக நல்லது. அற்புதம். ஆக என்ன செய்ய வேண்டுமென்று நமக்குத் தெரியும். பிறகு ஏன் பிரச்சினை. நமக்கு பல விதமான தீர்வுகள் இருக்கின்றன. இருப்பினும் இது ஏன் ஒரு எரியும் பிரச்சினையாகக் கருதப்படுகிறது?

''அ.த.ப : இந்தத் தீர்வுகள் சில சமயங்களில் சில மக்களிடம் பயனளிக்கின்றன. ஆனால் இதே தீர்வுகள் வேறொரு மக்களிடம் பயனளிப்பதில்லை. மேலும் அதே மக்களிடமும் அதே தீர்வுகள் பயன் தருவதில்லை. பிரச்சினை என்னவென்றால் எது எவர்களிடம் வேலை செய்யும் என்பது தெரியவில்லை.

ஆக அது தெரியாததால் நாம் வெவ்வேறு விஷயங்களைப் பரிசோதித்துப் பார்க்கிறோம். இதைவிடப் பிரச்சினை என்னவென்றால் அடிக்கடி இந்தத் தீர்வுகள் தவறாகப் போய் நம்மைப் பாதிக்கின்றன. ஊக்குவிப்பதற்குப் பதிலாக அது அதிருப்தியையும், விரக்தியையும், மனத் தளர்ச்சியையும் ஏற்படுத்துகிறது.

வேடிக்கையாக இருக்கிறது இல்லையா? நம்முடைய நல்ல எண்ணங்கள் எப்படி இடக்கு முடக்காகப் போகின்றன. எல்லாத் தீர்வுகளிலும் இது போல் நடக்காவிட்டாலும் பெரும்பானமையான தீர்வுகள் இதற்குட்பட்டவைகளே .

உதாரணத்திற்கு, நீங்கள் சொல்கிறீர்கள், ''நம் பொது இலக்கை அவர்களிடம் பகிர்ந்து கொள்ளலாம்'' (INCLUDE THEM IN THE BIG PICTURE)என்று. அவர்களை மீட்டிங்குக்கு அழைக்கிறோம். மீட்டிங்குக்கு முன்னாலும் பின்னாலும், ''எப்பொழுதும் போல் ஒரே கதை தான். டீயும் பிஸ்கெட்டும் நன்றாக இருந்தன. மற்றபடி எல்லாம் வெறும் பேச்சு.இதனால் நமக்கு என்ன பயன்?''

''அவர்களை நேரிட்டு (PERSONALLY) தெரிந்து கொள்ளலாம்'' என்று சொன்னீர்கள். ஆனால் நீங்கள் பேசப்போவது வேறு பாலினராக இருந்தால் கொஞ்சம் உஷாராகவே இருங்கள். அவர்களை நேரிட்டு தெரிந்து கொள்வது நீங்கள் நினைப்பதை விட சீக்கிரமே எதிர்மறையாகப் போகலாம். அதை விட முக்கியம் நிஜமாகவே அவர்களுக்கு நல்லது செய்ய நினைக்கிறீர்கள் என்பதை அவர்களுக்கு உறுதிப் படுத்த வேண்டும். சென்ற முறை அவர்கள் உங்களிடம் பகிர்ந்து கொண்டவைகளை நீங்கள் மறந்து விட்டால் அல்லது ஏதேனும் தவறிவிட்டால் கூட உங்களிடம் அவர்கள் நம்பிக்கையிழக்கலாம். அவர்கள் பிரச்சினைகளைத் தெரிந்து கொள்ள நினைக்கும் உங்கள் எண்ணத்தை அவர்கள் சந்தேகிக்கலாம். அவர்களைப் பற்றி எல்லாம் தெரிந்து கொண்ட பிறகும் அவர் களுக்கு உதவ முடியவில்லை என்றால் என்ன பிரயோஜனம்?

''அவர்களிடம் நம்பிக்கை வைக்கலாம்'', பணியைப் பற்றிய ஆர்வத்தை உண்டாக்கலாம்'', ''சவாலான வேலைகள் கொடுக்கலாம்'', அதிக பொறுப்புகள் கொடுக்கலாம்' என்றெல்லாம் பார்த்தோம். என்ன நடக்கிறது? நாம் முன்பு பார்த்தது போல் அவர்களுக்கு துணிந்து எதையும் எடுத்துக் கொள்ள விருப்பமில்லை. அவர்கள் மாற விரும்புவதில்லை. உங்கள் செயல்களெல்லாம் அவர்களுக்கு அதிக அழுத்தங்களையும் இறுக்கங்களையும் ஏற்படுத்துகின்றன. அதனால் அதை எதிர்க்கிறார்கள். எதிர்ப்பு நம் முனைவை அதிகப் படுத்துகிறது.

அவர்களுக்கு ''எப்படி செய்வது'' என்று பயிற்சி அளிக்க விரும்பு கிறீர்கள். அவர்களுக்கு முன் மாதிரியாக இருக்க விரும்புகிறீர்கள். ஆனால் அவர்கள் எப்படி மறு மொழி தருகிறார்கள்? நீங்கள் பொறுப்புகள் ஏற்றுக் கொள்வதையும் பணி செய்வதையும் மகிழ்ச்சியுடன் பார்த்துக் கொண்டிருக்கிறார்கள். தங்கள் பொறுப்புகளை உங்களிடம் சுலபமாகத் தள்ளி விடுகிறார்கள். எல்லாப் பிரச்சினை களையும் தீர்ப்பதற்கு நீங்கள் இருக்கிறீர்கள் அல்லவா? உங்கள்

பணிகளின் சுமைகள் அதிகமாவதே தவிர குறைவதில்லை. இந்தச் சிக்கலிலிருந்து எப்படி விடுபடுவது என்று நீங்கள் குழம்புகிறீர்கள்.

ஏன் இவ்வாறு நடக்கிறது? இதைப் பற்றி உள் மனதுக்குச் சென்று சிந்தித்துப் பாருங்கள்.

அ.த.ப : குறைந்த பட்சம் தகுதியானவர்கள் சிலருக்கு பணமோ அல்லது பொருள்களோ வெகுமதியாக கொடுக்கவில்லை என்றால் இவைகள் ஒன்றுமே பயனளிக்காது என்று நினைக்கிறேன்.

நீங்கள் உண்மையாகவே அப்படி நினைக்கிறீர்களா? ஆய்வுகளின் படி ஊதியம் சிறப்பாக இருக்கும் சில ஸ்தாபனங்களில்தான் தொழிலாளர் கொந்தளிப்பும் அதிகமாகக் காணப்படுகிறது. நீங்கள் தகுதி வாய்ந்த தேர்ந்தெடுத்த சில ஊழியர்களுக்கு ஊதிய உயர்வும் ஊக்கத்தொகையும் கொடுக்க விரும்புகிறீர்கள். நீங்கள் தகுதி பெற்ற ஒருவரை அழைத்து ஊதிய உயர்வுக் கடிதத்தைத் தருகிறீர்கள். குறிப்பிட்ட ஊழியர் மகிழ்ச்சியுறுவாரென்றும் ஊக்கத்துடன் பணி புரிவாரென்றும் எதிர்பார்க்கிறீர்கள். ஆனால் ஊழியரோ முகத்தைத் தூக்கி வைத்துக் கொண்டு செல்கிறார். அவர் நினைப்பு, ''இது என்ன பெரிய விஷயம்? இதை இரண்டு வருடங்களுக்கு முன்னாலேயே எனக்குத் தந்திருக்க வேண்டும்''.

சில சமயங்களில் அவர் நீங்கள் எதிர்பார்த்தபடி நடக்கலாம். சந்தோஷத்துடன் நன்றி கூறித் தன இருக்கைக்குத் திரும்புகிறார் . ''எனக்கு ரூ.500 ஊதிய உயர்வு கிடைத்தது என்று எல்லோருக்கும் இனிப்பு வழங்குகிறார். ஆனால் வெகு சீக்கிரமே இன்னொருவருக்கு ரூ.550 கிடைத்தது என்று தெரிய வருகிறது. அவர் உலகமே முடிந்தாற்போல் நினைக்கிறார். உங்கள் வெகுமதி அவருக்கு இப்பொழுது ஒரு பொருட்டாகத் தெரியவில்லை. உங்கள் முனைவின் பயன் அவர் மனச்சோர்வோடு மறைகிறது.

மக்களை ஊக்குவிப்பதற்கு இன்னொரு வழியாக, நீங்கள் சில சமயங்களில் அவர்களை எல்லோர் முன்னிலையிலும் பாராட்டவோ ஏன் புகழக்கூட செய்கிறீர்கள். யாரைப் புகழ்ந்தீர்களோ அவரிடம் இது வேலை செய்யும் ஆனால் பாராட்டுகள் பெறாத பலரின் மனச்சோர்வையும் ஊக்கமிழப்பையும் நீங்கள் சமாளிக்க வேண்டும்.

இதோ ஒரு சுவாரசியமான கதை. ஒரு இளைஞர் மும்பையிலுள்ள செயின்ட் சேவியர் கல்லூரியில் படிக்கும் தன் நண்பரைப் பார்க்கச்

சென்றார். கல்லூரியில் நடுவில் ஒரு நடு முற்றமிருக்கிறது. அதில் சிற்றுண்டி விடுதி. நண்பர்கள் பொழுது போக்கச் சந்திக்கும் இடம். நமது இளைஞர் குளிர்பானம் அருந்திக் கொண்டு தனது நண்பருடன் இருந்தார். ஒரு சுட்டியான யுவதி விடுதியில் அங்குமிங்கும் சென்று கொண்டிருப்பதைக் கவனித்தார். அவள் அழகாகவும், நன்கு உடை உடுத்திக் கொண்டும் நன்றாகப் பழகுபவளாகவும் எல்லோரையும் ஈர்த்துக் கொண்டிருந்தாள். நமது நண்பர்களின் மேஜையிலும் மற்ற மேஜைகளிலும் அவளைப் பற்றிய பேச்சாகவே இருந்தது. ஆனால் அவளைப் பற்றி யாரும் நல்ல விதமாகப் பேசிக் கொண்டிருக்க வில்லை. நமது இளைஞருக்கு குழப்பம். நண்பரிடம், ''ஏன் இந்தப் பெண் நல்லவளாகத் தெரிகிறாளே, இங்குள்ள மக்களுக்கு இவளிடம் ஏன் இவ்வளவு வெறுப்பு?'' என்று கேட்டதற்கு நண்பர் சொன்னாராம் ''அவளா!! சென்ற வருடம் ''அதிகமாக விரும்பப் படுவர் யார்'' என்ற போட்டியில் இவள் வென்றாள். அதனால் தான் மக்களுக்கு அவளிடம் காட்டம் !!!!'' இது தான் உலகம்.

ஊக்குவதற்கு இன்னொரு வழி அவர்களுக்கு அதிகாரத்தைப் பகிர்ந்தளிப்பது என்று சொன்னீர்கள். அவர்களுக்கு சுதந்திரமும் அதிகப் பொறுப்பும் கொடுக்கலாம் என்றும் சொன்னீர்கள். இவைகள் நிச்சயமாக பாராட்டப்பட வேண்டிய வழிகள் தான். ஆனால் நடைமுறையில் என்ன நடக்கிறது. சில நிறுவனங்களில் நான் கண்டவற்றை சொல்கிறேன்.

ஆகாஷ் ஒரு மானேஜர். பரத் அவர் கீழ் பணி புரியும் உதவி மானேஜர். பரத்தை ஊக்குவிக்கும் நல்ல எண்ணத்துடன் தன் அதிகாரங்களில் சிலவற்றை அவருக்குப் பகிர்ந்தளித்து அவருடைய பொறுப்பை அதிகப் படுத்த தீர்மானிக்கிறார் ஆகாஷ். பரத்தைக் கூப்பிட்டு அடுத்த நாள் முதல் ரூ.5000 வரை பொருள்கள் வாங்குவதற்கும் அதைப் பற்றி முடிவுகள் எடுப்பதற்கும் அவருக்கு அதிகாரம் கொடுப்பதாக ஆரவாரமாக அறிவித்தார். முதன் முதலில் தனியாக முடிவுகள் எடுப்பதால் முதலில் எடுக்கும் சில தீர்மானங்கள் சரிதானா என்று தன்னிடம் கலந்தாலோசித்தால் நல்லது என்றும் பரிந்துரைத்தார். ஆகாஷ் தன்னை கீழே பணி புரிபவர்களை அரவணைத்துப் பார்த்துக் கொள்ளும் ஆசானாக எண்ணுகிறார்.

பரத்துக்கு உண்மையிலேயே மிகவும் சந்தோஷம். உற்சாகத்துடன் தன் முதல் முடிவை எடுத்துக் கொண்டு ஆகாஷிடம் செல்கிறார்.

அதை பார்த்தவுடன் ஆகாஷ் அதிலுள்ள பல தவறுகளைச் சுட்டிக் காட்டி தன் அதிருப்தியை சற்று பலமாகவே சொல்கிறார். பரத் தேர்ந்தெடுத்த நபர் மோசமானவர் என்றும் கம்பெனியைப் பல முறை அலைக்கழித்திருக்காரென்றும் பொருள்களை உரிய நேரத்துக்குத் தர மாட்டாரென்றும் கண்டனம் தெரிவித்தார். விற்பனைவரி, ஆக்ட்ராய் வரி போன்றவைகளை ஏன் பார்க்கவில்லை என்று கோபித்தார். கடைசியில் வேறொரு பார்ட்டிக்கு ஆர்டர் கொடுக்கச் சொன்னதோடு விஷயம் முடிந்தது. ஓரிரண்டு முறைகள் இது போல் நடக்கிறது. ஆகாஷ் தான் எவ்வளவு முயன்றாலும் மக்கள் பொறுப்பை எடுத்துக் கொள்ளத் தயங்குகிறார்கள் என்றும், தானாக முடிவெடுக்கும் திறமைகளை வளர்த்துக் கொள்வதில்லை என்றும் நினைப்பதை உறுதிப்படுத்திக் கொள்கிறார்.

இது வேறு விதமாகவும் நடக்கலாம். பரத்துக்கு அதிகாரத்தையும் பொறுப்பையும் கொடுத்தாலும் ஒவ்வொரு முறையும் ஆகாஷிடம் ஒப்புதலுக்கு வருகிறார். ஆகாஷும் மகிழ்வுடன் ஒப்புதல் தருகிறார். ஆக சூழ்நிலையில் எந்த மாற்றமும் இல்லை. அதிகாரத்தைப் பகிர்ந்தளிப்பது பயன் தரவில்லை.

அதிகாரத்தைப் பகிர்ந்தளிப்பது என்னவென்று நாம் தெளிவாகப் புரிந்து கொள்ள வேண்டும். அது அதிகாரத்தையும் பொறுப்பையும் கொடுப்பது மட்டுமல்ல. அதற்கான சுதந்திரத்தையும் அளிக்க வேண்டும்.

''அ.கே.கே: சுருக்கமாகச் சொன்னால் அதிகாரத்தைப் பகிர்ந்தளிப்பது என்பது விளைவுகளுக்குப் பொறுப்பைத் தருவது தானே?

ஆமாம். ஆனால் விளைவுகளுக்கு மட்டும் பொறுப்பு அல்ல. எதிர்பார்த்த பலன்கள் கிட்டாதபோது அல்லது தவறுகள் நடக்கும் போது, அதைச் சரி செய்ய சுதந்திரமும், பொறுப்பும் இதைச் சார்ந்தது தான். நாம் இதை அடிக்கடி மறந்து விடுகிறோம். நாம் ''மேலதிகாரிகள்'', அதனால் நமக்கு எல்லாம் தெரியும். நாம்தான் எல்லாவற்றையும் பராமரிக்கிறோம். நமக்கு கீழே பணி புரிபவர்களிடம் அவர்கள் என்ன செய்ய வேண்டும் என்று சொன்னால் மட்டும் போதாது; அதை நமது வழியிலேயே செய்ய வைக்க வேண்டும். தவறுகள் ஏற்படும்போது நாம் தான் அதைத் திருத்த வேண்டும். துரதிர்ஷ்டவசமாக அது அப்படி நடப்பதில்லை. உண்மையான பகிர்ந்தளிப்பில் (delegation) அடுத்தவரை முழுவதுமாக நம்ப வேண்டியது அவசியம். வேலையை, அவர் வழியிலேயே நல்லபடி செய்வார் என்று நம்பவேண்டும்.

தவறுகள் நடந்தால் அதை அவரே திருத்திக் கொள்வார் என்றும் நம்பவேண்டும்.

ஆக நாம் மக்களை ஊக்குவிக்கும் பலவிதமான முறைகளையும், உத்திகளையும் பார்த்தோம் ஒவ்வொன்றிலும் பிரச்சினைகள் இருப்பதையும் பார்த்தோம். பெரும்பான்மையான சூழ்நிலைகளில் அவைகள் பயன் தருவதில்லை. உண்மையில் பல சமயங்களில் அவைகள் எதிர்மறையான பலன்களைத் தருகின்றன. எப்படிப் பார்த்தாலும் மக்களை எந்தச் சூழ்நிலையில் எந்த உத்தி ஊக்குவிக்கும் என்று நிச்சயமாகச் சொல்ல முடியாது.

இப்படி ஏன் நடக்கிறது? யோசித்துப் பாருங்கள். ஊக்குவிப்பதைப் பற்றி இவ்வளவு ஆய்வுகளும் இலக்கியங்களும் இருந்தாலும் முழுவதும் சரியான தீர்வுகளை நாம் காண்பதில்லை. ஏன்?

மக்களை எது ஊக்குவுக்கிறது என்ற கேள்விக்கு பதிலை எத்தனை நாளாக மனித இனம் தேடிக் கொண்டிருக்கிறது என்று நினைக்கிறீர்கள்?

''அ. த. ப : நாம் அறியாத நாள் முதலாய் !!!

ஆம். ஒருவேளை ஆடம் , ஈவ் காலத்திலிருந்தே!! இருப்பினும் நம்மிடம் பதில்கள் இல்லை. ஏன்? என்ன காரணம்?

இப்பொழுது இந்த விஷயத்தைப் பற்றி ஆழமாகவும் கவனத்துடனும் சிந்தியுங்கள். மேலே சிந்திப்பதற்கு முன்னால் சூழ்நிலையின் உண்மை உருவத்தைப் பற்றி யோசித்துப் பாருங்கள். கேள்வியோடு சற்று அதிக நேரம் இருங்கள். ஊக்குவிப்பதைப் பற்றிய உண்மையை அறிந்து கொள்ள இது ஒரு முக்கியமான படி.

உண்மையை நோக்கிச் செல்ல நமது முக்கிய கேள்வியையும் அதன் மையக் கருத்தையும் சற்று தள்ளி நின்று பார்ப்போம் .நமது முக்கியமான கேள்வி, ''நம்மைச் சுற்றியுள்ளவர்களை எப்படி ஊக்குவிப்பது?'' அந்தக் கேள்வியின் மையக் கருத்து என்ன?

''அ.த.ப.: அவர்கள் ஊக்கமாக இருப்பது நமக்கு மிக முக்கியம்

நல்லது. மேலும் சொல்லுங்கள் ....

''அ.த.ப.: அவர்கள் இப்பொழுது தங்களை ஊக்கப்படுத்திக் கொள்பவர்களாக இல்லை.

ஆம். நன்றாகச் சொன்னீர்கள். மேலே செல்லுங்கள்

"அ.த.ப : அவர்களை ஊக்குவிக்கலாம்

ஆம். இது இன்னும் நன்றாக இருக்கிறது. மேலே செல்லலாம்.

"அ.த.ப : நாம் அல்லது நான் ஊக்குவிக்க முடியும்

மிக நன்று. அருமை. ஊக்கத்தைப் பற்றி நாம் செய்யும் பணிகளின் மையக் கருத்து என்னவென்றால் என்னைச் சுற்றியுள்ள மனிதர்கள் ஊக்கமில்லாதவர்கள். ஆகையால் நான், என் தோலுக்குள் உள்ள மனிதனாகிய நான், அவர்களை ஊக்குவிக்க ஏதாவது செய்யலாம்.

இப்பொழுது நீங்கள் சொல்வதின் உண்மைப் பொருள் விளங்குகிறதா? நீங்கள் ஒரு படு மோசமான பழியைச் சுமத்துகிறீர்கள் என்று உணருகிறீர்களா? நீங்கள் சுமத்தும் பழி என்னவென்றால் மக்கள் தாங்களாகவே ஊக்கமாகப் பணி செய்யத் தெரியாதவர்கள் ஆனால் என்னால் அவர்களை ஊக்கப் படுத்த முடியும். அவர்கள் முழு மனிதர்கள் அல்ல; அவர்களை முழுமை பெற வைக்க நான் ஏதாவது செய்ய வேண்டும். ஊக்கத்தைப் பற்றியும் ஊக்குவிப்பதைப் பற்றியும் நடத்தப் பட்ட ஆய்வுகளின் மையக் கருத்தாம் இந்த குற்றச் சாட்டின் தாக்கத்தைப் புரிந்து கொண்டீர்களா?

"அவர்கள் முழு மனிதர்கள் அல்ல; அவர்களை முழுமை பெற வைக்க நான் ஏதாவது செய்ய வேண்டும்." அவர்கள் உள்ளே உத்தமன் இல்லை. அந்த உத்தமனை நான் உள்ளே உட்கார வைக்க முடியும். !!!!

விழித்துக் கொள்ளுங்கள். உங்கள் மனித இனத் தோழர்களின் மேல் இதை விட மோசமான பழியை நீங்கள் சுமத்த முடியுமா? நீங்கள் யாரென்று நினைத்துக் கொண்டிருக்கிறீர்கள்? எல்லாம் வல்ல கடவுளா? உங்களைப் பற்றி இப்படி ஒரு கருத்து சொல்லப் படுவதை (நீங்கள் 100% முழு மனிதர் அல்ல.) நீங்கள் விரும்புவீர்களா? அது உங்கள் நரம்பைச் சுண்டியிழுத்து கருத்து தெரிவித்தவருக்கு எதிராக கிளர்ச்சியைத் தூண்டாதா?

சிந்தியுங்கள். யோசித்துப் பாருங்கள். உள் உணர்வைப் பாருங்கள். ஊக்குவிப்பதைப் பற்றிய ஆய்வுகளும் தேற்றங்களுமான ஒரு மகா மாளிகை ஒரு பிழையான அஸ்திவாரத்தின் மேல் எழுப்பப் பட்டிருக்கிறது. நீங்கள் சொன்னதெல்லாம் தவறோ தகாததோ என்று நான் கூறவில்லை. ஆனால் அவைகள் அப்படித்தான் என்பதைக்

காணுங்கள். ஒத்துக் கொள்ளுங்கள். உண்மையில் உங்களுக்கு அதைத் தவிர வேறு வழியில்லை. விஷயங்கள் அப்படித்தான் இருக்கின்றன. சூரியன் கிழக்கில் உதிப்பது போலவும் உங்களுக்கு இரண்டு கைகள் இருப்பது போலவும். ஆனால் அதை நீங்கள் ஒத்துக் கொள்ளவில்லை என்றால், அதற்குப் பொறுப்பு எடுத்துக் கொள்ள வில்லை என்றால் அந்தப் பிழையான அடிப்படைக் கருத்திலிருந்து வெளியே வர முடியாது. இதற்கு முன் பார்த்த பல சந்தர்ப்பங்களில் போல நீங்கள் செய்ய வேண்டியதெல்லாம் அதை ஒத்துக் கொள்ள வேண்டிது மட்டும் தான். (ஏற்பின் விளைவு எதிர்ப்பின் மறைவு) ACCEPTANCE CAUSES DISAPPEARANCE ஊக்குவிப்பதற்காக நீங்கள் எது செய்தாலும் அது அதன் நோக்கத்திற்கு எதிரான விளைவுகளை ஏற்படுத்துகிறது என்பதை உணர முடிகிறதா? தொடக்கத்திலேயே தோல்வியுறும் ஒரு விஷயம். ஒருவரோ அல்லது ஒரு கூட்டமோ 100% மனிதர்கள் இல்லை என்ற அடிப்படையில் நீங்கள் செய்யும் எந்த விஷயமும் கடுமையான எதிர்ப்பைச் சந்திக்கும்; அல்லது எதிர் விளைவுகளை ஏற்படுத்தும். அப்பொழுது நீங்கள் இன்னொருவரை ஊக்குவிப்பதில்லை, ஆனால் அவர்களை ஆட்டுவிக்கிறீர்கள். மற்றொருவர் உங்களை அப்படி நடத்தினால் நீங்கள் அதை விரும்புவீர்களா? உங்கள் சக்தி முழுவதையும் திரட்டி அதை எதிர்க்கமாட்டீர்களா?

இந்த கிரகத்தில் நீங்கள் மட்டும் தான் உள்ளே உறையும் உத்தமன் உள்ள, சலுகை பெற்ற, மனிதரென்று எண்ணுகிறீரா? உங்களைச் சுற்றியுள்ள எல்லோரிடமும் அது முழு அளவில் இருக்கிறது. உங்களைச் சுற்றியுள்ள மனிதர்கள் அனைவருக்கும் தங்களைத்தானே ஊக்குவித்துக் கொள்ளும் உள்ளார்ந்த திறமை இருக்கிறது. நீங்கள் அவர்களை ஊக்குவிப்பது தங்கள் உள்ளே உள்ள மூர்த்தியைப் புரிந்து கொள்வதற்கு பெரிய தடையாக உள்ளது. அதைச் செய்வதை நீங்கள் நிறுத்தினால் அவர்களை வேறு விதமாகக் காணத் தொடங்குவீர்கள். அவர்கள் அனைவரும் எப்பொழுதும் முழுமை பெற்ற 100% மனிதர்களாகத் தான் இருந்திருக்கிறார்கள். உங்களைச் சுற்றியுள்ள இந்த மூர்த்திகளைக் காண உங்களுக்குத்தான் கண்கள் இருக்கவில்லை.

உங்களைச் சுற்றி இருக்கும் இந்த அற்புதமான மனிதர்கள் உங்கள் முனைவுகளுக்கு எப்பொழுதும் தங்கள் உதவியையும் ஆதரவையும் தரக் காத்துக் கொண்டுதான் இருந்திருக்கிறார்கள். ஆனால் உங்களைச் சுற்றி உள்ளே நுழைய முடியாத ஒரு கோட்டையைக்

கட்டி இருக்கின்றீர்கள். உங்கள் தடுப்பை உடைத்து எறியுங்கள். உங்களைச்சுற்றியுள்ள நற்குணமும் ஆதரவும் ஆகிய கடலில் முங்கிக் குளிக்க தயாராகுங்கள்.

நான் பள்ளியில் படித்த ஒரு ஹிந்தி புத்தகத்திலிருந்து ஒரு வாசகத்தை உங்களிடம் பகிர்ந்து கொள்ள விரும்புகிறேன். 1920ல் ராஜா ராம் மோகன் ராய் சொன்ன வாசகம் அது. ''ஒவ்வொரு தேசத்தின் வாசலிலும் ஒரு கொடையாளர் கையை உயர்த்தியபடி நின்று கொண்டிருக்கிறார்.ஆனால் கொடையைப் பெற்றுக் கொள்ளத்தான் ஆட்களில்லை''. இது 1920ல் ஏழ்மையாய் பசியுடன் தவிக்கும் இந்தியாவுக்குச் சொன்னது.

என் வாழ்க்கையில் நடந்த ஒரு சம்பவத்தைக் கூறி இதை விளக்க விரும்புகிறேன். இது ஒரு சாதாரண சம்பவம்தான் , ஆனால் நான் மாறும் தாக்கத்தை ஏற்படுத்தியது. பீடிகையாக ஒன்று சொல்லிக் கொள்ள விரும்புகிறேன். எனக்கு ''டிப்ஸ்''(TIPS- கொசுறு ஊதியம்)கொடுப்பதென்பது ஒரு பிடிக்காத விஷயம். - அது ஹோட்ட லாகட்டும், டாக்சிகளிலாகட்டும் அல்லது விமான நிலைய போர்ட்டர்களாகட்டும், எனக்கு சங்கடத்தைத் தரும் விஷயம் அது. இதே போன்ற சங்கடமுள்ள உங்களில் சிலர் இதைப் புரிந்து கொள்வீர்களென நினைக்கிறேன். மனதின் உளைச்சல் அது. ''நான் ஏன் டிப்ஸ் கொடுக்க வேண்டும்? நான் வேலைக்கேற்ற விலையை முன்பே கொடுத்து விட்டேனே. ஒரு கால் டிப்ஸ் கொடுத்தால் அது அதிகமா குறைவா என்று குழப்பம். இப்படி ஒரு தர்ம சங்கடம்.

ஒரு சந்தர்ப்பத்தில் நாசிக்குக்கு வேலை விஷயமாகச் சென்றிருந்தேன். டிப்ஸ் கொடுப்பது எந்த அளவுக்கு மக்களை ஊக்குவித்து அவர்களைச் சிறப்பாக பணி புரிய வைக்கிறது என்று ஒரு சிறிய பரிசோதனை செய்யலாமென நினைத்தேன்.இந்த சந்தர்ப்பத்தில், ஹோட்டலைக் காலி செய்யும்போது, ஒரு பரிசோதனையாக, ஹோட்டல் அட்டெண்டருக்கு (பணியாளருக்கு) டிப்ஸ் கொடுக்க வில்லை. மாறாக அவனைப் பார்த்து, ''மிகவும் நன்றி. உன் சேவை நன்றாக இருந்தது', எனக் கூறினேன். நான் என் வேலையைப் பார்க்க சென்று விட்டேன். என் மனதில் நான் செய்தது சரியா, தவறா என்ற சிந்தனை உள்ளுக்குள் நெருடிக் கொண்டிருந்தது. மதிய உணவுக்கு முன்பே வேலை முடிந்து விட்டதால் மதிய உணவு அருந்தி விட்டு நேராக டாக்சி ஸ்டாண்ட் சென்று மும்பைக்கு டாக்சியில் போய்

விடலாம் என்று உள்ளூர் சக தொழிலாளி அழைத்தார். எந்த ஹோட்டலிலிருந்து நான் காலி செய்தேனோ அந்த ஹோட்டலுக்கே என்னை அழைத்துச் சென்றார். நான் காலையில் டிப்ஸ் தராத அதே பணியாளர் சர்வராகவும் இருப்பதைப் பார்த்தேன். என் நெருடல் அதிகமாயிற்று. ஆனால் அதிர்ஷ்ட வசமாக எங்கள் மேஜைக்கு வேறு சர்வர். அறைப் பணியாளர் (டிப்ஸ் தரப்படாதவர்) எங்களை வெறித்துப் பார்ப்பதையும் எங்கள் மேஜை சர்வரிடம் ஏதோ சொல்வதையும் ஓரக் கண்ணால் பார்த்துக் கொண்டிருந்தேன். அந்தப் பணியாளர் என்னைத் தெரிந்து கொண்டார் என்பது எனக்கு நிச்சயமாகப் புரிந்தது. ஒரு வேளை எங்கள் சர்வரிடம், ''இவர்கள் சரியான கஞ்சப்பிசுனாரிகள். இவர்களிடம் டிப்ஸ் எதுவும் எதிர்பார்க்காதே'', என்று சொல்லுகிறார் போலும் என நினைத்தேன். என் மனதின் உளைச்சல் அதிகமாகியது. ''என்ன மனிதர்கள்? யார் டிப்ஸ் கொடுக்கிறார், யார் கொடுக்கவில்லை என்று ஞாபகம் வைத்துக் கொண்டு கஸ்டமர்களை சங்கடப்படுத்துவேதே இவர்கள் வேலை?, என்று நினைத்தேன். சிறிது நேரம் பொறுத்து அந்தப் பணியாளர் எங்கள் மேஜைக்கு வருவதைப் பார்த்தேன். சரி தான். இங்கு வந்து விட்ட டிப்சைக் கேட்பான் போலும். அப்படிக் கேட்டால் ஹோட்டல் நிர் வாகத்திடம் சொல்ல வேண்டியது தான் என்று நினைத்துக் கொண்டேன்.

அவன் என் மேஜைக்கு வந்து, ''நீங்கள் தானே காலையில் அறையைக் காலி செய்தவர். உங்கள் அறையில் சில பொருள்களைத் தவற விட்டு விட்டீர்கள். அதை ரிசெப்ஷனில் கொடுத்திருக்கிறேன். மறக்காமல் பெற்றுக் கொள்ளவும்'' என்றானே பார்க்கலாம்.

நான் எவ்வளவு நாடி தளர்ந்து வருந்தி நின்றேன் என்பதைக் கற்பனை செய்து பாருங்கள். நான் அவனைப் பற்றி என்ன நினைத்தேன்?. அவன் எவ்வளவு உயர்ந்தவனாயிருக்கிறான்? அவனை டிப்ஸ் கொடுத்து ஊக்குவிக்கலாம் என நினைத்த நான் எவ்வளவு முறை கேடானவன்?

நான் உங்களிடம் சொல்ல விரும்புவதெல்லாம் உங்களைச் சுற்றியுள்ள மனிதர்களின் தரம் அந்தப் பணியாளரைப் போன்றது. அதைக் காணும் கண்களை வளர்த்துக் கொள்ளுங்கள். அதை நீங்கள் செய்தவுடன் மக்களின் தாராளத்தில் மூழ்கத் தயாராகுங்கள். என்ன நடக்கிறதென்று பாருங்கள். அந்த அனுபவத்தைப் பெறுங்கள். இதைத் தர்க்க ரீதியாக நிரூபிக்க முடியாது. ஆனால் அனுபவ பூர்வமாக உணர முடியும். முயன்றால் அதைப் பெற முடியும்.

அ.கே.கே.: இது எல்லோருக்கும் பொருந்துமா? இதற்கு விதி விலக்குகள் உண்டா?

நல்ல கேள்வி. என் நண்பர்களிடமும் நான் நன்றாகப் பழகுபவர்களிடமும் இது சரியாகத்தான் இருக்கிறது. ஆனால் எனக்கு எப்பொழுதும் பிரச்சினை கொடுப்பவர்களுக்கு இது பொருந்துமா என்பது தானே உங்கள் கேள்வி.

நான் சொல்வதென்னவென்றால் நீங்கள் எவர்களை மிக கஷ்டமானவர்கள் என்று நினைக்கிறீர்களோ, உங்கள் வாழ்க்கையில் யார் ஒத்துழைப்பு தருவதில்லையோ அவர்களுக்குத்தான் இது குறிப்பாகப் பொருந்தும். அவர்கள் உள்ளிலும் மூர்த்தி இருக்க வாய்ப்பிருக்கிறது என்பதைக் கண்டறிய உங்களை அழைக்கிறேன். அந்த மகிழ்ச்சியை நீங்கள் அடைய முடியும்.

அ .கே.கே; அதற்கு நாம் என்ன செய்ய வேண்டும்?

இது வரை இது தெளிவாகவில்லையா? ஒன்றும் செய்ய வேண்டாம் என்பதே நான் சொல்வதெல்லாம். இன்னொருவரை ஊக்குவிக்க நீங்கள் ஒன்றுமே செய்ய வேண்டாம். மற்றவரை ஊக்குவிக்க நீங்கள் எது செய்தாலும் அதன் அடிப்படை மற்றவரின் பேரில் உங்களுக்கு ஆதிக்கம் இருக்கிறது என்ற தகாத கருத்தே. இன்னொருவரை நீங்கள் நினைப்பதை செய்ய வைக்க முடியாது. அவர்கள் என்ன நினைக்கிறார்களோ அதைத்தான் செய்வார்கள். இதை என்றும் நினைவில் வைத்திருங்கள்.

உங்களால் செய்ய முடிவது மற்றவர் அவர் ஆதரவை உங்களுக்குத் தருவது சாத்தியம் என்று நம்புவது. அதற்கு சில இடையூறுகள் இருக்கலாம் என்பதை ஏற்றுக்கொள்வது. அந்த எண்ணமே உங்களுக்கு மேலே செல்வதற்குத் தேவையான சூழ்நிலையை உருவாக்கும். உங்களால் ''இயற்கையில் தெரிந்து கொள்ளும்'' நிலையை எய்த முடியும். அந்த நிலையில் என்ன செய்ய வேண்டுமோ அதை நீங்கள் செய்வீர்கள். அப்பொழுது நீங்கள் பார்ப்பது அவர்களுடைய ஊக்கப்படுத்திய நடத்தையாக இருக்காது. அவர்களின் உள் மனதின் உற்சாகச் செயலாக இருக்கும்.

அந்த சமயத்தில் உங்கள் செயல்கள் முன்பு நீங்கள் ஊக்குவிப்பதற்காக என்ன செய்ய வேண்டும் என்று சொன்னீர்களோ அவைகளிலிருந்து மாறுபட்டதாக இருக்காது. ஆனால் இவைகள்

நாம் பொது இலக்கை அடைவதற்காக ஒத்துழைக்கும் அமைப்பின் பாகமாக நடந்து கொண்டிருக்கும்.

சில நேரங்களில் நீங்கள் அவர்களை பாராட்டுவது போல் இருக்கும். சில நேரங்களில் அவர்களைக் கொண்டாடுவது போல் இருக்கும். சில நேரங்களில் அவர்களைக் கண்டிப்பது போல் இருக்கும். அது சரியே. மற்றவர் உங்களை வருத்தப்பட வைக்கிறார் என்றால் அவரிடம் சொல்வதில் தவறில்லை. அவர்களின் செயலால் நீங்கள் வருந்துகிறீர்கள் என்பதை உணருங்கள், ஆனால் அவர்களிடம் கோபப்படாதீர்கள். உங்கள் மனதில் உள்ளவற்றைக் கொட்டிவிட்டு மேலே செல்லுங்கள்.

முன்பு நாம் பார்த்தது போல் நம் வெளி உருவத்தைப் பாதுகாப்பதற்காக நாம் அடிக்கடி மற்றவர்களிடம் மனதில் உள்ளதைச் சொல்லத் தவறி விடுகிறோம். நான் ஒரு கம்பெனியில் மனித வள இலாக்காவின் (HR Department) தலைவராக இருக்கும்போது நடந்த நிகழ்ச்சி.

ஒரு அந்தரங்கச் செயலாளர் (confidentail secreatary) வருடாந்திர ஆய்வில் தன்னைப் பற்றி எழுதிய அபிப்பிராயத்தை பற்றி புகார் செய்திருந்தாள். எல்லா பணி வகைகளிலும் அவள் சிறப்பாக பணி செய்வதாகச் சொல்லப்பட்டிருந்தாலும் ''காலந்தவறாமை''க்கு எதிராக ''முன்னேற்றம் தேவை'' எனக் குறிக்கப்பட்டிருந்தது. அவளுடைய மேலதிகாரியை ஏன் அவ்வாறு குறித்தார் என்று கேட்டததற்கு அவள் எப்பொழுதும் *10-15* நிமிடங்கள் கால தாமதாமாக வருவதாகச் சொன்னார். இது அந்தச் செயலாளரின் முன்னிலையிலேயே நடந்தது. குறிப்பிட்ட பெண்மணி திகைத்துப் போனாள்.'' நான் கால தாமதமாக வருவது உங்களுக்குப் பிடிக்க வில்லை என்று நீங்கள் என்னிடம் சொல்லியிருக்கலாமே. மாறாக நான் உள்ளே வந்து உங்களிடம் காலை வணக்கம் சொல்லும்போது, குறிப்பாக நான் கால தாமதமாக வரும்போது நீங்கள் நன்றாகப் புன்னகைத்தீர்களே. நான் கால தாமதமாக வருவது உங்களுக்கு விருப்பம் என்றல்லவா நினைத்தேன்.!''என்றாள்.

ஆதலால் தேவை நீங்கள் நீங்களாகவே இருப்பது தான். மக்களைப் பற்றிய கோட்பாடுகளை ஒதுக்கி விட்டு, விஷயங்களோடும் சந்தர்ப்பங்களோடும் ஒட்டியவாறு உங்கள் செயல்கள் இருக்கட்டும். உங்கள் உள்ளே உள்ள''மூர்த்தி'' மற்றவர் உள்ளே உள்ள ''மூர்த்தியுடன்'' தொடர்பு கொண்டால் இயற்கை அறிவு

உங்களுக்கு வழிகாட்டும். அற்புதம் என்னவென்றால் மற்றவர் இங்கே ஏதும் செய்ய வேண்டிய தேவையில்லை. இதை முயன்று பார்த்து அந்த அனுபவத்தைப் பெறலாமே.

''அ.கே.கே: இது கூட்டங்கள், குழுக்கள் ஆகியவைகளுக்கும் பொருந்துமா? அல்லது ஒருவரோடொருவர் செயல்படும்போது மட்டும் தான்பொருந்துமா?

நிச்சயமாக, இது ஒருவரோடுவர் செயல் படும்போது எவ்வளவு உண்மையோ அவ்வளவு கூட்டங்கள், குழுக்களுக்கும் பொருந்தும். குழுக்களும் கூட்டங்களும் தனி மனிதர்களின் சேர்க்கைதானே. குழுக்கள் செயல்படும்போது அதன் கூட்டு விளைவு ஒரு பக்கம் அபாரமாக இருக்கலாம் அல்லது பெரும் ஆபத்தில் முடியலாம். எந்த ஒரு குழு உறுப்பினரும் அந்தச் சூழ்நிலையை மாற்றுவது சாத்தியம்.

உங்களுடைய அடுத்த கேள்வி என்னவென்று எனக்குத் தெரியும். ''அப்பொழுது ஒரு தலைவரின் பங்கு என்ன?'' எந்தக் குழு உறுப்பினர் அதற்கு பொறுப்பு எடுத்துக் கொள்கிறாரோ அவர் எப்படியும் காலப்போக்கில் தலைவராவார். தலைமை என்பது பொறுப்பை ஏற்றுக் கொள்வதுதானே. நாம் அடிக்கடி சொல்வது போல் ''ஒரு சங்கிலியின் பலம் அதன் பலவீனமான வளையத்தின் பலத்தைப் பொறுத்தது'' தலைவரின் பொறுப்பு பலவீனமான வளையத்தைத் தாங்கி பலப்படுத்துவது தான்.

நீங்கள் எப்பொழுதும் ஏதோ ஒரு குழுவின் உறுப்பினராக இருக்கிறீர்கள். உங்கள் சொந்த இலக்குகளுக்கு முன்பாக பொது இலக்குகளுக்கு முக்கியத்துவம் கொடுக்க முடியமா? அது தான் உங்கள் குழு நன்றாகப் பணி செய்கிறதா இல்லையா என்பதன் அடிப்படை. நாம் பெரும்பாலும் சொல்வது, ''எல்லோரும் இதைச் செய்ய விரும்பினால் நானும் சேர்ந்து கொள்கிறேன்''என்று. ஆனால் அது போதாது. மற்றவர்கள் வந்தாலும் வராவிட்டாலும் நீங்கள் உங்கள் கையைத் தூக்கி உங்கள் பங்கைச் செய்யத் தயார் என்று காட்டுகிறீர்களா?ஒரு குழு பணி புரிவதின் சக்தி அதில் தான் இருக்கிறது. மெத்தனத்தோடு வாழ உங்களுக்கு முழு சுதந்திரம் உண்டு. ஆனால் அதைத் தேர்ந்தெடுத்தது நீங்களே, அதில் மற்றவர்களின் பங்கு எதுவும் இல்லை என்பதை நீங்கள் புரிந்து கொள்ள வேண்டும்.

தியானப் பயிற்சி 2

ஒரு சௌகரியமான நாற்காலியில் சௌகரியமான நிலையில் அமருங்கள். உங்கள் கைகளிலோ மடியிலோ எதையும் வைத்துக் கொள்ளாதீர்கள். உங்கள் கைகளையும் கால்களையும் கோத்துக் கொள்ளாமல் ஒன்றுக்கொன்று சற்று இடைவெளி விட்டு வைத்துக் கொள்ளுங்கள். உங்கள் கண்களை மூடிக்கொண்டு கீழே சொல்லப் பட்ட காட்சியை நடத்துங்கள். காட்சியினூடே நீங்கள் செல்லும் போது உங்கள் எண்ணங்களையும், உணர்வுகளையும், மனக்கிளர்ச்சி களையும், உடல் உணர்வுகளையும், நினைவுகளையும் மற்ற உணர்வு களையும் கவனியுங்கள். அவைகள் அப்படியே இருக்கவிடுங்கள். எதையும் மாற்ற முயலாதீர்கள். அவைகளை சும்மா கவனியுங்கள். சரியான உணர்வுகள், உணர்ச்சிகள், காட்சிகள் என்று பெறுவதற்கு ஒன்றுமில்லை. இந்த வழிமுறைகளின் ஊடே செல்லும்பொழுது உங்கள் மனது அலைபாயலாம். மேலும் இந்த ஓட்டத்தைத் நீங்கள் இழக்க நேரிடலாம். அது பரவாயில்லை. எப்பொழுது நீங்கள் இந்த ஓட்டத்திலிருந்து வெளியே வந்து விட்டது உங்கள் கவனத்துக்கு வருகிறதோ, அப்பொழுது திரும்பவும் உள்ளே வந்து இந்தப் பயிற்சியின் அடுத்த அடியைத் தொடருங்கள். இந்தப் பயிற்சியின் போது எந்தக் காரணத்தினாலவது நீங்கள் அசௌகரியாமாக உணர்ந்தால், சும்மா நிறுத்திவிட்டு கண்களைத் திறவுங்கள். சௌகரிய நிலைக்குத் திரும்பியவுடன், கண்களை மூடிக்கொண்டு அடுத்த படிக்குச் செல்லுங்கள்.

ஆரம்பத்தில் இந்தப் பயிற்சிக்கு 7 முதல் 10 நிமிடங்கள் வரை ஆகலாம். ஆனால் இதைத் தவறாமல் செய்து வந்தீர்களானால் நீங்கள் அதிக நேரம் ஒருமுகப்படுத்த முடிவது உங்களுக்குத் தெரியும். படிப்படியாக முயன்று ஒரு அமர்தலின் போது 20 நிமிடம் வரை செய்ய முயலுங்கள். இந்தப் பயிற்சியை எந்த நேரத்திலும்

செய்யலாம். ஆனால் வயிறு நிறைந்திருக்கும்போது செய்வதைத் தவிருங்கள். உங்களை எவரும் தொந்தரவு தராத நேரமாகத் தேர்ந்தெடுங்கள்.

இந்தப் பயிற்சியின் வழிமுறை இதோ:

கண்களை மூடிக் கொண்டு உங்களுடனே இருங்கள். உங்களுடனே இருக்கச் சில மணித்துளிகளைச் செலவழியுங்கள். உங்கள் எண்ணங்களையும், மனக்காட்சிகளையும் உணர்ச்சிகளையும் உணர்வுகளையும், கவனியுங்கள். அவைகளை சும்மா அப்படியே இருக்கவிடுங்கள். நல்லது. உங்கள் பாதங்களைச் சுற்றியுள்ள இடத்தைக் கவனியுங்கள். உங்கள் உணர்வு கால் விரல்களின் மீது குவியட்டும்.- நகங்கள், அடிப்பாதங்கள், உள்ளே உள்ள எலும்புகள், சதை, தோல், முடி, பாதங்கள், கணுக்கால்கள், இப்படி படிபடியாகப் படியட்டும். மேலே சென்று உங்கள் கீழ்க்கால்களின் இடையே உள்ள இடத்தை உணருங்கள். அடுத்து உங்கள் முழங்கால் தசைகள், எலும்பின் அமைப்பு, தசைகள், தசைனார்கள், நரம்புகள்.

இப்படி உங்கள் கவனம் படிப்படியாக மேலே செல்லும்போது உங்கள் எண்ணங்களையும், மனக்காட்சிகளையும் உணர்ச்சிகளையும் உடல் உணர்வுகளையும், கவனியுங்கள். அவைகளை சும்மா அப்படியே இருக்கவிடுங்கள் கவனம் சிறிது சிதறியிருந்தால் அதைக் கவனித்துத் திரும்பவும் பயிற்சிக்குக் கொண்டு வாருங்கள்.

உங்கள் உணர்வை விரியச்செய்து கால் முட்டுகளின் மேல் படிய விடுங்கள். கீழ்க் கால்கள், பாதங்கள். உணர்வு விரிந்து தொடைகள் மற்றும் கால்கள் முழுவதிலும் படியட்டும். உங்கள் பிட்டங்களையும், பிறப்புறுப்புகளையும் மேலே அடிவயிற்றையும் சேர்த்துக் கொள்ளுங்கள்.

வயிற்றிலுள்ள உறுப்புகளைக் கவனியுங்கள். ஜீரண அமைப்புகள், வயிற்றுப்பை, கல்லீரல், கணையம், மண்ணீரல், சிறுகுடல், பெருங் குடல், சிறுநீர்ப்பை, சிறு நீரகங்கள், அப்பெண்டிஃஸ். கர்ப்பப்பை, பின் முதுகு, இடுப்பு சதையையும், தசையையும், கொழுப்பையும், தோலையும், முடியையும், உணருங்கள்.

இப்பொழுது உங்கள் கவன உணர்வு விரிந்து நெஞ்சுப் பகுதி, மார்பு, முலையகங்கள், பின்முதுகு, முதுகுத் தசைகள், முதுகுத்தண்டு, மார்புக் கூடு, உள்ளே உள்ள உறுப்புகள், இதயம், நுரையீரல்கள், சுவாசக் குழாய், உணவுக்குழாய், எல்லாவற்றையும் சேர்த்துக் கொள்ளட்டும்.

இப்படி உங்கள் கவனம் படிப்படியாக மேலே செல்லும்போது உங்கள் எண்ணங்களையும், மனக்காட்சிகளையும் உணர்ச்சிகளையும் உடல் உணர்வுகளையும், கவனியுங்கள். அவைகளை சும்மா அப்படியே இருக்கவிடுங்கள் கவனம் சிறிது சிதறியிருந்தால் அதைக் கவனித்துத் திரும்பவும் பயிற்சிக்குக் கொண்டு வாருங்கள்.

இப்பொழுது உங்கள் கவன உணர்வு விரிந்து தோள்கள், கைகள், தோள் பட்டைகள், தோள் சதைகள், மேல் கைகள், கைமுட்டுகள், முழங்கைகள், மணிக்கட்டுகள், கைவிரல்கள், நகங்கள்,

கழுத்துக்குக் கீழே உள்ள உங்கள் உடம்பு முழுவதையும் உணருங்கள்.

இப்பொழுது உங்கள் கவன உணர்வு விரிந்து தொண்டை, கழுத்து, குரல் வளை, சுவாசக் குழல், உணவுக் குழல், கீழ்த்தாடை, மேல்தாடை, கன்னம், கீழ்வரிசைப் பற்கள், மேல்வரிசைப் பற்கள், கன்னம், கன்ன எலும்புகள், நாக்கு, அண்ணாக்கு, மூக்கு, சுவாச அமைப்பு, கண்கள், பார்வை அமைப்பு, காதுகள், கேட்கும் அமைப்பு, பின்தலை, முன்தலை, மூளை, உச்சி மண்டை, மண்டை ஓடு, முடி எல்லாவற்றிலும் படிபடியாகப் படிந்து எல்லாவற்றையும் உணரட்டும்.

உங்கள் உணர்வு இப்பொழுது உங்கள் உடம்பு முழுவதும்.

உங்கள் எண்ணங்களையும், மனக்காட்சிகளையும் உணர்ச்சிகளையும் உடல் உணர்வுகளையும், கவனியுங்கள். அவைகளை சும்மா அப்படியே இருக்கவிடுங்கள் கவனம் சிறிது சிதறியிருந்தால் அதைக் கவனித்துத் திரும்பவும் பயிற்சிக்குக் கொண்டு வாருங்கள்.

இப்பொழுது பூமியில் உங்களுடைய மிகவும் அழகான ஒரு இடத்தைக் கற்பனை செய்யுங்கள். சுத்தமான, மாசுகளே இல்லாத, புது வலுவு ஏற்படுத்துகிற ஒரு இடம். அது கடற்கரையிலோ, மலை மேலோ, காட்டின் உள்ளோ, தனிமையான ஒரு தீவிலோ, எது வேண்டுமானாலும் இருக்கலாம். அங்கே செல்லுங்கள். அது தினத்தில் உங்களுக்கு மிகவும் பிடித்தமான வலுவூட்டும் நேரமாக இருக்கட்டும்-அதி காலையோ, சூரியன் மறையும் மாலை வேளையோ எந்த நேரமாகவும் இருக்கட்டும். வானிலை உங்களுக்குப் பிடித்தமான நிலையில் இருக்கட்டும். அங்கே நீங்கள் மட்டும் தான். அந்த இடம் உங்களுக்கே உங்களுக்குத் தான். அதை அனுபவியுங்கள். அங்குள்ள அமைதியில் இளைப்பாறுங்கள்.

இப்பொழுது உங்களுடன் இன்னொருவர் சேருகிறார். இவர் உங்கள் வாழ்க்கையில் உங்களுக்கு மிகவும் கஷ்டம் தருபவர். ஒத்துழைப்பே தராதவர், உங்களின் இடையூறு, இவர் உங்களைப் பல சமயங்களில் கை விட்டிருக்கிறார். அவரிடம் உங்களுக்கு மிக மிகக் கோபம். அவரைக் கண்டாலே உங்களுக்குப் பிடிக்காது.

உங்கள் இடத்தில் ஒரு சௌகரியமான இடத்தைத் தேர்ந்தெடுத்து அவரிடம் பேச அமருங்கள். அந்த மனிதர் உங்களிடம் பேச மாட்டார். ஆனால் நீங்கள் பேசுவதையெல்லாம் கேட்க வந்திருக்கிறார். இவரிடம் உங்கள் வருத்தம், ஆதங்கம், கோபம், எரிச்சல், அனைத்தையும் கொட்டித் தீருங்கள். அவர் உங்களைக் கவிழ்த்ததையும், உங்களைக் காயப்படுத்தி யதையும், ஒவ்வொரு நிகழ்ச்சியையும் நினைவு படுத்தி அவரிடம் கூறுங்கள்.

இதைச் செய்யும்போது உங்கள் எண்ணங்களையும், மனக்காட்சி களையும் உணர்ச்சிகளையும் உடல் உணர்வுகளையும், கவனியுங்கள். அவைகளை சும்மா அப்படியே இருக்கவிடுங்கள் கவனம் சிறிது சிதறியிருந்தால் அதைக் கவனித்துத் திரும்பவும் பயிற்சிக்குக் கொண்டு வாருங்கள்.

உங்கள் உணர்வுகளை உற்று நோக்குங்கள். உங்கள் கற்பனையில் எந்த விதத் தயக்கமும் இல்லாமல் அவரைத் திட்டுங்கள். தகாத வார்த்தைகளைத் தாராளமாகப் பயன் படுத்துங்கள். தேவைப் பட்டால் இரண்டு அறை கூடக் கொடுக்கலாம். அவர் ஒன்றும் பதில் கூற முடியாது. கேட்க மட்டுமே செய்ய முடியும். உங்கள் உள்ளத்திலுள்ள வன்மைத்தையெல்லாம் முழுவதுமாகக் கொட்டி விடுங்கள்.

வேறு ஏதாவது இந்த மனிதரிடம் சொல்ல வேண்டியிருந்தால் அதையும் சொல்லுங்கள். உங்களுக்குத் திருப்தி வரும் வரை நீங்கள் பேசிக் கொண்டே இருக்கலாம்.

இது முடிந்தவுடன் அந்த மனிதர் மறையட்டும். நீங்கள் திரும்பவும் உங்கள் விசேஷ இடத்தில் தனிமையில் இருக்கிறீர்கள். அமைதிக்குத் திரும்புகிறீர்கள். ஆழமாக மூச்சை இழுத்து விடுங்கள். அந்த அமைதியும் சக்தியும் உங்களை நிரப்பட்டும். உங்களுக்குத் தேவையான சக்தியை யெல்லாம் எடுத்துக் கொண்டபின் உங்கள் சுய இடத்துக்கு வாருங்கள். எங்கே இருக்கிறீர்கள், நீங்கள் யார் என்ற உணர்வுக்கு வாருங்கள். கண்களை மெல்லத் திறவுங்கள்.

9 சில பலன்கள்

சில நகரங்களிலும் வெவ்வேறு நிறுவனங்களிலும் நான் நடத்திய பயிற்சி முகாம்களில் பங்கு பெற்றவர்கள் கண்டறிந்தவைகளில் சிலவற்றை இங்கே உங்களிடம் பகிர்ந்து கொள்கிறேன். அவைகள் குறிப்பாக சென்ற அத்தியாயத்தில் நாம் விவாதித்த ''மற்றவர்களை எப்படி ஊக்குவிப்பது'' என்ற பொருளைப் பற்றியவை. உங்கள் அனுபவங்களை அவர்கள் சொல்வதோடு ஒப்பிட்டுப் பாருங்கள். அவைகள் ஒன்றாக இருக்கின்றனவா?

அ.கே.கே.:(மேலும் அநேக மற்றவர்களும்) ஊக்கமில்லாதவர்களின் பட்டியலைத் தயாரிப்பது மிகவும் கடினமாக இருந்தது. நான் அது போன்ற ஒரு பட்டியலைத் தயாரிக்க நிஜமாகவே முயலும்போது எனக்கு ஒருவரையும் தோன்றவில்லை.

அற்புதத்தைப் பாருங்கள். நீங்கள் ஆழமாகத் தோண்டி குறிப்பாகத் தேடும்போது நீங்கள் சொன்ன ''ஒத்துழையா மனிதர்கள்'' எப்படி மறைந்து போகிறார்கள். அதே மக்கள் தான். ஆனால் உங்கள் கண்களில் முன்பு தோன்றியது போல் அவர்கள் இடையூறுகளாகத் தெரிவதில்லை. மேலும் மற்றொரு அருமையான விஷயம் பாருங்கள்- இந்த மக்கள் இந்தப் பயிற்சி முகாமிலும் இல்லை, இந்தப் புத்தகத்தைப் படித்துக் கொண்டிருக்கவும் இல்லை. ஆனால் நீங்கள்தான் இதைச் செய்து கொண்டிருக்கிறீர்கள். உங்கள் வாழ்க்கைக்கு நீங்கள் பொறுப்பெடுத்துக் கொண்டதால், அவர்கள் ஒத்துழைக்கும் மனிதர்களாக மாறி விட்டார்கள்.

இது ஒரு மிக முக்கியமான சக்தி வாய்ந்த பாடம். உங்கள் தோலுக்குள் வாழும் மனிதனில் சில அடிப்படைப் பாடங்களை பதிய வைப்பது என்பது இந்த முகாமின் நோக்கத்தின் ஒரு அம்சம் தான். அதன் மற்றொரு அம்சம் அந்த நோக்கம் நிறைவேற்றப்படும்போது

நீங்களும் இது போல் உங்களைச் சுற்றியுள்ளவர்களிடம் ஒரு மாற்றத்தை ஏற்படுத்தும் நிலையை எய்த வேண்டுமென்பது தான். நீங்கள் அங்கே சென்று கொண்டிருக்கிறீர்கள் என்பதில் எனக்கு மகிழ்ச்சி.

ரூடா : அந்தப் பட்டியலைத் தயாரிக்க முனைகையில் நான் உள் மனதிற்குச் சென்று ஆழமாகச் சிந்தித்தேன். என் வாழ்க்கையில் நான் கஷ்டமான மனிதர் என்று எண்ணும் ஒவ்வொருவரும் என்னுடன் சரியாகப் பழகாமலிருப்பதற்குக் காரணம் என்னிடமும் ஏதோ ஒரு குறை இருப்பதாலேயே என்பதை உணர்ந்தேன்.

நன்றி, ரூடா அவர்களே! நீங்கள் துணிவாகவும் நேர்மையாகவும் அதைச் சொல்வதை நான் பாராட்டுகிறேன். ஆனால் அது குறித்து நீங்கள் வருந்தவோ குற்ற உணர்வு கொள்ளவோ தேவையில்லை. அதை உணருங்கள், அதிலிருந்து விலகி நில்லுங்கள், தேவைப் பட்டால் குறிப்பிட்ட நபரிடம் அது குறித்துப் பேசுங்கள் (தேவையான நேரங்களில் ''நான் வருந்துகிறேன்'' என்று நாம் சொல்லாதது கவனிக்கப் பட வேண்டிய விஷயம்) இயல்பாக இருங்கள்.

கிஷோர்: என்னுடைய பட்டியலில் இருந்த ஒருவரிடம் நான் இதை பரீட்சித்துப் பார்க்க விரும்பினேன். ஆனால் சென்ற வாரம் அவர் வெளி நாடு சென்று விட்டார் என்றறிந்தேன்.

பிங்கி: எனக்கும் அது போல் ஒரு நபர் இருந்தார் பரீட்சித்துப் பார்ப்பதற்கு. ஆனால் அவருக்கு உடம்பு சரியில்லாததால் இயல வில்லை.

அதிசயமாக இல்லையா? நாம் உண்மையாகவே ஊக்கமில்லா தவரையும் ஒத்துழைக்காதவரையும் எதிர் கொள்ள நினைக்கும் போது அவர்கள் நம் வழியிலிருந்து விலகி விடுகிறார்கள் அல்லவா?

அருணா: சென்ற வாரம் எனக்கு ஒரு அருமையான அனுபவம். கடந்த சில ஆண்டுகளாக என் சகோதரரிடம் எனக்கு உறவு சரியாக இல்லை. ஏன் என்பது இங்கு முக்கியமில்லை, ஆனால் வெகு நாட்களாக நாங்கள் ஒருவரோடொருவர் பேசிக்கொள்வதில்லை. அவர் மற்றொரு நகரத்தில் வசிப்பதால் அவ்வளவாகப் பிரச்சினை இல்லை. ஆனால் இந்த வாரம் துணிவை வரவழைத்துக் கொண்டு அவரை டெலிபோனில் அழைத்தேன். அவர் அலுவலகத்தில் இல்லை. ஒரு விதத்தில் அது எனக்கு நிம்மதியைத் தந்தது. ஏனெனில் அவர் இருந்திருந்தால் எப்படி பேச்சை ஆரம்பிப்பது,

அவரின் பதில் எப்படி இருக்கும் என்ற ஒரு பயம் இருந்தது. நான் என் பெயரைக் கூட அலுவகத்தில் சொல்லவில்லை. நான் தான் கூப்பிட்டிருப்பேன் என்று அவருக்கு எப்படித் தெரிந்தது என்று எனக்குத் தெரியாது. அவர் என்னை அழைத்தபோது கடந்த சில வருடங்களாக ஒன்றுமே நடக்காதது போல் நாங்கள் இனிமையாகப் பேசிக் கொண்டிருந்தோம். அடுத்த மாதம் தீபாவளிக்கு குடும்பத்துடன் வருவதற்கு ஒத்துக் கொண்டுள்ளார்.

நான் என்ன சொல்ல, அருணா? உங்கள் இருவருக்கும் என் மனமார்ந்த வாழ்த்துக்கள்.

பானெர்ஜி : நான் என்னுடைய இரண்டு பணியாளர்களிடம் இதைப் பரிசோதித்துப் பார்த்தேன். எங்கள் தொழிற்சாலையில் தொல்லை தருபவர்களில் மிகவும் மோசமானவர்கள். எந்த இலாக்காவும் அவர்களை ஏற்றுக்கொள்வதில்லை. சென்ற வாரம் அவர்களுக்கு ஒரு வேலை கொடுத்துவிட்டு என்ன ஆனாலும் அதை நான்கு மணிக்குள்ளாக முடிக்க வேண்டும் என்று சொன்னேன். வேறு ஒன்றும் சொல்லவில்லை, நடுவில் சென்று அவர்களை மேற்பார்வையிடவும் இல்லை. என்ன ஆச்சரியம்? அவர்கள் 3.45 மணிக்கே வேலையை முடித்து விட்டு வேறு ஏதாவது வேலை இருக்கிறதா என்று கேட்டார்கள். நான் அவர்கள் செய்த வேலையைப் பார்வையிட்டபோது அதன் தரம் சாதாரணமாக மற்றவர்கள் செய்வதை விட நன்றாக இருந்தது.

தாஸ் குப்தா : நான் பூபனேஸ்வரில் இருந்து கொண்டு பொறியியல் சாதனங்களை விற்பனை செய்கிறேன். சென்ற வாரம் அங்கு ''பூஜைக்காக'' விடுமுறை. எந்த வேலையையும் செய்ய முடியாது. விற்பனையைச் சற்று உயர்த்தும் நோக்கத்தோடு என்னடைய விநியோகஸ்தர்களை அவர்கள் கடைகளைத் திறந்து வைத்துக் கொள்ளுமாறு கேட்டுக் கொண்டேன். எந்த வித எதிர்ப்பும் இல்லாமல் அவர்கள் ஒத்துக் கொண்டார்கள். எங்களால் எழுபது உருப்படிகளை விற்க முடிந்தது.

பூஷன்: எனக்கு சரக்குகளைத் தருபவர் சமாளிக்க முடியாத ஒரு நபர். முன்பணம் பெறாமல் எந்தப் பொருளையும் அனுப்ப மாட்டார். இந்த வாரம் நாங்கள் எதிர்பார்க்காமல் திடீரென்று சரக்குகள் தேவைப்பட்டன. வங்கிக் காசோலை (DRAFT - டிராப்ட்) வாங்க நேரம் இருக்கவில்லை. நான் அவரைக் கூப்பிட்டு எங்கள் அவசரத்

தேவையை விளக்கி சரக்குகளை அனுப்புமாறு கேட்டுக்கொண்டேன். அவருடைய நயமில்லா மறுப்பைத்தான் எதிர்பார்த்தேன். ஆச்சரியமாக அவர் ஒத்துக் கொண்டார். அடுத்த நாள் காலையில் சரக்குகள் வந்தன; அப்பொழுதும் காசோலை தயாராக இருக்க வில்லை. ஆனால் அவர் அதைப் பெரிது பண்ணவில்லை. எங்கள் வேலை நன்றாக முடிந்தது.அடுத்த நாள் அவருக்கு தொகையை அனுப்பிவிட்டு அவருடைய ஒத்துழைப்புக்கு நன்றி கூறியபோது அவர் மிகவும் சந்தோஷப்பட்டார்.

இவைகளெல்லாம் சிறந்த உதாரணங்கள் அல்லவா? நம்மைச் சுற்றி எவ்வளவோ நற்குணங்கள் இருக்கின்றன, ஆனால் அவைகளை ஏற்றுக்கொள்ள நமக்கு கைகளில்லை. மக்களைப் பற்றிய நம் கோட்பாடுகள் நம் மனதைப் பிடித்து ஆட்டுகின்றன. அவர்களுடைய தயாள சிந்தனைகளை உபயோகிப்பதற்கான வாய்ப்புகளை நாம் தருவதில்லை. நம்முடைய வர்ணக் கண்ணாடிகளைக் களைந் தோமானால் நம்மைச் சுற்றியுள்ள ஆதார மனிதர்கள் நம் கண்ணுக்குத் தெரிவார்கள்.

ரூபாலி : என் வாழ்க்கையில் ஒத்துழைப்பே கிடைக்காத விஷயம் மனிதரல்ல, எந்திரம். என்னுடைய வடிவமைப்பு (DESIGN - டிசைன்) வேலைப்பாடுகளை நகல் எடுக்க வேண்டுமென்றால் ''பிரிண்டர்'' எப்பொழுதும் மற்றவர்களுடைய வேலைகளின் நகலைத் தருவதில் ஈடுபட்டிருக்கும். எனக்கு மிகவும் எரிச்சலைத் தரும் விஷயம். இந்த வாரம் என்னுடைய வேலைகளையெல்லாம் சேர்த்து வைத்துக் கொண்டு மற்றவர்கள் வருமுன் காலையில் முதல் வேலையாக என் நகல்களை எடுத்துக் கொண்டேன். இந்த உத்தி வேலை செய்கிறது. என் சக தொழிலாளிகளிடம் சச்சரவோ மனஸ்தாபமோ இல்லாமல் என் வேலைகள் உரிய நேரத்தில் முடிகின்றன.

மிக அருமை, ரூபாலி ஆக, நாம் சொல்வது மனிதர்களுக்கு மட்டும் அல்லாமல் எந்திரங்களுக்கும் பொருந்தும் போல் தோன்றுகிறது.

குமார்: BPL மொபைல் நிறுவனத்தினர் எங்கள் அலுவலக வளாகத்தில் ''பூஸ்டர் ஸ்டேஷனை'' ((BOOSTER STATION ஓசையின் தரத்தை அதிகப்படுத்தும் நிலையம்) BPL நிறுவ வந்திருந்தார்கள். இப்பொழுது நானும் என் சக தொழிலாளர்களும் எங்கள் அலுவலகத்தில் சிக்னலும் (SIGNAL) ஒத்துழைப்பும் ஆகிய இரண்டும் தாராளமாக இருப்பதைக் காண்கிறோம்.

ரமேஷ் : நகரத்திலிருந்து 15 கி.மீ.தொலைவிலுள்ள எங்கள் தொழிற்சாலைக்கு நான் பஸ்ஸில் செல்கிறேன். என் சக தொழிலாளர்கள் சிலரும் நானும் காலை 7.05 பஸ்ஸை பிடிக்க வேண்டும். இந்த பஸ்ஸில் வரும் கண்டக்டர் முரட்டுத்தனம் வாய்ந்தவர். அவர் தவறாமல் எங்களிடமும் மற்ற பிரயாணி களிடமும் வம்பு செய்வார். சென்ற வாரம் பஸ் ஸ்டாப்பை நான் அடைவதற்கு சிறிது கால தாமதமாகிவிட்டது. என்னை ஏற்றிக் கொள்ள கண்டக்டர் நிச்சயமாக பஸ்ஸை நிறுத்த மாட்டார் என நினைத்தேன். பஸ் புறப்படும் சமயத்தில் நான் இன்னும் இருபதடி செல்ல வேண்டியிருந்தது. கண்டக்டரின் கண்களைக் கண்டு பஸ்ஸை நிறுத்த சமிக்ஞை செய்தேன். அவர் டிரைவரை பஸ்ஸை நிறுத்தச் சொன்னது மட்டுமல்லாமல் நான் பஸ்ஸில் ஏற உதவியும் செய்தார். உங்கள் பயிற்சி முகாம் அந்த கண்டக்டர் வரை எப்படிச் சென்றது என்று எனக்குத் தெரியவில்லை.

இவைகளெல்லாம் சிறிய உதாரணங்கள். நம்மில் சிலர் இதை ஒரு பொருட்டாக நினைக்க மாட்டோம். ஆனால் அந்த முரட்டு கண்டக்டரின் சிறிய செயலால் ரமேஷின் தினம் எவ்வளவு சிறப்பாகத் தொடங்கியது என்று பார்த்தீர்கள். காலையில் அவர் பெற்ற அந்த ''நல்ல உணர்வு'' நாள் முழுவதும் அவர் வேலையில் வெளிப் பட்டிருக்கும்.

ராணி: என்னுடைய அனுபவம் இங்குள்ள என் நண்பர்கள் அனுபவத்திற்கு முற்றிலும் மாறானது. ஒரு சந்தர்ப்பத்தில் ஒரு நபரை ஒரு வேலையில் உதவக் கேட்டேன். அவள் செய்ய மாட்டாள் என்று எனக்குத் தெரியும். தேவையான நேரங்களில் அவள் எனக்கு உதவியதே இல்லை. இந்த சந்தர்பத்திலும் அவள் ஏதோ சாக்கு சொல்லி மறுத்து விட்டாள்.

அது சுவாரசியமாக இருக்கிறது, ராணி. அவள் மறுத்த போது குறிப்பாக என்ன நடந்தது?

ராணி: அவள் மிகவும் ''பிஸி'' யாக இருப்பதாகவும் கையிலுள்ள வேலையை எப்பொழுது முடிக்க முடியும் என்று சொல்ல முடியாதென்றும் சாக்கு சொன்னாள்!

அது பொய்க் காரணம் அல்லது சாக்கு என்று உங்களுக்கு எப்படித் தெரியும்?

ராணி: அவள் எப்பொழுதும் அப்படித்தான் நடந்து கொள்வாள். ஒத்துழைப்பே தர மாட்டாள். எல்லோரும் அப்படித்தான் சொல்கிறார்கள்.

அவள் ''பிஸி'' என்று சொன்னதும் அவளை விட்டு விட்டீர்கள்? அவளை ஒப்புக்கொள்ளச் செய்ய முயற்சிக்கவில்லையா?

ராணி : அதனால் ஒரு பிரயோஜனமும் இல்லை

ஏன்?

ராணி: நான் உங்களிடம் சொன்னது போல் அவள் அப்படித்தான். யாரை வேண்டுமானாலும் கேளுங்கள்.

நீங்கள் அவளை ஒத்துக் கொள்ள வைக்க முயற்சித்து அவள் ஒத்துக் கொண்டிருந்தால் என்ன நடந்திருக்கும்?

ராணி: அது வெறும் கற்பனை. நிச்சயமாக நடந்திருக்காது. எனக்கு அவளைத் தெரியும். எல்லோருக்கும் அப்படியே.

நீங்கள் அவளைப் பற்றி வைத்திருக்கும் எண்ணத்தைத் தவிர வேறு விதமாகவும் இருக்க வாய்ப்பிருக்கிறது என்பதை உங்களால் ஒத்துக் கொள்ள முடிவதில்லை எனபது தெரிகிறதா, ராணி? நீங்கள் அவள் ''பிஸி'' யாக இருக்கும் நேரத்தில் அவளைக் கேட்டீர்கள், கேட்டதைப் பிறகு செய்கிறேன் என்று சொல்லியிருக்கிறாள் அவள் என்பது உங்களுக்குத் தோன்றவில்லையா? அது சாதாரணமாக நடக்கக் கூடியது தானே? உங்களுக்கு அவளுக்கு தன்னைப் பற்றி அறிவித்துக் கொள்ள ஒரு வாய்ப்பு அளிப்பதை விட அவளைப் பற்றிய உங்கள் எண்ணத்தை நிரூபிப்பது முக்கியமாகப் பட்டிருக்கிறது. முதலில் இடைமறித்த போதே அவளை ஒதுக்கி விட்டீர்கள். சொல்லப் போனால் நீங்கள் ஒத்துழைப்பின் அறிகுறிகளை விட எதிர்ப்பின் அறிகுறிகளைத்தான் தேடிக் கொண்டிருந்தீர்கள் என்பேன். இன்னும் சொல்லப் போனால் அவள் ''பிஸி'' யாவதற்காக காத்துக் கொண்டிருந்தீர்கள் என்பேன். இங்கே பாருங்கள், அவள் ஒரு வேளை சம்மதித்திருந்தால் அவளைப் பற்றிய உங்கள் எண்ணம் தோற்றுப் போயிருக்கும். உங்கள் மனது இந்தத் தோல்வியை அவ்வளவு கடுமையாக எதிர்த்ததால் அவளைப் பற்றிய உங்கள் எண்ணம் கடைசியில் வலுப் பெற்றது. நாம் முன்பு சொல்லியது போல் ''எதிர்ப்பு முனைவை வலுப் பெறச் செய்கிறது.''

அதை ஒட்டிய வரை அது தவறு அல்லது தீங்கு என்று சொல்ல மாட்டேன். ஆனால் உங்கள் மனது மிக சாமர்த்தியமாக உங்களை உண்மையிலிருந்து வெளியே வைத்திருந்து அதனுடைய முடிவுகளை வலுப்படுத்தும் விஷயங்களை உங்களுக்கு ஊட்டுவதைக் கவனித்தீர்களா? பல நேரங்களில் நாமே நமது தோல்விகளை உற்பத்தி செய்து கொள்கிறோம் .இது போன்ற சூழ்நிலைகளில் தோல்வியில் வெற்றியைக் காண்கிறோம். அது ''நான் ஒரு பாவம்'' என்ற மனதின் நிலையை ஊர்ஜிதப் படுத்துகிறது. அதைப் பற்றி பிறகு காண்போம். தற்பொழுது மனதின் இந்தத் தன்மையைக் கவனித்து உணர்ந்து கொள்ளுங்கள்.

நீங்கள் எதிர்கொள்ளும் சூழ்நிலைகளில் மற்றவர்களின் அனுபவங் களை தெரிந்து கொள்வதற்காக இந்த சம்பவங்கள் உங்களிடம் பகிர்ந்து கொள்ளப்பட்டன. அவைகளோடு உங்களால் ஒன்ற முடிகிறதா?ஒவ்வொரு நபரும் கற்ற பாடங்கள் வெவ்வேறாக இருக்கும். அது அவருக்கு பொருத்தமாக இருக்கும். அவைகளில் எது சிறந்தது என்றோ அவைகளை வரிசைப் படுத்துவதோ நமக்குத் தேவையில்லை. நாம் எதிர்கொள்பவை மற்றவர்கள் எதிர்கொள் வதிலிருந்து மாறுபட்டதல்ல என்று உங்களுக்கு உறுதிப் படுத்தவே இவைகள் இங்கு தரப்பட்டன.

அற்புதங்கள் சாத்தியமே.அவைகள் நடந்து கொண்டுதான் இருக்கின்றன. அவைகளை நீங்கள்தான் உருவாக்கிக் கொண்டி ருக்கிறீர்கள்.அலுவலகச்சூழ்நிலையில் சிலகூட்டங்களும் குழுக்களும் சாதித்தவைகளில் சிலவற்றை இப்பொழுது காண்போம்.

''ஒரு மாத்தத்திற்கு 13 கோடி விற்பனையை எய்தத் தடுமாறிக் கொண்டிருந்த ஒரு வியாபாரக் குழுமம், இந்த முகாமில் பயிற்சி பெற்ற மூன்று மாதங்களுக்குள்ளாகவே ஒரு மாதத்தில் 30 கோடி விற்பனையை எய்தியது.

''ஒரு உற்பத்தி நிறுவனம் நாளொன்றுக்கு 20 எந்திரங்கள் அதிகமாக ஒரு வாரம் முழுவதும் தயாரித்தது. வாரத்தில் மூன்று நாட்களுக்கு அது ஊறுபாடுகளே இல்லாமல் -அதாவது ''ஜீரோ டிபெக்ட்'' (ZERO DEFECT) - பணியாற்றியது. (இது வரை ஒரு நாள் கூட அவ்வாறு பணியாற்றி இருக்கவில்லை) சாதாரணமாக 8-8.30 வரை வேலை செய்து கொண்டிருந்த அந்த நிறுவனம் பணித் தினத்தை 6 மணிக்கே முடித்து இந்த சாதனையை நிறைவேற்றியது.

''லேசான பொறியியல் சாதனங்கள் தயாரிக்கும் ஒரு பட்டறை ஒரு புதிய பொருளை உருவாக்குவதை ஒரு வாரத்துக்குள் நிறைவேற்றியது. இந்த உருவாக்கத்திற்கு அது ஒரே வாரத்துக்குள் வடிவமைப்பு களையும் (DESIGNS), கச்சாப் பொருள்களின் தர நிர்ணயத்தையும் தீர்மானித்து, 10 மாதிரி- அமைப்புகளைத் (PROTOTYPES) தயாரித்து, செயல்முறை வரைபடங்களை உருவாக்கியது. மேலும் அச்சிடு வதற்காக மாதிரி சிற்றேட்டையும் (BROCHURE) முடிவு செய்தது.

- பயிற்சி முகாம் நடந்த மாதத்திலேயே வருடாந்திர பட்ஜெட்டில் 40 சதவிகிதம் விற்பனையை சாதித்தது ஒரு நிறுவனம்.
- இன்னொரு நிறுவனத்தின் கிளை, பயிற்சி முகாம் நடந்த மாதத்திலேயே 20% அதிகமான விற்பனையையும் 100 % அதிகமான லாபத்தையும் ஈட்டி சாதனை புரிந்தது.
- ஒரு நிறுவனம் மூன்று வெவ்வேறு மாநிலங்களில் ஆறு விநியோகஸ்தர்களை நியமனம் செய்து அவர்கள் மூலம் வியாபாரத்தைத் தொடங்கியது.
- நீடித்துழைக்கும் நுகர்வோர் பொருள்கள் (CONSUMER DURABLES)விற்கும் ஒரு குழு காசோலைகள் திரும்புவதற்கு வசைப் பெயரெடுத்த விநியோகஸ்தர்களிடமிருந்து ''முடியாது'' என்று நினைத்திருந்த கடனைத் திரும்பப் பெற்றார்கள்.
- ஒரு பிராந்திய விற்பனை குழுமம், தங்களது ஒரு கிளையில் வணிகப் பகுதி ஊழியர்களை சிறந்த தொழில் நுட்ப செயல் முறை விளக்கங்களைச் செய்ய வைத்து சாதனை புரிந்தனர்.
- ஒரு கன ரகப் பொறியியல் பட்டறை 40 லட்சம் மதிப்புள்ள ஒரு பழைய, உபயோகப்படுத்தாமல் உளுத்துப் போன இயந்திரத்தை வெறும் சில ஆயிரம் ரூபாய்கள் மட்டும் செலவழித்து ஓட வைத்தார்கள். அதனால் அவர்களது உற்பத்தி முறையில் இருந்த ஒரு பெரிய தடங்கல் விலகி முக்கியமான இயந்திரப் பட்டறையின் உற்பத்தி பல மடங்கு உயர்ந்தது.
- ரசாயனப் பொருள்களைப் பதனிடும் ஒரு நிறுவனம் தங்களது ஒன்றுக்கும் பணியாத முரட்டுப் பணியாளர்களை வேலை மறு ஒதிக்கீடுகளுக்கு ஒத்துக் கொள்ளச் செய்து உற்பத்தி அளவையும் தரத்தையும் கணிசமாக உயர்த்தினார்கள்.

- ✤ சேவைத் தொழிலில் ஈடுபட்டுக் கொண்டிருந்த ஒரு நிறுவனத்தில் வாரம் முழுவதும் 100% வருகைப் பதிவு செய்து பணியாளர்கள் தங்கள் மேம்பாட்டைக் காட்டினார்கள்.
- ✤ ஒரு உற்பத்தி நிறுவனம் இருக்கும் சரக்குகளை விட 15% அதிகம் உற்பத்தி நடத்திக் காட்டியது.
- ✤ மற்றொரு லேசுப் பொருள்கள் பொறியியல் பட்டறை முதல் பத்து நாட்களில் அடைந்திருக்க வேண்டிய 10% உற்பத்தியை 25% ஆக உயர்த்தினார்கள்.
- ✤ நிதிசார் சேவைகள் (FINANCIAL SERVICES) செய்து கொண்டிருக்கும் ஒரு நிறுவனம் தங்களது காகித வேலையை (PAPER WORK) 70% குறைத்தார்கள்.
- ✤ கிழக்குப் பிராந்தியத்தின் கடன் தீர்வு நிலைமையில் நான்கு மடங்கு முன்னேற்றம் ஏற்பட்டது.

இதோடு நாம் இந்தப் புத்தகத்தின் மூன்றாம் பாகத்தை முடிக்கிறோம். இதுவே இப்புத்தகத்தின் முதல் அரைப் பகுதி. சிறிது இளைப்பாறுங்கள். இதுவரை கற்ற பாடங்களையெல்லாம் உள் வாங்கிக் கொள்ளுங்கள். அவைகளைப் பற்றி சிந்தியுங்கள் நீங்கள் எது கற்றுக் கொண்டிருந்தாலும் அவைகள் தான் உங்களுக்குப் பொருத்தமான பாடங்கள். நீங்கள் கற்றவற்றைப் பரிசோதித்து நடைமுறையோடு ஒப்பிட்டுப் பாருங்கள். இங்கு சரி, தவறு என்றோ, நல்லது, கேட்டது என்றோ எதுவும் கிடையாது. இவைகளால் உங்களிடம் எந்த வித மாற்றமும் இல்லையென்றாலும் அதுவும் சரியே. இது உங்களது தனிப்பட்ட அனுபவம் என்பதை நினைவில் வைத்திருங்கள். எந்த இருவரும் ஒரே போல் பாடங்களைக் கண்டார்கள் என்பது மிகவும் இயல்வராத (UNLIKELY) ஒன்று.

நான்காம் பாகம்

மனதின் கூறுகள்

10 மனம் – ஒரு எண்ணங்களின் குவியல்

மனதை வெல்லுவதற்கான நமது இந்த முயற்சியில் நாம் அடுத்த பாகத்திற்கு செல்லத் தயாராக இருக்கிறோம். இந்த நான்காம் பாகத்தில் மனதின் பாகங்களையும் அமைப்பையும் பற்றி விரிவாக விவாதிப்போம். நம் வாழ்க்கையின் சிக்கல்களை சமாளிக்கும் உபாயத்தின் ஜீவநாடி, நம்மைச் சுற்றி நடக்கும் நிகழ்ச்சிகளில் விஷயங் களைக் காணும்போது சந்தர்ப்பத்துக்குத் தகுந்தவாறு கோட்பாடு களின் படியிலிருந்து நம்மை விடுவித்துக் கொள்வதே என்று இதுவரை பார்த்தோம். கோட்பாடுகள் மனதிலிருந்து தான் புறப்படு கின்றன என்று நமக்கு மிகத் தெளிவாகப் புரிந்து விட்டபடியால் நாம் மனதின் சேஷ்டைகளை நன்றாகப் புரிந்து கொள்வது அவசியமாகிறது.

நான்காம் பாகத்தின் இந்த அத்தியாயத்திலும் மற்ற அத்தியாயங் களிலும் மனது என்றால் என்ன, அது எப்படி வேலை செய்கிறது எனபதைப் பற்றி ஏற்கெனவே நாம் வைத்திருக்கும் ஊகங்களையும் கோட்பாடுகளையும் நேருக்கு நேர் காண்போம். இந்தப் புத்தகத்தைப் படித்துக் கொண்டிருக்கும் பலருக்கு நான் சொல்லப்போகும் கருத்துகள் புதியதாக இருக்கலாம். மனதை இது போலவும் காணலாம் என்று நீங்கள் நினைத்திருக்க மாட்டீர்கள். சில இடங்களில் இங்கு சொல்லப்படும் விஷயங்கள் புரியாமல் இருக்கலாம். சாதாரண வாதங்களுக்கு அப்பாற்பட்டதாக இருக்கலாம். அதைப் பெரிதாக எண்ண வேண்டாம். இந்த விஷயங்களை நீங்கள் உணர்வு பூர்வமாகப் புரிந்து கொள்வது முக்கியமே தவிர அறிவு பூர்வமாகவோ தர்க்க ரீதியாகவோ புரிந்து கொள்வது அவசியமில்லை என்று நினைக்கிறேன். சில புதிய பார்வைகளை பல விதங்களில் விளக்க நான் முயன்றிருக்கிறேன். எல்லா விளக்கங்களையும் நீங்கள் ஒத்துக்கொள்ளாவிட்டாலும் பொதுவாக நான் சொல்வதைப் புரிந்து கொண்டால் அதுவே போதுமானது.

இந்த விவாதத்தின் முதல் படிக்குச் செல்வோம். மனம் என்றால் என்ன? நீங்கள் அதைப் பற்றி என்ன நினைக்கிறீர்கள்? அது எப்படி வேலை செய்கிறது?

அ.த.ப:

- அது அறிவு, தகவல்கள் மற்றும் விவரங்களின் பண்டகசாலை
- அது கம்ப்யூட்டரின் CPU போன்றது.
- அது தகவல்களை ஆராய்ந்து செயல்களுக்கு வழி காட்டுகிறது.
- நம் உடல் மற்றும் எண்ணங்களைக் கட்டுப்படுத்தும் ஒரு அம்சம்.
- அது நல்லது, கேட்டது , சரி தவறு இவைகளைத் தீர்மானிக்கிறது.
- அது ஒரு ஆய்வாளர் மற்றும் முடிவுகள் எடுப்பவர்
- அது ஒரு சிந்தனையாளர்
- நான் யாரோ அது தான் மனது
- அது நம்முடைய எண்ணங்கள் மற்றும் செயல்களின் இயக்குனர்.

மிகவும் சரி. நாம் மேலே செல்ல இந்த விளக்கங்கள் நமக்கு மிகப் பொருத்தமாக இருக்கும். ஒவ்வொன்றிலும் ஓரளவுக்கு உண்மையிருக்கிறது என்றாலும் அவைகள் முழுவதும் சரியல்ல. ஏன் என்று பார்ப்போம்.

நாம் முன்பே மனதைப் பற்றிய ஒரு உவமையைப் பார்த்தோம். அதைத் திரும்பவும் நினைவு கூறலாம். அந்த சமஸ்கிருத ஸ்லோகம் மனது எப்படி நடந்து கொள்கிறது என்பதை அருமையாகக் கூறுகிறது. போதை ஏறிய ஒரு குரங்கைத் தேளும் கொட்டிப் பிசாசும் பிடித்துக் கொண்டால் அது எப்படி நடந்து கொள்ளுமோ அப்படித்தான் மனதின் நிலை என்று வர்ணிக்கிறது. ஒரு குரங்கைப் போல அது அலை பாய்கிறது. பல திசைகளுக்குச் சென்று பல விதமான எண்ணங்களை ஒரு நொடியில் தர வல்லது. போதை ஏறினால் அதனுடைய விழைவுகளையும், திட்டங்களையும், பெருமித மயக்கத்தையும் அளவிடமுடியாது. பொறாமையும் வயிற்றெரிச்சலும் தேள் கொட்டினாற்போல் அதை ஆட்டிபடைக்கும். எல்லாப் பெருமைகளும் அதற்கு மட்டுமே வேண்டுமென்று நினைப்பது போதாமல் மற்றொருவர் உயர்ந்தால் அதை அதால்

தாங்கிக் கொள்ள முடியாது. ஒரு அரக்கனைப்போல் அது தற்பெருமையும் மயக்கமும் கொண்டு மற்றவர்கள் முடிவுகளையும் கருத்துக்களையும் தூக்கி எறிந்து விடும் தன்மை கொண்டது. இந்த உவமையை மனதில் வைத்துக் கொண்டு மேலே விவாதத்தைத் தொடருவோம்.

இந்தக் கூற்றைப் பற்றி சிந்தியுங்கள். மனது என்பது, ஒன்றின் பின் ஒன்றாக வரும் தற்சமய மணித்துளிகளின் பல வித உணர்ச்சிகளை மொத்தமாகப் பதிவுசெய்யும் ஒரு அமைப்பு.

இந்தப் பதிவுகள் அல்லது நாடாக்களில் தற்சமய அனுபவத்தின் ஒவ்வொரு அம்சமும் பதிவு செய்யப்படும் - காட்சி, ஒலி, தொட்டுணர்வு, வாசனை, ருசி, அதோடு கூட எண்ணங்கள், படங்கள், உணர்வுகள் மேலும் இவைகள் போன்றவை.

இங்கு சொல்லப்படுவதை சற்று ஆழமாகப் புரிந்து கொள்ள வேண்டும். நாம் இங்கு சொல்வது ''தற்சமய மணித்துளிகள்'' அப்படியென்றால் நம் வாழ்க்கையின் ஒவ்வொரு மணித்துளிகளும். நீங்கள் இந்த வாக்கியத்தைப் படித்துக் கொண்டிருக்கும்போதே ஒன்றன் பின் ஒன்றாக பல ''தற்சமய மணித்துளிகள்'' நகர்ந்து விட்டன. நம் வாழ்க்கையின் ஒவ்வொரு மணித்துளியும் அந்தந்த சமயத்தில் ''தற்சமயமாக'' இருந்திருக்கிறது. ஒவ்வொரு மணித் துளியிலும் ஒரு அனுபவம் இருந்திருக்கிறது. மனது இந்த மணித் துளிகளை - அதன் அனுபவங்களை - வரிசையாகப் பதிவு செய்து கொள்ளும் ஒரு அமைப்பு அல்லது சரக்கறை (STOREHOUSE)

நாம் இவைகளை பல்லுணர்ச்சிப் பதிவுகள் மேலும் மொத்தப் பதிவுகள் என்றழைக்கிறோம். இவைகளைப் பதிவுகள் என்றழைப் பதன் காரணம் இவைகளை முழுவதுமாகவோ அல்லது அதில் ஒரு பகுதியையோ ''திரும்பவும் ஒலிக்க (ஓட) வைக்க முடியும்'' என்பதினாலேயே. மனது என்பது, ''ஒன்றின் பின் ஒன்றாக வரும் தற்சமய மணித்துளிகளின் பல வித உணர்ச்சிகளை மொத்தமாகப் பதிவுசெய்யும் ஒரு அமைப்பு'' அனுபவத்தின் ஒவ்வொரு மணித்துளியிலும் என்ன இருக்கிறது என்ற கேள்வி எழுகிறது.

அனுபவத்தின் ஒவ்வொரு மணித்துளியிலும் நாம் பார்த்தவைகள், கேட்டவைகள், உணர்வுகள், வாசனைகள், ருசிகள், மற்றும் எண்ணங்கள், உணர்ச்சிகள், மனக்கிளர்ச்சிகள் (EMOTIONS) உடல்

உணர்வுகள் ஆகியவை பதிவு செய்யப்பட்டிருக்கும். ஒவ்வொரு வினாடியின் அனுபவமும் நம்முடைய ஐந்து உடல் உணர்வுகளான பார்த்தல், கேட்டல், நுகர்தல், உணர்தல், ருசித்தல் ஆகியவை மூலமாக ஏற்படுகின்றன. மேலும் அவைகளினால் நமக்குள் ஏற்படும் உணர்வுகள், உணர்ச்சிகள், மனக்கிளர்ச்சிகள் ஆகியவை களோடு சேர்ந்து பதிவு செய்யப்படுவதால் அந்தப் பதிவு பல்லுணர்ச்சிகள் ஒன்றறக் கலந்த ஒரு முழுப் பதிவு.

இதை நீங்கள் படிக்கும்போது இந்த வினாடியில் உங்கள் அனுபவமாகிற ''விஷயத்தைச்'' சற்றுக் கவனியுங்கள். அதில் நீங்கள் படித்திருக்கும் புத்தகம், அதிலுள்ள பக்கங்கள், அதை அச்சிடப்பட்ட வார்த்தைகள் ஆகியவைகளுடன் உங்களைச் சுற்றியுள்ள நீங்கள் பார்த்துக் கொண்டிருக்கிற உங்கள் உணர்வுடன் ஒன்றிய பொருள்கள் ஆகியவையும் கலந்திருக்கும். உதாரணத்திற்கு அறை, அறையிலுள்ள மேஜை, நாற்காலி, சுவற்றின் நிறம், தரையின் அமைப்பு, உங்கள் இருக்கையின் உணர்வு - அது மெத்தென்ற குஷனோ அல்லது கெட்டியான மரமோ- ஆகியவை. நீங்கள் கேட்கும் ஒலிகளும் மென்மையான சங்கீதமோ அல்லது சாலையின் ஒலிகளோ அதில் கலந்திருக்கும், இப்பொழுதுதான் நீங்கள் உணவருந்தியிருந்தால் அதன் ருசியும் அதனுடன் இணைந்திருக்கலாம். உங்கள் உடலின் உணர்வுகள் வலிகள், சௌகரியங்கள், அசௌகரியங்கள் ஆகியவை களும் இந்த அனுபவத்தின் ''விஷயம்''.

இங்கு ஏதோ ஒன்று வேறு ஏதோ ஒன்றை உங்களுக்கு நினைவு படுத்துகிறது. அந்த ஞாபகமும் இந்த ''தற்சமயத்திற்கு'' உட்பட்டது தான். வெளி மன உணர்வுகளும் (CONSCIOUS), உள் மன உணர்வு களும் (SUBCONSCIOUS), அறியா மன உணர்வுகளும் (UNCONSCIOUS) அதில் சேர்ந்தவை. எது வெளி மனம், எது உள் மனம், எது அறியா மனம் என்று நாம் இப்பொழுது மண்டையைப் பிய்த்துக் கொள்ள வேண்டாம். அப்படி ஏதேனும் உண்டானால் அதுவும் ''தற்சமயத்தின்'' ஒரு பாகம் தான். உங்களுக்குள் உள்ள இறுக்கங்களும் அழுத்தங்களும் மற்ற எல்லாமும் ஒன்று விடாமல் ''தற்சமயம்'' என்கின்ற விஷயத்திற்கு உட்பட்டதே.

இந்த ''தற்சமய அனுபவம்'' என்பதின் பொருள் உங்களுக்குத் தெளிவாகப் புரிந்திருக்கும் என நினைக்கிறேன். இந்த அனுபவம்

உங்களின் தனிப்பட்ட அனுபவம்.அது உங்களுடையது மட்டும் தான். நீங்களும் உங்களுக்கு நெருங்கிய ஒருவரும் ஒரே வாகனத்தில் ஒரு இடத்திலிருந்து இன்னொரு இடத்துக்குச் சென்றாலும் அந்தப் பிராயணத்தின் ''தற்சமய'' அனுபவங்கள் உங்கள் இருவருக்கும் ஒன்றாக இருக்காது. உதாரணத்துக்கு உங்கள் தோழர் அல்லது தோழி உங்கள் பதிவில் இருப்பார். ஆனால் அவர்கள் பதிவில் நீங்கள் இருப்பீர்கள். உங்கள் சிந்தனைகள் அந்த வினாடியில் வேவ்வேறாக இருக்கும். ஆகையால் நீங்கள் இருவரும் ஒரே நிகழ்ச்சியில் பங்கு பெற்றிருந்தாலும் அந்த நிகழ்ச்சியைப் பற்றிய உங்கள் பதிவுகள் ஒரே மாதிரியாக இருக்காது. நாம் எல்லோருமே நமக்கென்ற தனிப்பட்ட பதிவுகளைச் சுமக்கிறோம். இப்பொழுது அடுத்த கேள்வி? ஒவ்வொரு பதிவிலும் எவ்வளவு அம்சங்கள் இருக்கும்?

அ .த.ப : எண்ணிலடங்கா!!

ஆம். சரி தான். கணக்கிட முடியாதவை. ஒவ்வொரு பதிவும் அதற்குள் எண்ணிலடங்கா அம்சங்களைக் கொண்டிருக்கும். ஒவ்வொரு வினாடியும் பதிவாகும் பதிவுகளை நாம் பட்டியலிட முடியாது. நமக்கு அதனால் எந்தப் பயனும் இல்லை. நமக்குள் எத்தனை பதிவுகள் இருக்கலாம்

அ.த.ப : திரும்பவும் அதே பதில் தான். எண்ணிலடங்கா!!

ஆம். இதுவும் சரி தான். நம்முள் எண்ண முடியாத அளவுக்குப் பதிவுகள். நினைத்துப் பார்க்கவே முடியாத அளவுக்கு!!

அ.கே.கே.: நமது மூளை எப்படி எண்ண முடியாத அளவுக்கு பதிவுகளைச் சேர்த்துக் கொள்கிறது?

நல்ல கேள்வி. ஆனால் நாம் மூளையைப் பற்றிப் பேசவில்லை. மனதைப் பற்றி அல்லவா பேசிக் கொண்டிருக்கிறோம்

அ.கே.கே.: அவை இரண்டும் ஒன்றல்லவா?

இல்லை. மூளை உடலின் ஒரு பகுதி. மனம் அப்படி அல்ல. மனதிற்கு பௌதிக வடிவம் இருக்கிறதா இல்லையா என்று தெரியாது. அதுவோ அது எங்கு இருக்கிறதென்பதோ நமக்கு முக்கியமில்லை. மனதைத் தயவு செய்து மூளை என்று நினைத்துக் குழம்பாதீர்கள்.

அ.கே.கே.: ஆனால் நாம் ஏன் நம்முடைய எல்லா அனுபவங்களையும் முழுவதுமாக ஞாபகம் வைத்துக் கொள்வதில்லை.

இன்னொரு நல்ல கேள்வி. திரும்பவும் மனதை ஞாபகத்தோடு ஒப்பிட்டுக் குழம்பாதீர்கள். மனதும் மூளையும் வெவ்வேறானவை. அதே போல் ஞாபகங்களும் வேறானவைகள். ஞாபகம் என்பது மனதிலுள்ள பதிவுகளில் நம்மால் எடுக்க முடிந்த உப-பகுதி என்று வேண்டுமானால் சொல்லலாம். வெகு நாட்களுக்கு முன் பதிவான ஒன்று நம் ஞாபகத்தில் இல்லையென்பதால் மனதில் அந்தப் பதிவு இல்லை என்று பொருளல்ல. பதிவு இருக்கிறது, ஆனால் அதை நாம் விரும்பியபோது ஒலிக்கச் செய்ய முடியவில்லை. சில சமயங்களில் சிறிது முயன்று உங்களால் ஒரு அனுபவத்தின் சில விவரங்களை நினைவுக்குக் கொண்டு வர முடிகிறதல்லவா? அந்தப் பதிவு உங்கள் மனதில் இருந்தது, ஆனால் அதை எடுக்க நீங்கள் முயல வேண்டியிருந்தது. இது மனதும் ஞாபக சக்தியும் வெவ்வேறானவை என்பதை உறுதிப்படுத்துகிறது. நம் கவனத்தை மனதின் பால் திருப்ப வேண்டும். மனதைப் பற்றித் தெரிந்து கொள்வதை ஒருவர் முடிந்த அளவுக்கு எதிர்க்கவும் தடுக்கவும் செய்வார்.அவர் யாரென்று தெரிகிறதா?

அ.த . ப : மனம் தான்.

ஆமாம். அந்தப் போதை ஏறிய குரங்குக்கு இங்கே நடப்பது பிடிக்கவில்லை. அது இருப்பதைத் தெரிந்து கொள்ள முயலுகிறோம் என்பது அதற்குத் தெரிந்து விட்டது. அதனால் அடிக்கடி உங்கள் கவனத்தைத் திருப்ப முயற்சி செய்யும். நாம் சிறிது உஷாராகவே இருக்க வேண்டும். மூளை, ஞாபகசக்தி போன்ற விவாதங்களில் ஈடுபட்டு வழி மாறாதீர். விவாதம் மனதுடனேயே இருக்கட்டும்.

அ.கே.கே.: மனது வெறுமையாக இருக்க முடியுமா? நாம் கனவு காணும்போதும் தூங்கும்போதும் என்ன நடக்கிறது?

நீங்கள் கனவு காணும்போதும் தூங்கும்போதும் அதைத்தான் செய்து கொண்டிருக்கிறீர்கள். அந்தத் ''தற்சமயம்'' என்ற மணித்துளியில் உங்களுக்கு பல்லுணர்ச்சி பூர்வமான ஒரு முழு அனுபவம் இருக்கும் (கனவு காண்பதோ அல்லது தூங்குவதோ பற்றி) மனது அதையும் பதிவு செய்து கொள்ளும். அதனால் தான்

சில நேரங்களில் உங்களால் கனவுகளை ஞாபகப் படுத்திக் கொள்ள முடிகிறது. மனது ஒரு பொழுதும் வெறுமையாக இருக்காது. நம்மைச் சுற்றி நடப்பதில் கவனம் இருக்கவில்லை என்றால், ''கனவு காண்கிறாயா'' என்று பேச்சு வழக்கில் இருப்பது அதனால் தான். ஆனால் மனது வெறுமையாக இருந்தது என்பதை மனம் பதிவு செய்து கொண்டு விட்டது என்பதைக் கவனியுங்கள்!!. ஆதலால் மனதில் ஒவ்வொரு ''தற்சமய'' மணித்துளியின் பதிவும் இருக்கிறது. எதுவும் எப்பொழுதும் வெறுமையாக இருப்பதில்லை.

இப்பொழுது அடுத்த கேள்வி- இந்த ''தற்சமய''ப் பதிவுகள் எத்தனை நாட்களாக நடந்து கொண்டிருக்கின்றன? அதாவது அவைகள் தொடங்கி எத்தனை காலமாகிறது ?

அ.த.ப: இதற்கு எல்லையே இல்லை. இந்தப் பிரபஞ்சம் உருவானதைக் கூட என்னால் நினைத்துப் பார்க்கவும் அதன் பிம்பத்தை உருவாக்கவும் முடியும்.

உண்மைதான். ஆனால் அந்த பிம்பம் இப்பொழுது தான் உருவாக்கப் படுகிறது. அதனால் உங்களுடைய ''தற்சமயப்'' பதிவு நீங்கள் பிரபஞ்சம் உருவானதை இப்பொழுது எப்படி நினைக்கிறீர்களோ அப்படித்தான் இருக்கும்.

அ.கேகே: நாம் எதிர்காலத்தைப் பற்றிய பதிவுகளை வைத்துக் கொள்ள முடியுமா?

அது முடியுமென்றால் நன்றாக இருக்கும் இல்லையா? துரதிர்ஷ்ட வசமாக கால இயந்திரங்கள் (time machines) கதைகளில் தான் வருமே ஒழிய அவைகள் உண்மையல்ல. நீங்கள் கடந்த காலத்தைப் பற்றியோ அல்லது எதிர்காலத்தைப் பற்றியோ பிம்பங்கள் உருவாக்க முடியும். ஆனால் அவைகள் இப்பொழுதுதான் உருவாக்கப்படுவதால் அவைகள் தற்சமயத்தின் பதிவுகளே.

''இந்த ''தற்சமய''ப் பதிவுகள் எத்தனை நாட்களாக நடந்து கொண்டிருக்கின்றன?'' என்ற நமது கேள்விக்குத் திரும்புவோம்.

அ.த.ப : இரண்டு அல்லது மூன்றாம் வயதிலிருந்து?

ஏன் அந்த வயதைத் தேர்ந்தெடுத்தீர்கள்?

அ.த.ப : அதற்கு முன்னால் என் நினைவில் இல்லாதது காரணமாக இருக்கலாம்?

நான் முன்னால் சொன்னது போல் மனதை ஞாபக சக்தியோடு இணைத்துக் குழம்பாதீர். இரண்டு வயதிற்கு முன்னாலும் உங்களுக்கு அனுபவங்கள் இருப்பதால் அவைகளும் மனதில் பதிந்திருக்கும். அவைகள் ஞாபகம் இல்லையென்றாலும் அவைகள் இல்லையென்று சொல்ல முடியாது.

அ.கே.கே : அவைகள் நமக்கு ஞாபகம் இல்லையென்றால் என்ன பிரயோஜனம்?

அதை நாம் பிற்பாடு பார்ப்போம். உங்கள் மனதைக் கையிலுள்ள கேள்வியிலிருந்து அப்பால் செல்ல விடாதீர்கள். நான் கேட்ட கேள்வி ''அந்த ''தற்சமய''ப் பதிவுகள் எத்தனை நாட்களாக நடந்து கொண்டிருக்கின்றன?''

அ.த. ப : குழந்தைக்கு ஆறு மாதம் ஆனதிலிருந்து. அப்பொழுதுதான் குழந்தை சிந்திக்கத் தொடங்குகிறது.

நாம் மனதிற்கும் சிந்தனைக்கும் இது வரை தொடர்புகள் ஏற்படுத்த வில்லையே?, ஏற்படுத்தினோமா? குழந்தையின் சிந்திக்கும் சக்தி தொடங்காவிட்டாலும் அது தற்சமய அனுபவங்களைப் பெற்றுக் கொண்டுதானே இருக்கிறது? அதனுடைய உணர்வுகளும் உணர்ச்சி களும் வேலை செய்து கொண்டுதானே இருக்கிறது? அதற்குப் பசி எடுக்க வில்லையா? அதற்கும் சில உணர்வுகளும் உணர்ச்சிகளும் இருக்கின் றனவே?

அ .த . ப : குழந்தை பிறந்ததிலிருந்து என்று வைத்துக் கொள்ளலாம்.

நாம் பிறந்ததிலிருந்து. இது சரி போல் தோன்றுகிறது இல்லையா? நாம் தாயின் கர்ப்பத்திலிருந்து பிறந்தவுடன் இந்தப் பதிவுகள் தொடருகின்றன. அந்தப் பதிவுகளை நீங்கள் அணுக முடியுமா அல்லது அவைகள் உங்கள் ஞாபகத்தில் இருக்கின்றனவா இல்லையா என்பதில் நமக்கு அக்கறை இல்லை. அவைகள் இருக்கின்றன என்று நாம் தெரிந்து கொண்டால் போதும். அவைகள் ஏன் இருக்கின்றன, அது சரியா, தவறா, அவைகளை நாம் ஏன் அணுக முடிவதில்லை என்ற கேள்விகளெல்லாம் நமக்குத் தேவையில்லை. அது போன்ற பிரச்சினைகளை ஆய்வதற்கு நமக்கு பிற்பாடு வாய்ப்புகள் கிடைக்கும். இப்பொழுது, சூரியன் கிழக்கே உதிப்பது போலவும் நமக்கு இரு கைகள் இருப்பது போலவும் அவைகள் -

அந்தப் பதிவுகள் - இருக்கின்றன என்று நாம் உணர்ந்து கொண்டால் போதும்.

அ.கே.கே: பிறப்பற்கு முன்னால் தாயின் கர்ப்பத்தில் இருக்கையில் எப்படி?

அருமையான கேள்வி. தாயின் கர்ப்பத்தில் இருக்கும்போது நமக்கு அனுபவங்கள் இருக்கின்றனவா?

அ .த . ப : இருக்கிறதே. அபிமன்யுவின் கதையைப் போல.

சரி தான். மகாபாரதத்தில் உள்ள அபிமன்யுவின் கதை அதற்குச் சிறந்த உதாரணம். இந்தக் கதை உங்களுக்குத் தெரிந்திருக்கும் என நினைக்கிறேன். அபிமன்யுவின் தாய் சுபத்திரை அவன் கர்ப்பத்தில் இருக்கையில் ராஜ சபையில் தன் சகோதரன் கிருஷ்ணனுடன் இருந்தாள். அப்பொழுது யுத்தவியூகங்களைப் பற்றி பேச்சு நடந்து கொண்டிருந்தது. உள்ளே நுழைய முடியாத சக்கர வியூகத்தை எப்படி உடைத்து உள்ளே நுழைந்து பிறகு வெளியே வருவது என்று கிருஷ்ண பரமாத்மா விளக்கிக் கொண்டிருந்தார். அதை சுபத்திரையின் வயிற்றிலிருந்த அபிமன்யுவும் கேட்டுக் கொண்டிருந்தான். ஆனால் அதை முழுவதும் முடிக்குமுன் கிருஷ்ணன் வெளியே செல்ல வேண்டி வந்தது. ஆகையால் வியூகத்தை உடைத்து உள்ளே நுழைந்தபிறகு வெளியே வருவது எப்படி என்று அபிமன்யு தெரிந்து கொள்ள முடியவில்லை. பிறகு அபிமன்யு மகாபாரத யுத்தத்தில் ஈடுபடும்போது சக்கிர வியூகத்தை உடைத்து உள்ளே சென்று யுத்தத்தில் ஒரு பெரிய திருப்பத்தை ஏற்படுத்தினான். ஆனால் திரும்ப வருவது எப்படி என்பதைக் கேட்காததால் அது அவனுக்குத் தெரியாமல் யுத்தத்தில் கொல்லப்பட்டான்.

நம் அனுபவங்களிலிருந்தும் தாயின் வயிற்றிலுள்ள கரு இங்குமங்கும் நகர்வதும் உதைப்பதும் நமக்குத் தெரியும். ஆகையால் பிறப்பற்கு முன்னாலேயே தாயின் கர்ப்பத்திலிருக்கும் போதே குறிப்பட்ட மனிதன் தற்சமய அனுபவங்களைப் பெறத் தொடங்கி விடுகிறான். மனதில் இந்த அனுபவங்களின் பதிவும் இருக்கும்.

கர்ப்பத்தில் எந்த மாதத்திலிருந்து என்று தெரியுமா?

அ .த . ப : மூளை வளரத் தொடங்கியதிலிருந்து?

நாம் மூளை ஒரு உறுப்பு மட்டும்தான் என்று முன்பே பார்த்தோம். எப்படியிருந்தாலும் மூளையோ, உடலின் மற்ற பாகங்களோ எப்பொழுது வளர ஆரம்பிக்கின்றன என்று உறுதியாகச் சொல்ல முடியுமா?

அ .கே.கே: அப்பொழுது நீங்கள் கரு உருவானதிலிருந்து என்று சொல்கிறீர்களா?

அப்படித் தோன்றவில்லையா? தாய் தந்தை அணுக்கள் இணைந்த வுடன் புதிய உயிரணு பிறக்கிறது. அந்த அணு வளர்ந்து தாயின் கர்ப்பத்தில் உடல் உருவாகுகிறது. பெற்றோர்களின் அணுக்கள் தம் தம் அனுபவங்களைக் கொண்டு வருகின்றன. அந்த அனுபவங்களின் மீது புதிய உயிரின் அனுபவங்கள் சேர்ந்து கொள்கின்றன என்று கூறலாமா?

அ .கே.கே: நீங்கள் மறு ஜன்மத்தைப் பற்றி பேசுகிறீர்களா?

இல்லை. நான் இங்கு மறு ஜன்மத்தைப் பற்றி கருத்துகள் (THEORIES) ஏதும் சொல்லவில்லை. ஆனால் குழந்தைகள் பெற்றோர்களிடமிருந்து சில பழக்க வழக்கங்களையும் குணங் களையும் நடத்தைகளையும் பரம்பரையாகப் பெறுகின்றன என்பது நமக்குத் தெரியுமே. இதை அதன் விளக்கமாக ஒரு வேளை எடுத்துக் கொள்ளலாம்.

அ .கே.கே : இதற்கு விஞ்ஞான ரீதியாக ஏதாவது நிரூபணம் இருக்கிறதா?

இல்லை. என்னிடம் எதுவும் இல்லை. சொல்லப் போனால் இது வழி வழியாகத் தெரிந்த ஒன்று தான். இது உங்களுக்கு சாத்தியமென தோன்றுகிறதா என்பதே முக்கியம். தர்க்க ரீதியாக அல்லது விஞ்ஞான ரீதியாக இல்லாவிட்டாலும் உணர்வு பூர்வமாக அல்லது ஆய்வின் வழியே அப்படித் தோன்றுகிறதா? அது உங்களுக்கு சரி என்று பட்டால் நமக்கு மேலே செல்ல நிறைய விஷயங்கள் இருக்கின்றன.

நாம் இதுவரை சொன்னதை நினைவு கூர்வோம். மனது என்பது, ''ஒன்றின் பின் ஒன்றாக வரும் தற்சமய மணித்துளிகளின் பல வித உணர்ச்சிகளை மொத்தமாகப் பதிவுசெய்யும் ஒரு அமைப்பு'' என்று நாம் கூறினோம். அனுபவத்தின் ஒவ்வொரு மணித்துளியிலும் நாம்

பார்த்தவைகள், கேட்டவைகள், உணர்வுகள், வாசனைகள், ருசிகள், மற்றும் எண்ணங்கள், உணர்ச்சிகள், மனக்கிளர்ச்சிகள் (EMOTIONS) உடல் உணர்வுகள் ஆகியவை பதிவு செய்யப்பட்டிருக்கும் என்றும் அனுபவத்தின் ஒவ்வொரு மணித்துளியிலும் எண்ணிலடங்காப் பகுதிகளும், இது போன்ற எண்ணிலடங்காப் பதிவுகளும் இருக்கும் என்றும் சொன்னோம். அவைகள் குழந்தைப் பருவம் தொடங்குவதற்கு முன்பாகவே, ஏன் கரு தரிக்கும் முன்பலிருந்தே கூட தொடங்கியிருக்கலாம் என்று கூறினோம். ஒரு ஆய்வுக்காக இதில் பொதுவாக ஒரு பெருமளவு சரியென்று உங்களுக்குத் தோன்றினால் அது போதும் நாம் அடுத்த படிக்குச் செல்வோம்.

11 ஸம்ஸ்காரங்கள் அல்லது ஆழமான பதிவுகள்

மனது என்பது, ''ஒன்றின் பின் ஒன்றாக வரும் தற்சமய மணித் துளிகளின் பல வித உணர்ச்சிகளை மொத்தமாகப் பதிவுசெய்யும் ஒரு அமைப்பு'' என்று சென்ற அத்தியாயத்தில் பார்த்தோம். இவைகள் நாம் காணும் கேட்கும் அனுபவங்களின், தொடுதல், நுகர்தல், ருசித்தல், எண்ணங்கள், உணர்வுகள், பிம்பங்கள் இன்னும் இது போன்றவைகளின் ஒலி-ஒளிப் பதிவு நாடாக்கள். மேலும் இது போன்ற பல பதிவுகள் இருக்கும் என்றும் ஒவ்வொரு பதிவிலும் பல பகுதிகள் இருக்கின்றன என்றும், பார்த்தோம். இவைகள் மிகவும் நீண்ட காலத்தவை-நிச்சயமாக நம் பிறப்பு முதல், ஒருவேளை தாயின் கர்ப்பத்தில் இருக்கும்போதே அல்லது இன்னும் பின்னால் சென்றால் தாய் கருத்தரிக்கும் முன்பே என்று கூட நம்ப முடிகிறது.

மனது இந்தத் தற்சமயங்களைப் பதிவு செய்யும்போது நிகழும் ஒரு தனி இயல்பை நாம் உணர்ந்து கொள்ள வேண்டும். இது ஒரு முழுமையான பல்லுணர்ச்சிப் பதிவு என்பதால் பதிவில் அந்த அனுபவத்தின் ஒவ்வொரு துகளும் துகளுக்கு இடையே உள்ள பந்தங்களும் அவையோடு அனுபவத்தை ஒட்டி இருக்கும் பொருள்களின் நிலைகள், அளவுகள் ஆகியவைகளும் சேர்ந்தே பதிவு செய்யப்படுகின்றன.

இன்னும் சொல்லப்போனால் ஒவ்வொரு மணித்துளியிலும் நடக்கும் நிகழ்ச்சியை அந்த நிகழ்ச்சியோடு ஒட்டி இருக்கும் மற்ற அனுபவங்களோடு இணைக்கும் இயந்திரம் போல் மனது வேலை செய்கிறது. அனுபவத்தின் ஒவ்வொரு துகளையும் துகள்களினிடையே உள்ள பந்தங்களையும் குறித்துக் கொள்ளும்போது அதில் சில பந்தங்களை விசேஷமாகக் குறித்துக் கொள்கிறது. எதிர்காலத்தில் தேடுவதற்காக அதை ஒரு குறிப்பு அட்டையுடன் பதிவு செய்து

கொள்கிறதோ என்று கூட நாம் நினைக்கலாம். இதனால் பிற்பாடு இந்தப் பதிவு அணுகப்படும்போது அனுபவத்தின் மற்ற பந்தங்கள் பின்னுக்குத் தள்ளப்பட்டு குறிப்பிட்ட பந்தம் முன்னிட்டு நிற்கும்.

மனதின் இந்தப் பதிவை சமஸ்கிருத இலக்கியங்களில் ''சம்ஸ்காரம்'' என்று குறிப்பிடுகிறார்கள். அதாவது நன்றாக நிற்பது என்ற பொருள் வருகிறது. ஆங்கிலத்தில் மன இயல் நிபுணர்கள் ''வாய்ஸ் ஓவர்'' என்பார்கள். அதாவது ''முன்னிட்டு நிற்கும் குரல்'' என்று கொள்ளலாம். அதை ''காரி பார்வார்ட்'' (CARRY FORWARD) அல்லது ''ரெசிட்யு'' (RESIDUE) என்றும் ஆங்கிலத்தில் குறிப்பிடுவார்கள். அதாவது ''முன்னுக்கு நிற்பது'' அல்லது ''மிஞ்சி நிற்பது'' என்று சொல்லலாம். இனி நம் விவாதத்தில் இதை முன் குரல் என்று குறிப்பிடுவோம்.

சுவாரசியமான விஷயம் என்னவென்றால் மனது ஒரு இணைப்பை ஆழமாகப் பதியும்போது அல்லது அடிக்கோடிடும்போது அது ஏன் அவ்வாறு செய்கிறது என்பதன் காரணம் அல்லது மாதிரி நாம் புரிந்து கொள்ளும்படியோ அல்லது நம் புரிதலுக்கு அப்பாற்பட்டதாகவோ இருக்கலாம். சில நேரங்களில் தெளிவாகத் தெரிகிற இணைப்பு நன்கு பதியலாம்; மற்ற நேரங்களில் அந்த வினாடியின் அனுபவத்துக்கு முற்றிலும் சம்பந்தமில்லாத இணைப்பு ஆழமாகப் பதியப் படலாம். உதாரணத்திற்கு நீங்கள் இப்பொழுது இந்தப் புத்தகத்தைப் படித்துக் கொண்டிருக்கிறீர்கள். இந்த அநுபவத்தில் முக்கியமான இணைப்பு இந்தப் புத்தகத்தில் சொல்லப்பட்டவைகளும் உங்கள் சிந்தனையும் என்று நீங்கள் எண்ணலாம். மேலும் இங்கு சொல்லப்பட்டவைக்கும் வெளியே உள்ள பருவ நிலைக்கும் சம்பந்தமே இல்லை என்றும் நீங்கள் நினைக்கலாம். ஆனால் உங்கள் மனது இந்த அனுபவத்தைப் பதிவு செய்யும்போது இந்தப் புத்தகத்திற்கும் வெளியே மழை கொட்டிக் கொண்டிருப்பதிற்கும் இணைப்பை ஏற்படுத்தி பதிவு செய்யலாம். அப்பொழுது ''மழை அனுபவம் தூக்கி நிற்கும். இது நிச்சயமாக நடக்கும்'' என்று நான் சொல்லவில்லை, ஆனால் அது ஏதோ ஒரு நேரத்தில் ஏதோ ஒரு பதிவின் போது நடக்கக் கூடியதே. இது ஒரு வேடிக்கைதான் .மனது இது போன்ற பல விஷயங்களைச் செய்கிறது. அவை நமக்குத் தெரிவதில்லை.

ஒரு சொந்த அனுபவத்தின் மூலம் இதை விளக்குகிறேன். BBC NEWSனுடைய முத்திரைப் பண்ணைக் (signaturetune) கேட்கும் பொழுதெல்லாம் எனக்குள் ஒரு நல்ல உணர்வும் உற்சாகமும் பிறப்பதை நான் சில வருடங்களுக்கு முன் கவனிக்க ஆரம்பித்தேன்.

இது விநோதமாகப்பட்டது. நான் எவ்வளவு களைப்படைந் திருந்தாலும் எவ்வளவு கடினமான வேலையில் ஈடுபட்டிருந்தாலும் வேறொரு அறையில் யாரோ ஒருவர் BBCஅலையை TVயில் போட்டார்களானால் அந்த முத்திரைப் பண் என்னை உற்சாகப் படுத்தும்.அந்த உற்சாகத்திற்கும் என் பணிக்கும் அல்லது அங்கு ஒலி பரப்பப்படும் செய்திக்கும் எந்த வித சம்பந்தமும் இல்லை. இது என்ன அதிசயம் என்று சிந்திக்கத் தொடங்கினேன்.

அந்த நாட்களில் நான் புனேயில் ஒரு பணியில் ஈடுபட்டிருந்ததால் அங்கு அடிக்கடி சென்று கொண்டிருந்தேன். மும்பைக்காரன் ஆதலால் புனேயின் முறுமுறுப்பான வானிலை, குறிப்பாக குளிர்காலத்தில், எனக்கு மிகவும் பிடிக்கும்.

நான் தங்கியிருந்த ''ப்ளூ டயமென்ட்'' (BLUE DIAMOND) ஹோட்டலில் காபிக் கடை (COFFEE SHOP) நீச்சல் குளத்திற்குப் பின்னால் இருந்தது. காலையில் இயற்கைக் காற்றை சுவாசித்துக் கொண்டு அது வழியாகச் காபி குடிக்கச் செல்வது எனக்கு ஒரு இனிய உற்சாகம் கொப்பளிக்கும், மிகவும் ரசிக்கும், அனுபவமாக இருந்தது.

காபிக் கடையில் டெலிவிஷன்கள் வைக்கப்பட்டு காலையில் BBC சானெல் ஓடிக் கொண்டிருக்கும். என் மனது BBCயின் முத்திரைப் பண்ணையும் அந்த சமயத்தில் என் மன நிலையையும் முடிச்சுப் போட்டு பதிய வைத்திருக்கிறது என நினைக்கிறேன். அதனால் BBC சங்கீதம் எனக்கு உற்சாகம் தருகிறது போலும், காலை நேரம், புனே வானிலை, ஹோட்டல் எல்லாமே பின்னுக்குத் தள்ளப் பட்டு அந்த சுகானுபவம் முன்குரலாகி விட்டது.

நம்முடைய விருப்பு வெறுப்புகள் எங்கிருந்து வரலாம் என்பதற்கு இது ஒரு உதாரணம். உங்கள் வாழ்க்கையிலும் இது போன்ற அனுபவங்கள் இருக்கும் என்று நினைக்கிறேன். நீங்கள் ஏதோ இசையைக் கேட்கிறீர்கள், அது உங்களை எங்கோ பழைய நினைவுகளுக்கு அழைத்துச் செல்கிறது. சில வானிலைகள் நமக்கு உற்சாகம் தருகின்றன, சில, குறிப்பாக மேக மூட்டம், நமக்கு ஒரு தொய்வைத் தருகிறது. ஒரு வேளை பழைய அனுபவம் திரும்பவும் இந்த உணர்வுகளைத் தூண்டுகிறதோ என்னவோ?

அ.கேகே.: இந்த ''வாய்ஸ் ஓவர்ஸ்'' (VOICE OVERS) நாம் முன்பு பார்த்த ''கான்செப்ட்ஸ்''(CONCEPTS) போலத் தோன்றுகின்றனவே? இவைகள் ஒன்றுதானா?

ஆமாம்.நிச்சயமாக. இந்தத் தொடர்பை நீங்கள் உடனடியாக பார்க்கத் தொடங்கியதில் எனக்கு மகிழ்ச்சி இந்த வாய்ஸ் ஓவர்ஸ், அல்லது மிஞ்சி நிற்பவை, அல்லது சம்ஸ்காரங்கள் அல்லது முன்-குரல் நாம் கடந்த காலத்திலிருந்து சுமந்து இழுத்துக் கொண்டிருக்கும் கோட்பாடுகள் போலத்தான். முன்பு அந்தத் ''தற்சமயத்தை'' பதிவு செய்த மனம் ஒரு இணைப்பை அடிக் கோடிட்டது. இப்பொழுது அந்தப் பதிவை முழுவதுமாக வெளிக் கொண்டு வர முடிவதில்லை. மிஞ்சி நிற்பவையில் மாட்டிக் கொண்டு விழிக்கிறோம். அந்த இணைப்பு என்னுடைய BBC அனுபவத்தைப் போலவும் இருக்கலாம். இந்த இணைப்பிலிருந்து நான் விடுபடவில்லை என்றால் என் வாழ்நாள் முழுவதும் மின்-விசிறியையோ ஏ.சி.யையோ போடுவதற்குப் பதில் BBC சானலைத்தான் போட்டுக் கொண்டிருப்பேன்.

நாம் இது வரை சொல்லி வந்தது போல் முடிச்சுப் போடுவதும் அடிக்கோடிடுவதும் தவறோ கேட்டதோ என்ற முடிவுக்குத் தயவு செய்து வந்து விடாதீர்கள். அதற்காக அவைகள் நல்லவை, சரியானவை என்று சொல்லவில்லை. இந்த வாய்ஸ் ஓவர்ஸ் சில நேரங்களில் சரி-தவறைப் பற்றிய விதி முறைகளாகவும் அல்லது கோட்பாடு களாகவும் இருக்கலாம். ஒன்றைப் புரிந்து கொள்ளுங்கள், நம் வாழ்க்கையைத் தொடர்வதற்கு அவைகளும் தேவைதான். ஆனாலும் அவைகள் பிரச்சினைகளையும் ஏற்படுத்துகின்றன. உள்ளே உள்ள உத்தமனைப் பொதிந்திருக்கும் அழுக்குகள் அவை.

அ.கே.கே: இந்தப் பதிவுகளை அழிக்க முடியமா? அல்லது குறைந்த பட்சம் இந்த வாய்ஸ் ஓவர்களின் மேல் புதியவைகளைப் பதிவு செய்ய முடியுமா?

நீங்கள் இதைக் கேட்டதில் எனக்கு மிக்க மகிழ்ச்சி. அதிலிருந்து முதலில் நீங்கள் இந்த முன்-குரல்கள் இருப்பதை ஏற்றுக்கொண்டு விட்டீர்கள்என்பதைநான்புரிந்துகொள்கிறேன். இது ஒருஇனிமையான நிகழ்வு. ஆனால் உடனேயே அதை அழிக்கவோ அல்லது மாற்றி எழுதவோ ஏன் துடிக்கிறீர்கள்?. அவைகளை மாற்றுவதற்கு இவ்வளவு அவசரப் படாதீர்கள். அதற்கு முன்னால் முன்-குரல்களின் தாக்கத்தை முழுவதும் புரிந்து கொண்டு ஒத்துக் கொள்ளுங்கள்.

நான் உங்கள் கேள்விக்குப் பதில் தராதவரை உங்களால் மேலே செல்ல முடியாது என்று எனக்குத் தெரியும். அதன் உண்மையான

பதில் உங்களுக்கு கசப்பாக இருக்கும். உண்மை என்னவென்றால், இந்த முன்-குரல்களை நாம் ஓரளவுக்கு மேலெழுந்த வாரியாக மாற்ற முடியுமே தவிர அவைகளை முற்றிலும் அழிக்கவோ மாற்றவோ முடியாது. இவைகளைப் பற்றி நாம் பிற்பாடு விவரமாக விவாதிப்போம். ஆனால் தற்பொழுது நாம் புரிந்து கொள்ள வேண்டியது என்னவென்றால் சென்ற அத்தியாயத்தில் பார்த்தது போல் இந்த முன்-குரல்கள் ஏராளம். அவைகளில் பெரும் பாலனவைகள் நமக்குத் தெரியாதவை. ஆதலால் அவைகளை அழிப்பதோ மாற்றுவதோ வீண் முயற்சியில் முடியும்.

அ:கே கே: நீங்களே சொல்லியது போல் அது ஒரு கசப்பான தகவல் அல்லவா?

ஆமாம் , நிச்சயமாக. ஆனால் இது ஒரு தொடக்கம் தான். இன்னும் பல மோசமான தகவல்கள் இருக்கின்றன. மனக்குரங்கு வரப் போவதை ஏற்கெனவே எதிர்க்கத் தொடங்கிவிட்டது பார்த்தீர்களா? அது இருப்பதை மாற்றி கூடிய சீக்கிரம் எப்படியோ தப்பிக்க முயலுகிறது. அதனால் நாம் இந்த விஷயத்தை நாம் நன்கு உள் வாங்கி சிந்தித்துப் பார்ப்பது மிக அவசியமாகிறது. உங்கள் தோலுக்குள் வாழும் மனிதனின் மனத்தில் பதிந்த பதிவுகளையும் முன்-குரல் களையும் கவனிக்கத் தொடங்குங்கள். ஒவ்வொருவரின் பதிவு களும் தனித்துவம் வாய்ந்தவை அது போல் ஒவ்வொருவரின் முன்-குரல் களும் தனித்துவம் வாய்ந்தவை. உங்கள் மனது அடிக்கடி உங்களைச் சுற்றியுள்ளவர்களின் முன்-குரல்களைக் கண்டுபிடித்து அடையாளம் காணத் துவங்கும். அதைத் தவிருங்கள். இந்த முயற்சி மற்றவர்களை மாற்றுவதற்காக அல்ல. இது உங்கள் தோலுக்குள் வாழும் மனிதன் தன்னை மாற்றிக்கொள்ள இருக்கும் வாய்ப்பை உணருவதற்காகவே. பாற்கடலைக் கடைந்து அமிருதம் பெறும்போது முதலில் வந்தது விஷமல்லவா? மனத்தைக் கடையும்போது சில முட்களும் விஷங்களும் எதிர்ப்படும். அவைகளைக் கொஞ்சம் பொறுத்துக் கொள்ளுங்கள்.

இந்த சம்ஸ்காரம் அல்லது முன்-குரலின் மற்றொரு உருவத்தை நாம் பார்ப்போம். நம்மில் பலர் இந்த சம்ஸ்காரம் என்ற சொல்லைக் கேட்டிருப்போம். உங்களுக்கு இந்த சொல்லின் பொருள் என்ன வென்று தோன்றுகிறது?

அ .த ப:

- மனிதர்களின் கொள்கைகள் அல்லது கோட்பாடுகள்
- அவர்களின் வளர்ப்பு
- நம் பெற்றோர்கள் கற்றுக் கொடுத்த நல்லது கெட்டது; நம் குழந்தைகளுக்கு கற்றுக் கொடுக்க நினைப்பது?

நல்லது. நீங்கள் சொல்லியவைகளின் உட்பொருளை பார்ப்போம். நாம் வளரும்போது நம் பெற்றோர்களும், மூத்தோர்களும், ஆசிரியர் களும் நமக்குச் சொல்லித் தந்த பண்புகளே சம்ஸ்காரங்கள் என்று நாம் நினைக்கிறோம். அதே போல் நாமும் நம் குழந்தைகளிடமும் சிறியவர்களிடமும் இந்தப் பண்புகளை வளர்க்கிறோம். ஆனால் சம்ஸ்காரத்தின் பொருள் சற்று மாறுபட்டது. அது ஒரு முன்-குரல். பழைய பதிவின் இரண்டு அல்லது அதற்கு மேற்பட்ட அம்சங் களோடு இன்று நடப்பதை இணைப்பதே சம்ஸ்காரம். நாம் முன்பு பார்த்தது போல் மனது இந்த இணைப்பை ஒரு ஒழுங்கு முறை யில்லாமல் ஏற்படுத்துகிறது. எந்த இணைப்பு அடிக்கோடிடப் படுகிறது அல்லது வலியுறுத்தப்படுகிறது என்பது பெரும்பாலும் நமக்குத் தெரிவதில்லை. இந்த இணைப்பை யார் ஏற்படுத்துகிறார்கள்?

அ. த ப: மனம் தான்

யாருடைய மனம். கற்றுக் கொடுத்தவரின் மனமா அல்லது கற்றுக் கொண்டவரின் மனமா?

அ.த.ப: கேட்டவரின் மனம்

முற்றிலும் சரி. கேட்டவரின் மனம் செய்யும் இணைப்பு, சொல்லிக் கொடுத்தவரின் எண்ணப்படியோ அல்லது அல்லாமலோ இருக்கலாம் என்பதை நாம் உணர வேண்டும். கேட்பவரின் மனது எதை அடிக்கோடிடுகிறது அதிலிருந்து என்ன சம்ஸ்காரத்தை உருவாக்குகிறது என்பது சொல்பவரின் கையில் இல்லை. ஆகையால் சம்ஸ்காரங்கள் முழுக்க முழுக்கக் கேட்பவர்களின் செயல்பாடுகளே. சொல்பவர்களின் பங்கு அதில் இருக்கலாம், இல்லாமலும் இருக்கலாம்.

இதை ஒரு உதாரணத்துடன் விளக்குகிறேன். மக்களை வளர்ப்பதில் சம்ஸ்காரங்களின் பங்கைப் பற்றி சில மனவியல் நிபுணர்கள் ஒரு ஆய்வு நடத்தினர். அந்த ஆய்வுக்காக ஒரு இரட்டைச் சகோதரர் களைத் தேர்ந்தெடுத்தனர். ஒருவர் தொழில் நிபுணர். சமூகத்தால்

மதிக்கப்படுபவர். நல்ல வாழ்க்கை வாழ்ந்து கொண்டிருப்பவர். மகிழ்ச்சியான குடும்பம். ரோட்டரி சங்கத்தின் உறுப்பினர். மற்றவர் இதற்கு நேர் எதிர். குடிப் பழக்கத்துக்கு அடிமையானவர். குடும்பம் அவரைத் துறந்து விட்டது. அவரால் எந்த வேலையிலும் நிலைத்து நிற்க முடியாது. எப்பொழுதும் உதவி கேட்டு மற்றவர்களுக்கு தொல்லை கொடுப்பவர். இவர்கள் இருவருமே ஒரே கூரையின் கீழ் சாதாரணமாக வளர்ந்தவர்கள்.

மனவியல் நிபுணர்கள் முதலில் வாழ்வைத் தொலைத்தவரை அணுகி அவர் நிலைமைக்கு காரணம் கேட்டனர். அதற்கு அவர் எல்லாமே நான் வளர்ந்த சூழ்நிலை தான் காரணம் என்றார். அவர் தந்தை குடிகாரராம். தாயையும் மற்றவர்களையும் அடித்துத் துன்புறுத்துவாராம். அதனால் வீட்டில் என்றுமே மகிழ்ச்சி இருந்த தில்லையென்றும் அது போன்றத் துன்பச் சூழ்நிலையில் வளர்ந்த ஒருவன் வேறு எப்படி இருக்க முடியும் என்றும் கேட்டார்.

அடுத்து நிபுணர்கள் மகிழ்ச்சியாக வாழ்ந்து கொண்டிருக்கும் மற்ற இரட்டையரை அணுகி அவர் வெற்றிக்கு காரணம் கேட்டனர். ஆச்சரியம் என்னவென்றால் அவரும் இதே குடும்பச் சூழ்நிலையைக் காரணமாகச் சொன்னார். தந்தையின் குடிப்பழக்கத்தினால் விளையும் கஷ்டங்களைப் பார்த்து மதுவைத் தொடுவதில்லை என்று உறுதியுடன் இருந்தாராம். அதனால் நன்கு படித்து நல்ல வாழ்க்கை அமைத்துக் கொள்ள முடிந்ததாம்.

ஒரே சூழ்நிலை .ஒரே விதமான தாக்கம். ஆனால் அதனால் ஏற்பட்ட விளைவுகள், சம்ஸ்காரங்கள், முற்றிலும் மாறுபட்டது. ஏன்? இருவரின் மனதும் இணைப்புகள் ஏற்படுத்தி முடிவுகள் எடுத்ததிலுள்ள வேறுபாடு தான்.

உங்களுடைய சம்ஸ்காரங்கள், வாய்ஸ் ஓவர்ஸ், எஞ்சி நிற்பவைகள், முன்-குரல்கள் எடுத்துக் கொல்பவைகள், கோட்பாடுகள், எல்லாமே உங்கள் தோலுக்குள் வாழும் மனிதனின் மனது எதை அடிக் கோடிடுகிறது, எதை இணைக்கிறது என்பதைப் பொறுத்துத்தான் அமைகிறது. உங்கள் வளர்ச்சி, உங்கள் பண்புகள், கொள்கைகள், கருத்துகள், எல்லாமே உங்கள் மனதின் செயல் தான். சூழ்நிலை யையோ, மற்றவர்களையோ போற்றவோ தூற்றவோ வேண்டாம்.

அ.கே.கே.: நாம் நம் குழந்தைகளுக்கு பண்புகளை கற்றுத் தர பாடுபட வேண்டாம் என்றா சொல்கிறீர்கள்?

உங்கள் குழந்தைகள் எதைக் கற்றுக் கொள்கிறார்கள் என்பது அவர்கள் அனுபவத்தையும் அவர்கள் எதைப் பதிய வைத்துக் கொள் கிறார்கள் என்பதையும் பொறுத்தது என்பதை நீங்கள் புரிந்து கொள்ள வேண்டும். நீங்கள் நிச்சயமாக உங்களளவில் அவர்களுக்கு சிறந்த பாடங்களைக் கொடுத்து அவர்களை வளர்த்த விரும்புவீர்கள். உங்கள் வாழ்க்கையின் லட்சியமே அது தானே. அவர்களை நன்கு வளர்த்து, நல்ல பள்ளிக்கு அனுப்பி, நல்ல நண்பர்கள் அக்கம் பக்கத்தவர்கள் என சூழ்நிலையை உருவாக்கி, விளையாட்டு, நடனம், பாட்டு ஆகிய கலைகளில் தேர்ச்சி பெறச் செய்து நல்ல அனுபவங்களைத் தருகிறீர்கள். இதை எல்லாம் ஏன் செய்கிறீர்கள்?

அ.த.ப.: அவன் உழைத்து, பணிகளைத் திறம்படச் செய்து நன்கு சம்பாதிக்க வேண்டும்.

நல்லது. அதைத் தானே செய்து கொண்டிருக்கிறீர்கள். உங்கள் மகனுக்கு வயது ஆறு என வைத்துக் கொள்வோம். அவன் எல்லாத் திறமை களும் பெற்றிருக்க வேண்டும் என்று அவனுக்கு ஒரு சைக்கிள் வாங்கிக் கொடுத்து அதில் பயிற்சியும் அளிக்கிறீர்கள். அவன் அடுத்த நாள் உற்சாகத்துடன் சைக்கிளை எடுத்துக் கொண்டு போகும்போது மரத்தில் மோதி காயம் படுகிறது. சமாதானப் படுத்த நீங்கள் தேவை. ஆனால் நீங்களோ அலுவலகத்துக்குச் சென்று விட்டீர்கள்.

''எனக்கு காயம் படும்போது ஆறுதல் சொல்ல அப்பா இல்லையே. என் அப்பாவுக்கு என்னைப் பிடிக்கவில்லை அதனால் தான் நான் சைக்கிள் ஓட்டும்பொது அலுவலகத்துக்குச் சென்று விட்டார்'' என்று உங்கள் மகன் நினைக்கலாம். அதனால் ஏற்படும் பாதிப்பு மனதில் ஒரு விசனத்தை ஏற்படுத்தி அதுவே அவன் வளர்ந்து பெரியவன் ஆகும்போது மேலதிகாரிகளிடமும் பொறுப்பில் இருப்பவர்களிடமும் வெறுப்பாகக் காட்டப்படலாம்.

உங்கள் குழந்தைகளிடம் ஒரு முரட்டுத் தனத்தை நீங்கள் பார்த்த தில்லையா? நீங்கள் அவர்களிடம் நல்ல பழக்கங்களை வளர்க்க எடுத்துக் கொண்ட முயற்சிகளையெல்லாம் மீறி அவர்கள் சில சமயம் பிணங்குவதில்லையா? சில சமயங்களில் எதிர்த்துப் பேசுவதில்லையா? சில நேரங்களில் உங்கள் விருப்பத்தை மீறுவதில் மகிழ்ச்சி கொள்வதில்லையா? நீங்கள் குழந்தைகளாக இருந்த பொது இது போல மகிழ்ந்ததில்லையா? இன்றும் கூட அதிகாரத்திற்கு எதிராகச் செயல்படுவதில் நமக்கு ஒரு மகிழ்ச்சி இருக்கிறதல்லவா?

ஆனால் அவைகளை நியாயப் படுத்துவதில் நாம் சமர்த்தர்களாகி விட்டோம். ஆகையால் இது வெற்றி பெற முடியாத ஒரு விளையாட்டு. அது ஒரு கசப்பான தகவல் தான். ஆனால் அது அப்படித்தான் இருக்கும். இதை நீங்கள் புரிந்து கொள்வது நலம்.

அ.கே.கே.: இது நிச்சயமாக ஒரு பயத்தைத் தருகிறது. இது போன்ற உள்ளே அழுந்திக் கிடக்கும் உணர்வுகளை ஒரு மனவியல் நிபுணர் உதவியுடன்தான் வெளிக் கொணர முடியும் என்பது உண்மையா? ஒரு குழந்தைக்கு இரண்டு வயதில் லாலி-பாப் தரவில்லை என்பதால் அவன் பிற்பாடு தொடர் கொலைகளைச செய்தான் என்று மன நோய் நிபுணர்களைப் பற்றிய நையாண்டிகளைக் கேட்டிருக்கிறோமே?

ஆமாம். இது போன்ற நகைச்சுவைப் பேச்சுகள் இப்பொழுது வருவது இயற்கை தான். மனது மிகவும் அதிகமாக ஒரு மூலைக்குத் தள்ளப் படும்போது அழுத்தத்தை வெளியேற்றுவதற்கு ஒரு வழி வேண்டுமல்லவா?

உங்கள் கேள்வி மிகவு சரியே. நாம் முன்பு பார்த்தது போல் இந்தப் பதிவுகள் நாம் விழிப்புடன் இருக்கும்போது அணுக முடியாதவை களாக இருக்கின்றன. சில அனுபவங்களின் முன்-குரல்கள் மற்றவை களை விட ஆழமாகவும் அதிர்ச்சி தருபவைகளாகவும் இருக்கின்றன. நான் தந்த உதாரணம் ஒரு ஆறு வயது சிறுவ்னைப் பற்றி. இந்த விஷயத்தைப் பொறுத்த வரை அந்தச் சிறுவன் ஒரு வளர்ந்த நபர் தான். தாயிடம் எந்த விதக் குற்றமும் இல்லாமல் குழந்தை, ''அம்மா என்னிடம் அன்பு காட்டவில்லை'' என்ற முடிவுக்கு வரலாம். பிறகு தாய் வந்து குலாவும்போது அது ஒரு வெறும் நாடகம் என்று நினைக்கிறது. ஆனால் அதற்கும் தெரியும் வாழ்க்கையைத் தொடர் வதற்கு தாய் தேவை. என்று. தாயை எப்படி மசிய வைப்பதென்று. கேட்டது கிடைக்கவில்லை என்றால் அழுது ஆகாத்தியம் செய்கிறது. கடைசியில் வேறு வழியில்லாமல் தாய் இணங்கும்போது மனதில் ஒரு உத்தி பதிந்து விடுகிறது பிறகென்ன. இவன் வளர்ந்த பிறகும் இந்த உத்தி பல வகைகளில் வெளிப்படுகிறது.

ஒவ்வொருவருக்கும் இப்படித்தான் நடக்கிறது என்று நான் சொல்ல வரவில்லை. ஒவ்வொருவரின் அனுபவமும் மாறுபட்டதாக இருக்கலாம். ஆனால் இந்த முன்-குரல்கள் பதிவதிலிருந்து நாம் விடுபட முடியாது.என்ன பதிந்தது என்பதே நமக்குத் தெரியாத

போது அவற்றிலிருந்து எந்த முடிவுக்கு நாம் வர முடியும். ஆனால் அதனால் ஏற்படும் செயல்களை நாம் உணரத் தொடங்க முடியும். அவை எங்கிருந்து வருகின்றன என்பதையும் ஓரளவுக்குப் புரிந்து கொள்ள முடியும். இப்போதைக்கு அது போதும்.

மனதைப் பற்றி நாம் இது வரை சொன்னதை நினைவு படுத்திக் கொள்வோம். மனது என்பது தொடர்ந்து வரும் தற்சமய மணித் துளிகளின் பல்லுணர்ச்சி அனுபவங்களைப் பதிந்து கொள்ளும் ஒரு இயந்திரம். ஒவ்வொரு பதிவிலும் பல பகுதிகள் இருக்கலாம். இது போன்ற பதிவுகள் ஏராளம். ஒவ்வொருவரின் பதிவுகளும் அவர் பிறப்பிலிருந்து, ஏன் கர்ப்பத்திற்கு முன்பாகவே கூடத், தொடங்கி யிருக்கலாம்.

மேலும் மனது ஒரு இணைக்கும் இயந்திரம். ஒரு நிகழ்ச்சியை மற்ற நிகழ்ச்சிகளோடும் அனுபவங்களோடும் இணைக்கிறது. அப்படி இணைக்கும்போது சிலவற்றை அடிக்கோடிடுகிறது. அது போன்ற அடிக்கோடிடப்படும் அனுபவங்களும் அதன் இணைப்புகளும் சம்ஸ்காரங்கள் அல்லது வாய்ஸ் ஓவர்கள் அல்லது முன்-குரல்கள் எனப்படுகின்றன.

இது உங்களுக்குப் புரிந்து விட்டதென்றால் உங்கள் தோலுக்குள் வாழும் மனிதனின் முன்-குரல்களின் ஓட்டங்களை இனம் கண்டு கொள்ள முயலுங்கள். ஏதாவது மாதிரிகள் புலப்பட்டால் நாம் மேலே செல்லத் தயாராகி விட்டோம் எனக் கொள்ளலாம்.

12 மனதின் நோக்கம்

நாம் இப்பொழுது அடுத்தபடியாக மனதின் செயல் மற்றும் நோக்கத்தைக் கவனிப்போம். மனதின் நோக்கம் ஜீவனைக் காப்பது அல்லது ஜீவன் எது என்று தன்னை நினைத்துக் கொண்டிருக்கிறதோ அதைக் காப்பது என்று சொல்லலாம்.

இதை சற்று நிதானமாகப் புரிந்து கொள்ள வேண்டும் ''மனதின் நோக்கம் ஜீவனைக் காப்பது.'' என்பதில் ஜீவன் என்று நாம் சொல்வது நம் தோலுக்குள் வாழும் மனிதனைத்தான். நானும் நீங்களும் அந்த ஜீவன் தான். அது எது? இதைப் புரிந்து கொள்ள மனித இனம் தோன்றிய காலம் முதல் தன்னைக் கேட்டுக் கொண்டிருக்கிறது. சில மகான்கள் அதற்கு விடையைப் புரிந்து கொண்டு நமக்கு விளக்க முயற்சிக்கிறார்கள்.

ஜீவாத்மா என்றும், பரமாத்மா என்றும், கிருஷ்ணன் என்றும், ஆன்மா என்றும், புத்தர் என்றும், கடவுளின் அரசாங்கம் என்றும், புனித விழிப்புணர்வு நிலை என்றும் அதை விவரிக்கிறார்கள்.

அ.கே.கே: எங்களைப் போன்ற எளிய மனிதர்களுக்கு இவைகள் என்னவென்று தெரியவில்லை. இதை எப்படி புரிந்து கொள்வது?

அது சட்டென்று புரியாத ஒரு விஷயம் தான். முழுவதுமாக ஒத்துக் கொள்கிறேன். ஆனால் அது என்னவென்று நமக்குப் புரிந்தாலும் புரியாவிட்டாலும் அது இருப்பதை நாம் மறுக்க முடியாது அல்லவா? நமக்குள் ஏதோ ஒன்று இருக்கிறது. அதை நாம் ஜீவன் என்று அழைக்கிறோம் என்று ஒத்துக் கொள்ளலாம் அல்லவா?

அ.த.ப: ஒரு மங்கலான, தெளிவில்லாத உருவமாக அதை நிச்சயமாக ஒத்துக் கொள்ளலாம்.

நல்லது. நம் அறிவுக்கு அப்பாற்பட்டதான ஒன்று. அது என்னவென்று

நமக்குத் தெரியாது. ஆனால் அது இருக்கிறதென்று நமக்குத் தெரியும். அதனுடைய முழுப் பரிமாணம் நமக்குப் புலப்படவில்லை, இருப்பினும் ஏதோ ஓரளவுக்குப் புரிந்து கொள்கிறோம். அதன் முழுப் பரிமாணம் நமக்குத் தெரியாததால் அதனுடைய வெளிப்பாடுகளையும் விளக்கங்களையும் தேடுகிறோம். ''நீங்கள் யார்'' என்று கேட்டால் என்ன பதில் சொல்வீர்கள்? எவ்வளவு பதில்கள் சொல்லமுடியுமோ அவ்வளவையும் சொல்லுங்கள்.

''**அ.த.ப : நான் ஆண் / பெண் ,**

- *நான் அக்கௌன்டன்ட் (தொழில்),*
- *தாய் (தந்தை, சகோதரன், சகோதரி),*
- *நான் ஒரு சங்கீதப் பித்து (என் பொழுது போக்கு),*
- *நான் அதிகமாகப் பேசுபவன் (பேசாதவன்),*
- *நான் ஒரு பகுத்தறிவு வாதி,*
- *நான் பண்புள்ளவன்,*
- *நான் கடமைஉணர்ச்சியுள்ளவன்,*
- *நான் ஒரு மனிதன்,*
- *நான் ஒரு தமிழன் (சமூகம்),*
- *நான் ஒரு அதிகாரி (பதவி),*
- *நான் ஒரு முதலாளி.*
- *நான் ஒரு ஜாஸ் பயித்தியம்,*
- *நான் ஒரு அழகிய மகள் (அழகான ஆண்),*
- *நான் ஒரு நம்பிக்கையான மனிதன்,*
- *நான் ஒரு இந்தியன்,*
- *நான் உண்மையான மனிதன்,*
- *நான் நல்ல சமையல்காரன்,*
- *நான் ஒரு நீரிழிவு நோயாளி,*
- *நான் ஒரு பெண் சுதந்திரவாதி,*

- ✤ நான் சமூக சேவகன்,
- ✤ நான் சைவம்,
- ✤ நான் படிப்பாளி,
- ✤ நான் சேவகன்,
- ✤ விழிப்புணர்வுள்ளவன்,
- ✤ உதவாக்கரை.

சில நேரங்களில் ''நான் யார் இல்லையென்று'' சொல்கிறோம்.

நான் முட்டாளல்ல, நான் ஒரு பத்தாம்பசலியல்ல, நான் நோஞ்சானல்ல.

''நான் யார்'' என்று சொன்னாலும் ''நான் யார் இல்லை'' என்று சொன்னாலும் அது ஜீவன் தன்னை யார் என்று நினைத்துக் கொண்டிருக்கிறது என்பதையே விளக்குகிறது. நாம் ஒவ்வொருவரும் நம்மை இதில் ஒன்றாகவோ அல்லது இவைகளில் சிலவற்றின் கூட்டாகவோ எண்ணிக் கொண்டிருக்கிறோம்.

சற்று சிந்தியுங்கள். நீங்கள் உங்களை என்னவென்று நினைத்துக் கொண்டிருக்கிறீர்கள் என்று எண்ணிப் பாருங்கள். இதை உங்கள் ''ஜீவநிலை'' (LIFE POSITION) என்று சொல்லலாம். நீங்கள் உங்களை என்னவாக உணர்கிறீர்கள் - அதுதான் உங்கள் ''ஜீவநிலை''. இதில் நல்லது கேட்டது, சரி தவறு என்று எதுவும் இல்லை. நம் எல்லோருக்குமே ஒரு ஜீவநிலை இருக்கிறது. அது ஒவ்வொரு வருக்கும் தனிப்பட்டதாக இருக்கும். இந்த ஜீவநிலைகள் மனதின் தீர்மானங்கள். மனதில் உள்ள பதிவுகளின் முன்-குரல்கள் அல்லது சமஸ்காரங்கள்.

நாம் முன்பு என்ன பார்த்தோம்? மனதின் நோக்கம் ஜீவனைக் காப்பது அல்லது ஜீவன் தான் யார் என்று தன்னை நினைத்துக் கொண்டிருக்கிறதோ அதை / அவரைக் காப்பது என்றல்லவா? ஒரு ஜீவன் தன்னைத் தாய் என்று நினைத்துக் கொண்டிருந்தால் அந்த ஜீவனின் மனது தன்னுடைய அனுபவங்கள், பாடங்கள், அறிவு, கோட்பாடுகள், முன்-குரல்கள், எல்லாவற்றையும் ஜீவன் நல்ல தாயாக இருக்க பயன்படுத்துகிறது. ''நல்ல தாய்'' என்ற ஜீவனின் நிலையைத் தக்க வைக்க அது பணி புரிகிறது அதே போல் ஒரு ஜீவன்தன்னை அடக்கமானவன் என்று நினைத்துக் கொண்டிருந்தால் அந்த நிலையைத் தக்க வைக்க ஆவன செய்யும். அந்த நிலையை

மற்றவர்கள் ஒத்துக் கொள்ளாத போது -அதாவது அந்த நிலைக்குப் பாதகம் வரும்போது அது என்ன செய்யும் ?

அ.த.ப :

சிலிர்த்துக் கொள்ளும்

தன்னைப் பாதுகாத்துக் கொள்ளும்

எதிர்க்கும்

சண்டையிடும்

பிடிவாதம் பிடிக்கும்

முரட்டுத்தனம் படிக்கும்

ரொம்ப சரி. நம்மைச் சுற்றியுள்ளவர்கள் அப்படிச் செய்வதை நாம் பார்க்கிறோம் அல்லவா? ஒரு சிலர் ஒரு பிடிவாதத்துடன் நம்முடைய கருத்தை புரிந்து கொள்ள மறுக்கிறார்கள், தேவையில்லாமல் வீண் விவாதத்தில் ஈடுபடுகிறார்கள் என்று வைத்துக் கொள்வோம். அவர்கள் அப்படி நடந்து கொள்ளும்போது நாம் அந்த நிலையை எப்படி விவரிக்கிறோம்?

அ.த.ப : அவர்களுடைய ''ஈகோ'' (EGO - ''நான்'' எனும் நினைப்பு- தன்முனைப்பு) அடிபட்டு விட்டது என்போம். எப்பொழுதும் ''நான், நான்,'' என்று தேவையில்லாமல் சண்டை போடுவார்கள். அவர்களின் பிரச்சினை அகங்காரம் (தன்முனைப்பு) தான்என்று சொல்வோம்.

நல்லது. தன்முனைப்பின் (EGO) பொருள் இப்பொழுது புரிகிறதா? ஜீவன் தன்னை மனம் என்று நினைத்துக் கொள்ளும்போது இந்தத் தன்முனைப்பு தலை தூக்குகிறது. மனது ஜீவனை இன்னதுதான் என்று அடையாளம் கொண்டிருந்தாலும் அது இப்பொழுது தன்முனைப்பு நிலையாக மாறுகிறது. நம் எல்லோருக்கும் தன் முனைப்பு நிலை என்று ஒன்று இருக்கும் என்பது தெரிகிறதா? நம்மில் சிலருக்கு ''எனக்கு ஈகோ இல்லை'' என்ற ''ஈகோ'' நிலை இருக்கும். இவர்கள் இந்த நிலையை தக்க வைத்துக் கொள்வதற்காக விடாப்பிடியாக வாதம் செய்வார்கள்!

அ.கே.கே: எந்த ஈகோ நிலை சரியான நிலை?

ஈகோவில் சரியான நிலை, நல்ல நிலை, சிறந்த நிலை என்று எதுவும் கிடையாது. மனம் எப்படி தன்னுடைய ஈகோ நிலையைப் பாது

காக்கிறது பாருங்கள். ''எனக்கு ஈகோ இருக்கிறது, உண்மைதான். ஆனால் என்னுடைய ஈகோ அவனுடைய ஈகோ போல் அவ்வளவு மோசமில்லை'' நம் மனக்குரங்கு மேலும் மேலும் வலையில் மாட்டிக் கொள்கிறது. அதனால் அது தன் சக்தி முழுவதையும் பயன் படுத்தி தப்பிக்க முயலுகிறது.

நம் ஒவ்வொருவருக்கும் வெவ்வேறான ஈகோ நிலைகள் இருக்கும். ஆனால் நாம் சாதாரணமாக மற்றவர்களுடைய ஈகோ நிலை பற்றித்தான் பேசுவோம். ஏனெனில் நம் மனது எப்பொழுதும் தன் ஈகோ நிலையைப் பத்திரமாகப் பாதுகாத்துக் கொள்கிறது. நம் எல்லோருக்கும் ஈகோ இருக்கிறது என்பது மறுக்க முடியாத விஷயம். நம் ஜீவன் ஏதோ ஒன்றுடன் தன்னை இணைத்துக் கொண்டுவிட்டது. அதனால் வருவதே ஈகோ.

அனேகமாக நம் எல்லோருக்கும் ''யானையும் ஆறு குருடர்களும்'' கதை தெரிந்திருக்கும். குருடர்கள் யானையைப் பார்க்க முடியாது. அதனால் யானை இல்லை என்று ஆகிவிடுமா? ஒவ்வொரு குருடனும் யானையின் ஒரு பாகத்தை தடவிப் பார்த்து அதை தனக்குத் தெரிந்த ஒரு பொருளுடன் இணைத்து யானை இப்படித்தான் இருக்கும் என்று நினைக்கிறான் அல்லவா? அந்தக் குருடனைப் பொறுத்தவரை அது தான் உண்மை. அதை நிலை நாட்ட அவன் சண்டை போடவும் தயாராக இருப்பான். மனிதனும் தன் ஈகோவைப் பொறுத்தவரை அப்படித்தான் நடந்து கொள்கிறான். ஆழ்ந்து சிந்தித்தால் நாம் இதை ஒத்துக் கொண்டே ஆக வேண்டும். நாம் இதை உணர வேண்டும் அவ்வளவு தான். இதில் சரியென்றோ தவறென்றோ எதுவும் கிடையாது. இதை நாம் மாற்ற முயல வேண்டிய அவசியமும் இல்லை. இதைக் கவனித்து இது இப்படித்தான் என்று உணர வேண்டும் அவ்வளவே.

நாம் மனதைப் பற்றி இரண்டு தகவல்களைப் பார்த்தோம்.

1. மனதின் நோக்கம் ஜீவனைக் காப்பது அல்லது ஜீவன் எது என்று தன்னை நினைத்துக் கொண்டிருக்கிறதோ அதைக் காப்பது.

2. ஜீவன் தன்னை மனது என்று என்னும்போது ''ஈகோ''- தன்முனைப்பு பிறக்கிறது. இந்த இரண்டையும் இணைத்துப் பார்ப்போமேயானால் அதிலிருந்து நாம் என்ன புரிந்து கொள்ள முடிகிறது? மனதின் நோக்கம் ஜீவனைப் பாதுகாப்பது; ஜீவன் தன்னை மனதுடன் இணைத்துக் கொண்டு விட்டது. இதன் விளைவு என்ன?

ஜீவன் மனதுடன் தன்னை இணைத்துக் கொண்ட போது மனதின் நோக்கம் தன்னைப் பாதுகாத்துக் கொள்வதே என்று ஆகிறதல்லவா? ஆக மனதின் நோக்கம் என்றும் தன்னைப் பாதுகாத்துக் கொள்வதே. என்ற நிலை உருவாகிறது. மனது ஜீவனை என்னவென்று நினைத்துக் கொள்கிறதோ அதைப் பாதுகாத்தே ஆகவேண்டும். ''நான் ஒரு சிறந்த கட்டிடக் கலை நிபுணன்'' என்ற ஈகோ, தன்முனைப்பு ஏற்பட்டு விட்டால் அந்த நிபுணன் தன்னுடைய வடிவமைப்புகளே சரி மற்றவர்களுடைய தேவைகள் தவறானவை என்று நினைக்கத் தொடங்கி விடுகிறான். இப்பொழுது அந்த மனது, அதாவது அதன் ஈகோ எப்படித் தன்னைப் பாதுகாத்துக் கொள்கிறது? தான் சொல்வதோடு மற்றவர்கள் ஒத்துப் போக வேண்டும். மற்றவர்கள் தன்னோடு ஒத்துக் கொள்ளாததை ஒதுக்க வேண்டும். தன் கருத்தை, தன் முடிவுகளை, தீர்மானங்களை நியாயப் படுத்துகிறது. அதிலுள்ள தவறுகளை மற்றவர்கள் எடுத்துக் காட்டினால் ஒத்துக் கொள்ள மறுக்கிறது.

இதன் விளைவு என்ன? மனது தன்னுடைய முடிவுகளோடு ஒத்துப் போகிறவர்களைத் தேடுகிறது. ஒத்துப் போகிறவர்கள் நண்பர்களாகி விடுகிறார்கள். ஒத்துப் போகாதவர்கள் கோமாளிகள். நம்மோடு ஒத்துப் போகிறவர்களிடம் அதிக நேரம் தங்கி நம் கருத்துகளை மேலும் வலுப்படுத்திக் கொள்கிறோம். ''நாங்கள் ஒரே மாதிரி நேரான சிந்தனை உள்ளவர்கள்'' என்று பெருமை அடித்துக் கொள்கிறோம். ''எங்கள் ஒலிக்கதிர்கள் ஒன்றானவை, எங்களுக்குள் ஒரு ரசாயன ஒற்றுமை இருக்கிறது'' என்ற முடிவுக்கு வருகிறோம். ''உறவினர்கள் பிறப்பின் மூலம், நண்பர்கள் தேர்வின் மூலம்'' என்ற புது மொழிகள் உருவாகுகின்றன.

எனக்கு கர்நாடக சங்கீதம் பிடிக்குமென்றால் நான் ஜாஸ் இசையை விரும்புவர்களிடம் அதிகப் பழக்கம் வைத்துக் கொள்ளக் கூடாது. அவர்களுடைய சங்கீதம் எனக்கு நாராசம். இந்தக் கத்தலை எப்படித்தான் சிலர் ரசிக்கிறார்களோ?ஆக நான் கர்நாடக இசை யாருக்குப் பிடிக்குமோ அவர்களிடம் செல்கிறேன். இது தான் மனதுக்கு அடிமையான ஜீவன் தன்னைக் காத்துக் கொள்ளும் முறை.

இப்படியாக நாம் ஜீவநிலையையும் நடத்தை முறைகளையும் தேர்ந்தெடுத்துக் கொள்கிறோம். நான் ஜாலியான சமூகப் பேர்வழியாக இருந்தால் ஒவ்வொரு விருந்திலும் நான் இருக்க வேண்டும்.

எல்லோரும் என்னைச் சுற்றி வர வேண்டும். ஆடம்பரமான ஆடைகள்பல வேண்டும். எனக்கு நிறைய ஜோக்குகள் தெரிந்திருக்கும். நிறைய பணம் செலவழித்து பதில் விருந்துகள் கொடுக்க வேண்டும். ஏதாவது விருந்துக்கு என்னை அழைக்கவில்லையென்றால் நான் தளர்ந்து சோர்ந்து போய் விடுகிறேன்.

இதுவே மற்றவர்கள் என்னை ஆளுவது எனக்குப் பிடிக்கவில்லை யென்றால் எனக்கு விருந்துகளுக்கு செல்வது பிடிக்காது. அப்படி வேறு வழியில்லாமல் ஒரு விருந்துக்குச் சென்றாலும் ஒரு மூலையில் ஒதுங்கி நின்று எவ்வளவு சீக்கிரம் வெளியேற முடியுமோ அவ்வளவு சீக்கிரம் வெளியேறி விடுவேன். என்னைப் போலவே அந்த விருந்தில் வேறொருவர் இருந்தால் அவருடன் தத்துவ விசாரத்தில் இறங்கி விடுவேன்.இதற்குத் தகுந்த மாதிரி என்னுடைய உணவுப் பழக்கங்களும் இருக்கும். நான் உரிய நேரத்தில் உணவு எடுத்துக் கொள்ளவில்லை என்றால் வயிற்றில் அமிலப் பிரச்சினை உருவாகி விடும். இப்படியாக.

மனது தனக்குத் தகுந்தவாறு எப்படி முகத் தோற்றங்களையும் பம்மாத்துகளையும் உருவாக்கிக் கொள்கிறது பார்த்தீர்களா? மனதின் நோக்கம் ஜீவித்திருப்பதே.அதாவது தான் யார் என்று நினைத்துக் கொண்டிருக்கிறதோ அப்படி ஜீவித்திருப்பது. அதற்காக அது எதுவும் செய்யும். இதை ஆழமாகச் சிந்தித்துப் பாருங்கள்.

ஒரு பெண்மணி தன்னை ஒரு சிறந்த தாயாக எண்ணிக் கொண்டிருந்தாள். தன் குழந்தையை எப்படியாவது படிப்பில் சிகரத்தை அடைய வைப்பதே ஒரு சிறந்த தாயின் அடையாளம் என்று நம்பினாள். அதனால் அவள் வாழ்க்கை குழந்தையின் பள்ளி, மதிப்பெண்கள், போட்டிகள், மற்ற குழந்தைகளின் மதிப்பெண்கள் என்றே ஓடிக் கொண்டிருந்தது. ஒவ்வொரு குழந்தையும் எந்தத் தேர்வில் என்ன மதிப்பெண் பெற்றது என்பது அந்தத் தாய்க்கு அத்துப்படி. சில சமயம் பள்ளிக்கு சென்று ஆசிரியைகளிடம் தன் பெண்ணுக்கு அரை மார்க்கு குறைந்து விட்டது என்று சண்டை போடுவாள். அவள் எண்ணப்படி அவள் மகளுக்கு அதிக மார்க்குகள் கொடுத்த ஆசிரியைகள் நல்ல ஆசிரியைகள்; குறைந்த மார்க்கு கொடுத்தவர்கள் பாரபட்சமுள்ளவர்கள். குடும்பம் ஒன்று கூடுகையிலும் சமூகச் சூழ்நிலைகளிலும் கூட அவள் பேச்சு தன் குழந்தையின் படிப்பைப் பற்றியதாகவே இருக்கும். அவளுடைய ஈகோ உயிர் பிழைத்திருக்க வேண்டுமென்றால் அவள் மகள் தேர்வில் நன்றாகத் தேற

வேண்டும். சில நேரங்களில் மகள் மார்க்கு வாங்கவில்லை யென்றால் அவள் முடிவு தேர்வு சரியாக நடத்தவில்லை.

நம்மில் சிலரின் ஈகோ நிலை ''நான் உதவி மனப்பான்மை யுள்ளவன்'' என்று இருக்கும். இவர் யாருக்கு உதவி வேண்டும் என்று தேடிப்போவார்.ஒரு சந்தர்ப்பத்தில் ஒரு அமெரிக்க பயிற்சி நிபுணருடன் உரையாடுகையில் ஒருவர் எழுந்திருந்து தன் மனைவிக்கு உடல் நிலை சரியில்லை என்றார்.''அதனால் உங்களுக்கு என்ன பிரச்சினை'' என்று கேட்டார் நிபுணர். குறிப்பட்ட நபருக்கு வந்ததே கோபம். இந்திய கலாசாரத்தைப் பற்றியும், திருமணம் எப்படி சொர்க்கத்தில் நிச்சயிக்கப்படுகிறது என்பதைப் பற்றியும், அமெரிக்காவில் நடப்பதைப் போல் இங்கு விவாகரத்துகள் நடப்பதில்லையென்றும் கொட்டித் தீர்த்து விட்டார். நிபுணர் அவருடைய உணர்வுகளைப் பாதித்தற்கு மன்னிப்பு கோரி மனைவிக்கு அவர் எப்படி பணிவிடை புரிவார் என்று கேட்டார். அதற்கு அவர் மனைவியை மருத்துவரிடம் அழைத்துப் போய், மருந்துகள் வாங்கிக் கொடுத்து, பொதுவாக தேவையானதைச் செய்வேன் என்று கூறினார். அப்படிச் செய்யும்போது அவர் என்ன உணருகிறார் என்று நிபுணர் கேட்டார். அந்த நபரும் நான் கணவனாக என் கடமையைச் செய்த நல்ல உணர்விருக்குமென்றார்.

நிபுணர் கேட்ட அடுத்த கேள்வி அந்த நபருக்கு ஒரு அதிர்ச்சி அனுபவத்தைக் கொடுத்தது,'ஆக நீங்கள் உங்கள் கடமையைச் செய்த சிறந்த உணர்வு பெற வேண்டுமென்றால் உங்கள் மனைவியின் நிலை என்னவாக இருக்கவேண்டும்?''என்று கேட்டார் நிபுணர். அப்பொழுதுதான் அந்த நபருக்கு தன் வாழ்க்கையில் நடந்து கொண்டிருக்கும் நாடகம் புரிந்தது. அவருடைய ஜீவநிலை ''நான் பெரும் உதவியாளன்''. அது நிலைக்க வேண்டுமென்றால் அவரைச் சுற்றி உதவி தேவைப்படுபவர்கள் இருந்து கொண்டே இருக்க வேண்டும். அவர் சீக்கிரமே அதைப் புரிந்து கொண்டு ஒத்துக் கொண்டார். திருமணம் செய்வதற்கு பல பெண்கள் இருந்த போதிலும் அவர் தேர்ந்தெடுத்தது ஐந்து சகோதரிகளுடன் பிறந்த தன் மனைவியை. காரணம் ஆறு பெண்களுடன் கஷ்டப்படும் ஒரு நபருக்கு உதவுவதற்காக! அவரைச்சுற்றி கஷ்டப் படுபவர்கள் இருந்து கொண்டே இருக்க வேண்டும். அப்படி இல்லையென்றாலும் வெகு சீக்கிரமே அவர்களை அந்த நிலைக்கு கொண்டு வந்து விடுவார் இவர்!

அ.கே.கே: அப்பொழுது தன்னலமில்லா சேவை என்று ஒன்றுமில்லை என்கிறீர்களா?

இங்கே நடந்து கொண்டிருக்கும் விவாதத்தை ஒட்டி உங்களிடமே அந்தக் கேள்வியைக் கேட்டுக் கொள்ளுங்கள். ஒருவருடைய ஈகோவைத் திருப்திப்படுத்துவதற்காக செய்யும் சேவை தன்னலமற்ற சேவையா? ஆழ்ந்து சிந்தியுங்கள்.

அ.கே.கே: இந்தப் பாடங்களின் ஓட்டம் எனக்குப் புரிகிறது. ஆனால் இவற்றையெல்லாம் மக்கள் தன்னுணர்வுடன் செய்கிறார்களா?

நிச்சயமாக இல்லை. மக்களிடம் மனதின் ஆதிக்கத்தைப் பார்த்தீர்களா? மனிதர்களை அது குரங்காக மாற்றிக் கொண்டிருக்கிறதல்லவா? இங்கு நடக்கும் நடவடிக்கைகள் எல்லாம் அதை உணர்ந்து கொள்வதற்காகவே அன்றி மனிதர்கள் எப்படி அலைக்கழிக்கப்படுகிறார்கள் என்பதைத் தெரிந்து கொள்வதற்காக அல்ல. உங்களுக்குள் வாழும் மனதின் ஆதிக்கத்தைப் புரிந்து கொள்ளுங்கள். உங்களுடைய ஈகோ நிலை எதுவாக இருந்தாலும், அது தான் உங்களை நடத்துகிறது. மனது அந்த நிலையைத் தக்கவைத்துக் கொள்வதற்கு உங்கள் ஈகோவுடன் ஒத்துழைப்பதில் பெரு மகிழ்ச்சியடைகிறது.

நாம் சென்ற அத்தியாயங்களில் பகிர்ந்து கொண்ட அனுபவங்களிலெல்லாம் குறிப்பிட்ட நபர்கள் தங்கள் ஈகோ நிலையிலிருந்து வெளியே வந்த பிறகே சந்தர்ப்பங்களுக்குத் தகுந்தவாறு தீர்வுகள் எடுக்க முடிந்ததென்பதைப் பார்த்தோம். ஆகையால் உங்கள் ஈகோவைப் பற்றி நீங்கள் கவலைப் பட வேண்டாம். ஆனால் அது இருப்பதைப் புரிந்து கொண்டு அதற்கு பொறுப்பு எடுத்துக் கொண்டால் போதும்.

நாம் இங்கு சொல்வதின் முழுப்பொருளையும் அதன் ஆழத்தையும் நீங்கள் புரிந்து கொள்ள வேண்டும். இதோ இங்கே வேறு சில உதாரணங்கள்.

அண்ணாமலையின் தன்முனைப்பு (EGO POSITION)தான் ஒரு முதலாளி என்ற நினைப்பு. அவர் வாழ்க்கை அவருடைய நிலங்கள், அதில் அத்து மீறல்கள், மரபுரிமை குறித்து கூடப் பிறப்புகளிடம் சண்டை, குடியிருப்பவர்கள் மற்றும் குத்தகைக்காரர்களிடம் வழக்குகள், இவற்றைச் சுற்றியே. பாலுவோ ''நான் என் மகனைக் காக்கும் தந்தை''. சந்துரு ''நான் என் சொத்து நகைகள்'', டேவிட்டுக்கு '' நான் எனது உடம்பு'', ஏகாம்பரத்துக்கு ''நான் ஒரு பரோபகாரி''.

இவர்களெல்லாம் இந்த தன்முனைப்பைத் தக்க வைத்துக் கொள்ள எப்படி நடந்து கொள்வார்கள் என்று சற்று சிந்தியுங்கள். இவர்கள் எல்லோரும் ஒரே கட்டிடத்தில் வாழ்ந்து கொண்டிருக்கிறார்கள் எனறும் அந்தக் கட்டிடத்தில் தீவிபத்து ஏற்படுகிறது என்றும் வைத்துக் கொள்ளுங்கள். இவர்கள் எப்படி நடந்து கொள்வார்கள்?. அண்ணாமலை தன்னுடைய நிலப் பத்திரங்களை எடுத்துக் கொண்டு ஓடுவார், பாலு தன மகனைத் தூக்கிக் கொண்டு ஓடுவார். சந்துரு தன நகைகளைத் திரட்டுவதில் குறியாக இருப்பார். தன் உடம்பைப் பற்றிக் கவலைப் படும் டேவிட் முதலில் ஓடுபவராயிருப்பார். ஏகாம்பரம் எல்லோரையும் காப்பாற்றுவதில் முனைப்பாக இருப்பார். அதைப் பார்த்துக் கொண்டிருப்பவர்கள் என்ன சொல்வார்கள். அண்ணாமலையும் சந்துருவும் சுயநலவாதிகள். எரியும் வீட்டில் கூட தங்களுக்கு நேரும் ஆபத்தைக் கூடப் பொருட்படுத்தாமல் தங்கள் சொத்தைப் பாதுகாப்பதில் குறியாக இருக்கிறார்கள். டேவிட் ஒரு கோழை. பாலு தன் மகனுக்காக உயிரையும் கொடுப்பவர். ஏகாம்பரத்திற்கு வீரப் பதக்கம் கொடுத்து விழா எடுப்பார்கள். ஆனால் அவர்கள் எல்லோருமே தங்கள் மனநிலைப்படி நடந்து கொண்டதால் ஒரே விதமாகத்தான் நடந்து கொண்டார்கள் எனலாம். அவர்கள் எல்லோருடைய மனதும் தான் ஜீவித்திருப்பதற்காக செயல்பட்டது. அவர்கள் எல்லோருமே சம அளவிற்கு மனதிற்குப் பலியானவர்கள் என்ற வகையில் அவர்களிடையே வேறுபாடுகள் இல்லை என்றே கொள்ள வேண்டும். உங்களையும் என்னையும் போல.

இதற்கு விதி விலக்குகள் கிடையாது. இது மற்றவர்களுக்குத் தான் பொருந்தும் உங்களுக்கு இல்லை என்று எண்ணி உங்களை ஏமாற்றிக் கொள்ளாதீர்கள். உங்களுக்குள் வாழும் மனிதனுக்கு இது பொருந்தும். அதுவே நீங்கள் கவனிக்க வேண்டியது. என் மனதின் ஓட்டத்தை நான் கவனிக்க வேண்டியது.

என் கதை ஒன்றை உங்களிடம் பகிர்ந்து கொள்ள விரும்புகிறேன். என்னைப் பற்றி நான் சிந்திக்கையில் நானும் டேவிட்டைப்போல ஒருவன் தான் என்று புரிந்து கொண்டேன். என் மனது என் உடம்பு தான் நான் என்று எண்ணிக் கொண்டிருந்தது இது ஏன், எப்பொழுது இந்த எண்ணம் உருவானது, எந்த அனுபவத்தினால் இது ஏற்பட்டது என்றெல்லாம் எனக்குத் தெரியாது நான் சிறு குழந்தையாக இருந்த போதே எனக்கு என் உடம்பு தான் முக்கியம். அதில் காயம் ஏற்படுமோ என்று ஒரு பயம். அதனால் போட்டி, முரட்டுத் தனமான விளை

யாட்டுகள் எதிலும் நான் கலந்து கொண்டதில்லை. என் நண்பர் களும் அப்படித்தான்.

என் மனதுக்கு இந்த நிலையைப் பாதுகாக்க வேண்டும். ஆனால் மற்றவர்களுக்கு இது தெரியக்கூடாது. ஏனெனில் மற்றவர்கள் என்னை பலவீனமானவன் என்று எண்ணி விடக் கூடாது பாருங்கள். ஆதலால் என் மனது என் உடம்பைப் பற்றிய பயத்தை மற்றவர்களுக்குத் தெரியாமல் பாதுகாக்க ஒரு தடுப்புச் சுவரை ஏற்படுத்திக் கொள்ள வேண்டும். நான் எந்த விதமான முரட்டு விளையாட்டிலும் ஈடுபட்டு என் பயத்தை வெளிக் காட்டக் கூடாது. இது சுலபமான தல்ல. ஏனெனில் உடற்பயிற்சி ஆசிரியரும் மற்ற மூத்த உறவினர் களும் நம் ஒட்டு மொத்த வளர்சியையே விரும்புகிறார்கள் அல்லவா?

ஆனால் என் மனக் குரங்கு எல்லோருடையதையும் போல புத்தி சாலி. என்னுடைய உடம்பு பயத்தை பாதுகாக்க, அது பாதுகாப்பு வலையைத் தயாரித்தது. அது என்னைப் படிப்பில் முன்னேறச் செய்தது. நல்ல மதிப்பெண்கள், உதவித்தொகை, படிப்பில் முதல்வன் என்ற பெயரை ஏற்படுத்தியது. நான் எங்கு சென்றாலும் எனக்கு முன்னால் இந்தப் பெயர் போயிருக்கும். ஆக எந்தக் குழந்தை என்னை விளையாட அழைக்கும்?. அப்படி அழைத்தாலும் பெரியவர்கள் ''அவனை ஏன் கெடுக்கிறாய்,அவன் நன்கு படிக்கும் பிள்ளை, அவனிடமிருந்து நல்ல பழக்கங்களைக் கற்றுக் கொள்'' என்று தடுத்து விடுவார்கள். அதனால் நான் படிப்பில் சிறந்து விளங்கினேன். ஆனால் அது உடமைப் பற்றிய என் பயத்துக்கு ஒரு முக மூடியே என்பது இப்பொழுது புரிகிறது.

அது போல் உங்களுக்குள் நடக்கும் நாடகத்தையும் தேடுங்கள். இதை வேறு யாரும் உங்களுக்குக் காட்ட முடியாது. நீங்கள் தான் இனம் கண்டு கொள்ள வேண்டும். ஒரு கசல் (GHAZAL) பாட்டை நீங்கள் கேட்டிருப்பீர்கள். ''ஏன் இப்படி நகைக்கிறாய், உனக்குள் என்ன துன்பம் ஒளிந்து கொண்டிருக்கிறது'' என்று. அதன் பொருள் இப்பொழுது விளங்குகிறது.

உடம்பைப் பற்றிய என் பயம் இதோடு முடிந்து விடவில்லை. என் மனதின் தந்திரங்கள் இருந்தாலும் என் குழந்தைப் பருவத்தின் பல் வேறு நேரங்களில் நான் சில விளையாட்டுகளில் ஈடுபடத்தான் வேண்டியிருந்தது. நான் பாதுகாப்பாக விளையாடினேன், இருப்பினும் சில நேரங்களில் எனக்கு காயங்கள் ஏற்படத்தான் செய்தது. எனக்கு

காயம் ஏற்படும்போது அல்லது காயம் பட்டுவிடுமோ என்ற பயம் இருக்கும்போது என் மனதின் அதீத பயத்தினால் எனக்கு மயக்கம் வந்து விடும். என் பெற்றோர்கள் மிகக் கவலை கொண்டு என்னைப் பல விசேஷ மருத்துவர்களிடம் அழைத்துச் சென்றார்கள். அவர்களும் என்னைப் பரிசோதித்து விட்டு எனக்கு ஒன்றும் இல்லை, என்று சான்றிதழ்கள் கொடுத்தார்கள். ஆனால் என் உடம்பைப் பற்றிய பயம் நான் பெரியவன் ஆன பிறகும் தொடர்ந்தது. என் மனது புதிய வழிகளைக் கண்டுபிடித்து அந்த பயத்தைக் காப்பாற்றியது.

காயம் ஏற்படுமோ என்ற பயத்தில் நான் இரண்டு மூன்று தடவைகள் பல் டாக்டரின் நாற்காலியில் மயக்கமடைந்திருக்கிறேன். பல் டாக்டர் என் பல்லைக் குடையும்போது என் மனதின் அனுபவம் பயம் தருவதாக இருந்தது. அண்மையில் ஒரு மருத்துவ நண்பரிடம் இதைப் பற்றி பேசியபோது என் உடம்பில் எப்பொழுதாவது காயம் ஏற்பட்டிருக்கிறதா என்று கேட்டார். நான் இல்லை என்று சொன்னேன். அப்பொழுது இந்த நிலைக்கு ஒரு மருத்துவப் பெயர் ஒன்று சொன்னார். இது உள் மனதில் உள்ள வலியின் பயத்தினால் என்று கூறி சாதாரணமாக நான் மயக்கம் அடையும்போது ஒரு நல்ல இடமாகப் பார்த்துதான் மயக்கமடைவேன் என்றார்! ஒரு தீபாவளியின் போது நான் என் குழந்தைகளுடன் ஏழாவது மாடியில் பட்டாசுகள் கொளுத்தி கொண்டிருந்தேன். ஒன்று சரியாக வெடிக்காததால் என் பின் கையில் காயம் ஏற்பட்டது. நான் குழந்தைகளை பக்கத்திலிருக்கும் நண்பர்களிடம் விட்டு விட்டு, ஐந்தாவது மாடியிலுள்ள எனது ப்ளாட்டிற்கு வந்து என் படுக்கையில் விழுந்த பிறகு மயக்க மடைந்தேனாம்!

மனதின் வலிமையைப் பார்த்தீர்களா? மனதின் நோக்கம் ஜீவனைக் காப்பது அல்லது ஜீவன் என்னவாகத் தன்னை எண்ணிக் கொண்டிருக் கிறதோ அதைக் காப்பது. இந்த நிகழ்ச்சியில் அது உடம்பைப் பற்றி உருவாக்கப்பட்ட பயம் எனும் ஜீவ நிலையைக் காப்பதற்காக அல்லும் பகலும் வேலை செய்து கொண்டிருக்கிறது.

ஆனால் இது என்னுடைய கதையைப் பற்றிய நிகழ்ச்சி அல்ல. உங்கள் உள் மனத்தைப் புரிந்து கொள்வதற்காகவே இந்த விவாதம். உங்கள் மனதின் நடத்தை ஓட்டத்தைப் புரிந்து கொள்ளுங்கள். உங்கள் வாழ்க்கையில் அதன் தீர்க்கமான பாதிப்பை உணர்ந்து கொள்ளுங்கள். மனதின் இந்தத் தன்னைப் பற்றிய வேரூன்றிய

ஆதிக்கம் தான் நம் உள்ளே இருக்கும் உத்தமனைச் சுற்றியுள்ள பூசனம். அதைக் கவனியுங்கள். உணர்ந்து கொள்ளுங்கள். அதிலிருந்து எட்ட நில்லுங்கள். அதிலிருந்து விடுபட்டால் என்ன நிகழ்கிறது என்பதே நாம் ஆறாம் அத்தியாயத்தில் பார்த்த உதாரணங்கள்.

நீங்கள் முதல் முறை படிக்கும்போது இந்த விவாதத்தைப் புரிந்து கொள்ளாமல் இருக்கலாம். பல விதமான கேள்விகளுக்கு பதில் கிடைக்காமல் இருந்திருக்கலாம். மனதின் உளைச்சல் ஒரு வேளை அதிகமாகக் கூட ஆகியிருக்கலாம். இந்த வாசிப்பை நீங்கள் மிகவும் கனமாகக் கருதலாம். அது எல்லாமே இயற்கை தான். இன்னும் சொல்லப் போனால் முதல் வாசிப்பிலேயே உங்களுக்கு எல்லாம் புரிந்து விட்டது என்று நீங்கள் சொன்னால் ஒன்று நீங்கள் ஒரு மகான் அல்லது நீங்கள் பொய் சொல்கிறீர்கள்.

இதைப் பற்றிக் கவலைப் படத் தேவையில்லை. இந்த விஷயம் பொதுவாக உங்களுக்குப் புரிந்திருந்தால், உங்கள் மனதின் ஓட்டங்கள் உங்களுக்கு மங்கலாகத் தெரியத் தொடங்கியிருந்தால் அதுவே போதுமானது. தர்க்க ரீதியாக இதைப் புரிந்து கொள்ள முயற்சிக்காதீர்கள். இதய பூர்வமாக இதன் பொருள் உங்களுக்குப் புரிந்திருந்தால் அது போதும்.

13 மனது ஒரு இயந்திரம்

சென்ற மூன்று அத்தியாயங்களில் மனதின் பல முகங்களை நாம் பார்த்தோம். நம் அனுபவங்களே மனதில் ஏடுகளாகப் பதிகின்றன என்பதையும் பார்த்தோம். இனி அந்த அனுபவங்களின் தன்மையை சற்று நன்றாகப் புரிந்து கொள்வது அவசியமாகிறது. இந்த அனுபவங்களை நான்கு விதமாகப் பிரிக்கலாம். வலிகளால் ஏற்படும் அனுபவங்கள், அதனின் தாக்கங்கள், நினைவிழத்தல், மற்றும் தன்னை காத்துக் கொள்ள ஏற்படும் அடிப்படை பயம் ஆகியவை முதல் வகை. இந்த வகை அனுபவங்களின் முக்கிய அம்சம் உயிருக்கு ஏற்படும் அடிப்படை பயம். வலி, அதன் தாக்கம், நினைவிழத்தல் ஆகியவை எல்லாமே சாதாரணமாகக் காணப்பட்டாலும் அவைகள் உயிருக்கு ஏற்படும் பயத்தைப் போல அவ்வளவு முக்கியமானவை அல்ல.

உயிருக்கு ஏற்படும் பயம் என்றால் என்ன?

அ.த.ப :ஜீவனைத் தற்காத்துக் கொள்ள ஏற்படும் உணர்வு என்று சொல்லலாமா?

ஆமாம். நாம் எந்த மனிதனுடைய மனதைப் பற்றிப் பேசிக்கொண்டு இருக்கிறோமோ அந்த மனிதனுடைய உயிர். ஆக உங்கள் மனதின் பதிவுகளில் முதல் வகை உங்கள் தோலுக்குள் வாழும் மனிதனின் உயிருக்கு ஏற்படும் ஆபத்து. இவை எந்த மாதிரி அனுபவங்களாக இருக்கலாம்.?

அ.த.ப: ஒரு கடுமையான வீழ்ச்சி அல்லது விபத்து.

மிகச் சரி. அங்கு மனிதனின் உயிருக்கு ஒரு அபாயம் ஏற்படும் நிலை.

அ.கே.கே.:ஒருவருக்கு பெரிய அவமானம் நிகழும்போதோ அல்லது ஒருவர் பெரும் குற்றம் செய்யும்போது கையும் களவுமாகப் பிடிக்கப்

படும்போதோ இது போன்ற பயம் ஏற்பட வாய்ப்பருக்கிறதா ?

இல்லை. இது போன்ற சந்தர்ப்பங்களில் ஒருவருடைய பெயருக்கோ, புகழுக்கோ அல்லது மதிப்பிற்கோ பாதகம் ஏற்படுமே தவிர உயிருக்கு அபாயம் ஏற்படுவதில்லை. (குற்றத்திற்கு மரணதண்டனை விதிக்கப்படும் சந்தர்ப்பங்களைத் தவிர்த்து) இது போன்ற விஷயங்களை நாம் இரண்டாவது வகை அனுபவங்களை விவாதிக்கும் போது எடுத்துக் கொள்வோம்.

உங்கள் வாழ்க்கையில் முதல் வகை அனுபவங்கள் ஏதேனும் உண்டா?

அஜித்: நான்கு வருடங்களுக்கு முன்னால் நான் தென்னிந்தியாவில் ஒரு இரவு நேர பஸ்ஸில் பிரயாணம் செய்து கொண்டிருந்தேன். தூக்கம் வராததால் ரோட்டைப் பார்த்துக் கொண்டிருந்தேன். திடீரென்று எதிர்ப் புறத்திலிருந்து ஒரு பெரிய பஸ் மிக வேகமாக வந்தது. எங்களுடைய டிரைவர் அந்தப் பாதையிலிருந்து விலக முயற்சித்து நேருக்கு நேர் மோதலைத் தவிர்த்தார். ஆனால் அந்த பஸ் எங்கள் பஸ்ஸின் பக்கவாட்டில் உராய்ந்து ஒரு பெரிய விபத்து நிகழ்ந்தது. பலர் படு காயமடைந்தனர்.

நல்ல உதாரணம் அஜித். அந்த நிகழ்ச்சியில் எதெல்லாம் உங்கள் நினைவில் இருக்கிறது?

அஜித்: அது ஜூன் 26. அது நினைவில் இருக்கிறது. சென்னைக்கும் பெங்களூருக்கும் இடையில் வேலூரின் அருகில் அது நடந்தது. நான் நீல நிற ஜீன்சும் மஞ்சள் டீ ஷர்ட்டும் அணிந்திருந்தேன். பஸ்ஸில் ஒரு V போல மின்னும் விளக்குகள் இருந்தன. சக பிரயாணிகளைப் பற்றிய எல்லா விவரங்களும் என் ஞாபகத்தில் இருக்கிறது.

மிகவும் நல்லது, அஜித். அதன் பிறகு உங்களுக்கு புதிய பழக்கங்கள் ஏதாவது ஏற்பட்டனவா அல்லது உங்கள் மனதில் ஏதாவது புதிய கருத்துகள் பதிந்தனவா?

அஜித்: அந்த நிகழ்ச்சிக்குப் பிறகு இரவு பஸ்களில் நான் பிரயாணம் செய்வதில்லை. மற்றவர்களையும் பிரயாணம் செய்ய வேண்டாமென்று வற்புறுத்துகிறேன். நான் காரை ஓட்டும்போது ஏதாவது பெரிய வாகனங்கள் எதிரில் வந்தால் உடனடியாக என் காரை மெதுவாகச் செலுத்தி ஜாக்கிரதையாக இருக்கிறேன். ஆனால் ஏனென்று தெரியவில்லை, அன்றிலிருந்து மஞ்சள் நிற சட்டைகளை அணிவதில்ணைல.

நல்லது. இங்கு என்ன நடந்தது என்று கவனியுங்கள். நான்கு வருடங்கள் முன்னால் ஜூன் 26ல் நடந்த இந்த நிகழ்ச்சியை அஜித் இன்றும் நன்றாக ஞாபகம் வைத்துக் கொண்டிருக்கிறார். அந்தக் காலத்தில் நடந்த வேறு பல நிகழ்வுகள், ஏன் அண்மையில் நடந்த பல நிகழ்வுகள் கூட அவர் நினைவில் இல்லை. நமது ஞாபக சக்தி எப்படி வேலை செய்கிறது பாருங்கள். இது போன்ற விசேஷமான நிகழ்வுகளின் அனுபவங்கள் மற்றவைகளை விட ஆழமாகப் பதிந்து விடுகின்றன. ஆகையால் அவைகளின் முன்-குரல்கள் சக்தி வாய்ந்தவை. நம்முடைய பழக்கங்களிலும் கோட்பாடுகளிலும் அவைகளின் தாக்கம் பலமாகவே இருக்கும். அஜித்தின் மனது விபத்துகளுக்கும் மஞ்சள் நிற டீ ஷர்ட்டுகளுக்கும் ஒரு தொடர்பை ஏற்படுத்திவிட்டது பார்த்தீர்களா?

இது போன்ற இன்னும் சில உதாரணங்களைப் பார்ப்போமா?

சுஜாதா: நான் ஐந்து வயதுச் சிறுமியாக இருந்த போது விஷமம் நிறைந்தவளாக இருந்தேன். ஒரு சமயம் ஒரு மின் துளைக்குள் விரலை விட்டு கடுமையான மின்சார அதிர்ச்சிக்குள்ளானேன் அதிலிருந்து என் விஷமத்தனம் வெகுவாக குறைந்து விட்டது. மின்சார பொருள்கள் என்றாலே உள்ளுக்குள் ஒரு பயம்.

ராமு: நான் பத்து வயதாக இருக்கும்போது கடலில் மூழ்குவதிலிருந்து காப்பாற்றப் பட்டேன். அதிலிருந்து எனக்கு கடற்கரை, நீச்சல் என்றாலே ஒரு உதறல்.

சசி: 15 வருடங்களுக்கு முன்னால் ஒரு இயந்திரத்தில் வேலை செய்து கொண்டிருந்தபோது என் இடது கைச் சிறு விரலை இழந்தேன். இப்பொழுது கூட இயந்திரங்களின் அருகில் செல்கையில் என் கைகள் நடுங்குகின்றன.

நல்லது. இவை எல்லாம் சிறந்த உதாரணங்கள். அவைகள் நடந்து பல ஆண்டுகளாகிவிட்டன. இருப்பினும் அவைகளைப் பற்றிய ஞாபகங்கள் துல்லியமாக இருக்கின்றன. ஏதோ ஒரு விதத்தில் நம் பழக்க வழக்கங்களிலும் அணுகு முறைகளிலும் அதனின் தாக்கங்கள் வெளிப்படுகின்றன.

அ .கே.கே: நாம் ஆழமாக அன்பு செலுத்தும் ஒருவரை இழத்தலும் இந்த உதாரணங்களில் சேருமா?

நமக்கு நெருக்கமான ஒருவரை இழத்தல் ஒரு அதிர்ச்சி அனுபவம் தான். இருப்பினும் உங்கள் உயிருக்கோ அல்லது ஜீவனுக்கோ ஒரு மரண பயம் அங்கு ஏற்படுவதில்லையே. நாம் மேலே பார்க்கப் போவது போல் இது போன்ற அனுபவங்கள் இரண்டாவது வகையைச் சேர்ந்தவை. நம் ஒவ்வொருவருக்கும் முதல் வகையைச் சேர்ந்த அனுபவங்கள் எத்தனை இருக்கலாம்?

அ.த.ப : இரண்டு அல்லது மூன்று.

ஆமாம். மிகச் சிலவையே. ஆயினும் அவைகளின் முன்-குரல்களின் தாக்கம் வலிமை வாய்ந்தது. இந்த அனுபவங்களில் நம் உயிருக்கு ஆபத்து இருந்தது. ஆகையால் நம் ஆளுமை அல்லது மனோபாவத்தின் மீது இந்த முன்-குரல் பதிவுகளின் தாக்கம் மிக வலிமையானது.

நம் வாழ்க்கையில் இது போன்ற முதல் அனுபவம் எதுவாக இருக்கும்?

அ.த.ப : (சிறிது சிந்தனைக்குப் பிறகு) நம் பிறப்பா?

ஆம். மிகச் சரியே. நம் பிறப்பு தாக்கம் மிகுந்த ஒரு அனுபவம் தான். நம்முடைய தாயின் சுகமான கர்ப்பப் பையிலிருந்து, மாற்றி மாற்றி சுருங்கி விரியும் ஒரு குறுகலான பாதை வழியாக நமக்குத் தெரியாத ஒரு வெளி உலகத்திற்குத் தள்ளப் படுவது நரகத்திற்கிணையான ஒரு முதல் வகை அனுபவம் தான். அந்த ஞாபகத்தை நாம் என்றும் நினைத்துப் பார்க்க முடியாது என்பது ஒரு பிரச்சினை அல்ல. அந்த நிகழ்ச்சியைப் பதிவு செய்யும்போது அந்தக் குழந்தையின் மனது தன் பயத்திற்கும் துன்பமான உணர்வுகளுக்கும் இடையே ஹாஸ்பிடல் சுவர்களின் நிறத்தைப் பற்றிய ஒரு வெறுப்பான இணைப்பை ஏற்படுத்திக் கொண்டிருக்கலாம். அதனால் அதற்கு சில நிறங்கள் பிடிக்காமலிருக்கலாம் அதுவே ஒரு சுகமான அனுபவமாயிருந்தால் அந்த அனுபவத்தோடு ஹாஸ்பிடல் சுவர்களின் நிறங்கள் இணைக்கப் பட்டு சில நிறங்களின்பால் அபாரப் பற்று ஏற்பட்டிருக்கலாம் அது என்னவாக இருந்தாலும் அது ஏன் என்னவென்று குறிப்பட்ட அந்த மனிதனுக்கு தெரியவே தெரியாது. இன்னும் சொல்லப் போனால் ஒரு குழந்தை வளரும்போது அதற்குப் பல முதல் வகை அனுபவங்கள் ஏற்படலாம். வலியினால் அழும் முதல் அழுகை, குப்புறப் படுப்பது, தவழ முயல்வது, நிற்க முயல்வது, தடாலென்று கீழே விழுவது, மிக மோசமாகக் காயப் படுத்திக் கொள்வது, ஆகிய

எல்லாமே முதல் வகை அனுபவங்கள் தான். முதல் முதலில் ஏற்படும் மலச் சிக்கல் நம்மை அறியாமல் நம் உணவுப் பழக்கங்களில் தாக்கம் ஏற்படுத்தியிருக்கலாம் அதனால் நமக்கு மாறாத அஜீரணப் பிரச்சினைகள் தொடரலாம்.

இதில் நாம் முக்கியமாகக் கவனிக்க வேண்டியது என்னவென்றால் முதல் வகை அனுபவங்களின் பெரும் பகுதி நம் ஞாபகத்திற்கு அப்பாற்பட்டது. இந்த அனுபவங்களின் பதிவுகள் நமக்குள்ளே நிறைந்த வலுவான முன்-குரல்களை உண்டு பண்ணி அவைகள் நமக்கே தெரியாமல் நம் நடத்தைகளை ஆண்டு கொண்டிருக்கும். அவைகள் அப்படித்தான். நம் ஆதிக்கத்திற்கு அப்பாற்பட்டவை.

இப்பொழுது இரண்டாவது வகை மனப் பதிவுகளைப் பற்றிப் பார்ப்போம். வலுவான உணர்வுகளுடன்-,அநேகமாக அது ஒரு எதிர்மறையான உணர்வாக இருக்கும்- திடீரென்று ஒரு அதிர்ச்சியான இழப்பு ஏற்படும்போது அந்த அனுபவத்தின் பதிவு இந்த வகை. உயிருக்கு ஆபத்தில்லாதது இதன் முக்கிய அம்சம். முற்றிலும் எதிர்பாராமல் ஒரு பொருளையோ உறவையோ இழக்கும்போது ஏற்படும் அனுபவத்தின்- அந்த உணர்வின் பதிவு இது. சில சமயங்களில் நன்மை தருவதாகவும் அமையலாம். ஏதாவது உதாரணங்கள் தர முடியுமா?

அ.த.ப. : நமக்கு நெருக்கமானவர்களின் இழப்பு.

ஆமாம். ஏன் அந்த ஏதோ ஒருவர் நமக்கு பிடித்தவராகவோ நெருக்கமானவராகவோ இருக்கிறார்?

அ.த.ப.: அவனோ அவளோ நாம் முதல் வகை அனுபவம் பெறும்போது நமக்கு ஆதரவாக இருந்திருக்கிறார்.

அருமை. மிகச் சிறந்த பதில். இதைப் பற்றி நன்றாகவே புரிந்து கொண்டு வருகிறீர்கள். அந்த ஏதோ ஒருவர் நீங்கள் முதல் வகை மரண பய அனுபவம் பெறும்போது உங்களுக்கு ஆதரவாக இருந்திருக்கிறார். அது ஒரு நபராகவோ, பொருளாகவோ, அல்லது செல்லப் பிராணியாகவோ கூட இருக்கலாம். நாம் முன்பு பார்த்தது போல் நம்முடைய முதல் வகை அனுபவங்களில் பெரும்பான்மை யானவை நமது குழந்தைப் பருவத்தில் ஏற்படுகின்றன. இது போன்ற ஒரு அநுபவத்தில் வீட்டில் வளரும் நாய் அந்தக் குழந்தையைத் தடவிக் கொடுத்திருக்கலாம். உடனே அந்தக்

குழந்தையின் மனது அந்த நாயைத் தன் பாதுகாப்பாளராக எண்ணி ஒரு இணைப்பை ஏற்படுத்திக் கொண்டிருக்கலாம். அந்த நாய் பிறகு ஒரு விபத்தில் மரணமடையும்போது அந்த அனுபவம் இரண்டாவது வகை அனுபவமாக மாறுகிறது. அதனால் குழந்தைக்கு கார்களின் மீது வெறுப்பு ஏற்படுகிறது இதுவே பிற்காலத்தில் காரில் ஏறினால் மயக்கம் என்ற நோயாக மாறுகிறது. அந்த நோயின் மூல காரணங்கள் எல்லாம் தெரியாத நிலையில் அந்த நோய் ஒரு பெரும் பாரமாக அவனைப் பாதிக்கிறது. மேலும் சில உதாரணங்கள்?

அ.த.ப :திருட்டு அல்லது இயற்கைச் சீற்றத்தால் சொத்து நஷ்டம் வேலை நீக்கம் அல்லது பாதுகாப்பு இழப்பு

நல்ல உதாரணங்கள். என்னுடைய பள்ளி நண்பன் ஒருவரை நான் கிட்டத்தட்ட 25வருடங்களுக்குப் பின்சந்தித்தேன். அவர்தொய்விழந்து நொடித்துப் போனதுபோல் காணப்பட்டார். என்ன நடந்தது என்று கேட்டேன். தான் வாழ்க்கையில் எப்படித் தோற்றுப் போனேன் என்று ஒரு புலம்பித் தீர்த்து விட்டார். அவருக்கு இரண்டு மார்க் வித்தியாசத்தில் மெடிகல் காலேஜ் சீட் கிடைக்கவில்லையாம். இது நடந்தது 20 வருடங்களுக்கு முன்னால். ஆனால் அந்த இரண்டாம் வகை அனுபவம் தான் அவர் வாழ்க்கையில் முன்னே நின்றது. அதுவே அவர் வாழ்க்கையில் உற்சாகமின்மைக்குக் காரணம்.

உங்கள் மனதின் உள்ளே சென்று உங்கள் வாழ்க்கையில் இது போன்ற நிகழ்ச்சிகளை நினைத்துப் பாருங்கள். இந்த இரண்டாம் வகை அனுபவங்களின் இணைப்புகளும் முன்-குரல்களும் முதல் வகையைப் போலவே சக்தி வாய்ந்தவை. நள்ளிரவில் அடிக்கும் தொலை பேசி மணி போல. முன்பு இது போன்ற நள்ளிரவு போன் உங்களுக்கு ஒரு அதிர்ச்சியான செய்தியைத் தந்திருந்தால் அந்த அனுபவம் இரண்டாவது வகையைச் சேர்ந்ததாக இருந்திருந்தால் உங்கள் மனது நள்ளிரவு போன் கால்களை கெட்ட செய்தியோடு இணைக்கத் துவங்கி விடும். உங்கள் மகனோ மகளோ அமெரிக்கா விலிருந்து அவர்களின் பகல் நேரத்தில் ஒரு நல்ல செய்தியைப் பகிர்ந்து கொள்ள உங்களை தொலை பேசியில் அழைத்தால் போனை எடுத்தவுடன் உங்கள் பதற்றம் சம நிலைக்குத் திரும்ப சிறிது நேரம் பிடிக்கும்.

அ.கே.கே.: இந்த இரண்டாவது வகை அனுபவங்கள் எப்பொழுதுமே அதிர்ச்சியான உணர்வுகளைச் சார்ந்ததாக இருக்குமா?

இல்லை. இல்லை. நல்லுணர்வுகளின் அடிப்படையிலும் இருக்கலாம். ஒரு நெருங்கிய உறவினரின் இழப்பு நல்லுணர்வுகளையும் உண்டு பண்ணலாம். எனக்குத் தெரிந்த ஒரு சிறு வயதுப் பெண் ஒரு துறவி போல் வாழ்ந்து கொண்டிருந்தாள். அவளின் பெற்றோர்களின் உறவு சுமுகமாக இருக்கவில்லை அவள் தன் தாயுடன் இந்தியாவில் இருந்தாள்.தந்தை அமெரிக்காவில்.ஒரு நாள் தந்தை இறந்து விட்டதாகச் செய்தி வந்தது. திடீரென்று அந்தப் பெண் மற்றவர்களிடம் நன்கு பேசிப் பழகத் தொடங்கினாள். அவளுடைய ஆரோக்கியம் நன்றாகத் தொடங்கியது அவள் வாழ்வில் உற்சாகத்துடன் பங்கு பெறத் துவங்கினாள்.

ஆகையால் இரண்டாவது வகை அனுபவங்கள் ஒரு திடீர் இழப்பு சார்ந்ததாக, சாதாரணமாகத் துன்ப உணர்ச்சிகளின் அடிப்படையில் இருக்கும். அநேகமாக நம் எல்லோருக்கும் இது போன்ற அனுபவங்களும் அவைகளின் முன்-குரல்களும் இருக்கும். இது போன்ற அனுபவங்கள் தான் நம்முள்ளே கோட்பாடுகளைத் தோற்றுவித்து மனதுக்குள்ளும் கசடுகளை உருவாக்குகிறது. அதை உணரத் தொடங்குங்கள். உணர்ந்தால் அதை ஒத்துக் கொள்ளுங்கள் அவைகள் தவறானவைகளோ அல்லது கெட்டவைகளோ அல்ல. அவைகள் இருப்பது இயற்கை தான்.அவைகள் இருப்பதை நாம் உணர்ந்து ஒத்துக் கொள்ள வேண்டும். அவ்வளவு தான். அப்படிச் செய்தோமானால் அவைகளிலிருந்து விட்டு நிற்பது சாத்தியமாகிறது. அவைகள் உங்களை ஆளுவது படிப் படியாகக் குறைகிறது. அவைகளால் உங்கள் வாழ்க்கை பாதிக்கப் படுவதில்லை. சம்ஸ்காரங்களின் ஆதிக்கத்திலிருந்து விடு படுவதற்கு இதுவே முதல் படி.

மூன்றாவது மற்றும் நான்காவது வகை அனுபவங்களின் மனப் பதிவுகளைச் சமாளிப்பது சற்று எளிது தான்.

மூன்றாவது வகை மனப் பதிவுகள் முதல் இரண்டு வகை அனுபவங்களின் மனப் பதிவுகளோடு தொடர்புள்ளவை. இதை இப்படி விளக்கலாம். ஒரு சிறு குழந்தை சற்று அசுகமாக இருப்பதாக வைத்துக் கொள்வோம். அது பசியாகவோ அல்லது வயிற்றில் காற்று உபாதையாகவோ அல்லது இறுகக் கட்டிய நாப்பியாகவோ (nappy - அரையில் கட்டும் துணி) கூட இருக்கலாம். அது உரக்கக் கத்தி

அழும்போது அதற்கு மூச்சு முட்டலாம். அப்பொழுது அது முதல் வகை அனுபவமாக (உயிருக்கு அபாயம்) பதியப் படுகிறது. அதிர்ஷ்டவசமாக அன்னை அருகில் இருப்பதால் அவளின் அரவணைப்பில் அதன் பிரச்சினை தீர்கிறது. அந்த அனுபவத்தைப் பதியும்போது குழந்தையின் மனது அன்னையையும் உயிர் மீட்பின் அனுபவத்தையும் இணைத்து விடலாம். இந்த இணைப்பு அன்னையின்ஆடையையும் சேர்த்திருக்கலாம். இப்பொழுது குழந்தை அந்த நிற அல்லது அது போன்ற புடவை அல்லது துப்பட்டாவோடு ஒரு தீர்க்கமான பற்றுதலை ஏற்படுத்திக் கொள்ளலாம்.

முதலில் எல்லோரும் இந்த இணைப்பை வாஞ்சையோடு காண் கிறார்கள். அந்த உடையோடு குழந்தை விளையாடுவதை பாராட்டி குழந்தைக்கு அன்புச் செய்தி தருகிறார்கள். ஆனால் குழந்தை சற்று வளர்ந்த பறகு இதுவே பிரச்சினையாக மாறலாம். அது அந்த உடையோடு விளையாடிக் கொண்டிருக்கும்போது அதன் மூத்த குழந்தையோஅல்லதுதந்தையோஅதைப்பறிக்கும்போது (பறிப்பதாக அந்தக் குழந்தை நினைத்துக் கொள்ளும்போது) அந்தத் திடீர் இழப்பு இரண்டாவது வகை அனுபவமாகப் பதிவு செய்யப் படலாம்.

குழந்தை இப்பொழுது தன் அண்ணனிடமோ அல்லது தந்தையிடமோ, '' இவர்கள் எனக்குப் பிடித்தமானதை பறித்துக் கொள்பவர்கள்'' என ஒரு வெறுப்பை ஏற்படுத்திக் கொள்ளலாம். அது வளரும்போது அண்ணன் அல்லது தந்தையின் இடத்தில் மற்றப் பெரியவர்களையும், ஆசிரியர்களையும் முடிவில் அதிகாரத்தில் உள்ளவர்களையும் வைத்துப் பார்க்க வாய்ப்பு உள்ளது. இந்த ஆழ்ந்த கோபம் பிற்காலத்தில் பதவியிலிருப்பவர் களிடம் ஒரு வெறுப்பை அந்த மனதில் தோற்றுவிக்கலாம். அதனால் அந்த குழந்தை ஒரு தீவிரவாதியாகவோ தொழிற்சங்க தலைவராகவோ ஆகலாம்.

ஆனால் இது ஒரு அனுமானிக்கப்பட்ட நாடகமாக்கப்பட்ட ஒரு கதை தான்.ஆனால் மேலெழுந்தவாரியாக தீங்கிலா ஒரு சம்பவமாகத் தோன்றும் இது போன்ற நிகழ்ச்சிகள் தான் நம்முடைய நடத்தைகளை உருவாக்குகின்றன. ஒன்றிரண்டு முதல் இரண்டாம் வகை அனுபவங்கள் பலதரப்பட்ட மூன்றாம் வகை அனுபவங் களையும் அதன் பதிவுகளையும் சம்ஸ்காரங்களையும் முன்-குரல் களையும் தோற்றுவிக்கலாம். இந்த மூன்றாம் வகை அனுபவங்கள்

தான் நம்முடைய கோட்பாடுகளாகவும் நடத்தைகளையும் ஏற்படுத்துகின்றன. இவைகள் ஏன் எப்படி ஏற்பட்டன என்று அந்தக் குழந்தையோ அல்லது நம்மில் எவருமோ உணர முடியாது. ஆனால் இது போன்ற நிகழ்ச்சிகள் ஒரு சமூகத்தையே பாதிக்க வல்லவை.

இதோ இங்கே இன்னொரு உதாரணம். எனக்குத் தெரிந்த ஒரு பெண்மணி வெகு காலமாக மூச்சு முட்டலினினாலும் ஆஸ்துமா போன்ற நோயின் அறிகுறிகளாலும் அவஸ்தைப்பட்டுக் கொண்டிருந்தார், டாக்டர்கள் பெரிய பிரச்சினை ஒன்றும் இல்லை என்று கூறினாலும் அந்தப் பெண்மணிக்கு தன் உடல் நிலை குறித்து மிகவும் கவலை. அவள் கலந்து கொண்ட ஒரு சிகிச்சைப் பயிற்சி முகாமில் இந்த அறிகுறிகள் எப்பொழுதும் டிசம்பர் அல்லது ஜனவரியில் மும்பையின் குளிர்காலத் தொடக்கத்தில் ஏற்படுகின்றது என்பது கண்டுபிடிக்கப்பட்டது. குழந்தைக் காலத்தில் பெங்களூரில் மற்ற குழந்தைகளுடன் தலையணையை வைத்து விளையாடிக் கொண்டிருந்த போது இப்பெண்மணி கிட்டத்தட்ட மூச்சிழக்கும் நிலைக்கு வந்தார் என்பது தெரிய வந்தது. அவளுடைய மனது பெங்களூர் குளிர் காலத்திற்கும் மூச்சிழப்பதற்கும் ஒரு தொடர்பை ஏற்படுத்திவிட்டது போலும். இதுவே மும்பையிலும் ஒவ்வொரு குளிர் காலத்திலும் திரும்ப வெளி வந்து கொண்டிருக்கிறது.

அ.கே.கே.: அப்பொழுது நம்முடைய அசுகங்களும் ஆரோக்கிய நிலைமைகளும் சம்ஸ்காரங்களுடனும் முன்-குரல்களுடனும் தொடர்புள்ளவை என்கிறீர்களா?

இங்கே நாம் கண்ட உதாரணங்களின் அடிப்படையில் அப்படி இருக்கலாம் என்று தான் தோன்றுகிறது. ஆகையால் தான் உங்கள் உடம்பு சரியில்லையென்றால் டாக்டரின் ஆலோசனை பெறுவது முக்கியமாகிறது. அவரால் உங்களுடைய உண்மையான உடல் நிலைக்கும் (விஷயங்கள்) அதைப் பற்றி உங்களுக்குள்ள கோட்பாடு களுக்கும் உள்ள வேற்றுமையைக் கண்டுபிடிக்க முடியும். ஆனால் நாமோ நம்மை டாக்டர்களாவே எண்ணி நமக்கே வைத்தியம் செய்து கொள்கிறோம். நமக்கு என்ன கோளாறு என்று நாமே தீர்மானித்துக் கொண்டு அதற்குத் தேவையான மருந்துகளையும் நாமே எடுத்துக் கொள்கிறோம். அது மட்டுமல்ல மற்றவர்களுக்கு என்ன பிரச்சினைகள் அதற்கு என்ன மருந்து தேவை போன்ற ஆலோசனைகளைச் சற்று தாராளமாகவே வழங்குகிறோம்.

இங்கு சற்று நிதானித்துச் சிந்தித்துப் பாருங்கள். நம்முடைய நோக்கம் தொழிற் சங்கத் தலைவர் ஏன் அப்படி நடந்து கொள்கிறார் என்றோ அல்லது சுய வைத்தியத்தை பிரபலப் படுத்துவதோ அல்ல. இந்த உதாரணங்களைப் பார்த்து கற்ற பாடங்கள் மூலம் நம்முடைய நடத்தைகளை சற்று தீர்க்கமாக நோக்குவதே. அதனுடைய முதல் வகை அல்லது இரண்டாம் வகை மூல அனுபவங்களை இனம் கண்டு கொள்வது முற்றிலும் முடியாத விஷயம். அது குறித்து எந்த வித முயற்சியும் எடுக்காதீர்கள், ஆனால் நம் நடத்தைகளின் ஓட்டத்தைப் புரிந்து கொண்டால் போதும்.

நான்காவது வகை நாம் உயிர் வாழ்வதற்கு அவசியமில்லாத அனுபவங்களின் பதிவுகள்.

நாம் வாழ்வில் ஏராளமான அனுபவங்களைப் பெறுகிறோம். அவைகள் சாதாரண நிகழ்ச்சிகள்; பல ''தற்பொழுது'' மணித் துளிகளின் கோர்வைகள். நம் ஜீவன் உயிர் வாழ்வதற்கோ அல்லது நம் ஜீவன் எது என்று தன்னை நினைத்துக் கொண்டிருக்கிறதோ அது உயிர் வாழ்வதற்கோ அவைகள் முக்கியமில்லை. அன்றாட அலுவல் களைக் கவனிப்பது, மாடிப்படி ஏறுவது போன்ற மிகச் சாதாரண அனுபவங்கள். ஆனால் இந்த அனுபவங்களும் மனதில் பதியப் படுகின்றன. இவையே நான்காவது வகை. இவைகள் ஜீவன் உயிர் வாழ்வதற்கு முக்கியமில்லாததால் இந்தப் பதிவுகளின் முன்-குரல்கள் மிக பலவீனமாக இருக்கும். நம் ஞாபக சக்திக்கு அப்பாற்பட்டதாக இருக்கும். நாம் எப்பொழுது குளிக்கிறோம், எத்தனை மாடிப் படிகள் ஏறுகிறோம் என்பது நமக்கு ஞாபகம் இருப்பதில்லை. ஆனால் நம் ஜீவன் உயிர் வாழ்வதற்குத் தேவையான அனுபவங்களை நாம் மறப்பதில்லை. நம்முடைய மனப் பதிவுகளில் எந்த வகை அனுபவங்கள் அதிகமாக இருக்கும் என்று நினைக்கிறீர்கள்?

அ.த.ப : நான்காவது வகை

ஆமாம், சந்தேகமில்லாமல். அவைகளின் எண்ணிக்கை அதிகம். ஆனால் ஜீவனைக் காப்பது அல்லது ஜீவன் எது என்று தன்னை நினைத்துக் கொண்டிருக்கிறதோ அதைக் காப்பது என்ற மனதின் நோக்கத்திற்கு குறைந்த பட்ச முக்கியத்துவம் வாய்ந்தவை. எந்த வகைப் பதிவுகள் மிகவும் குறைவாக இருக்கும்.?

அ.த.ப : முதல் வகை

மிகச் சரி. எண்ணிக்கையில் குறைவாகவும் ஆனால் ஜீவனைக் காப்பது அல்லது ஜீவன் எது என்று தன்னை நினைத்துக் கொண்டிருக்கிறதோ அதைக் காப்பது என்ற மனதின் நோக்கத்திற்கு மிகவும் முக்கியத்துவம் வாய்ந்தவையாகவும் உள்ள அனுபவங்களின் பதிவுகள். இந்த வகை அனுபவங்கள் பெரும்பாலும் ஞாபக சக்தி நன்கு வளரும் முன் ஏற்பட்டவை. ஆதலால் அவைகள் நம் அணுகதலுக்கு அப்பாற்பட்டவை. ஆனால் இந்த குறைவான பதிவுகள் பல இரண்டாவது மூன்றாவது வகைப் பதிவுகளை ஏற்படுத்தியிருக்கும். இரண்டாவது வகைப் பதிவுகளும் கிட்டத்தட்ட இது போல எண்ணிக்கையில் குறைந்தது தான். ஆனால் எண்ணிக்கை அளவுகளில் இரண்டாவதான மூன்றாவது வகை அனுபவங்களின் பதிவுகள் தான் நம்முடைய இன்றைய நடத்தைகளுக்கு காரணமாக இருக்கும். ஆனால் அவைகள் நாம் அணுக முடியாத முதல் அல்லது இரண்டாம் வகைப் பதிவுகளைச் சார்ந்து ஏற்பட்டவைகள் .

நம் நிலைமையின் உண்மை உங்களுக்கு விளங்குகிறதா? நம் வாழ்க்கை மூன்றாவது வகை அனுபவங்களின் அடிப்படையில் ஓடிக் கொண்டிருக்கிறது. நாம் முழு உணர்வுடன் தான் நடக்கிறோம் என்று நாம் நினைத்துக் கொண்டிருக்கிறோம். ஆனால் தற்போதைய நம் நடத்தை முன்பு நடந்த நிகழ்ச்சிகளின் அனுபவத்தை நம் மனது எப்படிப் பதிவு செய்ததோ அதன் அடிப்படையில் நடந்து கொண்டிருக்கிறது.

இது ஒரு கசப்பான செய்தி தான். ஆனால் உண்மை. அதை உணர்ந்து ஒத்துக் கொள்வதைத் தவிர நம்மால் ஏதும் செய்ய இயலாது

அ.கே.கே.: இதனால் நாம் என்ன தெரிந்து கொண்டோம்? வாழ்க்கையின் பயன் என்ன? இவையெல்லாம் ஒரு இயலாமையைத் தான் தோற்றுவிக்கிறது.

நல்லது. இந்தக் கேள்வியை எதிர் கொள்வது ஒரு சக்தி நல்கும் நிலை. நம்மை நாமே அறிந்து கொள்ள ஒரு முக்கிய படி. இதை விளக்குவதற்கு முன்னால் ஒன்றிரண்டு விஷயங்களை உங்களோடு பகிர்ந்து கொள்வது அவசியம்.

நாம் மனிதனின் நடத்தையை திரும்ப விவாதத்திற்கு எடுத்துக் கொள்வோம். ஒவ்வொரு வினாடியும் நம்மைச் சுற்றியுள்ள சூழ்நிலை களிலிருந்து நமக்குத் தூண்டுதல்கள் ஏற்பட்ட வண்ணம்

இருக்கின்றன சூழ்நிலையில் வெளிக் காரணிகளும் மற்றும் எண்ணம், நம்பிக்கை, உணர்ச்சிகள் போன்ற உள் காரணிகளும் அடக்கம். இந்த உள் - வெளித் தூண்டுதல்களுக்கு நாம் எவ்வாறு பதிலியக்கம் அளிக்கிறோம் என்பதே நம் நடத்தை.இந்தத் தூண்டுதல் களுக்கு பதிலியக்கம் எங்கிருந்து வருகிறது என நினைக்கிறீர்கள் ?

அ.த .ப : நம் மனதிலிருந்து

ஆமாம். அந்த மனது எப்படி பதிலியக்கம் அளிக்கிறது?

அ.த.ப : அது எதிர் கொள்ளும் தகவல்களை அலசி அதற்குப் பொருத்தமான பதிலியக்கம் அளிக்கிறது. அதுதான் மனதின் வேலை.அதுவே அது தன பணியை ஆற்றும்

நல்லது. x1 என்பது ஒரு தூண்டுதல் என கொள்வோம். அதன் பதில் y 1. அது மனதின் எங்கிருந்து வருகிறது?

அ.த.ப: ஏதாவதொரு சம்ஸ்காரங்கள் அல்லது முன்-குரல்களிலிருந்து!

நல்லது. x1 என்ற தூண்டுதல் மனதின் உள்ளே சென்று அதற்குப் பொருத்தமான y 1 பதிலை இழுக்கிறது. நாம் அப்படித்தான் பதிலியக்கம் அளிக்கிறோம். அந்த நேரத்தில் x1 தூண்டுதலுக்கு எப்படி நாம் இயங்குகிறோமோ அதுவே நம் நடத்தை. அதேபோல் x2 தூண்டுதலுக்கு மனதிலிருந்து y2 பதில் வரும். ஒவ்வொரு தூண்டுதலுக்கும் அதற்கேற்ப மனதின் சம்ஸ்காரங்களிலிருந்து தனிப்பட்ட பதில்கள் வரும். x1 தூண்டுதல் இன்னொரு முறை வருமானால் அதற்கு பதில் என்னவாக இருக்கும்?

அ .த .ப; சாதாரணமாக அதே y1 பதிலாகவே இருக்கும்

அதே 1 மற்றொரு சமயத்தில் வந்தால்?

அ.த.ப. : திரும்பவும் அதே y1 தான்

அ.கே.கே.: ஆனால் பல சமயங்களில் முதல் அனுபவத்தில் கற்ற பாடங்களின் அடிப்படையில் இரண்டாவது அல்லது மூன்றாவது முறை நம் பதில் வேறாக இருக்கலாம் அல்லவா?

பொதுவாகப் பார்த்தோமானால் அது சரிதான். உதாரணத்திற்கு ஒருவன் A என்ற இடத்திலிருந்து B என்ற இடத்திற்குச் செல்கிறான். அவனுக்குத் தெரிந்த வழியில் செல்கிறான் சில சமயங்களில் சாலை

பழுதாக இருக்கும்போது இன்னொரு வழியில் செல்கிறான். அந்தத் தகவல் அவனிடம் இருப்பதால் Aஇலிருந்து Bக்குச் செல்ல வேண்டும் என்ற தூண்டுதலுக்கு அவன் இரு பதில்களை அளிக்க முடியும். அந்த அளவுக்கு அது சரிதான் ஆனால் X1 என்ற தூண்டுதலுக்கு முற்றிலும் வேறான பதில்களை அளிப்பது சாத்தியமா?

அ.த.ப : அப்படியொன்றுமில்லை

ஓ.கே. இது ஒரு விதி விலக்கு. எல்லா Y பதில்களும் நம்முடைய மூன்றாம் வகைப் பதிவுகளிலிருந்தே வருகின்றன என்பதை நீங்கள் ஒத்துக் கொள்வீர்கள் என நினைக்கிறேன். முதல் X1 தூண்டுதலுக்கும் இரண்டாவது X1 தூண்டுதலுக்கும் இடையில் முதலாவது அல்லது இரண்டாவது வகை அனுபவங்கள் ஏற்பட்டால் இரண்டாவதாக வரும் x1 தூண்டுதலுக்கு தரப்படும் பதில் முற்றிலும் வேறானதாக இருக்கும். ஆனால் நாம் முன்பே பார்த்தது போல் முதல் இரண்டாவது வகை அனுபவங்கள் வெகு குறைவே. நாம் பெரியவர் களாகும்போது அது குறைந்து கொண்டே வருகிறது. ஆகையால் y1 பதில்கள் முற்றிலும் வேறாக இருப்பது அரிதே. ஒரு சில சிறு மாற்றங்கள் இருக்கலாம். ஆனால் அடிப்படை வேற்றுமைகள் இருக்காது.

இதனால் நமக்கு என்ன தெரிகிறது. ஒரே மாதிரியான தூண்டுதல் களுக்கு நம்முடைய பதில் இயக்கங்களும் கிட்டத் தட்ட ஒரே மாதிரியாகவே இருக்கும். இது போன்ற நடத்தைகள் எவ்வாறு இருக்கும்? அவைகளை எப்படி விவரிக்கலாம்?

அ.த.ப :

முன் கூட்டி அறியத் தக்கதாக இருக்கும் (Predictable)

நிர்ணயிக்கப் பட்டதாக இருக்கும் (Programmed)

திரும்பத் திரும்ப வருவதாக இருக்கும் (repetitive)

வரையறுக்கப் பட்டதாக இருக்கும் (conditioned)

சலிப்பூட்டுவதாக இருக்கும் (monotonous)

தானே இயங்குவதாக இருக்கும் (automatic)

ஒரே போல இருக்கும் (sort of “wired “)

இயந்திரம் இயங்குவது போல் இருக்கும் (mechanical)

ஒரே பாதை போல் இருக்கும் (one track)

மாற்றமே இருக்காது (no variation)

உண்மை தான். இப்பொழுது புரிகிறதா? அனேகமாக ஒரு குறிப்பட்ட தூண்டுதலுக்கு உங்கள் பதிலியக்கம் இயந்திரம் போல், முன் கூட்டியே அறியக் கூடியதாக, மாற்றமே இல்லாமல் இருக்கும். உங்கள் மனது ஒரு இயந்திரம். உங்கள் இயக்கம் முடுக்கி விடப் பட்ட ஒரு பொம்மை போல். முன்பு அதை குரங்கு என்று கூறினோமே. அது அதற்கு ஒரு பெரிய கௌரவம். . உண்மையில் அது ஒரு இயந்திரம் தான். நீங்கள் மனது என்ற இயந்திரம் உள்ள ஒரு பொம்மை.

அ.கே.கே.: அப்பொழுது நமக்கு (creativity) **படைப்பாற்றலே இல்லை என்கிறீர்களா? ஹுசேன் போன்ற ஓவியர்கள் இல்லை யென்கிறீர்களா?**

படைப்பாற்றல் என்றால் என்ன? பெரு மதிப்பிற்குரிய ஹுசேன் என்ன செய்கிறார்? குதிரைகளைப் பார்க்கிறார். அவைகளை வரைகிறார். அன்னை தெரசாவைப் பார்க்கிறார். அவர்களின் ஓவியம் வரையப் படுகிறது. ஒரு கிரிக்கெட் மாட்சைப் பார்க்கிறார். அதை வரைகிறார். மாதுரி தீக்ஷித்தைப் பார்க்கிறார். வரைகிறார். ஓவியத்தை ஒரு முறை பார்த்தால் போதும். அது ஹுசேனுடைய தென்று சொல்ல முடியும். குறையற்ற பாணி. ஆனாலும் அதுவும் ஒரு இயந்திரம் போல் தான். ஹீசேன் ஒரு மாறு பட்ட இயந்திரம்.

நாம் ஒவ்வொருவரும் ஒரு இயந்திரம் தான். ஒவ்வொருவரும் ஒரு தனிப்பட்ட இயந்திரம். வீணா ஒரு இயந்திரம் என்றால் அசோக் மற்றொரு இயந்திரம். ஒவ்வொரு மனிதனுக்குள்ளும் ஒரு இயந்திரம். ஒவ்வொன்றும் சற்று மாறுபட்டது. இதில் நல்ல இயந்திரம், கெட்ட இயந்திரம் என்று ஒன்றுமில்லை. ஆனால் எல்லாமே எப்படி இயங்கும் என்று அறியக் கூடிய . திரும்பத் திரும்ப ஒரே போல் இயங்கும் இயந்திரங்கள். அவைகள் எல்லாமே முன்பே தயாரிக்கப் பட்டவை . ஆனால் அவைகளை முடுக்கும் சாவி மட்டும் காணாமல் போய் விட்டது. ''நான் ஒரு விஞ்ஞானி'' என்று இயந்திரம். ''நான் ஒரு விளையாட்டு வீரன்'' என்று ஒரு இயந்திரம். ''நான் நல்லவன்'' என்று ஒரு இயந்திரம். ''என்னை எவரும் ஏமாற்ற முடியாது'' என்று ஒரு இயந்திரம். '' நான் ஒரு விருந்து விரும்பி''

இயந்திரம். சொல்லப் போனால் எல்லாமே இயந்திரங்கள் தான். எப்படி இயங்கும் என்று சொல்ல முடிகிற, திரும்பத் திரும்ப ஒரே போல் இயங்கும் வெவ்வேறு இயந்திரங்கள்.

அ.கே.கே.: இந்த இயந்திரங்களை மாற்றி அமைத்து நன்றாக இயங்கச் செய்ய முடியாதா?

நாம் முன்பே பார்த்தது போல் மேலெழுந்த வாரியாகப் பார்த்தால் முடியும் என்றே சொல்லலாம். அது உங்களை மார்க்-2 இயந்திரமாக மாற்றலாம். தரம் உயர்த்தப் பட்ட புதிய இயந்திரம். அடிப்படையான இணைப்புகளிலும் இயங்கு முறைகளிலும் மாற்றம் ஏதும் இருக்காது. அடிப்படையான இயங்கு முறைகள் உங்கள் அணுகதலுக்கு அப்பாற் பட்டது. உங்களுடைய ஈகோ உங்களை ஒரு பகுத்தறிவு வாதி என்று எண்ணிக் கொண்டிருந்தால் நீங்கள் பகுத்தறிவு வாதியாகத் தான் இருப்பீர்கள். நீங்கள் கற்ற பாடங்களையும் பெற்ற தகவல்களையும் உபயோகப்படுத்தி ஒரு தரம் உயர்ந்த பகுத்தறிவு வாதியாக மாறுவீர்கள்.

அ.கே.கே.: நான் இதை ஒத்துக் கொள்ள முடியாது. சிலர் எப்படி நடப்பார்கள் என்று சொல்லவே முடியாது. அவர்களை இயந்திரம் என்று எப்படிக் கூறலாம்?

முதலில் நீங்கள் புரிந்து கொள்ளவேண்டிய விஷயம். இங்கே தெரிந்து கொண்ட தகவல்களை மற்றவர்களை அலச உபயோகிக் காதீர்கள். உங்கள் உள்ளே சென்று உங்களுடைய இயந்திரத் தனத்தைப் புரிந்து கொள்ளுங்கள். மற்றவர்களைப் பொறுத்த வரை, நீங்கள் சொல்வது போல் , அவர்கள் எப்படி நடந்து கொள்வார்கள் என்று சொல்ல முடியாது தான். சிலர் மற்றவர்கள் தங்களைப் புரிந்து கொள்ளாமல் இருப்பதற்கு பெரும் முயற்சி எடுத்துக் கொள்கிறார்கள். அவர்கள் எப்படி நடந்து கொள்வார்கள் என்று தெரியாது என்று முன் கூட்டியே நாம் சொல்லமுடியும். அதுவே அவர்கள் சிறப்பு. எப்படி இயங்கும் என்று புரிந்து கொள்ள முடியாத ஒரு இயந்திரம். எப்படியானாலும் இயந்திரம் தான்.

விஷயங்களை அலசும் நம்முடைய திறன், பகுத்தறிவு வாதம் எல்லாமே புரட்டு தான். இதை ஜீரணித்துக் கொள்வது சற்று கடினம் தான், ஆனால் அது உண்மை. உண்மைக்கு ஆதாரங்கள் தேவை யில்லை. அது இருக்கிறது, அவ்வளவு தான். ஆதாரமில்லாமல் எது நிற்கிறதோ அதுவே உண்மை.

அ.கே.கே.: நான் இதை ஒத்துக் கொள்ளவே முடியாது. வாழ்க்கையில் நமக்கு எப்படி தேர்வுகள் (choice) இல்லாமல் இருக்கும்? நிச்சயமாக எனக்கு வாழ்க்கையில் தேர்வுகள் என்று இருக்கிறது.

இருப்பதாக நாம் நினைத்துக் கொள்கிறோம். ஆனால் உண்மையில் இருக்கிறதா? ஒரு ஹோட்டலுக்கோ அல்லது விருந்துக்கோ செல்லும் போது நாம் டீயோ அல்லது காபியோ அருந்தலாம். ஆனால் நீங்கள் என்ன செய்கிறீர்கள்? டீ குடிப்பவர்கள் டீ குடிக்கிறார்கள். காபி குடிக்கிறவர்கள் காபி குடிக்கிறார்கள். ஒன்றுமே குடிக்காமலும் சிலர் இருப்பார்கள். சில காபி குடிக்கும் இயந்திரம் சில டீ குடிக்கும் இயந்திரம். சில ஒன்றுமே குடிக்கா இயந்திரம். ஆனால் எல்லாமே இயந்திரங்கள் தான். எப்படி இயங்கும் என சொல்லி விட முடியும். இதைப் புரிந்து கொள்ளுங்கள் நமக்கும் இருக்கும் ஒரே தேர்வு தேர்வுகள் இல்லை என்பதைப் புரிந்து கொள்ளும் தேர்வு.

அ .கே,கே. இப்பவும் நான் ஒத்துக் கொள்ள முடியாது.

அட, இதைப் பாருங்கள். நம்மில் சிலர் ''நான் இயந்திரம் இல்லை'' எனச் சொல்லும் இயந்திரங்கள். எது நடந்தாலும் அவர்கள் ஒத்துக் கொள்ளமாட்டார்கள். அதை நாம் முன் கூட்டியே சொல்லி விட முடியும்.

அ.கே.கே. நீங்கள் சொல்வதைப் பார்த்தால் '' சுதந்திரம் என்பது மாயை. நம் மனது ஒரு மூடிய புத்தகம்'' என்கிறீர்கள் ?

நிச்சயமாக. உங்களை நியாயப் படுத்திக் கொள்வதோ அல்லது நிரூபித்துக் கொள்வதோ வாழ்க்கை முழுவதும் தொடரும் ஒரு முடிவில்லாப் பணி. கால விரயம் நம் முயற்சியில் நாம் ஒரு அங்குலம் கூட முன்னேறவில்லை தன்னைக் காத்துக் கொள்வதற்கு நாம் நடத்தும் ஒரு மூடத்தனமான முயற்சி.

இது ஒரு கசப்பான செய்தி தான். ஆனால் அதற்காக அதை நீர்க்கச் செய்வதிலோ அதிலிருந்து தப்பிக்க நினைப்பதிலோ பயன் ஏதுமில்லை உங்கள் மனது இப்பொழுது சிக்கிக் கொண்டு தப்பிக்க முயலுகிறது. அதன் போராட்டத்தை கவனியுங்கள். அதை எதிர்க்காதீர்கள். சாய்ந்தமர்ந்து அதை உற்றுப் பாருங்கள். இப்பொழுது படிப்பதை நிறுத்தி விட்டு சற்று உள்ளே சென்று சிந்தியுங்கள். மனதையும் நரம்புகளையும் அமைதிப் படுத்தி கொள்ளுங்கள். அதன் பிறகு மேலே தொடருங்கள்.

14 மனமெனும் இயந்திரத்தைக் கடந்து

மனது என்பது நாம் எதிர்பார்த்தபடி சலிப்பில்லாமல் திரும்பத்திரும்ப இயங்கும் ஒரு இயந்திரம் என நீங்கள் ஒத்துக் கொண்டு விட்டீர் களானால் நாம் அடுத்த படிக்குச் செல்லத் தயாராகிவிட்டோம்.

அ.கே.கே : நீங்கள் சொல்கிறீர்கள், என் மனது என்னை ஆண்டு கொண்டு இருக்கிறது என்று. ஆனால் நான் என் மனதுடன் எப்பொழுதும் ஒரு போராட்டம் நடத்திக் கொண்டே இருக்கின்றேன். அது எனக்கு மிகுந்த அசுகமாக இருக்கிறது. இதைப் பற்றி என்ன சொல்கிறீர்கள்? நான் என்ன செய்ய வேண்டும்?

இந்த சந்தர்ப்பத்தில் பொருத்தமான கேள்வி. உங்கள் கேள்வியையே பாருங்கள். நீங்கள் உங்கள் மனதுடன் போராடிக் கொண்டிருக்கிறேன் என்று சொல்கிறீர்கள். உங்கள் கேள்வி மிகவும் சக்தி வாய்ந்த, ஆழமான பொருளுள்ள, ஒரு கேள்வி. அதன் அடிக்குரலாக நீங்கள் உங்களையும் உங்கள் மனதையும் பிரித்துக் காண்பதைக் கவனித்தீர்களா? அது ஒரு மகத்தான வேறுபாடு. அதன் மூலம் உங்களையே உணர்ந்து கொள்ளும் அனுபவத்தை நீங்கள் பெற முடியும்.

இந்த மனமென்னும் இயந்திரத்தை திரும்பவும் நோக்குவோம். வாழ்க்கையில் மன இயந்திரத்துக்கும் அப்பால் ஏதோ ஒன்று இருக்கிறது என்பதை நீங்கள் உணர்கிறீர்கள் என்றும் ஆனால் அதை இனம் கண்டு கொள்ள முடியவில்லை என்றும் எனக்குத் தெரியும். இப்பொழுது அதை அறிய முயன்று பார்ப்போம். நாம் மனதின் அமைப்பு செயல்பாடு மற்றும் அதன் கூறுகள் பற்றி கூறிய அனைத்துமே உண்மைதான். மனதின் பதிவுகள் வெகு காலத்தவை என்று கூறினோமே அதுவும் சரி தான். அது போல சம்ஸ்காரங்கள், வாய்ஸ் ஓவர்கள், முன்-குரல்கள், நான்கு வகை அனுபவங்கள், ஈகோவின் நிலைகள், மனதின் நோக்கம் ஜீவனை அல்லது ஜீவன் எது என்று

தன்னை நினைத்துக் கொண்டிருக்கிறதோ அதைக் காப்பது என்று சொன்னது எல்லாமே சரி தான்.

இவை எல்லாமே தனித்தனியாகப் பார்க்கும்போது சரி தான் என்றாலும் சிறிது பின்னுக்கு நின்று இதைச் சொல்லும்போது அடிப்படை அனுமானங்கள் எல்லாமே சரிதானா என்று ஒரு முறை நோக்குவோம். நான் முக்கியமாகச் சொல்வது மனதின் நோக்கத்தைப் பற்றி. மனதின் நோக்கம் ஜீவனைக் காப்பது அல்லது ஜீவன் எது என்று தன்னை நினைத்துக் கொண்டிருக்கிறதோ அதைக் காப்பது என்ற அனுமானத்தை சிறிது தீர்க்கமாகப் பார்ப்போம்.

நாம் இங்கு ஜீவனுக்கும் ஜீவன் எது என்று தன்னை நினைத்துக் கொண்டிருக்கிறதோ அதற்கும் என்று ஒரு வேறுபாட்டை புகுத்தினோம். ''நீங்கள் யார் என்பதே'' ஜீவன். இந்தக் கேள்வி குறிப்பிட்டது போல் ''ஜீவன்'' ஜீவனின் மனதுடன் போராடிக் கொண்டிருக்கிறது.

போராட்டம் ஏன் ஆரம்பித்தது? நாம் நம் ஜீவனோடு நம்மை ஐக்கியப் படுத்திக் கொள்ள முடியாததால் அதற்கு அடுத்தபடியாக ஜீவனை ஏதோ ஒன்று என்று வைத்துக் கொண்டோம். நாம் அப்படி செய்த உடனே ஈகோ பிறந்தது. மனதின் நோக்கம் ஈகோவைக் காப்பதாக ஆயிற்று. பிறகு ஈகோவை நியாயப் படுத்துவதற்கும், அது கூறியது சரி என்று வாதிப்பதற்கும், மற்ற ஈகோக்களின் மீது ஆதிக்கம் செலுத்துவதற்கும் மற்ற ஈகோக்களின் ஆதிக்கத்திலிருந்து தன்னைக் காத்துக் கொள்வதற்கும் மனது கடுமையாக வேலை செய்தது. இதுவே அதன் சலிப்பில்லாத, திரும்பத் திரும்ப ஒரே போல் இயங்கும் நடத்தைக்குக் காரணம். இது மனதை ஒரு இயந்திரமாக்கியது. நீங்கள் ஜீவனை மனதோடு ஐக்கியப் படுத்திக் கொண்டு விட்டதால் நீங்களும் இயந்திரமாகி விட்டீர்கள்.

ஆனால் அப்படி இருக்கத் தேவையில்லை. நீங்கள் ஜீவனை எதனுடனும் ஐக்கியப்படுத்த வேண்டாம். நீங்கள் ஜீவனை எது என்று நினைத்துக் கொண்டிருக்கிறீர்களோ அதிலிருந்து பிரித்து விட்டால் மனதின் ஆதிக்கத்திலிருந்து விடுபடுகிறீர்கள். இதுவே மகத்தான உண்மை.

எல்லோருக்கும் இந்த அனுபவம் கிடைப்பதில்லை. ஆனால் நீங்கள் விரும்பினால் இந்த வேறுபாட்டை உணர முடியும்.

அ .கே .கே : இதை எப்படிச் செய்வது?

அது தான் கடினமான விஷயம். இந்த இடத்தில் தான் எல்லா ஆசிரியர்களும் செயலிழந்து நிற்கிறார்கள். அதை விளக்கவோ அல்லது எடுத்துக் கூறவோ முடியாது, ஆனால் அதை அனுபவிக்க முடியும். ஒருவருக்கு சைக்கிள் செலுத்துவதைக் கற்பித்தல் போன்றது இது. நாம் ஒருவருக்கு சைக்கிள் ஓட்டுவதைக் கற்பிக்கும்போது அதை விளக்கவோ எடுத்துக் கூறவோ உண்மையிலேயே முடியுமா? நாம் கற்பிப்பதும் அவர் கற்பதும் வெவ்வேறு விஷயங்கள் நாம் அதை நன்றாகவோ அல்லது மோசமாகவோ கற்பிக்கலாம். ஆனால் சைக்கிள் ஓட்டுவதைக் கற்றுக் கொள்வது முழுக்க முழுக்க கற்பவரின் கையில் தான்.

நாம் முன்பு பார்த்தது போல், நீங்கள் இதை புரிந்து கொண்டீர்கள் என நினைக்கிறேன், பரிமாணத்தில் மனதை விட ஜீவன் பெரியது. யானையும் ஆறு குருடர்களும் கதை நினைவிருக்கிறதா? யானையின் பரிமாணம் குருடர்கள் உணர முடிந்ததை விடப் பெரியது. ஒவ்வொரு குருடனும் யானையின் ஒரு பாகத்தை உணர்ந்து அதன் மூலம் தனக்காக ஒரு யானையை உருவாக்கிக் கொண்டான். முழு யானை எப்படி இருக்கும் என்று யாராவது அவர்களுக்கு விளக்க முடியுமா? ஆனால் அதனால் யானை அங்கு இல்லை என்று கொள்ள முடியுமா? யானையும் அதைப் பார்ப்பதும் வேறு வேறு விஷயங்கள் நாம் இப்பொழுது ஜீவனையும் ஜீவனைப் பார்ப்பதையும் இணைக்க முயலுகிறோம். இதை வார்த்தைகளாலோ, மொழியாலோ அல்லது தர்க்க ரீதியாகவோ விளக்க முடியாது. ஆனால் அனுபவிக்க முடியும்.

உங்கள் வாழ்க்கையில் நீங்கள் கண்ட மேம்பாட்டின் உதாரணங் களையும் இங்கு விவாதித்த விளக்கங்களையும் பாருங்கள். ஒவ்வொரு விஷயத்திலும் நம்முடைய அறிவையும் திறமையையும் தாண்டி காரணம் கூற முடியாத சாதனை ஒன்று படைக்கப்பட்டது. அறிவும் திறமையும் புரிதலின் பகுதி. ஆனால் சாதனை படைத்தது அனுபவத்தைச் சார்ந்தது.மேம்பாடு அடைவது உள்ளே உறையும் உத்தமனின் மூலம் என்று முன்பே கூறியுள்ளோம். உள்ளே உறையும் அந்த உத்தமன் தான் ஜீவன். அந்த ஜீவன் உங்கள் உள்ளே உறைகிறது. மற்ற விஷயங்களைப் போல இதைப் புரிந்து கொள்ளவோ விளக்கவோ முடியாது. ஆனால் அந்த மூலத்திலிருந்து நாம் செயல் படலாம். உங்களுடைய அசாதாரணமான மேம்பாட்டுச் சாதனைகள்

அப்படிச் செயல்பட்டதனாலேயே அடையப்பட்டன. உங்கள் எல்லோருக்கும் அந்த அனுபவம் ஏற்கனவே இருக்கிறது. உங்கள் சாதனை மனதின் மூலம் அடையப்பட்டதல்ல. மனதினால் சாதாரணச் செயல்களையே செய்ய முடியும். இந்தச் சந்தர்ப்பங்களில் உபயோகப்படுத்தப்பட்ட அந்த அதிசயக் காரணியை நாம் நுண்ணறிவு (intellect) அல்லது ஞானம் (wisdom) என்றழைக்கிறோம்.

நம் எல்லோருக்குள்ளும் இந்த நுண்ணறிவு (intellect) இருக்கிறது. அதுவே மனதுக்கும் ஜீவனுக்கும் ஒரு பாலமாக செயல்படுகிறது. வேதாந்தத்தில் கூறிய படி நம்முடைய ஜீவன், உடம்பு, மனது, புத்தி (intelligence) என்று மூன்று பகுதிகளைக் கொண்டது. அதற்கும் அப்பால் உள்ளது நுண்ணறிவு (intellect) நுண்ணறிவை சரியாகப் புரிந்து கொள்வது அவசியம். அது புத்திசாலித்தனமோ (cleverness) அல்லது புத்தியோ (intelligence)அல்ல. இரண்டுமே மனதோடு சம்பந்தப் பட்டவை. புத்தி நம்மால் அடைய முடிந்த ஒன்று. அந்த புத்தியைப் பயன்படுத்தித் தேர்வுகளிலும், தர்க்கங்களிலும் நம் திறமையைக் காட்டலாம். அதனால் நாம் செல்வந்தராகவோ சமூகத்தில் செல்வாக்குடையவராகவோ ஆகலாம். ஆனால் அது நமக்கு அமைதியையோ சந்தோஷத்தையோ தர இயலாது. ஆனால் ஞானம் (wisdom) அல்லது நுண்ணறிவு (intellect) நம்மை மனதிற்கு அப்பால் செலுத்தி ஜீவனைப் புரிந்து கொள்ள வைக்கிறது.

அறிவு (knowledge) புத்தி (intelligence) புத்திசாலித்தனம் (intellect) ஆகிய கருவிகளால் நாம் விஷயங்களை அலசுகிறோம், அவைகளின் காரணகாரியங்களைப் பற்றி ஆராய்ச்சி நடத்துகிறோம். இக்கருவிகள் மனதெனும் இயந்திரத்தை மெருகேற்றி மிளிர வைக்கின்றன. அதனால் சில நன்மைகளும் பலனும் நிச்சயமாக இருக்கின்றன. ஆனால் அவைகளால் மன இயந்திரத்தை ஒரு சிறந்த இயந்திரமாக மட்டுமே மாற்ற முடியும். அப்பொழுதும் மனம் ஒரு இயந்திரம் தான் இதற்கு மாறாக ஞானம் (wisdom) அல்லது நுண்ணறிவு (intellect) என்பது நம்மை ஜீவனோடு ஐக்கியப்படுத்துகிறது. அறிவினால் ஜீவனைத் தெரிந்து கொள்ள மட்டுமே முடியும். ஆனால் அனுபவத்தால் புரிந்து கொள்வதே ஞானம். ஜீவன் ஒவ்வொரு வினாடியையும் அனுபவத்தால் புரிந்து கொள்ள விழைகிறது. ஆனால் மனது அனுபவத்திற்கு ஒரு ஆய்வு விளக்கம் மட்டுமே தருகிறது. ஞானம் ஜீவனுக்கு அந்த

அனுபவத்திலிருந்து ஒரு முழுமையான புரிதலைத் தருகிறது. அதனால் நம் மனதைக் கடந்து ஞானம் பெறுவது நம் பாதையில் அடுத்த படி.

அ.கே.கே.: ஒருவர் எப்படி ஞானம் பெறுகிறார்?

அதைப் பெற முடியாது. இது ஒரு கசப்பான செய்தி தான். ஆனால் நல்ல செய்தி என்னவென்றால் நம் எல்லோருக்குமே ஞானம் இருக்கிறது. ஞானம் என்பது படித்துத் தெரிந்து கொள்வதோ அல்லது கல்வி பெறுவதோ அல்ல. மாறாக கல்வி அறிவுச் செருக்கை ஏற்படுத்தி ஞானத்திலிருந்து அப்பால் தள்ளுகிறது. ''என் கல்வி அதிகமாக அதிகமாக என் அறியாமையே அதிகமாகியது'' என்றே ஞானிகள் கூறுகிறார்கள். எளிமையான படிப்பறிவில்லாத நபர்களிடமிருந்து மகத்தான ஞான வாக்கியங்கள் வருவது நமக்குத் தெரிந்தது தானே?

ஞானம் நமக்குள்ளே அமர்ந்திருக்கிறது. நீங்கள் அதை மலர வைக்கவேண்டும் அவ்வளவு தான். அது உங்களுக்கு வெளியே இல்லாததால் அதை நீங்கள் மற்றோருவரிடமிருந்து பெற முடியாது.

நீங்கள் செய்ய வேண்டியதெல்லாம் மனதின் படியிலிருந்து உங்களை விடுவித்துக் கொள்வதே. அதனால் மனது கெட்டதென்றோ அது நமக்குத் தேவையில்லை என்றோ நினைத்து விடாதீர்கள். நீங்கள் மனதைக் காணும் திறமையை வளர்த்துக் கொள்ள வேண்டும். நீங்கள் மேம்பாட்டை அடைந்தது எங்ஙனம்? அது உங்கள் மனதுக்கு அப்பால் உள்ள, உங்களுக்குள்ளேயே உள்ள சில குணங்களால்தான். அவைகளோடு நீங்கள் தொடர்பு கொண்டால் அதுவே ஞானத்திற்கு வழி.

அ.கே.கே.: இது ஒரு வழுக்கல்கள் மிகுந்த பயிற்சி போல் தெரிகிறதே? ஒவ்வொரு சந்தர்ப்பத்திலும் மேம்பாட்டின் காரணங்கள் வெவ்வேறானவை அல்லவா? எதையாவது ஒன்றைப் பற்றிக் கொண்டால் நாங்கள் அதைக் கோட்பாடாக மாற்றிவிட்டோம் என்றல்லவா நீங்கள் சொல்வீர்கள்?

மிக அருமை. நீங்கள் சரியாகவே புரிந்து கொண்டு வருகிறீர்கள். ஆமாம் இது வழுக்கல்கள் நிறைந்த பாதை தான். எப்பொழுது அது கிடைத்துவிட்டது என்று உங்களுக்குத் தோன்றுகிறதோ அப்பொழுதே அதை இழந்து விடுவீர்கள். உங்கள் சக்தி கேள்விகளோடு இருந்து

கொண்டு அதன் விடைகள் மாறிக் கொண்டிருப்பதைப் புரிந்து கொள்வதில் இருக்கிறது.

மனதிலிருந்து விடுபட்டு ஒரு பார்வையாளனாக மாறுவது ஒரு முறை நடத்தும் பயிற்சி அல்ல. அது தொடர்ந்து நடத்த வேண்டிய ஒரு பயிற்சி. உங்களுக்கு விருப்பமிருந்தால் எப்பொழுது வேண்டு மானாலும் நீங்கள் அதில் ஈடுபடலாம். நீங்கள் முன்பு அதில் வெற்றி பெற்றிருந்தாலும் தோல்வியுற்றிருந்தாலும் அதைத் தொடரலாம்.

அதை நீங்கள் செய்யும்போது நீங்கள் உங்களுக்குள்ளே மற்றொரு மண்டலத்துக்கு உயர்கிறீர்கள். இதை நான் ''இயற்கை அறிவு மண்டலம்'' என்பேன். அப்பொழுது நீங்கள் இயற்கை சக்திகளுடன் இருப்பதால் கோட்பாடுகளைக் கடந்த உள்ளுணர்வின் மூலம் அடுத்த படியை உணர முடியும். உங்களுடைய நுண்ணறிவு இயல்பாகவே சந்தர்ப்பத்தின் விஷயங்களோடு தொடர்பு கொள்ளும். சந்தர்ப்பத்துக்குத் தகுந்தவாறு இயங்கி உங்கள் நோக்கத்தை அனாயாசமாக நிறைவேற்றிக் கொள்ள முடியும். உங்கள் வாழ்க்கையில் பல சமயங்களில் இது நிச்சயமாக நடந்திருக்கும். அப்படி நடந்தது உங்களுக்கு ஒரு நிறைவான அனுபவமாக இருந்திருக்கும் என்பதில் ஐயமில்லை. டெண்டுல்கர் திராவிட் போன்ற கிரிக்கெட் வீரர்கள் இதை ''மண்டலத்தில் இருப்பது'' என்று குறிப்பிடுகிறார்கள்.

இந்த அனுபவம் தனியாகத் தெரியாது. அது எப்பொழுதும் நடக்கும் என்று உறுதியும் கூற முடியாது. இன்னும் சொல்லப் போனால் அது அடிக்கடி நடப்பது அசாத்தியம். அது போன்ற ஒரு உத்தி இருந்தால் அதை உங்களிடம் நிச்சயமாகப் பகிர்ந்து கொண்டிருப்பேன். உங்கள் மன இயந்திரமும் இது ஒரு நவீன தரம் உயர்த்தப்பட்ட உத்தி என்று உடனடியாக அதை உறிஞ்சிக் கொண்டிருக்கும். இது போன்ற அதிசய உத்தி இல்லாததால் மனக் குரங்கு அடிக்கடி தன் வேலையைக் காட்டும். ஆனால் இந்த இடத்திலிருந்து உள்ள வேறுபாடு என்னவென்றால் - இந்த ''இயற்கை அறிவு மண்டலத்தை'' அடைவது உங்கள் கையில் உள்ளது உங்களுக்குத் தெரிந்திருப்பதே. நீங்கள் விருப்பப்பட்டால் இந்த அனுபவத்தை நீங்கள் திரும்பத் திரும்பப் பெற முடியும். அதற்கு பயிற்சி தேவை. இப்பொழுதே கூட அதைத் தொடங்கலாம்.

நீங்கள் மனதிலிருந்து விடுபடும்போது அதை விடுவிக்கிறீர்கள். தியானத்தில் ஈடுபடுவது அதற்கான சிறந்த முறை. முன்பே கூறியத்

தியானப் பயிற்சிகளில் நீங்கள் ஈடுபட்டிருந்தால் அவைகள் உங்கள் மனதை அமைதிப்படுத்தியதை நீங்கள் உணர்ந்திருப்பீர்கள். அவைகள் உங்களுக்கு ஒரு அமைதியையும், நிதானத்தையும் வாழ்க்கைப் பிரச்சினைகளை எதிர் கொள்வதற்கான உற்சாகத்தையும் சக்தியையும் தருகின்றன.

அந்த சக்தியையும் உற்சாகத்தையும் பயன்படுத்தி மேம்பாட்டை அடையுங்கள். உங்கள் வாழ்க்கையில் மேலான பலன்களை அடைவதற்கு இந்தப் புத்தகம் உங்களுக்கு உதவவில்லை என்றால் இதனால் பயன் இல்லை. அதே சமயம் இந்தப் புத்தகம் உங்களுக்கு ஒரு உற்சாகத்தைத் தந்து மனது மற்றும் ஜீவனைப் பற்றிய ஒரு தெளிவை ஏற்படுத்தியிருக்குமானால் அது உங்கள் நோக்கத்தில் ஒரு சிறு பகுதியைத்தான் நிறைவேற்றியிருக்கிறது என்பேன். இவைகளை உங்கள் வாழ்க்கையில் நடைமுறையில் கொணர்ந்து நீங்களும் சமூகமும் பெருமைப்படும்படியான சாதனைகளைப் படைப்பது உங்கள் கையில்.

ஐந்தாம் பாகம்

உண்மையின் தன்மை

தியானப் பயிற்சி 3

ஒரு சௌகரியமான நாற்காலியில் சௌகரியமான நிலையில் அமருங்கள். உங்கள் கைகளிலோ மடியிலோ எதையும் வைத்துக் கொள்ளாதீர்கள். உங்கள் கைகளையும் கால்களையும் கோர்த்துக் கொள்ளாமல் ஒன்றுக்கொன்று சற்று இடைவெளி விட்டு வைத்துக் கொள்ளுங்கள். உங்கள் கண்களை மூடிக்கொண்டு கீழே சொல்லப் பட்ட காட்சியை நடத்துங்கள். காட்சியினூடே நீங்கள் செல்லும் போது உங்கள் எண்ணங்களையும், உணர்வுகளையும், மனக்கிளர்ச்சி களையும், உடல் உணர்வுகளையும், நினைவுகளையும் மற்ற உணர்வு களையும் கவனியுங்கள். அவைகள் அப்படியே இருக்கவிடுங்கள். எதையும் மாற்ற முயலாதீர்கள். அவைகளை சும்மா கவனியுங்கள். சரியான உணர்வுகள், உணர்ச்சிகள், காட்சிகள் என்று பெறுவதற்கு ஒன்றுமில்லை. இந்த வழிமுறைகளின் ஊடே செல்லும்பொழுது உங்கள் மனது அலைபாயலாம். மேலும் இந்த ஓட்டத்தைத் நீங்கள் இழக்க நேரிடலாம்.அது பரவாயில்லை. எப்பொழுது நீங்கள் இந்த ஓட்டத்திலிருந்து வெளியே வந்து விட்டது உங்கள் கவனத்துக்கு வருகிறதோ, அப்பொழுது திரும்பவும் உள்ளே வந்து இந்தப் பயிற்சியின் அடுத்த அடியைத் தொடருங்கள். இந்தப் பயிற்சியின் போது எந்தக் காரணத்தினாலவது நீங்கள் அசௌகரியாமாக உணர்ந்தால், சும்மா நிறுத்தி விட்டு கண்களைத் திறவுங்கள். சௌகரிய நிலைக்குத் திரும்பயவுடன், கண்களை மூடிக்கொண்டு அடுத்த படிக்குச் செல்லுங்கள்.

ஆரம்பத்தில் இந்தப் பயிற்சிக்கு 10 முதல் 12 நிமிடங்கள் வரை ஆகலாம். ஆனால் இதைத் தவறாமல் செய்து வந்தீர்களானால் நீங்கள் அதிக நேரம் மனதை ஒருமுகப்படுத்த முடிவது உங்களுக்குத் தெரியும். படிப்படியாக முயன்று ஒரு அமர்தலின் போது 20 நிமிடம் முதல் 30 நிமிடம் வரை செய்ய முயலுங்கள். இந்தப் பயிற்சியை எந்த

நேரத்திலும் செய்யலாம். ஆனால் வயிறு நிறைந்திருக்கும்போது செய்வதைத் தவிருங்கள். உங்களை எவரும் தொந்தரவு தராத நேரமாகத் தேர்ந்தெடுங்கள்.

இந்தப் பயிற்சியின் வழிமுறை இதோ:

கண்களை மூடிக் கொண்டு உங்களுடனே இருங்கள். உங்களுடனே இருக்கச் சில மணித்துளிகளைச் செலவழியுங்கள். உங்கள் எண்ணங் களையும், மனக்காட்சிகளையும் உணர்ச்சிகளையும் உணர்வுகளையும், கவனியுங்கள். அவைகளை சும்மா அப்படியே இருக்கவிடுங்கள்.

நல்லது.

உங்கள் பாதங்களைச் சுற்றியுள்ள இடத்தைக் கவனியுங்கள். உங்கள் அடிப்பாதங்கள், கால் விரல்கள், எலும்பின் அமைப்பு, தோல் ஆகியவற்றை மனக்கண்ணில் பாருங்கள். உங்கள் உணர்வைச் சற்று விரிவாக்கி அதில் கணுக் கால்களைச் சேர்த்துக் கொள்ளுங்கள். உங்கள் உணர்வை மேலும் விரிவாக்கி கீழ்க் கால்களையும் மூட்டு களையும் சேர்த்துக் கொள்ளுங்கள்.

உங்கள் எண்ணங்களையும், உணர்வுகளையும், உணர்ச்சிகளையும் கவனியுங்கள். அவைகள் அப்படியே இருக்கட்டும்.

உங்கள் உணர்வை விரியச்செய்து அதில் தொடைகள், பிட்டங்கள், பிறப்புறுப்புகள் ஆகியவற்றையும் சேர்த்துக் கொள்ளுங்கள். உங்கள் கவனம் உடலின் கீழ்ப்பகுதியில் இருக்கட்டும்; உங்கள் உணர்வு அங்கிருக்கட்டும். மனது வேறு எங்காவது சென்றிருந்தால் அதைத் திரும்பவும் உடலின் கீழ்ப்பகுதிக்கு கோண்டு வாருங்கள்.

உங்கள் உணர்வை இன்னும் விரியச்செய்து அதில் வயிற்றையும் கீழ் இடுப்பையும் சேர்த்துக் கொள்ளுங்கள் உங்கள் முதுகுத் தண்டின் கீழ்ப்பகுதி, இடுப்பு, வயிறு, அதன் தசை, சதை ஆகியவற்ரைக் கவனியுங்கள். மேலும் உங்கள் தொப்பூழ், வயிற்றின் உள்ளே உள்ள உறுப்புகளைக் கவனியுங்கள். - ஜீரண அமைப்புகள், சிறு நீரகங்கள், மண்ணீரல், கணையம், சிறுநீர்ப்பை மேலும் மற்ற உறுப்புகள் அனைத்தையும் உங்கள் கவனத்தில் கொண்டு வாருங்கள். உங்கள் வயிற்றுப் பகுதியில் சில நிமிடங்கள் இருங்கள்.

மிக நல்லது.

இப்பொழுது உங்கள் கவன உணர்வு விரிந்து நெஞ்சுப் பகுதி, முதுகுப்பகுதியையும் சேர்த்துக்கொள்ளட்டும். உங்கள் நுரையீரல்கள், இதயம், மார்பு, உணவுக் குழாய், சுவாசக் குழாய் ஆகியவற்ரைக் கவனத்திற்குள் கொண்டு வாருங்கள். உங்கள் மார்புக் கூடு, நெஞ்சு பின் முதுகுத் தசைகள், ஆகியவற்றைக் கவனியுங்கள்/ உங்கள் உணர்வு கீழுடம்பிலும் கால்களிலும் இருக்கட்டும்.

உங்கள் உணர்வை இன்னும் விரியச்செய்து அதில் தோள்கள். தோள் பட்டைகள், தோள் இணைப்புகள் ஆகியவற்றையும் சேர்த்துக் கொள்ளுங்கள். மேலும் விரியச் செய்து மேல் கைகள், மூட்டுகள், முழங்கைகள், உள்ளங்கைகள், விரல்கள் ஆகியவற்றையும் சேர்த்துக் கொள்ளுங்கள். கழுத்துக்குக் கீழே உள்ள உங்கள் உடம்பு முழுவதையும் உணருங்கள்.

இந்தப் பயிற்சியைச் செய்யும்போது உங்கள் எண்ணங்களையும், மனக்காட்சிகளையும் உணர்ச்சிகளையும் உடல் உணர்வுகளையும், கவனியுங்கள். அவைகளை சும்மா அப்படியே இருக்கவிடுங்கள் கவனம் சிறிது சிதறியிருந்தால் அதைக் கவனித்துத் திரும்பவும் பயிற்சிக்குக் கொண்டு வாருங்கள்.

இப்பொழுது உங்கள் கவன உணர்வு விரிந்து தொண்டை, கழுத்து, குரல் வளை, சுவாசக் குழல், உணவுக் குழல், கீழ்த்தாடை, மேல்தாடை, கன்னம், கீழ்வரிசைப் பற்கள், மேல்வரிசைப் பறகள், கன்னம், கன்ன எலும்புகள், நாக்கு, அண்ணாக்கு, மூக்கு, சுவாச அமைப்பு, கண்கள், பார்வை அமைப்பு, காதுகள், கேட்கும் அமைப்பு, பின்தலை, முன்தலை, மூளை, உச்சி மண்டை, மண்டை ஓடு, முடி எல்லா வற்றிலும் படிபடியாகப் படிந்து எல்லாவற்றையும் உணரட்டும்.

உங்கள் உணர்வு இப்பொழுது உங்கள் உடம்பு முழுவதும். அந்த உணர்வோடு சற்று நேரம் இருங்கள்.

இப்பொழுது உங்கள் உணர்வை விரிவாக்கி அதில் நீங்கள் அமர்ந் திருக்கும் இருக்கையையும் சேர்த்துக் கொள்ளுங்கள். அதனுடைய திண்மை, வடிவம், அது தரும் சுகம் அல்லது அசுகம் ஆகியவற்றை கவனியுங்கள். உணர்வை இன்னும் விரிவாக்கி அதில் நீங்கள் அமர்ந்திருக்கும் அறை அதில் உள்ள பொருள்கள் ஆகியவற்றையும் சேர்த்துக் கொள்ளுங்கள். உங்கள் மனக் கண்ணில் அந்த அறையின் பரிமாணம், சுவர்களின் நிறம், தரையின் வண்ணம், அறைகலன்கள்,

அங்கே அமர்ந்திருக்கும் மனிதர்கள் எல்லாவற்றையும் கொண்டு வாருங்கள் உங்கள் உணர்வு அறை முழுவதையும் ஆக்கிரமிக்கட்டும்.

மிகநல்லது. நீங்கள் நன்றாகவே பயிற்சியில் ஈடுபட்டுக் கொண்டிருக்கிறீர்கள்.

இப்பொழுது உங்கள் உணர்வை இன்னும் விரிவாக்கி நீங்கள் இருக்கும் கட்டிடத்தையும் உள்ளே கொண்டு வாருங்கள். இன்னும் பெரியதாக்கி உங்களைச் சுற்றியுள்ள வட்டாரத்தையும் உள்ளே கொண்டு வாருங்கள். சாலைகளையும் போக்குவரத்தையும் அங்குள்ள மற்ற கட்டிடங்களையும் மக்களையும் உங்கள் உணர்வுக்குள் கொண்டு வாருங்கள். நீங்கள் சாதாரணமாகச் செல்லும் கடைகள், பூங்காக்கள், அடிக்கடி செல்லும் இடங்கள் எல்லா இடங்களுக்கும் செல்லுங்கள். நீங்கள் சாதாரணமாகச் செல்லாத இடங்களுக்கும் செல்லுங்கள். உங்கள் உணர்வுக்குள் உங்கள் வட்டாரத்திலுள்ள அண்டையர்கள், நண்பர்கள், உறவினர்கள், தெரிந்தவர்கள் எல்லோரையும் கொண்டு வாருங்கள். பாதைகள், மரங்கள், பூக்கள், பூனை, நாய்கள், பூச்சி பொட்டுகள் எல்லாமே உங்கள் உணர்வை ஆக்கிரமிக்கட்டும்.

இப்பொழுது உணர்வு இன்னும் விரியட்டும். நீங்கள் இருக்கும் நகரம் முழுவதும் அதனுள் வரட்டும். உங்கள் உணர்வு வளர்ந்து நகரத்தின் நீள அகலம், அதனின் சாலைகள், நீர்நிலைகள் எல்லா வற்றிலும் படியட்டும். அங்குள்ள பூங்காக்கள், அரங்குகள், அங்காடிகள், உங்கள் அலுவலகம் எல்லாவற்றையும் மனக் கண்ணுக்குள் கொண்டு வாருங்கள். உங்கள் சக தொழிலாளர்களைச் சந்தித்து குசலம் விசாரியுங்கள். உங்கள் உணர்வு உங்கள் நகரத்தின் மூலை முடுக்கி லெல்லாம் பாயட்டும்.

இப்பொழுது உங்கள் உணர்வு வளர்ந்து நீங்கள் இருக்கும் மானிலம் முழுவதையும் உள்ளே கொண்டு வரட்டும். உங்கள் மானிலத்திலுள்ள மற்ற நகரங்கள், மலைகள், குன்றுகள், நதிகள் இயற்கை அழகு எல்லா வற்றையும் காணுங்கள். உங்கள் மானிலத்தின் சரித்திரம் பூகோளம் எல்லாம் உங்கள் கவனத்திற்குள் வரட்டும். மானிலத்தில் உங்கள் நண்பர்கள், உறவினர்கள், சக வியாபாரிகள் அனைவரையும் சந்தியுங்கள். உங்கள் மானிலத்தின் அரசியல், சமூக நடவடிக்கைகள் யாவும் உங்கள் கவனத்திற்குள் வரட்டும்.

மிக நல்லது. நீங்கள் இந்தப் பயிற்சியை நன்றாகவே செய்து கொண்டிருக்கிறீர்கள்.

இப்பொழுது உங்கள் உணர்வு வளர்ந்து நாடு முழுவதையும் ஆக்கிரமிக்கட்டும். வடக்கிலிருந்து தெற்கு வரை, கிழக்கிலிருந்து மேற்கு வரை நாட்டின் பலவிதமான சீதோஷ்ண நிலைகள் இடவமைப்புகள் எல்லாவற்றையும் காணுங்கள். அதே போல் அங்கு புழங்கும் பல மொழிகள், உச்சரிப்புகள், உடை பாங்குகள் எல்லா வற்றையும் மனக் கண்ணால் பாருங்கள். நீங்கள் பார்த்த இடங்கள் பார்க்காத இடங்கள் எல்லாவற்றையும் காணுங்கள். உங்கள் நண்பர்கள், உறவினர்கள், வியாபார கூட்டாளிகள், தெரிந்தவர்கள், எல்லொரையும் சந்தித்து ஹலோ சொல்லுங்கள். நாட்டின் மிருக வகைகள், தாவரங்கள், மலைகள், சமவெளிகள், நதிகள், கடல்கள், சமுத்திரங்கள் எல்லவற்றையும் பாருங்கள். உங்கள் உணர்வு நாட்டின் மூலை முடுக்கெல்லாம் பாய்ந்து பரவட்டும்.

அபாரம். அற்புதம்.

இப்பொழுது உங்கள் உணர்வு இன்னும் வளர்ந்து அது அண்டை யிலுள்ள நாடுகளையும் சேர்த்துக் கொள்ளட்டும்.- அவர்கள் நண்பர்களாகவோ எதிரிகளாகவோ போட்டி நாடுகளாகவோ அல்லது கூட்டாளி நாடுகளாகவோ எதுவாயிருந்தாலும். அங்குள்ள மிருகங்கள் தாவரவகைகள், அவற்றின் பூகோளம் அங்குள்ள மக்களின் வாழ்க்கை முறை, அவர்களின் சரித்திரம் எல்லாம் உங்கள் கவனத்துக்கு வரட்டும்.

உங்கள் உணர்வு இன்னும் விரிந்து நீங்கள் வாழும் கண்டம் முழுவதையும் சேர்த்துக் கொள்ளட்டும். உதாரணத்துக்கு, நீங்கள் இந்தியாவில் இருந்தீர்களானால் மேற்கு ஆசிய நாடுகளை உங்கள் உணர்வுக்குள் கொண்டு வாருங்கள். அவர்களுடைய செல்வச் செழிப்பு. மெல்ல கிழக்காசிய நாடுகளும் உங்கள் கவனத்தில் வரட்டும். துபாய், அபு தாபியிலுள்ள உங்கள் நண்பர்களைச் சந்தியுங்கள். ஜப்பானிலுள்ள ஃபுஜியாமா மலைக்கு செல்லுங்கள். நீங்கள் முன்பு செல்லாத இடங்களெல்லாம் செல்லுங்கள். சென்ற இடங்களுக்கும் செல்லுங்கள். சீனப் பெருஞ்சுவரில் ஏறுங்கள். இந்து மகாசமுத்திரத்தில் குளியுங்கள்.

இப்பொழுது உங்கள் உணர்வு இன்னும் விரிந்து உலகம் முழுவதையும் எல்லாக் கண்டங்களையும் சேர்த்துக் கொள்ளட்டும்.

ஐரோப்பா, ஆப்பரிக்கா, வடக்கு தெற்கு அமெரிக்கா, ஆஸ்திரேலியா, அன்டார்ட்டிகா. செல்லுங்கள் வடக்கு தெற்கு துருவங்களுக்கு. அங்குள்ள சில்லிப்பை உணருங்கள். ஈபில் டவரில் ஏறுங்கள். அமெரிக்காவில் சுதந்திரச் சிலைக்குச் செல்லுங்கள். ஆப்ரிக்காவில் வன விலங்குகளின் அழகை ரசியுங்கள். நீங்கள் முன்பு சென்ற இடங்களுக்கெல்லாம் செல்லுங்கள்; செல்லாத இடங்களுக் கெல்லாம் செல்லுங்கள். சமுத்திரங்களின் பிரம்மாண்டத்தையும் ஆளரவமில்லாத தீவுகளின் ஏகாந்தத்தையும் அனுபவியுங்கள்.

அருமை. அருமை.

இப்பொழுது உங்கள் உணர்வு இன்னும் விரிந்து பூமி மண்டலம் முழுவதும் பரவட்டும். அதனின் உள் அடுக்குகளுக்குள் செல்லுங்கள். அங்குள்ள பாறைகள், கனிப் பொருள்கள் எல்லாவற்றையும் காணுங்கள். உள்ளே புகுந்து அங்குள்ள வெப்பத்தை உணருங்கள். பூமியோடு சேர்ந்து நீங்களும் தனக்குத் தானே சுற்றிக் கொள்ளுங்கள்.

நீங்கள் மேலே செல்லச் செல்ல தாய்க் கிரகத்தின் காற்று மண்டலத்தின் அடர்த்தி குறைந்து கொண்டே போவதை உணருங்கள். உங்கள் உணர்வு விரிந்து சந்திர கிரகத்தையும் சேர்த்துக் கொள்ளட்டும். சந்திரனின் மேல் பரப்பைப் பாருங்கள். உங்கள் உணர்வு இப்பொழுது பூமி, சந்திரன் அவைகளிடையே உள்ள ஆகாயம் எல்லாவற்றையும் உள்ளடக்கி பரந்து விரிந்திருக்கிறது.

அது இன்னும் விரிந்து சூரிய மண்டலம் முழுவதும் ஆக்கிரமிக் கட்டும். இப்பொழுது நாம் பிரம்மாணட தூரங்களைப் பற்றிப் பேசிக்கொண்டிருக்கிறோம். - நினைத்துப் பார்க்க முடியாத அளவுகள் கோடிக் கணக்கான மைல்கள். உங்கள் உணர்வு எங்கும் பாய்ந்து பரவட்டும். சூரியனின் வெப்பத்தை உணருங்கள். கண்ணைக் கூசும் வெளிச்சத்தைக் காணுங்கள். அங்குள்ள மற்ற கிரகங்களைப் பார்வை யிடுங்கள். மெர்க்குரி, வீனஸ், செவ்வாய், சனிக்கிரகம், ப்ளூடோ அவை எல்லாவற்றையும் தாண்டி. உங்கள் உணர்வு இப்பொழுது பிரம்மாண்டத்தை ஆக்கிரமித்துக் கொண்டிருக்கிறது. இந்த தூரத்தையும் அதன் இடைவெளிகளையும் சூன்யத்தையும் உணருங்கள்.

இப்பொழுது உங்கள் உணர்வை இன்னும் பெரியதாக்கி அதனுள் பால்விதி மண்டலத்தையும் கொண்டு வாருங்கள். ஒரே வீச்சில்

உங்கள் உணர்வை பல கோடி தடவைகள் விரிவாக்கலாம். உங்கள் உணர்வு வளர்ந்து மகாப் பிரம்மாண்ட பரிமாணங்களை ஆக்கிரமிக் கட்டும். பால் வீதி மண்டலத்தில் சூரியன் பல்லாயிரக்கணக்கான நட்சத்திரங்களில் ஒன்று தான் என்பதைக் காணுங்கள்.

மற்றுமொரு கடைசி வீச்சில் உங்கள் உணர்வைப் பெரியதாக்கி அதனுள் பிரபஞ்சம் முழுவதையும் கொன்டு வாருங்கள். அதில் எல்லாப் பால் வீதி மண்டலங்களும் அண்ட பிரம்மாண்டங்களும் ஆக்கிரமிக்கப்படட்டும். உங்கள் உணர்வு உங்களை அந்தப் பிரம்மாண்டத்தின் மூலை முடுக்குகளெல்லாம் உணர வைக்கின்றன. உங்கள் உணர்வு பிரபஞ்சத்தையும் அதற்கப்பாலும் அளவில்லா தூரத்தையும் ஆக்கிரமிக்கட்டும். நீங்கள் தான் பிரபஞ்சம். அதோடு அந்தப் பிரம்ம ரூபத்தோடு ஒன்றுங்கள்.

அந்த சுகத்தை அனுபவியுங்கள். விரும்பினால் நடனமாடுங்கள். தீர்க்கமாக மூச்சுவிட்டு பிரபஞ்சத்தின் பரிசுத்தம் உங்கள் உள்ளிலும் வெளியிலும் அங்கும் இங்கும் எங்கும் பரவி நிற்கட்டும். அந்தப் பரிசுத்தத்தோடு ஒன்றுங்கள்.

அருமை. அபாரம் அற்புதம்.

பிரபஞ்சத்தை வேண்டிய மட்டும் அனுபவியுங்கள். அவசரம் எதுவுமில்லை. எவ்வளவு வேண்டுமானாலும் அங்கு இருங்கள்.

நீங்கள் பரிபூரணத் திருப்தி அடைந்தபிறகு, உங்கள் உணர்வைச் சுருக்கத் தொடங்குங்கள். பிரம்மாண்டப் பிரபஞ்சத்திலிருந்து நம் பால் வீதி மண்டலத்துக்கு வாருங்கள். அங்கு முழுத் திருப்தி பெற்ற பிறகு உணர்வை மேலும் சுருக்கி சூரிய மண்டலத்துக்குள் நுழையுங்கள். சூரியனோடும் மற்ற கிரகங்களோடும் சற்று நேரம் இருங்கள். இனி உணர்வை மேலும் சுருக்கி பூமியில் இறங்குங்கள். அங்கு சிறிது நேரம் இருந்த பிறகு உங்கள் நாடு, உங்கள் மானிலம், உங்கள் நகரம், உங்கள் வட்டாரம், உங்கள் அறை, உங்கள் இருக்கை இப்படி படிப்படியாகக் கீழே இறங்குங்கள். இந்த பயணத்திற்கு உங்கள் விருப்பப்படி தேவையான நேரம் எடுத்துக் கொள்ளுங்கள். அவசரமே இல்லை.

உங்கள் இருக்கைக்குத் திரும்புவதை உறுதிப்படுத்திக் கொள்ளுங்கள். உங்கள் சுற்றுப்புறத்தை உணருங்கள். உங்கள் அறை உங்கள் இருக்கை, நீங்கள். மெல்லக் கண்களைத் திறவுங்கள்.

15 உண்மை: முடிவான நிரூபணம்

கடந்த சில அத்தியாயங்களில் நாம். மனது என்றால் என்ன, அது எப்படி செயலாற்றுகிறது, அது ஏன் அவ்வாறு செயல்படுகிறது என்று மனதைப் பற்றி சற்று ஆழமான ஆய்வு நடத்தினோம். அதனால் மனதுக்கும் ஜீவனுக்கும் இடையே உள்ள வேற்றுமையை புரிந்து கொண்டோம். இந்த வேற்றுமை ஆற்றல் மிகுந்தது. அதைப் புரிந்து கொள்பவர்களுக்கு ஒரு அக மாற்றத்தின் அனுபவத்தைத் தர வல்லது.

அ.கே.கே. ''நான் சிந்திக்கிறேன் அதனால் நான் இருக்கிறேன் என்று நாம் கூறுகிறோமே, அது எதனால்?

நல்ல கேள்வி. 18ம் நூற்றாண்டில் வாழ்ந்த பிரெஞ்சு விஞ்ஞானியும் தத்துவ ஞானியுமாகிய ''டெகார்டே'' இதைக் கூறியதாகச் சொல்லப்படுகிறது. நமது இன்றைய வாழ்க்கை முறையை விளக்கும் வாக்கியமாக இது கருதப்படுகிறது. அவர் இதைக் கூறியதிலிருந்து மனித நடத்தையிலும் நாம் வாழ்க்கையை அணுகும் முறையிலும் பெரும் தாக்கத்தை ஏற்படுத்தியிருக்கிறது எனலாம்.

நான் கேள்விப்பட்ட ஒரு விளக்கம் நவீன மனித வாழ்க்கையின் 5000 வருடச் சரித்திரத்தைப் பற்றி இவ்வாறு கூறுகிறது. இதில் முதல் 2000 வருடங்களுக்கு கிரேக்க, இந்திய மற்றும் சீனத் தத்துவ ஞானி களுடைய சிந்தனைகளுடன் அவனுடைய விவசாயமும் சமூக வாழ்க்கையும் வளர்ந்தது. கிட்டத் தட்ட 2500 வருடங்களுக்கு முன்னால் புத்தரும் மகாவீரரும் உலக சிந்தனயில் பாதிப்பு ஏற்படுத்தினார்கள். அடுத்த 500 வருடங்களுக்கு ரோமப் பேரரசும் ஏசு கிறிஸ்துவும் தாக்கத்தை ஏற்படுத்தினார்கள். ஒரு 500-600 வருடங்களுக்குப் பின்னால் நபிகள் நாயகத்தின் பாதிப்பு ஏற்பட்டது. ஆச்சரியமான விஷயம் என்னவென்றால் 800- 122- A.D

காலத்தில் விஞ்ஞானத்திலாகட்டும், கலையிலாகட்டும், தத்துவத்திலாகட்டும் குறிப்பிடப்படும்படியான மாற்றங்கள் ஏதும் நிகழவில்லை. இந்தக் காலத்தை ''இருண்ட காலம்'' என்றழைக்கிறார்கள். இந்த இருட்டிலிருந்து வெளியே வந்த புதிய உலகத்தின் சிந்தனை தான் நமது தற்போதைய சிந்தனை ஓட்டத்தில் மேம்பட்டு நிற்கிறது. விஞ்ஞானத்திலும் தொழில் நுட்பத்திலும் ஏற்பட்ட அதி வேகமான முன்னேற்றத்தால் தற்போதைய இந்த உலகம் உந்தப்பட்டுக் கொண்டிருக்கிறது. அதனால் சிந்தனையின் செல்வாக்கு மிக அதிகமானதன் காரணமே ''நான் சிந்திக்கிறேன், அதனால் நான் இருக்கிறேன்'' என்ற கூற்றின் பிறப்பு.

இருண்ட காலத்திற்கு முன்னாலும் பின்னாலும் ஆகிய மனித சிந்தனையை நீங்கள் ஒப்பிட்டுப் பார்த்தீர்களானால் ஒரு துல்லியமான வேற்றுமையைக் காணமுடியும். இருண்ட காலத்திற்கு முன்னாலுள்ள மனித சிந்தனை, போதனைகள், படிப்பினைகள் அனைத்துமே சிந்தனையை விட ஜீவனுக்கு மதிப்பு கொடுத்து அதிலிருந்து உண்டானவை போல் தோன்றுகிறது. ஆனால் இருண்ட காலத்திற்குப் பின்னால் சிந்தனையின் செல்வாக்கு அதிகமாகி விட்டது போலும். ஆகையால் சிந்தனைக்கு-அதாவது கோட்பாடுகளுக்கு ஜீவனை விட அதாவது சந்தர்ப்பத்தை விட அதிக முக்கியத்துவம் கொடுக்கப் படுகிறது.

ஒருகால் இங்கிருந்து தான் நம் பிரச்சினைகள் ஆரம்பித்தனவோ என்று நான் நினைக்கிறேன். மனதுக்கும் ஜீவனுக்கும் இடையே உள்ள வேற்றுமையை நாம் புரிந்து கொள்ளும்போது நாம் ''நான் இருக்கிறேன், அதனால் நான் சிந்திக்கிறேன்'' எனற மண்டலம் அல்லது அமைப்பிற்குள் அழைத்துச் செல்லப்படுகிறோம். நம் எல்லோருக்கும் உள்ள இயற்கையான அறிவின் மூலம் உள்ளே உறைகின்ற இந்த மாறுபட்ட சிந்தனை மண்டலத்துக்குள் நம்மால் செல்ல முடியும். இந்த வேற்றுமையின் சக்தியை நாம் உணர்வோமாக.

இதை ஆழமாக நாம் புரிந்து கொள்ள நம்மைச் சுற்றியுள்ள உண்மையின் தன்மையை நாம் அறிய வேண்டும். இது மிக சுலபமாக நிறைவேறக் கூடியது அல்ல என்றாலும் அதில் புதைந்துள்ள ஆற்றல் மிக வலிமை யுடையது என்று உறுதி கூறுகிறேன். இவ்வியல் சற்று உள்ளார்ந்தது அதனால் சாதாரணமாக வழக்கத்தில் இருக்கும் மொழியாலும் விளக்கங்களாலும் இதை முழுவதுமாகப் புரிந்து கொள்வது சற்று

கடினம்தான். இந்தப் புத்தகத்தில் இனி வரும் பகுதிகளுடன் தொடர்பு கொள்ளும்போது தர்க்க ரீதியாகவும் பகுத்தறிவு வாதத் தினாலும் இதை அணுகாமல் உள்ளுணர்ச்சி பூர்வமாக அணுக உங்களை அழைக்கிறேன். நீங்கள் உங்கள் கற்பனா சக்தியையும் உள்நோக்கு ஆற்றலையும் பயன் படுத்த வேண்டும். முதல் முறை படிக்கும்போது இது முற்றிலும் தெளிவில்லாமல் இருக்கலாம். அது பரவாயில்லை. அதனுடனேயே இருங்கள். சந்தேகம் தோன்றும்போது சென்ற அத்தியாயத்தில் தரப்பட்ட தியானப் பயிற்சியுடன் தொடர்பு கொள்ளுங்கள் நீங்கள் மேலே செல்ல இயலும்.

நீங்கள் இரண்டாம் அத்தியாத்தில் கற்ற பாடங்களையும் பிறகு அவைகளை இந்தப் புத்தகம் முழுவதிலும் நடைமுறையில் பயன் படுத்தியதையும் நினைவு படுத்திப் பாருங்கள். நாம், சந்தர்ப்பம், விஷயம், கோட்பாடு என்ற மூன்று சொற்களைப் பற்றிப் பேசினோம். விஷயங்களிலிருந்தும் சந்தர்ப்பங்களிலிருந்தும் கோட்பாடுகளைப் பிரிக்க வேண்டும் என்று நான் அடிக்கடி உங்களிடம் சொல்லி வந்திருக்கிறேன். இப்படிப் பிரிந்து நிற்பதின் பற்பல பலன்களையும் நாம் பார்த்தோம். இதற்கு முற்றிலும் மாறாக கோட்பாடுகளில் சிக்கிக்கொள்வது எவ்வாறு உள்ளே உறையும் மூர்த்தியின் மீது கசடாகப் படிகிறது என்பதையும் பார்த்தோம்.

இப்பொழுது நம் கவனத்தைத் விஷயங்களின் பால் திருப்புவோம். நாம் அன்றாட வாழ்க்கையில் எதிர் கொள்ளும் பொருள்கள் யாவுமே- நாம் ஒவ்வொரு நிமிடமும் பதிலியக்கம் தரும் தூண்டுதல்கள் யாவுமே. விஷயங்களுக்குள் அடங்கும். நம் வாழ்க்கையில் விஷயங்களின் உதாரணங்களை நினைவு கூறுங்கள். பார்க்கலாம்?

அ.த.ப:

சந்தர்ப்பங்களும் சூழ்நிலைகளும்

நாம் அவற்றை எடுத்துக் கொள்ளலாம். ஆனால் சிறிது ஆழமாக இதை ஆராய்ந்து சந்தர்ப்பங்களிலும் சூழ்நிலைகளிலும் உள்ளே உள்ளவை என்ன என்று கூறுங்கள்.

அ.த.ப.:

- நிழ்ச்சிகளும் நடப்புகளும்

- சவால்களும் பிரச்சினைகளும்

சரி தான். விஷயங்களின் வேறு சில உதாரணங்கள்!

அ.த.ப.:

- நான், எனக்கு;
- எங்களுக்கு, அவர்களுக்கு
- மேலதிகாரிகள், சக தொழிலாளிகள், கீழே பணி புரிபவர்கள்
- உறவினர்கள்

ஆம், இவைகளெல்லாம் மக்களில் அடங்கும். வேறு ஏதாவது இருக்கின்றனவா?

அ.த.ப/:

- உடமைகள். நமக்குச் சொந்தமான வீடு, கார், பொருள்கள், துணிமணிகள்.
- நாம் உபயோகப்படுத்தும் இயந்திரங்கள், கம்ப்யூட்டர்கள்;
- நாற்காலி, மேஜை, அலமாரி போன்ற அறைகலன்கள்;
- பணம்;

ஆம். நல்ல உதாரணங்கள். பொதுவாக பொருள்கள். வேறு ஏதாவது?

அ.த.ப.

- பூக்கள், பழங்கள் போன்ற இயற்கைப் பொருள்கள்:
- நதிகள், மலைகள், சமுத்திரம்;
- பருவங்களும் ,வெப்ப நிலையும்;
- பூகம்பம் போன்ற இயற்கை அபாயங்கள்;

நிச்சயமாக. இவை எல்லாம். இயற்கை என்று சொல்லலாம். மேலும்?

அ.த.ப.:

- நமது எண்ணங்கள்;
- மனக்கிளர்ச்சிகள்,
- உணர்வுகள்,

- நமது மனம்;

நிச்சயமாக. நமது எண்ணங்கள் மனக்கிளர்ச்சிகள், உணர்வுகள் எல்லாமே மிக உண்மையானவை இவைகளெல்லாம் அடிப்படை உண்மையின் ஒருங்கிணைந்த உதாரணங்கள். மனது உண்மையிலேயே ஒரு இயந்திரம் தான், அல்லவா? வேறு உதாரணங்கள் ஏதாவது?

அ.த.ப.:

- நம் இலக்குகள், குறிகள்:
- நம்முடைய பேராவல்.
- நம்முடைய வெற்றிகளும் தோல்விகளும்;
- அமைப்புகளும் விதி முறைகளும்

ஆம். நம்முடைய விருப்பங்கள், நாம் வாழ்க்கையில் எவற்றை விரும்புகிறோமோ அவைகள் தான் நாம் அடைய விரும்பும் உண்மையான பொருட்கள். மேலும் ஏதாவது?

அ.த.ப.:

- அறிவு,
- திறமை,
- அனுபவம்

ஆம் அவைகளையும் குறித்துக் கொள்வோம். மேலும்?

அ.த.ப.:

- நமது உடல்,
- ஆரோக்கியம்,
- அசுகங்கள், வியாதிகள்

மிக நல்லது. நாம் எல்லாவற்றையும் எடுத்துக் கொண்டு விட்டோம் போலத் தோன்றுகிறது. வேறு ஏதாவது இருக்கிறதா?

அ.கே.கே:

காலத்தை விஷயத்தின் ஒரு அங்கமாகக் கருதலாமா?

நிச்சயமாக. காலம் மிக உண்மையானது அல்லவா? நாம் எல்லாவற்றையும் எடுத்துக் கொண்டு விட்டோம் போலத் தோன்றுகிறது. இதைத்தவிர மற்ற உதாரணங்களும் இருக்கலாம். ஆனால் அவைகள் நாம் இது வரை கூறிய உதாரணங்களுக்குள் அடங்கி விடும் என நினைக்கிறேன். ஏதானாலும் நாம் எடுத்துக் கொண்ட உதாரணங்கள் நாம் மேலே செல்வதற்கு போதுமானது. நாம் இங்கு சொல்லிய பல்வேறு விஷயங்களின் மாதிரிகளை ஒரு பட்டியலாகத் தயாரித்துக் கொள்வோம்.

விஷயங்களின் மாதிரிப் பட்டியல்

- சூழ்நிலைகளும் பிரச்சினைகளும்
- மக்கள்
- பொருள்கள்
- அறிவும் அனுபவமும்
- காலம்
- இயற்கை
- எண்ணங்கள், உணர்ச்சிகள் மற்றும் மனது
- நோக்கங்களும் இலக்குகளும்
- உடலும் ஆரோக்கியமும்.

இவைகளெல்லாம் நாம் அன்றாடம் மணித்துளி மணித்துளியாக எதிரியக்கம் தரும் தூண்டுதல்கள். ஒவ்வொரு மணித்துளியிலும் அந்தந்த மணித்துளியின் விஷயமாக பல கூறுகள் இருக்கலாம். நாம் சில விஷயங்களுக்கு பதிலியக்கம் தருகிறோம்; சிலவற்றை விட்டு விடுகிறோம். அவைகளுக்கு எந்த முறையில் பதிலளிக்கிறோமோ அதுவே நமது மனது இயங்கும் முறை. இதைப் பற்றி சென்ற அத்தியாங்களில் விரிவாகப் பார்த்தோம்.

இப்பொழுது நாம் இன்னும் சிறிது மேலே சென்று உண்மையெனும் இந்த விஷயங்களின் தன்மையை இன்னும் சிறிது ஆழமாக ஆராய விரும்புகிறோம் இதற்காக ஒரு அடிப்படைக் கேள்வியை எடுத்துக் கொள்வோம்.

இது தான் கேள்வி, இந்த விஷயங்கள் அல்லது அதன் கூறுகள் உண்மைதான் என்று நாம் எவ்வாறு அறிந்து கொள்கிறோம்? இந்தக்

கூறுகள் உண்மைதான் இவைகள் கற்பனை அல்ல, மாயை அல்ல என்று அறிந்து கொள்ள, நாம் என்னென்ன ஆய்வுகள் செய்யலாம்?

அ.த.ப.:

பார்ப்பதன் மூலம். நான் அதைப் பார்க்க முடிந்தால் அது உண்மை. இது போலவெ ருசிப்பது, கேட்பது, முகர்வது, தொடுவது போன்ற மற்ற உணர்வுகளும்.

ஆம். நம் உடல் உணர்வுகள் உண்மைத்தனத்தை அறிந்து கொள்ளும் வழிகள் தான். ஏதாவது உணர்வின் மூலம் ஒன்றைத் தெரிந்து கொண்டால் அது உண்மை. நாம் உண்மையை அறிந்து கொள்ள வேறு என்ன ஆய்வுகள் நடத்துகிறோம்? வேறு எந்த வழிகளில் நாம் பொருட்கள் உண்மை என்று தெரிந்து கொள்கிறோம்?

அ.த.ப.:

அறிவினாலும் அனுபவத்தாலும்.

ஆம். அனுபவம் என்பது கடந்த காலத்தை வைத்து எதிர் காலத்தை எடை போடுவது. கடந்த காலத்தில் ஒரு விஷயம் இப்படி நடந்து கொண்டது என்றால் தற்பொழுதும் அப்படியே தான் நடக்கும் என்பது எனக்குத் தெரிகிறது. இதையே இன்னொரு விதமாகப் பார்த்தோ மானால நான் கற்றுக்கொண்டது என்று சொல்லலாம். இது மேஜை என்று எனக்குத் தெரியும். (உதாரணத்திற்கு) வேறு ஏதாவது?

அ.த.ப.:

சிந்திப்பது, தர்க்க ரீதியாக வாதிப்பது, காரணங்களை ஆய்வது

ஆம். அது உண்மையை அறிந்து கொள்ள ஒரு நல்ல வழி. நாம் காரணங்களை ஆராய்கிறோம். தர்க்க ரீதியாகச் சிந்திக்கிறோம். சிந்தித்து முடிவெடுக்கிறோம். நாம் சிந்திக்கிறோம், செல்வந்தராக ஆகிறோம்.!!! (WE THINK AND GROW RICH !!!)

இந்த வழிகள் ஒன்றுக்கொன்று முரணானவை அல்ல என்பதை நீங்கள் நினைவில் ளெகாள்ள வேண்டும். அவைகள் ஒருங்கே

இருப்பவை. நமக்கு சந்தேகமிருந்தால் உண்மையை உறுதிப் படித்திக்கொள்ள சில சமயங்களில் நாம் ஒன்றுக்கு மேலான ஆய்வுகளை பயன்படுத்துகிறோம். வேறு ஏதாவது ஆய்வுகள் இருக்கின்றனவா? உதாரணத்திற்கு நீங்கள் இப்பொழுது படிப்பது புத்தகம் தான் என்று எப்படி உங்களுக்குத் தெரியும்?

அ.த.ப:

எல்லோருக்கும் இது தெரியும். மற்றும் இதைப் புத்தகம் என்று ஒத்துக்கொள்கிறார்கள்.

நல்லது. அப்பொழுது எல்லோரும் ஒத்துக்கொள்வதென்பது உண்மையை உறுதிப்படுத்திக்கொள்ள மற்றொரு பயனுள்ள ஆய்வு. எல்லோரும் சொல்கிறார்கள்; அதனால் அது உண்மையாக இருக்க வேண்டும். வேறு என்ன ஆய்வுகள்?

அ.த.ப.:

சரி பார்ப்பது, அளவிடுவது

மிக நல்லது. அது ஒரு விஞ்ஞானி அல்லது ஆராய்ச்சியாளரின் மனது. ஒன்றையும் அப்படியே ஏற்றுக் கொள்ளாமல் சரி பார்ப்பது, அளவிடுவது. ஒன்றை அளக்க முடியவில்லை என்றால் அது உண்மையல்ல. இன்னும் வேறு ஏதாவது?

அ.த.ப.:

உணர்வு, உள் மனதுக்குத் தெரிவது.

நிச்சயமாக. ஆனால் உணர்வு, உள்ளுணர்வு என்பதெல்லாம் முன் கூறியபடி சில வழிகளின் கூட்டே. நாம் ஐந்து உடல் உணர்வுகளைப் பார்த்தோம். உள்ளுணர்வென்பதை சாதாரணமாக ஆறாவது அறிவு என்போம். பொதுவாக அது உடல் உணர்வுகளுடன் கூட அனுபவம், தர்க்கம், காரண ஆய்வு மற்றும் மனக்கிளர்ச்சிகள், உணர்வுகள் சேர்ந்ததாக இருக்கும். நீங்கள் உள்ளுணர்வை எப்படி வைத்துக் கொண்டாலும் அல்லது விவரித்தாலும் அது சரி தான். அதை உண்மையை நிரூபிக்கும் ஆய்வாக வைத்துக் கொள்ளலாம். நாம் எல்லா ஆய்வுகளையும் எடுத்துக் கொண்டு விட்டோமா? வேறு ஏதாவது இருக்கிறதா?

அ.த.ப:

ஒன்றின் இருப்பு அல்லது உளமை (Physicalness) ஒன்று இருக்கின்றது அல்லது உள்ளது என்றால் அது உண்மை.

நிச்சயமாக. அதை நாம் எப்படி மறக்க முடியும்?

இதுவரை நாம் ஒவ்வொரு மணித்துளிகளின் விஷயங்களின் உண்மையை நிர்ணயிக்க பயன்படுத்திய ஆய்வுகளை தொகுத்துச் சொல்வோம்.

- ஐந்து உடல் உணர்வுகள்.
- தர்க்கமும் காரண ஆய்வும்
- சரி பார்த்தலும் அளவிடுதலும்
- அறிவும் அனுபவமும்
- எல்லோராலும் ஒத்துக் கொள்ளப் படுவது.
- உணர்ச்சிகளும், உள்ளுணர்வும்
- இருப்பது அல்லது உளமை

இதைத் தவிர மற்ற விளக்கங்களும் உண்மையைத் தெரிந்து கொள்ள வேறு வழிகளும் இருக்கலாம். ஆனால் சிறிது சிந்தித்துப் பார்த்தீர்களானால் அவைகளெல்லாம் முன்பு கூறிய ஆய்வுகளின் மாறுபாடுகளே என்பது புலப்படும். இதுவரை உண்மையின் தன்மையைப் பற்றி ஆற்றிய கலந்துரையாடல்களுடன் தங்கியிருங்கள். நாம் உண்மை வீஷயங்களையும் உண்மையை உறுதிப்படுத்தும் ஆய்வுகளையும் கீழ்க்கண்டவாறு குறித்துக் காட்டினோம்.

உண்மை விஷயங்கள்

- சூழ்நிலைகளும் பிரச்சினைகளும்
- மக்கள்
- பொருள்கள்
- அறிவும் அனுபவமும்
- காலம்

- இயற்கை
- எண்ணங்கள், உணர்ச்சிகள், மனது
- நோக்கங்களும் இலக்குகளும்
- உடல், ஆரோக்கியம்

உண்மையை உறுதிப்படுத்த ஆய்வு வழிகள்

- ஐந்து உடல் உணர்வுகள்.
- தர்க்கமும் காரண ஆய்வும்
- சரி பார்த்தலும் அளவிடுதலும்
- அறிவும் அனுபவமும்
- எல்லோராலும் ஒத்துக் கொள்ளப்படுவது.
- உணர்ச்சிகளும், உள்ளுணர்வும்
- இருப்பது அல்லது உளமை

இதை நீங்கள் புரிந்து கொண்டு விட்டீர்களானால் நாம் உண்மையின் தன்மையை அறிவதற்கான அடுத்த படிக்குச் செல்லத் தயாராகி விட்டோம்.

உங்களில் சிலருக்கு இந்தப் பகுதியை புரிந்து கொள்வது கடினமாக இருக்கலாம். அது இந்தப் பகுதி சிக்கல் நிறைந்ததாக இருப்பதால் அல்ல ஆனால் இங்கு கூறப்போவது பல விதங்களில் வழக்கத்துக்கு மாறானதாக இருப்பதாலேயே. நீங்கள் இதைப் பற்றி இது போலச் சிந்தித்துப் பார்க்காமல் இருந்திருக்கலாம், ஆதலால் முதன் முறையாக இப்படிப் படிக்கும்போது அது ஒத்துக் கொள்ள முடியாதது போல் தோன்றும். அது உங்களுக்குள் இறங்குவதற்கு சிறிது இடம் அளியுங்கள்; நீங்கள் சீக்கிரமாகவே, ஏன், மிக ஆழமாகவே கூட, உண்மையின் தன்மையைக் கண்டு, ஏற்றுக் கொள்வீர்கள் என்பதில் ஐயமில்லை.

மேலே தந்துள்ள பட்டியலை ஒரு முறை பார்த்து உண்மை விஷயங் களையும் உண்மையை அறிந்து கொள்ளும் ஆய்வுகளையும் நினைவு படுத்திக் கொள்ளுங்கள். நாம் இப்பொழுது கேட்க விரும்பும் கேள்வி, உண்மையின் முடிவான நிரூபணம் என்று ஒன்று இருக்கிறதா? இருந்தால் அது என்ன? என்பதாகும்.

நாம் முன்பு பார்த்த எல்லா ஆய்வு முறைகளும் சரியானவைகள் தான், நமக்கு உதவுபவைதான். உண்மை விஷயங்களைப் புரிந்து கொள்ளவும் அவைகளின் தூண்டுதலை விளக்குவதற்கும், அதற்கேற்ப உரிய பதிலியக்கம் தருவதற்கும் இவைகளின் மூலம் நம்மால் முடியும். பெரும்பாலான சமயங்களில் அவைகள் பயன்படுகின்றன. ஆனால் பிரச்சினை என்னவென்றால் சில நேரங்களில் அவைகள் பயன் தருவதில்லை. அதனால் சில முட்டுக் கட்டைகளும், பிரச்சினைகளும், தடைகளும் தோன்ற ஆரம்பிக்கின்றன. மேலும் எந்த ஆய்வு வேலை செய்யும், எது செய்யாது என்பது முன் கூட்டியே நமக்குத் தெரியாது.

இதை இன்னும் சிறிது நெருக்கத்தில் பார்ப்போம் நாம் காண்பதெல்லாம் உண்மையா?

அ.த.ப: காண்பதே மெய் என்று நிச்சயமாக நாம் சொல்கிறோமே?

ஆமாம். ஆனால் நீங்கள் கானல் நீரையும் மந்திரக் காட்சிகளையும் பார்த்திருப்பீர்களே? இந்த விஷயங்களில் நீங்கள் பார்ப்பது உண்மையா? திரைப்படங்களையும் தொலைக்காட்சி தொடர் நாடகங்களையும் பற்றி என்ன சொல்கிறீர்கள்? நீங்கள் அங்கு பார்ப்பது நிஜமாக நடந்து கொண்டிருக்கிறதா? நீங்கள் அந்தக் காட்சிகளைப் பார்க்கிறீர்கள். அதோடு உணர்ச்சி பூர்வமாக ஈடுபடக்கூட செய்கிறீர்கள். பல மணி நேரங்கள் அவற்றைப் பற்றி கலந்துரையாடுகிறீர்கள். ஆனால் அவைகள் நிஜமாக நடப்பவைகளா?

இதன் மறுதலை உண்மையாக இருப்பதில்லையா? நீங்கள் ஒன்றைப் பார்க்கவில்லையென்றால் அது உண்மையில்லையா? கண் தெரியாதவர்களுக்கு எதுவுமே உண்மையில்லையா? நீங்கள் உங்கள் கண்களை மூடிக் கொண்டால் உங்கள் கையிலுள்ள புத்தகம் காணாமல் போய்விடுமா?

நாங்கள் பார்ப்பதைப் பற்றி இங்கு என்ன சொல்கிறோமோ அவைகள் கேட்டல், ருசித்தல் முகர்தல், தொடுதல் ஆகிய மற்ற நான்கு உடல் உணர்வுகளுக்கும் பொருந்தும். உடல் உணர்வுகள் உண்மையோடு தொடர்பு கொள்ள உபயோகமுள்ள ஆய்வுகள் தான், ஆனால் அவைகளை முடிவான நிரூபணங்களாக நீங்கள் நினைப்பது குழந்தைத் தனமாக இருக்கும்.

இரண்டாவது ஆய்வு முறையான அறிவு, அனுபவத்தைப் பற்றி என்ன சொல்வது?

ஒரு பொருளைப் பற்றிய அறிவையும் அனுபவத்தையும் வைத்து அது ஏன் எவ்வாறு என நாம் தெரிந்து கொள்கிறோம். இது கடந்த காலத்தை வைத்து தற்காலத்தைக் கணிப்பதாகும். ஒரு விஷயம் கடந்த காலத்தில் ஒரு விதமாக நடந்திருந்தால் அது தற்பொழுதும் அப்படி நடக்கும் என்ற முடிவுக்கு நாம் வருகிறோம். அது அப்படி நடக்கலாம் அல்லது நடக்காமலும் இருக்கலாம். காலப் போக்கில் நமது அறிவில் மாற்றங்கள் ஏற்படுவதில்லையா? நாம் புதிய விஷயங்களைக் கற்றுக் கொள்வதில்லையா? பழைய அறிவு பயன்படாதபோது நாம் புதிய அறிவைத் தேடிப் போவது உங்களுக்குத் தெரிந்த விஷயம் தானே?

நாம் உண்மையை நிரூபிக்க உபயோகப்படுத்தும் மற்றொரு ஆய்வு எல்லோராலும் ஒத்துக் கொள்ளப்படுகிறது என்பது. அது பெரும்பாலும் பயனளிக்கிறது. ஆனால் எப்பொழுதும் அல்ல. மனித சரித்திரத்தில் மகத்தான எல்லா கண்டுபிடிப்புகளும் எவரோ ஒருவர் வழக்கமாக ஒத்துக் கொள்ளப்படுவதை எதிர்த்த போதே நடந்திருக்கின்றன. இருப்பினும் இந்த ஆய்வுக்கு எல்லோரும் கண்ணை மூடிக்கொண்டு விழுந்து விடுகிறார்கள். நம்மோடு ஒத்துப் போகிறவர்களுடன் நாம் எவ்வாறு வெகு சீக்கிரம் நட்பு பாராட்டுகிறோம் என்பதையும் அல்லாதவர்களை எவ்வாறு தடுக்கிறோம் என்பதையும் நாம் முன்பே பார்த்தோம். நம்முடைய உண்மை விளக்கத்தை மற்றவர்கள் ஒத்துக் கொள்ள வேண்டும் என நாம் நினைக்கிறோம். நமக்கு ஒவ்வாத கெட்ட செய்திகளைக் கொண்டு வருபவர்களை நமக்கு பிடிப்ப தில்லை. ஆகையால் இந்த ஆய்வும் முடிவான ஆய்வு என்ற அளவு கோலை சந்திக்கத் தவறுகிறது. உண்மையைப் பற்றி ஒரு மாயையை நாம் உருவாக்கிக் கொண்டிருக்கிறோமோ? அப்பொழுது உண்மையின் முடிவான நிரூபணம் எது? அப்படி ஒன்று இருக்கிறதா?

நாம் ஒரு உதாரணத்தை எடுத்துக் கொள்வோம். பூமியின் வடிவம் எப்படிப் பட்டது?

அ.த.ப. : வட்டம் அல்லது கோளம்.

கோளம் என்பது உண்மையா?

அ.த.ப. : ஆமாம், நிச்சயமாக.

உண்மையின் எந்த ஆய்வின் படி?

அ.த.ப. :

- ✤ எல்லா ஆய்வுகளின் படியும் தான்,
- ✤ செயற்கை கோளங்களிலிருந்து வரும் புகைப்படங்கள் அதைக் காட்டுகின்றன.
- ✤ நமக்கு அவ்வாறு தான் கற்றுக்கொடுத்தார்கள்.
- ✤ எல்லோரும் அதையேதான் சொல்கிறார்கள்.
- ✤ அது விஞ்ஞான ரீதியாகவும் நிரூபிக்கப்பட்டுவிட்டது.
- ✤ அதை அளந்தும் பார்த்து விட்டோம்.

மிகச் சரி. ஒரு ஆயிரம் வருடங்களுக்கு முன்னால் அதன் வடிவம் எப்படி இருந்தது.?

அ.த.ப.: அது எப்பொழுதும் வட்டமாகவோ கோளமாகவோ தான் இருந்து வந்திருக்கிறது, ஆயிரம் வருடங்களுக்கு முன்னாலும் அப்படித்தான்.

ஆயிரம் வருடங்களுக்கு முன்னால் இதே ஆய்வுகளை நடத்தி யிருந்தால் அதன் வடிவம் எவ்வாறாக இருந்திருக்கும்?

அ.த.ப: தட்டையாக இருந்திருக்கும்.

ஆம். அப்பொழுது எல்லோரும் அதைத்தான் சொன்னார்கள். அது தான் எல்லோருக்கும் கற்றுக் கொடுக்கப்பட்டது. எல்லோரும் அப்படித்தான் அதைப் பார்த்தார்கள், உணர்ந்தார்கள். விஞ்ஞானமும் அளவையும் அதைத்தான் குறிப்பிட்டது. உள்ளுணர்வும் அதைத்தான் சொல்லியது. அதே போல் தர்க்கமும் காரண ஆய்வும் அதைத்தான் உறுதிப்படுத்தியது. ஆனால் இவையெல்லாம் பூமியைத் தட்டையாக மாற்றவில்லை. பூமியின் உண்மைப்படி அது கோளமாகத்தான் இருந்தது. இதிலிருந்து நாம் உண்மையின் உறுதியான நிரூபணம் என்ன என்பதைப் புரிந்து கொள்ள முடியுமா?

அ.த.ப: முடிவான நிரூபணம் அது எப்படி இருக்கிறதோ அது. அதன் உருவம் (physicalness)

முற்றிலும் சரி. உருவம். அதுதான் உண்மையை முடிவாக உறுதிப் படுத்த முடியும். எதற்கு உருவம் உள்ளதோ அது உண்மை. எது இருக்கிறதோ அது இருக்கிறது. எது இல்லையோ அது இல்லை. பூமியின் உருவத்தின் உண்மை எவரும் சொன்னதையோ, என்ன கற்றுக் கொடுக்கப் பட்டது என்பதைப் பொறுத்தோ, விஞ்ஞான பரி சோதனைகள் என்ன நிரூபித்தது என்பதைப் பொறுத்தோ, அல்லது தத்துவவாதிகள் என்ன சொன்னார்கள் என்பதைப் பொறுத்தோ அமையவில்லை. அது அவர்களின் அனுபவம் எப்படி இருந்தது என்றோ, அல்லது அவர்களின் உள்ளுணர்வு என்ன சொல்லியது என்றோ கவலைப் படவில்லை. பூமியின் உருவத்தின் உண்மை ஒரு இருப்பு, அவ்வளவு தான்.

உருவமன்றி உண்மையின் முடிவான நிரூபணம் வேறு எதுவுமில்லை. மற்ற நிரூபணங்கள் எல்லாம் இடைப்பட்டவை, முழுமையில்லாதவை. அவைகள் பயனில்லாதவை அல்ல, அவை களில் எந்தக் குறையும் இல்லை. அவைகளை உபயோகப்படுத்துவதில் தவறோ கெடுதலோ இல்லை. இதுநாள்வரை நாம் வாழ்க்கையைத் தொடர அவைகள் பயன்பட்டன. பெரும்பாலான நேரங்களில் அவை களை நாம் பயன்படுத்தி இருக்கிறோம். ஆனால் அதனால் அவைகள் எதை ஒன்றையும் முடிவான நிரூபணமாக ஆக்கி விட முடியாது.

உங்கள் கையிலுள்ள புத்தகம் புத்தகமாகவோ, அறையிலுள்ள மேஜை மேஜையாகவோ இருப்பது அவைகள் உருவம் கொண்டி ருப்பதால் தான். அது உஙகள் அனுபவத்தோடும், தர்க்கத்தோடும், எல்லோரும் சொல்வதோடும் ஒத்துப் போவது ஒரு நடப்பு தான். ஆனால் இந்த ஒத்துப் போவதோ அல்லது தர்க்கமோ புத்தகத்தின் உண்மையை நிரூபிப்பதில்லை. அதன் உருவமே உறுதிப் படுத்துகிறது.

அ.கே.கே:நாம் உருவத்தை எப்படி விவரிக்கலாம்?

நம்முடைய கலந்துரையாடலுக்காக உருவத்தை ஒரு குறிப்பட்ட நேரத்தில் எதற்குப் பரிமாணமும் உடலும் இருக்கிறதோ அது என்ற பொருளில் பயன்படுத்துவோம். இது ஒரு விஞ்ஞான விவரணம் அல்ல என்றாலும் நம் நோக்கத்திற்கு பயன்படும் ஒரு விவரணம். அளவுகள் அல்லது குறியீடுகள் இவற்றை இடைத்தூரம் என்றும் குறிப்படலாம். அது ஒரு பொருளின் வடிவம், அளவு, இருப்பிடம் ஆகியவற்றை விவரிக்கிறது. பொருளின் உடலை அதனின் உருவம் என்றும் கூறலாம். அது திடப் பொருளாகவோ, திரவமாகவோ,

காற்று வடிவத்திலோ, இருக்கலாம். அதனின் அடர்த்தி, திடத்தன்மை, இழுசக்தி, சூடு அல்லது தண்மை போன்ற பௌதிக குணங்களும் அதில் அடக்கம். ஒரு குறிப்பிட்ட நேரத்தில் ஒரு பொருளுக்கு தூரமும் உருவமும் இருக்குமானால் அது இருப்பது உண்மை. ஒரு பொருளின் உருவத்தை நேரமும், தூரமும், வடிவமும் தீர்மானிக்கிறது. இனி ஒரு விஷயத்தின் உண்மையை தூ.நே,வ (தூரம், நேரம், வடிவம்) என்று சுருக்கமாகக் குறிப்படுவோம்.

உண்மையாக இருப்பதெற்கெல்லாம் தூ.நே.வ இருக்கிறது. தூ.நே.வ இருப்பதெல்லாம் உண்மை. இந்தக் கூற்றே இதன் முடிவான நிரூபணம். மற்ற ஆய்வுகளைப் பற்றி இது போல் சொல்ல முடியாது என்பதைக் கவனியுங்கள்.

அ.கே.கே: இந்த நிரூபணத்தை நாம் இங்கே விவாதத்துக்கு எடுத்துக் கொண்ட எல்லா உண்மையின் உதாரணங்களுக்கும் பயன்படுத்த முடியுமா?

நிச்சயமாக. நாம் முன்பு பார்த்தது போல் புத்தகம் புத்தகமாக இருப்பதும் மேஜை மேஜையாக இருப்பதும் அவைகளுக்கு தூ.நே.வ. உண்மை இருப்பதால்தான். புத்தகத்திற்கு அளவும், திண்மையும் பக்கங்களும், ஒவ்வொரு பக்கத்திலும் அச்சிட்டிருப்பதும் இவையெல்லாமாக அதனுடைய தூ.நே,வ உண்மையை உண்டாக்குகிறது. சிறிது நாட்களுக்குப் பின் ஒரு பக்கம் மடங்கியோ அல்லது கிழிந்தோ காணப்படலாம். அல்லது அதில் உங்கள் குறிப்புகளும் அடையாளங்களும் இருக்கலாம். அல்லது புத்தகம் வேறு இடத்தில் இருக்கலாம். அப்பொழுது அதனுடைய தூ.நே.வ வேறாக இருக்கும். அந்தப் புத்தகத்தின் தற்போதைய உண்மையும் முந்தைய உண்மையும் வெவ்வேறான தூ.நே.வக்களால் நிர்ணயிக்கப்படும். மேஜை நகர்த்தப்படாமல் இருக்கலாம். இருப்பினும் தற்போதைய தூ.நே.வ வும் முந்தைய தூ.நே.வ வும் வெவ்வேறானவை. வேறு ஒரு மாற்றமும் இல்லாவிட்டாலும் நேரம். மாறிவிட்டதல்லவா? சரியான நடப்பை நோக்கினோமானால், அது நமது கவனத்திற்கு வந்திருக்கா விட்டாலும் அதனுடைய இடத்தின் குறியீடுகள் மாறியிருக்கும்; ஏனென்றால் பூமி அதன் நிலையிலிருந்து ஒரு சிறிதளவாவது மாறியிருக்கும். சிறிது தேய்மானங்கள் நிச்சயமாக இருக்கும். மேஜையின் அணுக்களும் அணுக் கலவைகளும் சிறிது நகர்ந்திருக்

கலாம். அதனால் அதனின் தூ.நே.வ.வும் மாறியிருக்கும். எந்தப் பொருளுடைய தூ.நே.வ உண்மையும் தனித் தன்மை வாய்ந்தது. நாம் இதை எல்லா உண்மையின் கூறுக்கும் பயன்படுத்தமுடியும்.

நாம் அப்படிச் செய்ய முடிவது மிக முக்கியமானது. நாம் அப்படிச் செய்ய முடியாவிட்டால் தூ.நே.வ. உண்மையின் முடிவான நிரூபணமாக இருக்க முடியாது. அங்கு சிறிதளவு சந்தேகம் கூட இல்லை என்பதை நாம் உறுதிப் படுத்திக் கொள்ள வேண்டும். இல்லையென்றால் பின்வாங்குவதற்குத் தயாராக இருக்க வேண்டும்.

அ.கே.கே : இதை எப்படி எண்ணங்களுக்கும் உணர்ச்சிகளுக்கும் பயன்படுத்துவது? எண்ணங்களுக்கும் உணர்ச்சிகளுக்கும் என்ன உருவம் அல்லது தூ.நே.வ உண்மை இருக்க முடியும்? நாம் அதை சும்மா உணர்கிறோம் அதனால் அவைகள் உண்மை, சரி தானே.

மிக நல்ல கேள்வி. இதை ஒரு உதாரணத்தின் மூலமாக ஆராய்வோம். கோபத்தை உணர்ச்சியின் ஒரு உதாரணமாக எடுத்துக் கொள்வோம். அது உண்மையான உணர்ச்சி. நம் எல்லோருக்கும் அந்த அனுபவம் நிச்சயமாக இருந்திருக்கும். இந்த உணர்ச்சியின் உண்மையில் என்ன அடங்கியிருக்கிறது? நீங்கள் கோபப்படும்போது என்ன நடக்கிறது?

அ .த ப : நான் வன்முறையாக நடந்து கொள்வேன்.

இது கோபத்தின் விளைவு. இந்த உணர்ச்சியில் என்ன அடங்கி யிருக்கிறது என்பதே கேள்வி.?

அ .த ப ;

- முகம் சிவக்கிறது.
- முஷ்டி இறுகுகிறது.
- சில தசைகள் வீறைத்து முறுக்கிக் கொள்கின்றன.
- கண்களில் நீர் வரலாம்

நல்லது. இவைகளெல்லாம் உடலில் ஏற்படும் மாற்றங்கள். சில நாளங்கள் வேலை செய்யத் தொடங்கி சில என்சைம்கள் (தமிழ்: நொதியம்) சுரக்கின்றன. அதனால் நாளங்களில் செல்லும் ரத்தம் அதிகமாகி தோலுக்கும் முகத்திலுள்ள தசைகளுக்கும் செல்லு கின்றன. அதனால் முகம் சிவக்கிறது. முஷ்டி இறுகுகிறது. தசைகள்

முறுக்கிக் கொள்ளுகின்றன. உடல் பாகங்களில் ஒரு மாற்றம் நிகழ்கிறது. இதிலுள்ள தூ.நே.வ உண்மை உங்களுக்குத் தெரிகிறதா? நீங்கள் கோபப்படும்போது வேறு என்ன நிகழ்கிறது?

அ.த.ப : கோபம் தெறிக்கும் எண்ணங்கள். விளைவைப் பற்றிய பயம்.எண்ணங்களாலும் உணர்ச்சிகளாலும் ஏற்படும் காயம். ஏதோ ஒருவனால் கைவிடப்பட்ட வருத்தம். கடந்த காலத்திலிருந்து நினைவுகள். ஈகோவுக்கு சரியான அடி .

உண்மைதான். மிகவும் சரியானவை. இவற்றிற்குள் பொது எது?

அ.த.ப : அவைகள் எல்லாமே எண்ணங்கள்.

ஆம். இப்பொழுது ஒரு கோடி பெறும் கேள்வி. இந்த எண்ணங்களெல்லாம் உண்மையா? மேலும் அந்த உண்மையை நிரூபக்க என்ன ஆய்வு முறை?

அ.த.ப : எண்ணங்களிலிருந்து செயல்கள். அவைகள் என்னை ஒருமுகப் படுத்துகின்றன.

ஆமாம். சரியே. ஆனால் அது விளைவு. முதலில் எண்ணம் . அந்த எண்ணத்தின் உண்மையை எப்படி நிரூபப்பது?

அ.த.ப : எண்ணங்கள் உண்மையே. ஆனால் அவைகளுக்கு உருவம் கிடையாது. அவைகள் நிச்சயமாக இருக்கின்றன. ஒவ்வொருவனுடைய ஒவ்வொரு எண்ணமும் தனித்தன்மை வாய்ந்தது. அதற்கு கால அளவு இருக்கிறது. ஆனால் தூரமும் வடிவமும் கிடையாது.

நீங்கள் அப்படிச் சொல்லும்போது உங்கள் உள்ளம் அறிய முடிகிறது. இந்த ஆய்வுப் பயணத்தின் மிக முக்கியமான படி இது. ஆகையால் இந்த வேளையில் சற்று ஆழமாகவே சிந்தியுங்கள். உங்களுக்கு எண்ணம் வரும்போது என்ன நடக்கிறது?

அ.தப: அது மூளையில் தானே நடக்கிறது அல்லவா? அங்குள்ள நரம்பு அணுக்கள் உலுக்கப்படுகின்றன. ஒரு விதமான மின்-ரசாயன இயக்கம் நடக்கிறது. வெவ்வேறு நரம்பணுக்கள் வெவ்வேறு இணைப்புகளின் மூலம் வெவ்வேறு எண்ணங்களை உருவாக்குகின்றன.

அதுவேதான். அற்புதம். ஒரு எண்ணத்தின் உருவமென்பது உயிர் அணுக் களிடையே நிகழும் மின் -ரசாயன -அல்லது - இயந்திர இயக்கம்.நாம் அது என்ன இயக்கம் என்று தெரிந்து கொள்ள வேண்டியது அவசிய மில்லை. அல்லது அது மூளையில் நடக்கிறதா அல்லது வேறு எங்காவது நடக்கிறதா என்றும் தெரிந்து கொள்ள வேண்டியதில்லை. நாம் தெரிந்து கொள்ள வேண்டியது இது மட்டுமே. அதாவது ஒரு இயக்கம் நடந்து கொண்டிருக்கிறது; அதனால் சில அணுக்கள் அல்லது உப-அணுக்கள் ஒரு விதமாக இட மாற்றம் அடைகின்றன ஒரு அணுக்களின் கூட்டம் ஒரு விதமான எண்ணத்தை எழுப்புகிறது. மற்றொன்று வேறு எண்ணத்தை உருவாக்குகிறது. இதற்கு இப்பொழுது உருவம் இருக்கிறது. தூ.நே.வ உண்மையும் இருக்கிறது.

எண்ணங்கள் ஏற்படுகையில் அணுக்கள் மற்றும் உப அணுக்களில் ஏற்படும் மாற்றங்களே அதன் தூ.நே.வ. உண்மை. இதை எண்ணிப் பாருங்கள் யோசியுங்கள் உள் வாங்கிக் கொள்ளுங்கள். உங்களுக்கு அதன் விளைவை மதிப்பிடுங்கள் இது ஒரு அடிப்படையான பூமியையே அதிர வைக்கக் கூடிய பாடம்.

இதிலிருந்து நமக்கு என்ன தெரிகின்றது என்றால் ''உங்களுக்கு எண்ணம் வருவது - அந்த நடப்பு உண்மை ஆனால் உங்கள் எண்ணம் உண்மையல்ல.'' சிந்தனை எழுகிறதென்பது உண்மை ஆனால் சிந்தனை உண்மையல்ல,

விழித்துக் கொள்ளுங்கள். எண்ணங்கள் ஏற்படுவது - அந்த நிகழ்சசி உண்மை. ஆனால் உங்கள் எண்ணம் அது உண்மையல்ல. அது மாயை. இந்த நொடி வரை இதன் வேற்றுமை உங்களுக்குத் தெரிந்திருக்க வில்லை. உங்கள் எண்ணம் தான் உண்மையென்று நீங்கள் நினைத் திருந்தீர்கள். அதற்கேற்ப உங்கள் செயல்களும் நடத்தையும் இருந்தன.

உதாரணத்திற்கு நீங்கள் மக்களை நம்பக் கூடாது என நினைக்கிறீர்கள் என்று வைத்துக் கொள்வோம். அங்கே உண்மை என்னவென்றால் மக்களை நம்பக் கூடாது என்று ''நீங்கள் நினைக்கிறீர்கள்'' /அந்த எண்ணம் மக்களை நம்பக் கூடாதவர்களாக ஆக்குவதில்லை. மக்கள் நம்பகமானவர்களா அல்லது அல்லாதவர்களா என்பது அவர்கள் செய்கையைப் பொறுத்து அமையுமே தவிர உங்கள் எண்ணத்தைப் பொறுத்து அல்ல. உங்களுக்கு எண்ணம் இருக்கிறது என்பது உண்மை. ஆனால் உங்கள் எண்ணம் உண்மையல்ல. நீங்கள் சிந்திக்கிறீர்கள் என்பது உண்மை ஆனால் உங்கள் சிந்தனை உண்மையல்ல.

அ.கே.கே : நீங்கள் சொல்வதின் பொருள் உங்களுக்கு விளங்குகிறதா? அப்படி என்றால் அது ஒரு மிகக் கசப்பான செய்தி அல்லவா?

நிச்சயமாக. நான் சொன்னதில் ஒவ்வொரு எழுத்தும் வாக்கியமும் அதன் பொருள் அறிந்தே சொல்லப் பட்டது. உங்களுக்கு எண்ணம் இருக்கிறது என்பதற்கும் உங்கள் எண்ணத்திற்கும் தொடர்பு இல்லை. நம் வாழ்க்கை முழுவதும் நல்ல, சிறந்த சிந்தனைக்கு பெரும் முக்கியத்துவம் அளித்து வந்திருக்கிறோம். அவைகளெல்லாம் மாயை என்று ஆகிறது. உங்கள் எண்ணம் மெய்யல்ல.

ஆனால் அது அப்படி ஒன்றும் பெரிய கசப்பான சேதி அல்ல. உங்களைப் பொறுத்த வரை முதல் முறையாக இப்படி விளக்கம் தரப்படுவதை கேட்கிறீர்கள் அவ்வளவுதான். இந்த மனமாற்றம் எனும் பயிற்சியில் நான் அடிக்கடி உங்களிடம் சொல்லி வந்தது என்ன? விஷயங்களிலிருந்து கோட்பாடுகளை விலக்கி விடுங்கள் என்று தானே அல்லவா? ஏன் என்று இப்பொழுது புரிகிறதா? நீங்கள் முன்பே பலமுறை இதை செயல் படுத்தி இருக்கிறீர்கள் ; பலனும் அடைந்திருக்கிறீர்கள் என்று நம்புகிறேன். நீங்கள் அப்பொழுது செய்ததையே நான் இப்பொழுது வலியுறுத்துகிறேன். நீங்கள் உங்களுக்கு எண்ணம் வந்தது என்பதிலிருந்து உங்கள் எண்ணத்தைப் பிரித்துப் பார்த்தீர்கள். நீங்கள் அப்படி செய்தபோது விஷயங்களிலிருந்து கோட்பாடு விலகி, விஷயம் என்பது தனித்தன்மை வாய்ந்த ஒரு உண்மையாக அதனுடைய தூ.நே.வ.வுடன் நின்றது. அந்த உண்மையை நீங்கள் புரிந்து கொண்டீர்கள். நீங்கள் இதை பல தடவைகள் செய்துள்ளீர்கள். இப்பொழுதுதான் என்ன நடக்கிறது என்பதை உங்களால் காண முடிகிறது.

இந்த சமயத்தில் ஒரு சில நிமிடங்கள் உங்களை ஆசுவாசப் படுத்திக் கொள்ளுங்கள். இந்தக் கருத்தை நன்கு உள் வாங்கிக் கொள்ளுங்கள். சிந்தியுங்கள். அது உள்ளே புக அனுமதியுங்கள். நாம் சிந்திக்கிறோம் என்பதன் உண்மையின் தன்மை இது தான். அது சரியோ, தவறோ, நல்லதோ கேட்டதோ அல்ல. அதன் இயற்கைப் படி இருக்கிறது. அவ்வளவு தான்.

இந்தக் கருத்தை வெகு சுலபமாக உணர்ச்சிகளுக்கும் உணர்வு களுக்கும் பொருத்தி விடலாம். கோபம் என்னும் உணர்ச்சியில் உடல் அசைவுகளும் எண்ணங்களுமாகிய ஒரு கலவை தன

உண்மைத்தனத்தை வெளிப்படுத்தியது. இவற்றின் ஒவ்வொரு கூறுகளுக்கும் அதன் அதனுடைய தூ.நே.வ. இருந்தன. அந்தக் கூறுகளின் கலவைக்கு நீங்கள் ''கோபம்'' என்ற பெயர் கொடுத்தீர்கள்.

''கோபம்'' என்ற எண்ணத்திற்கு உருவம் கிடையாது. அது உண்மையல்ல. இது மற்ற உணர்வுகளுக்கும் உணர்ச்சிகளுக்கும் பொருந்தும். உங்களுக்கு உணர்வுகளும் உணர்ச்சிகளும் வருகின்றன என்பது உண்மை. ஆனால் அந்த உணர்வுகளும் உணர்ச்சிகளும் உண்மையல்ல. இவற்றின் உண்மை எண்ணங்கள், உடல் உணர்வுகள், நினைவுகள்ஆகியவற்றின் ஒரு கலவை மட்டும் தான். அதன் ஒவ்வொரு கூறும் அதாவது விஷயமும் அதற்கான தூ.நே.வ கொண்டது.

அ.கே.கே: அப்பொழுது நல்ல எண்ணங்களுக்கும் கெட்ட எண்ணங்களுக்கும் இடையே உள்ள வேற்றுமை என்ன?

''நல்ல''மற்றும் ''கெட்ட'' சிந்தனைகளுக்கிடையே உண்மையில் வேற்றுமை எதுவுமில்லை என்பது தெளிவு. பல விதமான சிந்தனைகள் இருக்கின்றன. ஒவ்வொரு விதமான சிந்தனைக்கும் தூ.நே.வ. இருக்கிறது. நீங்கள் சிலவற்றை நல்லது என்றும் சிலவற்றை கெட்டது என்றும் நினைக்கலாம். நீங்கள் கவனிக்க வேண்டியது என்னவென்றால் இது ஒரு நல்ல சிந்தனை அல்லது கேட்ட சிந்தனை என்று உங்களுக்கு இன்னொரு சிந்தனை வருகிறது. அவ்வளவுதான். இதுவே உண்மை. மற்றபடி வேறு எந்த வேற்றுமையும் கிடையாது.

அ.கே.கே.: பிரச்சினைகள் இருக்கின்றன என்பது உண்மையல்லவா ?

நாம் அவைகள் உண்மை என்று எண்ணி நடந்து கொள்கிறோம் செயல்படுகிறோம். ஆனால் பிரச்சினையின் அசல் உண்மைத் தனத்தை ஆய்வது நிச்சயமாக பயனுள்ளதாக இருக்கும். ஒரு உதாரணத்தின் மூலம் இதை ஆய்வோம். ஒரு உதாரணம் தாருங்கள்.

ஏழுமலை: நான் ஒரு பயிற்சியாளர். என்னுடைய பயிற்சி வகுப்பு சரியாக காலை 9.30 க்கு தொடங்க வேண்டும். என்னுடைய கார் நடு சாலையில் நின்று போகிறது. என் முகாமில் பங்கு பெறுபவர்கள் வகுப்பறையில் கூடி விட்டார்கள். ஆனால் என்னால் அங்கு உரிய நேரத்திற்கு செல்ல முடியவில்லை. எனக்கு பிரச்சினை.

உங்கள் பிரச்சினையின் உண்மை என்ன? பங்கு பெறுபவர்கள் கூடி விட்டார்கள். நேரம் கடந்து விட்டது. நீங்கள் அந்த நேரத்தில்

மற்றொரு இடத்தில் இருக்கிறீர்கள். பங்கு பெறுபவர்கள் உங்களைப் பற்றி என்னென்னவோ எண்ணுகிறார்கள். நீங்கள் இந்த தாமதத்தின் விளைவைப் பற்றி பல விதமாக எண்ணுகிறீர்கள். இங்கு பிரச்சினை எங்கு இருக்கிறது?

ஏழுமலை: இந்த தாமதத்தைப் பற்றிய என் கவலை.

அது சரியான பதில். நீங்கள் பிரச்சினை இருக்கிறதென்று ''நினைக்கிறீர்கள்'' உண்மை என்னவென்றால் ''நீங்கள் நினைக்கிறீர்கள்'' ஆனால் நீங்கள் ''பிரச்சினை இருப்பது போல்'' நடந்து கொள்கிறீர்கள். அது அழுத்தங்களையும், கவலையையும் மற்ற தேவையில்லாத செயல்களையும் ஏற்படுத்துகிறது. உங்கள் மனதில் பிரச்சினை இருக்கிறது. பிரச்சினை உண்மையில் தனியாக இல்லை. எல்லாப் பிரச்சினைகளும் எண்ணங்களாகவும் மனதிலுள்ள பயங்களாகவும் தான் இருக்கின்றன. பிரச்சினைகளுக்கு தனியாக உண்மைத் தனம் இல்லை. பிரச்சினைகள் இருப்பதாக எண்ணுகிறோம். அது தான் உண்மை.

அ.கே.கே: நம்முடைய உடல், அசுகங்கள், நோய்கள், இவைகளெல்லாம் உண்மையில்லையா?

எதனுடையவும் உண்மையின் தன்மையை பரிசோதிக்க தூ.நே.வ ஆய்வை பயன்படுத்துங்கள். அது தூ,நே,வ. ஆய்வில் தேறினால் எந்த அளவுக்குத் தேறுகிறதோ அந்த அளவுக்கு அது உண்மை. நம் உடல் உண்மையா? அதற்கு தூ.நே.வ இருக்கிறது. உருவம் இருக்கிறது. ஆதலால் அது உண்மை. நான் குள்ளமா அல்லது உயரமா? தூ.நே.வ. ஆய்வு நான் 165 உயரம் என்று கூறும். அது உயரமா அல்லது குள்ளமா என்பது அந்தத் தகவலை உங்களுடைய எந்த எண்ணத்தோடு நீங்கள் இணைத்துக் கொள்கிறீர்கள் என்பதைப் பொறுத்திருக்கிறது. ஆனால் தூ.நே.வ உண்மை என்னவென்றால் உங்களுக்கு எண்ணம் தோன்றியது. என்பது தான். உங்கள் உயரம் 165 செ.மீ என்பதும் நீங்கள் அதைக் குள்ளம் என்று நினைக்கிறீர்கள் என்பதும் உண்மை. உண்மை நீங்கள் குள்ளமாகவோ உயரமாகவோ இருப்பதைப் பற்றி எதுவும் சொல்வதில்லை.

அசுகங்களும் வியாதிகளும் அவ்வாறே. இங்கே என்னுடைய சொந்த அனுபவம் ஒன்றைப் பகிர்ந்து கொள்ள விரும்புகிறேன். என்னுடைய பள்ளி நாட்களிலிருந்தே மும்பையில் எப்பொழுது

கஞ்சக்டிவிடிஸ் கண் நோய் வந்தாலும் அது முதலிலேயே என்னைத் தாக்கி விடும். அது வருடத்திற்கு இரண்டு முறைகளாவது நடக்கும்.

பல வருடங்களுக்கு முன்னால் ஒரு தடவை நான் காலை 10 மணி அளவில் பணித்தலத்தில் இருந்தபோது என் இடது கண்ணிலிருந்து தானாக நீர் வடியத் தொடங்கியது. அப்பொழுது அந்தக் கண் நோய் அங்கு பரவியிருந்தது. நான் தூ.நே.வ ஆய்வை பயன்படுத்தி சொல்லிக் கொண்டேன். அங்கு அந்த நோய் பரவியிருந்தது. எனக்கும் கண்ணி லிருந்து நீர் வடிந்து கொண்டிருந்தது. 11.30 மணிக்குள் நீர் வடிதல் அதிகமாகி கண்களில் அரிப்பும் ஏற்பட்டு கண்கள் ரத்தச் சிவப்பாகி விட்டன. எனக்கு நோய் வந்து விட்டதா? மறுபடியும் தூ.நே.வ. ஆய்வின் படி எனக்கு நீர் வடிதல், அரிப்பு, சிவந்த கண்கள் ஆகிய அறிகுறிகள் இருக்கின்றன. அங்கு நோயும் பரவியிருக்கிறது. நான் அலுவலகத்தை விட்டு 12 மணிக்கு வெளியேறி டாக்டரைப் பார்த்தேன். அவரும் எனக்கு நோய் தாக்கியிருக்கிறது என்று சொன்னார்.

இதற்குள் என்னுடைய மற்றொரு கண்ணிலிருந்தும் நீர் வடியத் தொடங்கியது. எனக்கு கஞ்சன்க்டிவிடிஸ் நோய் இருக்கிறதா? தூ.நே.வ கூறியது ஒரு கண்ணில் நீரும், அரிப்பும், சிவப்பும் இருக்கிறது, மும்பையில் நோய் பரவியிருக்கிறது, டாக்டரும் எனக்கு கஞ்சன்க் டிவிடிஸ் இருக்கிறது என்கிறார். நான் இந்த உண்மையுடன் சில மணி நேரங்கள் இருந்தேன். 3.30 மணிக்குள் அரிப்பும், நீர் வடிதலும் நின்று விட்டது. 5 மணிக்குள் கண்கள் தெளிந்து விட்டன. அதிலிருந்து எனக்கு கஞ்சன்க்டிவிடிஸ் நோயே வந்ததில்லை.

நான் இந்த நிகழ்வின் போது எப்பொழுதாவது எனக்கு கஞ்சன்க் டிவிடிஸ் என்ற முடிவுக்கு வந்திருந்தேனானால் அதனுடைய மற்ற விளைவுகளினாலும் பாதிக்கப்பட்டிருப்பேன். மூன்று நாட்கள் தனிமை, கறுப்புக் கண்ணாடி சகிதம். ஒவ்வொரு வினாடியிலும் நடந்து கொண்டிருந்த உண்மையுடன் மட்டும் தங்கியிருந்ததால் என் வாழ்க்கையில் அடிக்கடி தொல்லை கொடுத்துக் கொண்டிருந்த ஒரு பிரச்சினையை சீராக சமாளிக்க முடிந்தது.

உடல் நிலைகள் உண்மைதான். நோய்கள் மனதில் இருக்கின்றன. நீங்கள் அசுகமாக இருக்கலாம்; இருப்பினும் சுக உணர்வுடன் இருக்க முடியும்.

ஒரு எச்சரிக்கை. இந்த உதாரணத்திலிருந்து நான் மருத்துவத் தொழிலை இழிவுபடுத்துகிறேன் என்றோ டாக்டர்கள் தாங்கள் என்ன பேசுகிறொம் என்று தெரியாமல் பேசுகிறார்கள் என்றோ தயவு செய்து என்னைப் பற்றி தவறாக எடை போட்டு விடாதீர்கள். நீங்கள் அப்படிச் செய்தால் இந்த என் அனுபவத்திலிருந்து ஒரு கோட்பாட்டை உருவாக்கி விடுவீர்கள். மருத்துவத் தொழிலின் மீது எனக்கு ஆழ்ந்த மதிப்பு இருக்கிறது. இன்னும் சொல்லப் போனால் உங்களுக்கு அசுகம் ஏற்பட்டால் டாக்டரின் ஆலோசனை பெற்று அவர் சொல்படி நடவுங்கள் என்று உங்களுக்குச் சொல்கிறேன். நானும் அப்படித்தான் செய்கிறேன். ஆனால் எனக்குத் தெரிந்த வகையில் பலர் தங்களுக்கு நோய் வந்து விட்டது என்று முடிவெடுத்து அதை உறுதிப் படுத்திக் கொள்ளவே டாக்டரிடம் செல்கிறார்கள். டாக்டர் அவர்களுக்குப் பிடிக்காத அந்தத் தகவலை உறுதிப்படுத்தினால், அவர் ஆலோசனைப்படி நடக்காமல் மற்றொரு டாக்டரிடம் மாற்று ஆலோசனைக்குச் செல்வார்கள்.

நாம் இந்தப் பகுதியில் கற்றவைகளைச் சுருக்கமாக திரும்ப நினைவு படுத்திக் கொள்ளலாமா? ஒன்றின் உருவமே அதன் உண்மையின் முடிவான நிரூபணம் என்று இங்கு காண்பிக்கப்பட்டது. மற்ற நிரூபணங்கள் எல்லாம் பயனுள்ளவை என்றாலும் அவைகள் இடைப்பட்ட ஆய்வுகளே. பல சமயங்களில் உண்மையின் தன்மையை நிரூபிக்க அவைகள் நமக்கு உதவுகின்றன. ஆனாலும் பல முக்கியமான சந்தர்ப்பங்களில் அவைகள் பயனளிப்பதில்லை. அதனால் நாம் தவறான முடிவுக்கு வருகிறோம். உருவம் என்பது தூரம், நேரம், வடிவம் இவற்றின் கூட்டு அதை தூ.நே.வ என்ற சுருக்கெழுத்துகளால் குறிக்கிறோம்.

இதன்படி எல்லாப் பொருள்களும் உண்மை. ஏனெனில் அவைகளுக்கு தூ.நே.வ இருக்கிறது. நமக்கு எண்ணங்களும் உணர்ச்சிகளும் இருக்கின்றன என்பது உண்மை. ஆனால் எண்ணங்களும் உணர்ச்சிகளும் உண்மையல்ல. எதற்கு தூ.நே.வ இருக்கிறதோ அது உண்மை. எதற்கு தூ.நே.வ. இல்லையோ அது உண்மையில்லை. உங்களைச் சுற்றியுள்ள உலகத்தில் உண்மையான உண்மையைத் தேடுங்கள். அப்படிச் செய்யும்போது உங்களால் விஷயங்களைக் கோட்பாடுகளிலிருந்து பிரிக்க முடியும். எல்லாக் கோட்பாடுகளும் தானாகவே விஷயங்களின் உண்மையின் கூறுகளாக ஆகிவிடும். முன்பே இதைப் பயன்படுத்திய சந்தர்ப்பங்களையும் நிகழ்வு

களையும் நினைவு படுத்தி ஊடுருவும் பலன்கள் அடைந்ததை திரும்பப் பாருங்கள். இதைத் தொடர்ந்து உங்கள் பழக்கத்தில் கொண்டு வாருங்கள். எப்பொழுதும். ஒவ்வொரு மணித்துளியிலும். பல தடவைகள் நீங்கள் இதை மறந்து திரும்பவும் உண்மையைத் தவறாகப் புரிந்து கொள்வீர்கள். இது நடக்கும்போது அதை கவனியுங்கள். அடுத்த நொடியில் அசல் உண்மையுடன் தொடர்பு கொள்ளுங்கள்.

இது ஒரு கடினமான பாடமாக இருந்திருக்கலாம். அதைப் பொதுவாக நீங்கள் புரிந்து கொண்டு எல்லாப் பகுதியையும் ஒத்துக் கொள்ளா விட்டாலும் அது சரி தான். எப்படி இருந்தாலும் நீங்கள் ஒத்துக் கொண்டீர்களா இல்லையா என்பதைப் பற்றி உண்மை கவலைப் படப் போவதில்லை.

ஒரு சிறிய இடைவெளி எடுத்துக் கொள்ளுங்கள். இதை அசை போடுங்கள். உங்களுடன் சிறிது நேரம் செலவிடுங்கள். பிறகு அடுத்த அத்தியாயத்துக்குச் செல்லலாம்.

16 உண்மையல்லாதது எது?

நாம் நம் பயணத்தின் முடிவை நெருங்கிக் கொன்டிருக்கிறோம். எப்பொழுதும் போல் பயணத்தின் கடைசிப் பகுதி மிகவும் கடின மானது. ஒருவனுடைய மீதமுள்ள சக்தி முழுவதும் அதற்குத் தேவைப் படுகிறது. உங்கள் உடற்சக்தி எனக்கு அவ்வளவாகத் தேவைப் படாது. ஆனால் உங்கள் கற்பனா சக்தியையும் உள்-நோக்கு திறனையும் மிக அதிகமாகப்பயன் படுத்திக் கொள்ளப் போகிறேன். நமக்கு முழுவதும் புரிபடாத விஷயங்களுக்குள் செல்லப் போகிறோம். அவைகள் உள்ளார்ந்த விஷயங்கள். ஆகையால் நம்முடைய வழக்கமான அறிவும் தர்க்கசக்தியும் இங்கு பயன்படா. நம் மொழியும் வார்த்தை களும் கூட இங்கு தடைகளாக இருக்கக் கூடும்.

ஒரு உதாரணத்தின் மூலம் இதை விளக்குகிறேன். கீழே கொடுக்கப் பட்டுள்ளபடத்தைப் போல ஒரு இரு பரிமாணமுள்ள உலகமிருப்பதாக வைத்துக் கொள்ளுங்கள்.

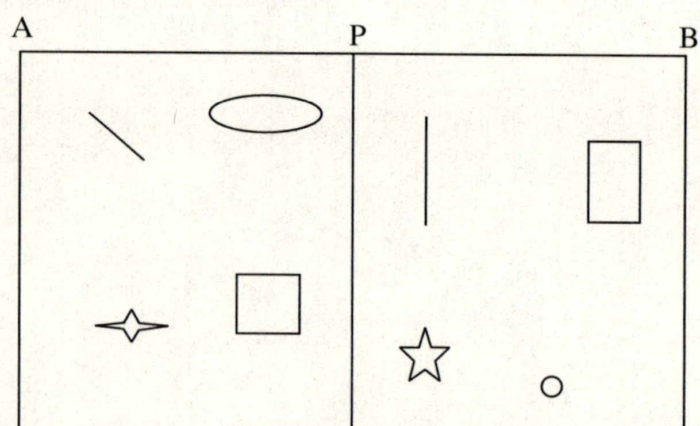

என்பது இரு பரிமாணமுள்ள ஒரு பரப்பு. இதன் நடுவில் ஒரு வலுவான அரண். அது இரண்டு பக்கத்தையும் பிரிக்கிறது. அவ்வுலகந்தின் இரு பக்கத்திலும் அங்கு குடியேறி வாழ்பவர்கள் இருக்கிறார்கள். ஒவ்வொரு பக்கத்திலும் இரு பரிமாணமுள்ள உயிரினங்கள் இருக்கின்றன கோடு போலவும், வட்டமாகவும், முக்கோணம் போலவும், நட்சத்திரம் போலவும் பல அளவுகளிலும் வடிவங்களிலும். அந்த உயிரினங்கள் இருக்கின்றன. அவர்களுடைய மொழி, தர்க்கஞானம், விஞ்ஞானம், தொழில் நுட்பம் எல்லாமே இரு பரிமாணமுள்ளவை. அந்த இரு பரிமாண உலகத்தில் வாழத் தெரிந்து கொள்ள வேண்டியதையெல்லாம் தெரிந்து கொண்டு முழுவதுமாக வளர்ந்த ஒரு சமூகம் அவர்களுடையது. இடது வலது பாதியிலுள்ள இரு உலகங்களும் தன்னிறைவு பெற்றவை. இடது பாதி உலகத்தில் வாழ்பவர்களுக்கு வலது பாதி உலகத்தில் வாழ்பவர் களைப் பற்றி ஒன்றுமே தெரியாது. அவர்களுடன் தொடர்பு கொள்ளவும் முடியாது. அவர்களுடைய அறிவு, விஞ்ஞானம், தொழில் நுட்பம், தத்துவம் எதையுமே அந்த அரணைக் கடக்க அவர்களால் பயன்படுத்த முடியவில்லை.

திடீரென்று ஒரு நாள் ஒரு அற்புதம் நிகழ்கிறெதென்று வைத்துக் கொள்ளுங்கள். இடது பகுதியில் வாழும் கோடு என்ற உயிரினம் மூன்றாவது பரிமாணம் இருப்பதைக் கண்டுபிடிக்கிறது. இந்தக் கோடு தன்னை மூன்றாவது பரிமாணத்திற்கு உயர்த்திக் கொண்டு, அங்கே சிறிது நேரம் இங்குமங்கும் சென்று விட்டு வலது பாதியில் குடியேறுகிறது. அங்கு அது தன்னைப் போன்ற மக்களைச் சந்திக்கிறது. அவர்களிடம் தன் இரு பரிமாண மொழியில் உரையாடுகிறது. பொதுவாக சந்தோஷமாக இருக்கிறது. சிறிது காலம் சென்ற பிறகு, தன்னை மூன்றாவது பரிமாணத்துக்கு உயர்த்திக் கொண்டு தன்னுடைய உலகமான இடது பகுதி உலகத்துக்குச் சென்று விடுகிறது.

இப்பொழுது கோடு தன்னுடைய அனுபவத்தை இடது பாதியில் வாழும் மற்ற மக்களுக்கு விளக்க முயலுகிறது. அதற்கு முடியுமா? இந்தப் பாதி உலகத்திற்குத் தெரிந்த வார்த்தைகள், மொழி, அறிவு, தர்க்கமுறைகள், ஏன், விஞ்ஞானம், தொழில் நுட்பம், எதனாலும் கோடின் அனுபவத்தை விளக்க முடியாது. ஆனால் அது தன் அனுபவத்தை விளக்க முடியாவிட்டாலும் மூன்றாவது பரிமாணம் இருப்பதை மறுக்க முடியாது. கோடின் அனுபவம் அதன் (இடது)

உலகத்தின் மொழிக்கும் அறிவுக்கும் அப்பாற்பட்டது. அங்கு வாழும் மற்ற மக்களுக்கும் அந்த அனுபவம் பெறுவது சாத்தியம்; ஆனால் ஒருவருக்கும் அந்த அனுபவத்தை விளக்கவோ அதை எப்படிப் பெறுவது என்று சொல்லவோ முடியாது.

நமது இந்தப் பயணத்தின் முடிவான இந்த அத்தியாயத்தில் நாம் இது போன்ற ஒரு நிலையில் இருக்கிறோம். நமது மொழியும் வார்த்தைகளும் அவைகளின் அர்த்தமுமே நமக்கு இங்கு சொல்லப் போவதைப் புரிந்து கொள்ளத் தடையாக இருக்கலாம். ஆனால் அவைகளின் ஊடே தொக்கி நிற்கும் ஞானத்தை நாம் உணர முடியும். இது சாத்தியமா என்று பார்ப்போம்.

சென்ற அத்தியாயத்தில் உண்மை என்றால் என்ன என்று நாம் பார்த்தோம். எதற்கும் உருவம் ஒன்று இருப்பதே உண்மையின் முடிவான நிரூபணம் என்ற முடிவுக்கு வந்தோம். வேறு பலவிதமான ஆய்வுகள் இருந்தாலும் அவைகளெல்லாம் அரைகுறையானவை. பல சமயங்களில் நமக்கு உண்மையைப் புரிந்து கொள்ளப் பயன் பட்டாலும் சில சமயங்களில் அவைகள் நம்மைத் தவறான முடிவுக்கு அழைத்துச் சென்று விடுகின்றன. உருவம் என்பது தூரம், நேரம், வடிவம் ஆகிய மூன்றும் கலந்தது. இந்த அடிப்படையில் எல்லாப் பொருள்களும் உண்மை. ஏனெனில் அவைகளுக்கு தூ.நே,வ இருக்கிறது. நமக்கு எண்ணங்களும் உணர்ச்சிகளும் இருப்பது உண்மை. ஏனெனில் அவைகளால் தூரத்திலும், நேரத்திலும், வடிவத்திலும் மாற்றங்கள் விளைவிக்க முடியும். ஆனால் அவைகளைத் தனியாக பார்த்தோமானால் அவைகளுக்கு உருவமில்லாததால் எண்ணங்களும் உணர்ச்சிகளும் மாயை. தூ.நே.வ உள்ள எதுவும் உண்மை. உண்மையான எல்லாவற்றிற்கும் தூ.நே.வ உண்டு.

உண்மை = தூரம், நேரம், வடிவம்., தூ.நே.வ =, உருவம்

இது நம் மனதில் இன்னும் ஆழமாகப் பதிய இதை அதனுடைய எதிரான மாயையுடன் ஒப்பட்டுப் பார்ப்போம். அதற்கான நமது கேள்வி, உண்மையல்லாதது அதாவது மாயை என்றால் என்ன? இதற்கு பதிலளிக்க விரும்புகிறீர்களா?

அ.த.ப.:

✤ உருவமில்லாதது மாயை.

- ✤ எது இல்லையோ அது மாயை.
- ✤ எதற்கு தூ.நே.வ இல்லையோ அது மாயை.

உங்களிடமிருந்து வந்த இந்த பதில்கள் எனக்கு மகிழ்ச்சியைத் தருகின்றன. இதிலிருந்து உண்மையின்தன்மையைப் பற்றி உங்களுக்குப் புரிய ஆரம்பிக்கிறது என எனக்குத் தெரிகிறது. ஆனால் இந்த பதில்கள் உண்மையைப் பற்றி நான் சொன்னவற்றிற்கு நேர் எதிர்ச் சொற்களைச் சொல்லியது போல் தெரிகிறது. நாம் எதிர்ச் சொற்களை இங்கு தேடவில்லை. மாயை என்றால் என்ன என்பதை நன்றாகப் புரிந்து கொள்ளவே விரும்புகிறோம். அதற்காக மாயையின் உதாரணங் களை எடுத்துக் கொள்ளலாம். ஏதாவது உதாரணங்கள் தர முடியுமா?

அ/த.ப : கனவுகள், கற்பனைகள்.

மிகச் சரியென்று சொல்ல மாட்டேன். இவற்றின் உண்மையின் தன்மையை நாம் ஏற்கெனவே பார்த்து விட்டோம். உங்களுக்கு கனவு இருக்கிறது என்பது உண்மை, ஆனால் உங்கள் கனவு உண்மையல்ல. நீங்கள் எதையோ, எவற்றையோ கற்பனை செய்கிறீர்கள் என்பது உண்மை. ஆனால் உங்கள் கற்பனை உண்மையல்ல. நாம் தவறான உண்மையை மாயை என்று சொல்வதில்லை என்பதை நீங்கள் புரிந்து கொள்ள வேண்டும். கனவுகளும் கற்பனைகளும் அது போன்றவை. அவைகள் உண்மையல்ல ஆனால் உங்களுக்கு அவை இருப்பது உண்மை. மாயை என்றால் என்ன? நமது ஆய்வைத் தொடர்வோம்.

அ.த.ப : உணர்ச்சிகள், உணர்வுகள்

முன்பே இதை விவாதித்தோம். உணர்ச்சிகள், உணர்வுகளின் உண்மை உடலில் ஏற்படும் மாற்றங்கள் மூலம் புலப்படுகிறது. அவைகளால் ஏற்படும் எண்ணங்கள், நினைவுகள் ஆகியவைகளின் கூட்டு. இதன் ஒவ்வொரு பாகத்திற்கும் உருவம் அல்லது தூ.நே.வ இருக்கிறது. இந்தக் கலவைக்கு நாம் கொடுக்கும் பெயரே உணர்ச்சி அல்லது உணர்வு. ஆகையால் உணர்ச்சிகளும் உணர்வுகளும் மாயையை விளக்குவதில்லை. வேறு ஏதாவது சொல்ல முடியுமா?

அ.த.ப (தயக்கத்துடன்) அப்பொழுது ஒன்றுமே இல்லாதது மாயை.

அபாரம். சிறந்த பதில். ஒன்றுமே இல்லாதது மாயை. மிகப் பெரிய உண்மை.

இதை நீங்கள் கூர்ந்து கவனிக்க வேண்டும். ஒன்றுமே இல்லாதது மாயை. ஒன்றுமே இல்லை.

ஏதோ ஒன்று, எந்த நொடியில் அது ஒன்றாகிறதோ அப்பொழுது அந்த ஒன்றுக்கு உருவமும் தூ.நே.வ. வந்து விடுகிறது. ஆக அந்த ஒன்று உண்மையாகி விடுகிறது. ஒன்றும் இல்லாதது மாயை. ஒன்றுமே இல்லாதது என்றால் என்ன? ஒன்றுமே இல்லாததை எப்படி விளக்குவீர்கள்.?

அ.த.ப.: வெற்றிடம், வெறுமை, சூனியம்

அது போதாது என்று நினைக்கிறேன். இந்த வெற்றிடமோ, சூனியமோ எங்கிருக்கிறது?

அ.த.ப.: ஒரு வரையறுக்கப்பட்ட இடத்தில். உதாரணத்துக்கு இந்த கிளாஸ் காலியாக இருக்கிறது.

நீங்கள் அப்படிச் சொல்லும்போது தூ.நே.வ வை குறித்து விட்டீகள். அதனால் அது உண்மையென்று ஆகி விடுகிறது.. கிளாஸுக்கு பரிமாணம் இருக்கிறது. அது காலியாக இருந்தாலும் அதற்குள் காற்று இருக்கிறது. காற்று தூ.நே.வவுள்ள ஒரு உண்மை. வெற்றிடத்திலும் சிறிதளவு காற்று இருக்கிறது. எதையும் முழுவதுமாக வெற்றிட மாக்க முடியாது என்று விஞ்ஞானிகள் கூறுவார்கள்.

நாம் இதை ஆழமாக ஆராய வேண்டும்.நாம் ஏதோ ஒன்று இல்லாததைப் பற்றி இங்கே பேசவில்லை என்பதைப் புரிந்து கொள்ளுங்கள். நாம் முழுவதுமாக இல்லாத ஒன்றைப் பற்றி பேசுகிறோம். இந்த ஒன்றுமே இல்லாதது எப்படி இருக்கும்?

மேலே படத்தில் காணும் இடம் மட்டுமே இந்தப் பிரபஞ்சத்தில் இருக்கிறது என்று வைத்துக் கொள்ளுங்கள். இது தான் முழுவதுமான எல்லாம் நிறைந்த அப்பழுக்கே இல்லாத பிரபஞ்சம் என்று கற்பனை செய்து கொள்ளுங்கள். இந்த செவ்வக வடிவமும் அதன் எல்லைக் கோடுகளும் நாம் இதைப் புரிந்து கொள்வதற்காக மட்டுமே வரையப்பட்டுள்ளன. உண்மையில் இந்த வடிவமும் அதன் எல்லைகளும் இல்லையென்று கொள்ளுங்கள்.

இந்தப் பிரபஞ்சத்தில் எங்கோ ஒரு சிறிய புள்ளி இருப்பதாக நினைத்துக் கொள்ளுங்கள். இனி பிரபஞ்சம் அப்பழுக்கில்லாதது இல்லை. இப்பொழுது சிந்தியுங்கள். பிரபஞ்சத்தில் இந்தப் புள்ளி வருவதற்கு முன் என்ன இருந்தது?

அ.த.ப.:

- இடம்
- முழுமை
- எல்லாமும்
- ஒன்றுமே இல்லை

அற்புதம். மிக அழகாகச் சொன்னீர்கள். நமது கற்பனையான புள்ளி இந்தக் கற்பனைப் பிரபஞ்சத்திற்கு வருமுன், அதன் இடம் முழுமை யையும் வெறுமையையும் குறித்தது.

இந்தப் பிரபஞ்சம் ஒரே சமயத்தில் எல்லாமாகவும் ஒன்றுமே இல்லாததாகவும் இருந்தது.

எல்லாமும் ஒன்றுமே இல்லாமையும் சேர்ந்து முரண்பட்டவைகள் ஒன்றாக இருந்தன.

இது நிச்சயமாக தர்க்க ரீதியாகவோ அல்லது பகுத்தறிவுக்கு எட்டியதாகவோ இல்லை. சொல்லப் போனால் அது மாயை.

எந்த நொடியில் புள்ளி அங்கே வந்ததோ பிரபஞ்சத்தில் ஏதோ ஒன்று வந்தது. எல்லாமும் வெறுமையும் தகர்க்கப்பட்டது. அந்த ஏதோ ஒன்றுக்கு தூ.நே.வ இருந்தது. அது உண்மையாயிற்று. ஆனால் அது வருவதற்கு முன் அது எல்லாமாகவும் ஒன்றுமே இல்லாததாகவும் இருந்தது.

இதை விளக்க நாம் உபயோகப்படுத்திய செவ்வகம் நம் கற்பனைக்கு உதவுவதற்காக எடுத்துக் கொண்ட ஒரு சின்னமே என்பதை நினைவு கூருங்கள். உண்மையில் ஆகாயத்தைச் சுற்றி இடத்தை உள்ள டக்கியவாறு எந்த எல்லையும் இல்லை. எல்லாமாகவும் ஒன்றுமே இல்லாததாகவும் உள்ள இடம் வரம்பற்றதாக இருந்தது. எப்பொழுது நீங்கள் அதை எல்லைக்குள் வரம்பு கட்டிக் கொண்டு வருகிறீர்களோ அப்பொழுது அது ஏதோ ஒன்றாக ஆகி அதற்கு தூ.நே.வ வருகிறது. அது வரை அது வரம்பற்றதாக, எல்லை யற்றதாக இருக்கிறது. மேலும், அது மாயையாக இருக்கிறது.

அ.கே.கே: எல்லயற்ற என்னவாக?

வெறும் எல்லையற்றதாக. அது எல்லையற்ற ஏதோ ஒன்றாக இருந்தால் உடனே அதற்குப் பரிமாணம் வந்துவிடும் அதனால் அது உண்மையாகிவிடும். உங்கள் கற்பனை நோக்கத்திற்காக கண்களை மூடிக்கொண்டு இதைக் காண முயலுங்கள். நீங்கள் விரும்பனால் மூன்றாவது தியான முறைப் பயிற்சியைப் பயன் படுத்தலாம்.

பிரபஞ்சம் உண்மையிலேயே எல்லையற்றது, வரம்பற்றது, முடிவில்லாதது. எப்பொழுது அது எல்லயற்றதாக ஆகிறதோ அப்பொழுது அது ஒன்றும் இல்லாததாக, சூன்யமாக ஆகிவிடுகிறது. சூன்யமும் முடிவற்றதும் ஒன்றாக இருப்பதாக அதைக் காட்டலாம்.

- எல்லாமும் / வெறுமையும்
- முடிவில்லாததும் / சூன்யமும்,
- ஒன்றுக்கொன்று முரணானவைகள் ஒன்றாக இருப்பது.
- மாயை.

மற்றொரு பிம்பம் உங்கள் கற்பனைக்குப் பயன்படலாம். உங்கள் கையிலுள்ள புத்தகம் பெரியதாக ஆவதாக எண்ணுங்கள். அது பெரிதாகிக் கொண்டே போய் அதைச் சுற்றியுள்ள இடத்தை, நீங்கள் இருக்கும் இடத்தையும் ஆக்கிரமித்துக் கொள்கிறது. இது மூன்றாவது தியானப் பயிற்சியைப் போன்றது. புத்தகம் படிப்படியாக அறையிலுள்ள இடத்தை முழுவதையும், கட்டிடத்தையும், நகரத்தையும், நாட்டையும், உலகத்தையும், சூரிய மண்டலத்தையும், பால் வீதியையும், பிரபஞ்சத்தையும் ஆக்கிரமித்துக் கொள்கிறது. இந்தக் கோடியிலிருந்து அந்தக் கோடி வரை அதையும் தாண்டி.

எல்லயில்லாமல், முடிவில்லாமல், அது எல்லாவற்றையும் இருக்கும் இல்லாவற்றையும் ஆக்கிரமித்துக் கொள்கிறது. எங்கும் புத்தகம், புத்தகம், புத்தகம் தான். இந்த பிம்பத்தை உங்கள் உள் மனதில் உருவாக்குங்கள். அதோடு சற்று நேரம் இருங்கள்.

இப்பொழுது புத்தகம் எங்கே?

அ.த.ப:

- எல்லா இடத்திலும்
- எங்குமே இல்லை
- புத்தகமே இல்லை

அருமை. எல்லா இடத்திலிருப்பதும், எங்குமே இல்லாமலிருப்பதும் ஒருங்கே இருக்க முடியும் என்பதைப் இப்பொழுது புரிந்து கொண்டு விட்டீர்கள். எல்லாமும், ஒன்றுமே இல்லாததும் அது போலத்தான். அது மாயை.

- எல்லாமும் / ஒன்றுமே இல்லாததும்
- எல்லையில்லாததும் / சூன்யமும்
- எல்லா இடத்திலும் / எங்கும் இல்லாமையும்
- முரணானவைகள் ஒருங்கே இருப்பது = மாயை

எங்குமே இல்லாதிருப்பது இப்பொழுது இங்கே இருப்பதைக் கவனியுங்கள்.இந்த எல்லயில்லாததற்கு காலமும் இல்லை. அதற்கு சென்ற காலமும் வருங்காலமும் இல்லை. இப்பொழுது- இங்கே, இப்பொழுது, -இங்கே, இப்பொழுது- இங்கே. என்றிருக்கும் அது மாயை.

கடந்த காலத்து அனுபவங்களும், எதிர் காலத்து இலக்குகளும் இரண்டுமே உண்மை உலகத்தின் கூறுகள் என்று நாம் முன்பு பேசிக் கொண்டதை நினைவு கூருங்கள். இந்தக் காலப் பரிமாணமே இல்லாத மாயைக்கு கடந்த காலம், வருங்காலம் இரண்டுமே ஒன்றன் பின்னால் ஒன்றாக வரும் தற்பொழுதைய மணித்துளிகளின் வெளிப்பாடுகளே.

மற்றொரு கற்பனை உங்களுக்கு உதவலாம். ஒரு ஓசை காலம் ஆரம்பிப்பதற்கு முன்னால் ஆரம்பத்து அதிலிருந்து ஒலித்துக் கொண்டே இருந்து, காலம் முடிவது வரையிலும் அதற்கு அப்பாலும்

ஒலித்துக் கொண்டிருப்பதாக வைத்துக் கொள்ளுங்கள். அந்த ஓசையைக் கற்பனை செய்து பாருங்கள். அந்த ஓசை எப்படி இருக்கும்?

அ.த.ப.: அந்த ஓசை ஒரு அடிப்படை ஓசையாக இருக்கும். அதை வைத்து மற்ற எல்லா ஓசைகளையும் அளவிடுவார்கள்.

நல்லது. மேலே தொடருங்கள். அதைக் குறிக்க ஏதாவது வார்த்தை இருக்கிறதா?

அ.த.ப: அமைதி, மௌனம்.

முற்றிலும் சரி. அது மௌனத்தின் ஒலியாக இருக்கும். ஓசையும் மௌனமும் ஒருங்கே அங்கிருக்கும். அது மாயை.

விளக்க முடியாதவற்றை விளக்குவதற்கு பல வழிகளை நாம் பார்த்தோம். நாம்பார்த்த மாயையின்சில வெளிப்பாடுகள்சில இங்கே.

- ஒன்றுமே இல்லாததும் / எல்லாமும்
- ஒன்றும் இல்லை
- எல்லயற்றது / சூனியம்
- எங்கும் இருப்பது / எங்கேயும் இல்லாதது
- இப்பொழுது / இங்கே
- ஓசை / மௌனம்
- வரம்பற்றது
- பரிமாணமில்லாதது
- உருவமில்லாதது
- காலமில்லாதது

இந்த விளக்கங்கள், எதுவுமே அதை விளக்க போதுமானதாக இல்லை. மொழி மற்றும் வார்த்தைகளின் இயலாமையை நாம் இங்கு காண்கிறோம். நாம் எந்த வார்த்தையை எடுத்தாலும் அவை எல்லாமே மாயையை ஏறத்தாழ அல்லது கிட்டத்தட்ட விளக்குவதாகவே இருக்கும்.

இது போன்ற வேறு ஏதாவதொன்றை விளக்குவதற்கு உபயோகப் படுத்தும் வார்த்தைகள் ஏதாவது நீங்கள் கண்டிருக்கிறீர்களா?

அ.த.ப.: கடவுள்

ஆம். சற்று அதிகமாகவும் அடிக்கடி தவறான விஷயங்களுக்காகவும் பயன்படுத்தப்படும் ஒரு வார்த்தை. பலரும் பலவாறாக அர்த்தம் கொள்ளும் வார்த்தை; உணர்ச்சிகளைத் தூண்டிடும் வார்த்தை நீங்கள் ஏதாவது குறிப்பட்ட கடவுளைக் குறிக்க உபயோகப் படுத்தினீர்களானால் கோட்பாடுகள் வட்டத்திற்குள் நுழைந்து இந்த விஷயத்திலிருந்து அப்பால் சென்று விடுவீர்கள். ஆனால் அதை இறைத்தன்மை அல்லது எங்கும் நிறைந்தவர் என்பதைக் குறிக்க உபயோகப்படுத்தினீர்களால் நாம் எடுத்துக் கொண்ட விஷயத்திலேயே இருக்கிறோம் என்று எடுத்துக் கொள்ளலாம்.

வேறு ஏதாவது வார்த்தைகள் ?

அ.த.ப:

- ஆன்மா
- ஆத்மன்
- பிரம்மன்
- கிருஷ்ணர்
- அல்லா
- புத்தர்
- பரிசுத்த விழிப்புணர்வு
- கடவுளின் அரசாங்கம்.
- வெளிப்படாத தற்பொழுது.
- அகனிலை
- ஜீவன்
- உள்ளே உறைபவன்

ஆம். இவைகளும் இது போன்ற சொற்களும் பல முதிர்ந்த மனிதர் களால் விளக்க முடியாத மாயையை, விளக்குவதற்குப் பயன்படுத்தப் பட்டிருக்கின்றன.

இவைகளில் ஏதேனும் ஒன்றையோ அல்லது கூட்டாகவோ உபயோகித்து மாயையை நீங்கள் உணர முடிந்தால் நன்று. சாதாரணமான தர்க்க

முறையில் இதை அறிந்து கொள்ள முடியாது. ஆய்வும் விளக்கமும் இங்கு பயன்படுவதில்லை. இது மனத்தால் அறியக் கூடியது அல்ல. மனம் உண்மை உலகத்தின் ஒரு பாகம் என்பதை நாம் முன்பே பார்த்தோம். நாம் 14ம் அத்தியாயத்தில் மனதைப் பற்றி விவாதிக்கும் போது முடிவில் சொன்ன ஜீவன் என்பதைச் சார்ந்தது இது.

ஒரு சின்ன இடை வேளை எடுத்துக் கொள்ளுங்கள். மாயையைப் பற்றிய உங்கள் ஞானத்தை உள் வாங்கிக் கொண்டு இந்தப் பயணத்தின் கடைசி பாகத்தின் முன்பான பாகத்தை அனுபவிக்க வாருங்கள்.

17 வேற்றுமை

சென்ற இரண்டு அத்தியாயங்களில் நாம் உண்மையின் தன்மையைப் பற்றி மிக ஆழமாக ஆய்வு செய்து விவாதித்தோம். இதை நடத்துகையில் நாம் மாயை என்றால் என்ன என்பதைப் பற்றியும் அனுபவபூர்வமான அறிவைப் பெற்றோம். முன்பு நாம் சொல்லியது போல் உங்கள் அனுபவமே உண்மை, அதையே (அனுபவமில்லாமல்) நீங்கள் நம்பினால் அது பொய் என்பதை நினைவில் வைத்திருங்கள்.

இனி இந்த அனுபவ அறிவை முழுமையாக்க கடைசி அடியை எடுத்து வைக்க இருக்கிறோம். இதைப் பற்றிய நம் முழுமையான கண்ணோட்டத்தை உருவாக்குவோம். ஒப்பு நோக்குகையில் இது ஒரு சிறிய அடி தான். ஆனால் இதுவே ஆழ்ந்த முடிவான உண்மையை நமக்கு விளக்க வல்லது. நீங்கள் தயாரானால் நாம் மேலே செல்லலாம்.

இதுவரை நாம் அறிந்து கொண்டவற்றில் முக்கியமானவற்றை தொகுத்துரைப்போம்.

உண்மை

அட்டவணை: சாமான்கள், பொருட்கள், எண்ணங்கள், உணர்ச்சிகள், உடல், மனது.

ஆய்வுகள்: உருவம் , தூரம், நேரம், வடிவம் , தூ, நே, வ,

மாயை

- ஒன்றுமே இல்லாதது / எல்லாமும்
- எங்கேயும் இல்லாதது / இங்கே இப்பொழுது இருப்பது
- காலமில்லாதது / உருவமில்லாதது

- ✤ பரிமாணமில்லாதது
- ✤ தன்னுணர்வு, ஜீவன், உறைபவன்
- ✤ பரிசுத்தனமான விழிப்புணர்வு

நாம் முன்பு சொன்னது போல் இந்த வார்த்தைகள் அவைகளின் பொருளை ஓரளவுக்கே வெளிப்படுத்துகின்றன.

இப்பொழுது நம் கவனத்தை நாம் காணும் உலகுக்குத் திருப்புவோம். நம் உலகத்தின் முக்கிய அம்சம் உருவம். தூரமும். நேரமும் வடிவமும் அதனின் விஷயங்கள். இந்த தூ.நே.வ எப்படி தீர்மானிக்கப் படுகிறது அல்லது எப்படி உருவாகுகின்றது என்று நாம் பார்ப்போம்.

இதற்காக பிரபஞ்சத்தில் நீங்களும் நீங்கள் படிக்கும் புத்தகமும் மட்டுமே இருப்பதாக ஒரு சூழ்நிலையைக் கற்பனை செய்து கொள்ளுங்கள்.- அங்கு வேறு ஒன்றும் இல்லை. நீங்கள் இங்கே ஒரு பொருள் - அதில் உங்கள் உடல், மனது, எண்ணங்கள், உணர்ச்சிகள் எல்லாமே அடக்கம். மேலும் புத்தகம் தனியான பொருள்.

உங்களுக்கும் புத்தகத்துக்கும் உருவம் அல்லது தூ.நே.வ இருக்கிறதா?

அ.த.ப.: ஆமாம்

நல்லது. இது போல் பிரபஞ்சத்தில் எங்கு உங்களையும் புத்தகத்தையும் தவிர வேறொன்றும் இல்லையோ அங்கு எவ்வளவு பொருள்கள் இருக்கும்?

அ.த.ப.: இரண்டு

நிச்சயமாகவா?

அ.த.ப: சொல்லப் போனால் மூன்று!!

நல்லது. எந்த மூன்று பொருள்கள்

அ.த.ப: நானும், புத்தகமும் மீதமுள்ள இடமும்.

அருமை. அபாரம். நாம் இரண்டு பொருள்கள் என்று சொல்லும் போது அங்கே தானாகவே மூன்று பொருள்கள் உள்ளன. - நீங்கள், புத்தகம், மீதமுள்ள இடம். மீதமுள்ள இடம் நீங்களும் அல்ல, புத்தகமும் அல்ல. முன் காலத்தில் இதை சிலத் தத்துவ ஞானிகள்

ஈத்தர் (ether- தமிழ் = விசும்பு, அமுதியம்) எனக் கூறி வந்தார்கள். சென்ற அத்தியாத்தில் நாம் ஒரு பிரபஞ்சத்தை செவ்வகமாக உருவகப்படுத்தி விவாதித்ததை ஞாபகப்படுத்திக் கொள்ளுங்கள். அதைத் தொடர்ந்து நாம் மாயையை வெறுமையாகவும் எல்லா மாகவும் விவரித்தோம் அல்லவா? அந்த உதாரணத்தில் செவ்வகத்தில் ஒரு புள்ளியையோ குறியையோ வைத்தபோது சூழ்நிலை மாறியது என்று சொன்னோம். நாம் அப்படிச் செய்தபோது அங்கு ஏதோ ஒன்று -ஒரு புள்ளி இருந்தது. அந்தப் புள்ளி ஏதோ ஒன்றாக இருக்க வேண்டுமானால் அதற்கு தூ.நே.வ. இருக்க வேண்டும். அதனுடைய தூ,நே.வ என்ன? அது எப்படி நிர்ணயிக்கப்பட்டது?

அ.த.ப: அதை அந்தப் பிரபஞ்சத்தில் மீதமுள்ள இடத்தோடு ஒப்பட்டு வேறுபடுத்தி.

மிகச் சரி. அந்தப் புள்ளீக்கு தூ.நே.வ உருவம் மற்ற புள்ளியல்லாத இடத்தோடு வேறுபடுத்தியதால் வந்தது.

அ.கே.கே: கடவுள் சொன்னார் ஒளியிருக்கட்டும் என்று, அங்கே ஒளி வந்தது என்பதைப் போல இல்லை இது?

ஆமாம், நிச்சயமாக. ஒளி வருவதற்கு முன்னால் அங்கு என்ன இருந்தது?

அ.த.ப : இருட்டு

இல்லை. இல்லை. ஒளியோடு ஒப்பிட்டு வேறுபடுத்தியபோது இருட்டு வந்தது. ஒளி வருவதற்கு முன்னால் அங்கு ஒரு விதமான நிறமில்லாத ஒளியும் ஒளியின்மையும் ஒருங்கே இருந்தன. ஒலி / மெளனம், போல நிச்சயமாக ஒரு மாயை.

தூ.நே.வ வின் (உண்மையின்) தன்மை என்னவென்றால் நீங்கள் ஒரு பொருளை உருவாக்கும்போது அதனுடைய எதிர் தானாகவே உருவாக்கப்படுகிறது. ஒரு நிலை அதனுடைய எதிர் நிலை இல்லாமல் இருக்க முடியாது. ஆக பிரபஞ்சத்தில் இரண்டு பொருள்கள் இருந்தால் தானாக அங்கு மூன்று பொருள்கள் இருக்கும். அங்கு 10 பொருட்கள் இருக்கும்போது, 11வது பொருள் - அதாவது 10 பொருட்கள் அல்லாத மீதமுள்ள இடம் தானாகவே உருவாக்கப் படுகிறது. Nஆவது பொருள் சேர்க்கப்படும்போது (N+1) Nஆவது பொருள் (அதாவது பொருட்கள் N அல்லாத இடம் தானாகவே சேர்க்கப்படுகிறது.

ஆகையால் நீங்களும் புத்தகமும் ஆகிய இரண்டு பொருட்கள் இருக்கும்போது அங்கு எத்்னை பொருட்கள் இருக்கும்?

அ.த.ப.: மூன்று - நானும் புத்தகமும் மீதமுள்ள இடமும் அப்பொழுது புத்தகத்தின் தூ.நே.வ. என்னவாக இருக்கும்?

அ.த.ப: எது நான் இல்லையோ, எது இடமும் இல்லையோ அது.

அப்பொழுது உங்கள் தூ.நே.வ.

அ.த.ப.: எது புத்தகம் இல்லையோ எது இடமும் இல்லையோ அது.

அப்பொழுது இடத்தின் தூ.நே.வ

அ.த.ப.: எது புத்தகம் இல்லையோ எது நானும் இல்லையோ அது மிகச் சரி. அப்பொழுது பிரபஞ்சத்தில் "n" பொருட்கள் இருக்கும் போது அங்கு எத்தனை பொருட்கள் இருக்கும்?

அ.த.ப: N+1 பொருட்கள்

N ஆவது பொருளின் தூ.நே.வ. என்னவாக இருக்கும்?

அ.த.ப: முதலாவதும் இரண்டாவதும், மூன்றவதும் அல்ல, (n&1) **ம் அல்ல,**(n + 1)**ம் அல்ல**

முதலாவதின் தூ.நே.வ என்னவாக இருக்கும்?

அ.த.ப/: 2,3,4.............வதும் அல்ல. N+1 **ம் அல்ல.**

இதனால் நமக்கு என்ன தெரிகிறது? எந்தப் பொருளுக்காவது, அது எந்த இடத்திலிருந்தாலும் சரி, எந்தப் பரபஞ்சத்திலிருந்தாலும் சரி, அதற்கு சுதந்திரமாக, மற்ற எதையும் சாராமல் இருக்க முடியுமா?

அ.த.ப: முடியாது. நிச்சயமாக முடியாது.

இப்பொழுது உண்மையையும் மாயையும் குறிக்கும் நமது அட்டவணையைப் பார்ப்போம்.

உண்மை

சாமான்கள், பொருட்கள், எண்ணங்கள், உணர்ச்சிகள், உடல், மனது.

ஆய்வுகள்: உருவம் , தூரம், நேரம், வடிவம் , தூ,நே,வ,

மாயை

- ஒன்றுமே இல்லாதது / எல்லாமும்
- எங்கேயும் இல்லாதது / இங்கே இப்பொழுது இருப்பது
- காலமில்லாதது / உருவமில்லாதது
- பரிமாணமில்லாதது
- தன்னுணர்வு, ஜீவன், உறைபவன்
- பரிசுத்தனமான விழிப்புணர்வு

உண்மை என்று நாம் குறிப்பவை யாவும் சுதந்திரமாக, சார்பில்லாமல் இருக்க முடியாதென்றால் நாம் இதுவரை இதைப் பற்றி பேசியதிலும் புரிந்து கொண்டதிலும் ஏதோ ஒரு பயங்கரமான குறை இருக்கிறதோ? எது இங்கு தவறு? இங்கே ஒரு பெரிய போலித்தனமோ, பொய்யோ இருக்கிறதோ? அது தான் என்ன?

எண்ணிப் பாருங்கள். ஆழ்ந்து சிந்தியுங்கள். அதன் விளைவை உள் வாங்கிக் கொள்ளுங்கள். என்ன நினைக்கிறீர்கள்?

அ.த.ப: எதுவுமே உண்மையில்லை போலத் தெரிகிறது.. நானும் உண்மையில்லை என்று நினைக்கிறேன்.

அது உண்மையில்லையா? இந்த இரண்டு கட்டங்களிலும் உள்ள பெரிய பொய் என்ன?

கட்டங்களின் தலைப்பை மாற்ற வேண்டும் அல்லவா? இவைகள் இப்படி இருக்க வேண்டும் அல்லவா?

மாயை:

சாமான்கள், பொருட்கள், எண்ணங்கள், உணர்ச்சிகள், உடல், மனது.

ஆய்வுகள்: உருவம் , தூரம், நேரம், வடிவம் , தூ,நே,வ,

உண்மை:

- ஒன்றுமே இல்லாதது / எல்லாமும்
- எங்கேயும் இல்லாதது / இங்கே இப்பொழுது இருப்பது
- காலமில்லாதது / உருவமில்லாதது
- பரிமாணமில்லாதது

- ✤ தன்னுணர்வு, ஜீவன், உள்ளே உறைபவன்
- ✤ பரிசுத்தனமான விழிப்புணர்வு

முதன் முறையாக விழித்துக் கொள்ளுங்கள். நீங்கள் எதன் பின்னால் ஓடிக் கொண்டிருக்கிறீர்களோ, எது முக்கியமென்று நினைத்துக் கொண்டிருக்கிறீர்களோ, எது நித்தியமேன்று நினைக்கிறீர்களோ அவையெல்லாம் பொய்த் தோற்றமுடையவை, மாயை. நீங்கள் ஒரு பொய்யான உலகத்தில் வாழ்ந்து கொண்டிருக்கிறீர்கள். பிரிட்ஜ் சீட்டு விளையாட்டில் நீங்கள் ஸ்பேட்ஸ், க்ளப்ஸ்ஸை விட மதிப்புள்ளது என்று சொல்கிறீர்களே அது போல. அதை நீங்கள் அப்படியே மாற்றினாலும் சீட்டு விளையாட முடியுமல்லவா? வாழ்க்கை என்பது உருவாக்கப் பட்ட ஒரு விளையாட்டு. நீங்கள் ஒரு சிமிரா (சிங்கத்தின் தலையும், வெள்ளாட்டின் உடலும், பாம்பின் வாலும் உடைய ஒரு கற்பனை மிருகம்) பின்னால் ஓடிக் கொண்டிருக்கிறீர்கள். ஒரு கானல் நீர். பொய்த் தோற்றம். இந்த உலகில் இருப்பவை எல்லாமே மற்றவைகளோடு வேற்றுமைப் படுத்தப் படுவதினாலேயே. மிகப் பழமையான சம்ஸ்கிருத வேத வாக்கியத்தில் சொல்லியது போல ஜகன் மித்யா, ப்ரஹ்மா சத்யம் - உலகம் பொய் பிரம்மமே மெய்.

உண்மை ஒன்றே ஒன்றுதான். அதைத் தானுணர்வு, ஜீவன், உள்ளே உறையும் மூர்த்தி, பரிசுத்த விழிப்புணர்வு, ஆத்மன், பிரம்மன், புத்தர், கிருஷ்ணர், அல்லா, ஜீஸஸ், புலப்படாதவன் என்று பல பெயர்களால் அழைக்கிறோம். நாம் என்ன பெயர் சொல்லி அழைத்தாலும் அது தான் ஒரே உண்மை. முழுமையானது, பரிசுத்த மானது, சார்பற்றது, காலமில்லாதது, உருவமில்லாதது, பரிமாண மில்லாதது, தற்பொழுது.

நாம் பெருமையுடன் அலசிய உண்மையின் அங்கங்கள் எல்லாமே பொய்த் தோற்றங்கள், மாயை. அவைகள் இல்லை. வேறுபடுத்திப் பார்த்தாலன்றி உங்களைச்சுற்றியுள்ளவை இல்லை. உங்கள் எண்ணமும் உணர்ச்சிகளும் பொய்த் தோற்றம் கொண்டவை. நீங்களும் அவ்வாறே. உங்கள் உடல் மனது உட்பட. ஜீவன், என்கின்ற தானுணர்வு உருவாக்கும்போது அவை இருக்கின்றன. நானும் நீங்களும் பொய்த்தோற்றம். தானுணர்வுக்கு தூ.நே.வ. இல்லை. அது முழுமையானது. அதனிடம் சரணடையுங்கள். அதைத் தழுவிக் கொண்டு அதோடு ஒன்றி விடுங்கள்.

தயவு செய்து நான் சொல்வதைப் புரிந்து கொள்ளுங்கள். நான் இதை சரியென்றோ நல்லதென்றோ அல்லது மாறுபட்டுச் சிந்திப்பது தவறென்றோ கெட்டதென்றோ கூறவில்லை. நான் உண்மையைச் சுட்டிக் காட்டுகிறேன். இந்த நொடி - இது தான் உண்மை. நான் சொல்வதனாலோ அல்லது மற்றெவரும் சொல்வதனாலோ அல்ல. அது இருக்கிறது என்பதே உண்மை. நான் அதைச் சொல்வது ஒரு நிகழ்வு தான். நீங்கள் செய்யக் கூடியதெல்லாம் அதை அப்படியே ஏற்றுக் கொள்வது தான். அது உங்கள் தேர்வுக்குட்பட்டதல்ல. உலகத்தில் இருப்பவையெல்லாம் அப்படி இருப்பதற்குக் காரணம் நீங்கள்தான் அவைகளை மற்றவைகளிலிருந்து வேறுபடுத்தி உருவாக்கினீர்கள். நீங்கள் தான் அவைகளின் மூலம் அதைப் புரிந்து கொள்ளுங்கள்.

ஒருகால் இப்பொழுது உங்களுக்கு இடைவேளை தேவைப்படலாம். ஏனென்றால் இது ஒரு மிக அதிர்ச்சியான விஷயம். மனதால் வெகு சீக்கிரம் ஒத்துக் கொள்ள முடியாத விஷயம். சிறிது இளைப்பாறுங்கள். இடை வேளை எடுத்துக் கொள்ளுங்கள். இந்த ஆபூர்வக் கண்டு பிடிப்புடன் சற்று நேரம் உலாவுங்கள். இந்தப் புரிதலை வலுப்படுத்த அடுத்த அத்தியாயம் செல்வோம்.

18 உள்ளே உறையும் உத்தமன்

இந்த உலகத்தில் இது வரை வாழ்ந்த வாழ்க்கையை ஒரு போலியான உண்மையுள்ள உலகத்தில் கழித்து விட்ட, கலங்க வைக்கும் இந்த உங்கள் அனுபவம் ஒருகால் முதன் முறையாக இருக்கலாம். நாம் கட்டங்களின் தலைப்பை மாற்றியதிலிருந்து நீங்கள் ஒருகால் எது உண்மை, எது மாயை என்ற பயங்கரக் குழப்பத்திலிருக்கலாம், இந்த அத்தியாயத்தில் விவாதத்தைத் தொடர நாம் தூ.நே.வ. உண்மையை பொய்யுண்மை உலகம் என்றும் மற்றதை நிஜவுண்மை உலகம் என்றும் அழைப்போம்.

கட்டங்களின் தலைப்பை ஒன்றுக்கொன்று மாற்றியதைப் பற்றி என்ன நினைக்கிறீர்கள்? ஏதாவது கேள்விகள் உண்டா?

அ.கே.கே.: இதெல்லாம் உண்மையாயிருந்தால், - அப்படித்தான் தோன்றுகிறது, - வாழ்க்கையின் நோக்கம்தான் என்ன? இவற்றை யெல்லாம் விட்டு விட்டு இமய மலைக்குச் செல்வதே சிறந்தது போல் தெரிகிறதே?

நிச்சயமாக! ஏன் கூடாது? உங்களுக்கு எப்படித் தோன்றுகிறதோ அப்படிச் செய்யுங்கள். ஆனால் ஒன்றை ஞாபகப்படுத்துகிறேன். இமயமலையும் தூ.நே.வ. கொண்டதே, அதனால் அதுவும் ஒரு பொய் யுண்மைதான். ஒரு பொய்யுண்மை உலகிலிருந்து மற்றொன்றுக்குச் செல்வதனால் பெரிய பயனொன்றும் இருக்காது!

அ.கே.கே: அப்படியானால், இந்தப் பொய்யுண்மை உலகத்தில் வாழ்ந்து தான் ஆக வேண்டுமென்றால் அதை எப்படிச் செய்வது?

ஆமாம், நீங்கள் சொல்வது மிகச் சரி தான். அங்கு தான் வாழ்வின் சாராம்சமே இருக்கிறது. நிஜமான உண்மையை ஆதாரமாகக் கொண்டு அந்த ஆதாரத்திலிருந்து பொய்யுண்மை உலகத்தில்

வாழ்வதே அந்த சாராம்சத்தின் விளக்கம். நிஜவுண்மையின் பரிமாணம் பொய்யுண்மை உலகத்தின் பரிமாணத்தை விட பல மடங்கு பெரியது. இரண்டு பரிமாண பிரபஞ்சத்தில் வாழ்ந்து கொண்டிருந்த நமது நண்பர்கள் மூன்றாவது பரிமாணத்தைக் காண முடியாதவர்களாக இருந்தனரல்லவா? மூன்றாவது பரிமாணம் இருப்பது தெரியாதவர்களுக்கு அதனுடன் தொடர்பு கொள்ள முடியாது. ஆனால் அவர்களில் ஒருவருக்கு (கோட்டுக்கு) மூன்றாவது பரிமாணத்தின் அனுபவம் ஏற்பட்ட பின் அதன் வாழ்க்கை முற்றிலும் மாறியது. அது இரண்டு பரிமாண உலகத்தில் தொடர்ந்து வாழ்ந்து கொண்டிருந்தாலும் அதனுடைய வாழ்க்கையின் கண்ணோட்டம் அதை விட உயர்ந்த பரிமாணத்தில் இருந்தது.

நாம் எவ்வாறு நிஜவுண்மையிலிருந்து அல்லது அதை ஆதாரமாகக் கொண்டு, பொய்யுண்மை உலகத்தில் வாழ்வது? இதை நாம் புரிந்து கொள்ள நாம் 14ம் அத்தியாயத்தின் விவாதத்துக்குத் திரும்ப வேண்டும். அங்கு தான் நாம் விவேகத்தைப் பற்றியும் ஞானத்தைப் பற்றியும் உரையாடினோம்.

உங்களுடைய கூட்டு - ஆளுமை (COMPOSITE PERSONALITY, உடல், மனது, புத்தி என்ற மூன்று பிரதான இயக்கிகளின் மூலமாக) பரமாத்மாவினால் உருவாக்கப் பட்டதென்று, இந்தியாவின் பழம் பெரும்அறிவுக்களஞ்சியமானவேதாந்தம் (முடிவானஅறிவு கூறுகிறது. நம்முடைய உடலும் மனதும் எப்படி தூ.நே.வ உள்ள பொய்யுண்மை உலகத்தின் முக்கிய அம்சங்களாக இருக்கிறதென்று நாம் வெகு விரிவாகக் கண்டோம். எப்படி பரமாத்மா தான் நிஜவுண்மை என்பதையும் நாம் பார்த்தோம். நிஜவுண்மைக்கும் பொய்யுண்மை உலகுக்கும் இடையே பாலமாக இயங்கும் கருவிகளாக விவேகமும் ஞானமும் செயல் படுகின்றன. நாம் முன்பே பார்த்தது போல் நம்முடைய மனதும் உடலும் மட்டும் அல்லாமல் அதைச் சுற்றியுள்ள பொருள்களும் இந்தப் பொய்யுண்மையில் அடங்கும்.

ஆன்மாவின் நிலையிலிருந்து விஷயங்கள் என்கின்ற பொய் யுண்மை உலகத்தோடு இயங்க நமக்கு உதவுவது விவேகம், ஞானம் என்ற திறன்கள்.

இரண்டு கட்டத்துக்கும் நடுவில் உள்ள பாலமாக அவைகள் செயல்படுகின்றன. அவைகள்தான் இரண்டுக்கும் நடுவில் தொடர்புகள்

ஏற்படுத்த உதவுகின்றன. நம் எல்லோருக்கும் இந்தத் திறன்கள் இருக்கினறன. அவைகள் சாதாரணமான நம் கல்வியினாலோ, அறிவினாலோ உருவாவதில்லை. நாம் பிறந்ததிலிருந்து நமக்கு எப்படி உடலும் மனதும் இருக்கின்றனவோ அதே போல் நமக்கு விவேகம் இருக்கிறது. புராதன ஸ்ம்ஸ்கிருத இலக்கியங்களிலும் இந்தத் திறனை விவேகம் என்று தான் சொல்லப்பட்டிருக்கிறது. நாம் வளர்கையில் நமது உடலும் மனதும் பல விஷயங்களால் நிரப்பப்படுகின்றன. ஆன்மாவுக்கும் விவேகத்துக்கும் அத்தகைய நிரப்பல்கள் தேவை இல்லை.

மனதிலிருந்து விடுபடவும், பகுத்தறியவும், வேறுபடுத்திப் பார்க்கவும் நமக்குள்ள திறனே விவேகம் என்பது. அந்தத் திறனால் ஒருவனுக்கு பொய்யுண்மை உலகிலிருந்து வெளியே வந்து அதை நிஜவுண்மை அல்லது ஆன்மாவின் பரந்த நோக்குடன் காண முடிகிறது. ஒரு பற்றற்ற பார்வையாளனாக இருந்து கொண்டு விடுபட்ட இணைப்புடன் பொய்யுண்மை உலகத்தில் செயலாற்ற முடிகிறது.

ஞானத்தை நீங்கள் சரியாகப் புரிந்து கொள்ள வேண்டும். அது புத்திசாலித்தனம் மற்றும் அறிவிலிருந்து வேறுபட்டது. புத்திசாலித் தனத்தால் மனதின் விஷயங்களை துல்லியமாகப் பயன்படுத்த முடிகிறது. அதிகமான, மாறுபட்ட, அல்லது மேலான அறிவு உங்களைக் கல்விமானாக ஆக்கலாம். உடற்பயிற்சியும் நல்லுணவுப் பழக்கமும் உங்கள் உடலை வலுப்படுத்துவது போல புத்திசாலித் தனத்தால் நீங்கள் மனதளவில் வல்லவராகவும் வேகமுள்ள வராகவும் ஆகலாம். பொய்யுண்மை உலகத்தில் செயலாற்ற உங்களுக்கு வலுவான உடலும் திண்மையான மனதும் ஆகிய இரண்டும் தேவை. அது உங்களைப் பொய்யுண்மை உலகத்தில் செல்வந்த ராகவும் செல்வாக்குள்ளவராகவும் ஆக்கலாம். ஆனால் அது உங்களுக்கு ஆனந்தத்தையும் சாந்தியையும் தராது. உங்களுக்கு ஆனந்தமும் சாந்தியும் வேண்டுமென்றால் நீங்கள் உங்களது விவேகத்திலிருந்து செயலாற்ற வேண்டும். விவேகத்தின் மூலமாகவே உங்களுக்கு நிஜவுண்மையான ஆன்மாவுடன் இணைய முடியும்.

உங்களது பின்னணி, கல்வி, மற்றும் கற்ற அனுபவப் பாடங்கள் எப்படிப் பட்டதாக இருந்தாலும் உங்களுக்கு விவேகம் பெறும் திறன் முழுமையாக இருக்கிறது. காலாகாலத்தில் அதை நீங்கள் நன்றாகவே பயன்படுத்தியுள்ளீர்கள். உங்கள் வாழ்க்கையில் நீங்கள்

உருவாக்கிய மேம்பாட்டின் உதாரணங்களைப் பாருங்கள். முதல் இரண்டு அத்தியாயங்களில் நம்மால் பேசப்பட்ட விளக்கங்களைத் திரும்ப நோக்குங்கள், அந்த நிகழ்வுகளில், உங்கள் ஒப்பிய பொறுப்பு, உற்சாகம், விடாமுயற்சி, பேரார்வம், ஊக்கம், அகத்தூண்டுதல், கொள்கைப்பிடிப்பு, தன்னம்பிக்கை ஆகியவற்றை உங்கள் வெற்றிக்குக் காரணமாய்க் கூறினீர்கள். இந்த குணாதிசயங்களெல்லாம் உங்களுக்கு எங்கிருந்து வந்தன? அவைகள் உங்கள் உள்ளே உறையும் உத்தமனாகிய ஆன்மாவிலிருந்து விவேகத்தின் வழியாகப் பணியாற்றின. அதனால் உங்களுக்கு மனதின் காரண காரியமான வரையறைக்கு வெளியே வந்து செயலாற்ற முடிந்தது.

உங்களுடய செயலாற்றும் முறை நிரந்தரமாக மாறிவிட்டது என்பதைப் புரிந்து கொண்டு அதை உங்கள் உள்ளுணர்வாக ஆக்கிக் கொள்ளுங்கள். முந்தைய செயலாற்றும் முறையின் சிறப்பியல்புகள் கீழ்க்கண்ட கூற்றுகளாக இருந்தன.

- பார்க்கப்படுபவைகளிலிருந்து பார்வையாளனைப் பிரிக்க முடியும்.
- ஒன்றிற்கு அதை அளக்கக்கூடிய தன்மை இருப்பது மிக முக்கியம்.
- முழுமை அதன் பாகங்களின் சேர்க்கையால் உருவாகுகிறது.
- ஒன்றை அப்பமுக்கில்லாமல் எடைபோட முடியும்.
- ஒன்றை தர்க்க ரீதியாக ஆராய்வதும் அலசுவதும் முக்கியம்
- நான் சிந்திக்கிறேன், அதனால் நான் இருக்கிறேன்.

நீங்கள் மனதின் ஆதிக்கத்தில் இருக்கும்போது, அதனால் பொய் யுண்மையை நிஜமாக, தவறாக எண்ணுகையில் இந்த முறை செயல் படுகிறது. இப்பொழுது உங்களுக்கு உண்மையைப் பற்றிய அறிவு மேலானதாகி விட்டதால் அதை ஒட்டிய மாற்றுச் செயல்முறையின் சிறப்பியல்புகள் என்னவென்று நினைவுபடுத்திக் கொள்வோம்.

- நான் இருக்கிறேன் அதனால் நான் சிந்திக்கிறேன்
- எனக்கு உடல் இருக்கிறது, ஆனால் நான் உடல் அல்ல
- எனக்கு உணர்வுகள் இருக்கின்றன, ஆனால் நான் உணர்வுகள்

அல்ல.

✤ எனக்கு மனம் இருக்கிறது, ஆனால் நான் மனமல்ல.

✤ எனக்கு புத்தி இருக்கிறது, ஆனால் நான் புத்தி அல்ல

✤ எது முழுமையாக இருக்கிறதோ அது போல் நான் சுய ஒளியுள்ள, பரிசுத்தமான விழிப்புணர்வு.

அ.கே.கே.: பிறகு வாழ்க்கையின் நோக்கம் என்ன? மேம்பாட்டின் பொருளென்ன?

நீங்கள் ஆன்மாவின் நிலையிலிருந்து, விவேகமும் ஞானமும் காட்டும் வழியில் பொய்யுண்மை விஷயங்களில் ஈடுபடும்போது உங்களுக்கு நீங்கள் இயற்கை அறிவின் நிலையிலிருந்து செயலாற்றுவது புலப்படும். இயற்கை அறிவென்பது உள்ளுணர்வு. அது தான் உங்களுக்கு வழி காட்டியாக முன்னேற்றப் பாதையில் அழைத்துச் செல்லும் உட்குரல். அதற்குச் செவிமடுங்கள்.

நாம் இரண்டாம் அத்தியாயத்தில் உருவாக்கிய தனிச் சிறப்புகளோடு இதை ஒப்பிட்டுப் பாருங்கள். அப்பொழுது விஷயங்களின் உலகம் தான் நம்மை ஆட்கொண்டிருந்தது. அங்கிருந்து இந்தப் பயணத்தைத் தொடங்குகையில் முதலில் நாம் விஷயங்களிலிருந்து கோட்பாடுகளைப் பிரிக்கத் தெரிந்து கொண்டோம். அடுத்ததாக கோட்பாடுகளே சில விஷயங்களின் கூறுகளாக இருக்கலாம் என்பதைப் புரிந்து கொண்டோம். இது நாள் வரை விஷயங்களைப் பயன் படுத்துவதன் நோக்கம் அந்தந்தச் சந்தர்ப்ப சூழ்நிலையை ஒட்டி அமைந்திருக்க வேண்டும் என்று சொல்லிக் கொண்டிருக்கிறோம். ஒரு முழு வட்டமடித்து, வாழ்க்கையின் நோக்கமென்ன? என்று நீங்கள் கேட்கும் கேள்விக்குத் திரும்ப வந்து விட்டோம்

உங்கள் விவேகமும் உட்குரலும் உங்களை எங்கு கொண்டு செல்கிறதோ அதுதான் உங்கள் வாழ்க்கையின் நோக்கமென்று இப்பொழுது புலப்படுகிறதா? விஷயங்களுக்கு உங்கள் கண்ணோட்டத்தைத் தர அது சாத்தியப்படுத்தும். அந்தக் கண்ணோட்டம் உங்கள் செயலின் நிலையையும் நோக்கத்தையும் நிர்ணயிக்கும். விஷயங்களில் உங்கள் மனது, உடல், எண்ணங்கள், உணர்ச்சிகள். ஆகியவை அடங்கும். இவைகள் உஙகள் விவேகத்துடன் கூட

செயலாற்றி உங்களுக்கு உங்கள் நோக்கத்தை நிர்ணயிக்க உதவும். அப்படி நிர்ணயிக்கப்பட்ட நோக்கம் பொய்யுண்மையிலும் இருக்கும். அந்த நோக்கம் சரி, தவறு என்று ஒன்றுமில்லை. நீங்கள் அதை உருவாக்கினீர்கள் என்பதே அங்கு முக்கியமாகிறது.

உதாரணத்துக்கு உற்பத்தித் திறனை ஒரு மாதத்தில் 20 சதவிகிதம் அதிகப்படுத்துவது என்ற நோக்கத்தை நீங்கள் நிர்ணயிக்கலாம். நோக்கத்தைக் காலவரையின்றி நிர்ணயிப்பதில் எந்தப் பலனு மில்லை என்பது ஒரு பக்கமிருக்கட்டும். நோக்கமென்றிருந்தால் அதை அடைந்து விட்டோமா என்று பார்க்கும்படியாக இருக்க வேண்டும். நேரமும் அளவும் கொடுக்கப்பட்டவுடனேயே அதற்கு தூ.நே.வ வந்து விடுகிறது: அது பொய்யுண்மையாகி விடுகிறது.

நீங்கள் விசனிக்க வேண்டாம். அது பொய்யுண்மையாக இருந்தாலும் உங்கள் சொந்த விருப்பத்தோடே நீங்கள் அதை உருவாக்கி யுள்ளீர்கள். அது உங்களுக்குச் சொந்தம். அதற்கு உங்களைத் தவிர வேறு யாரும் பொறுப்பல்ல. இன்னொரு முக்கிய விஷயம் என்ன வென்றால் உங்கள் விருப்பத்திற்கிணங்க எப்பொழுது வேண்டு மானாலும் நீங்கள் அதை விட்டு விடலாம். இது தான் உங்களுக்கு அந்த இலக்குடன் ஒரு விடுபட்ட இணைப்பு ஏற்படுத்துகிறது. ஒன்றுக்கொன்று முரணான கூற்று என்றாலும் இது போன்ற ஒன்றுக் கொன்று முரணான கூற்றுகளைக் கையாளுவது உங்களுக்குப் பழக்கப்பட்டுப் போயிருக்குமென்று நினைக்கிறேன்.

இந்த நிலையில் இருப்பது மிகவும் சக்தியுள்ள நிலை. விடுபட்ட இணைப்பு என்பது ஒரு அமைதியான நிலைப்பாடு. அது பொய் யுண்மையிலிருந்து மதிப்புக் கூட்டாத விஷயங்களையெல்லாம் நீக்கிவிட்டு உங்களுக்கு உங்கள் இலக்கையோ நோக்கத்தையோ முனை வில்லாமல் அடைய எல்லையில்லா சக்தியும் ஆதாரமும் தருகிறது.

அ.கே.கே: ஆனால் அது எப்படியிருந்தாலும் நம்மால் உருவாக்கப் பட்டதும் பொய்யுண்மைதானே? அதை ஏன் தொடர வேண்டும்; தேவையில்லையே?

என்ன காரணத்தினால் அதைத் தொடராமல் இருக்க நினைக் கிறீர்களோ அதே காரணத்தினால் தான் அதைத் தொடர வேண்டும். நீங்கள் ஏன் அதைத் தொடர வேண்டும்? ஏனெனில் நீங்கள் தான்

அதை முதலில் உருவாக்கினீர்கள். நீங்கள்தான் அப்படிச் சொன்னீர்கள். வேறு காரணம் ஏதும் இல்லை. நீங்கள் உங்கள் வார்த்தையைக் காப்பாற்றிக் கொள்ள விரும்புகிறீர்கள். ஏன்? அது உங்கள் தேவை. ரிச்சர்ட் பாக் தன்னுடைய இல்யூஷன்ஸ் (ILLUSIONS) என்ற புத்தகத்தில் இவ்வாறு கூறுகிறார்.

உலகம் உங்கள் பயிற்சி புத்தகம். அதன் பக்கங்களில் உங்கள் கணக்கைப் போடுகிறீர்கள். அது உண்மையில்லை, இருந்தாலும் நீங்கள் விரும்பினால் உங்களால் அங்கே உண்மையைத் தெரிவிக்க முடியும். அதே போல் உங்களுக்கு முட்டாள் தனமாகவோ, பொய்யையோ எழுதுவதற்கொ அல்லது பக்கங்களைக் கிழித்து எறிவதற்கோ சுதந்திரம் இருக்கிறது.

பக்கங்களைக் கிழிக்க வேண்டாம் என்பது உங்கள் தேர்வாக இருக்குமானால் நீங்கள் செயலாற்ற வேண்டும். பொய்யுண்மை உலகத்தில் அந்த நோக்கத்தை உண்மையாக்குவதற்கும் உங்கள் எண்ணத்தை ஈடேற்றுவதற்குமே அந்த உங்கள் செயல். நீங்கள் முன்பு பல தடவைகளில் பார்த்தது போல் முழு ஒப்பிய பொறுப்புடன் அந்த நோக்கத்தைத் தொடரும்போது பிரபஞ்சம் அதை நிறைவேற்ற உங்களுடன் ஒத்துழைக்கிறது. நீங்கள் அதற்காகச் செயலாற்றி விளையாட்டைத் தொடர வேண்டும்.

அதை அடைந்த பிறகு, அடுத்தது என்ன? அதை அழியுங்கள். அல்லது இன்னும் சரியாகச் சொன்னால் புதியதொரு நோக்கத்தை உருவாக்குங்கள்.

அதை அடைந்த பிறகு நீங்கள் ஒரு புதிய தற்பொழுதில் இருக்கிறீர்கள். மனது அதிலிருந்து ஒரு கோட்பாட்டை உருவாக்க விழையும். உங்களின் அதற்கான புகழ் மாலைகளை எதிர்பார்த்து உங்களைக் காத்திருக்க வைத்திருக்கும். அவைகள் வந்தால் அதை மறுக்காதீர்கள். அவைகளைத் தகவுடன் பெற்றுக் கொள்ளுங்கள். அவைகள் வராவிட்டால் அதுவும் சரிதான். சில சமயங்களில் அதற்குப் பதிலாக கல்லடியையும் எதிர் கொள்ள வேண்டியிருக்கும். உங்களுடைய விடுபட்ட இணைப்பைத் தொடருங்கள். மேலும் புதியதொரு மேம்பாட்டு வடிவத்தை திரும்ப உருவாக்குங்கள். இது ஒரு தொடர் சுழற்சி உருவாக்குதல், செயலாற்றுதல், அழித்தல் அல்லது திரும்ப உருவாக்குதல்

இந்தியாவின் புராதன இலக்கியங்களில் இதை பிரம்மா, விஷ்ணு, மகேசன் என்ற மூன்று தெய்வங்களாய் உருவகப்படுத்தி அவர்கள் தொழில் ஆக்குதல், காத்தல், அழித்தல் எனச் சொல்லியிருப்பது நமக்குத் தெரிந்ததே.

நீங்கள் ஒவ்வொரு வினாடியும் உருவாக்குபவராகவும், காப்பவராகவும், அழித்துத் திரும்ப ஆக்குபவராகவும் செயலாற்றிக் கொண்டிருக்கிறீர்கள். உங்கள் தெய்வீகத்தை உணர்ந்து மகிழுங்கள். அது தான் உங்கள் உள்ளே உறையும் உத்தமன்.

அ.கே.கே: நான் எனது இலக்குகளை உருவாக்குகிறேன் என்பதை ஏதாவது நிர்ணயிக்கிறதா?

மனதின் அமைப்பு ஞாபகம் இருக்கிறதா? வெகு நாட்களாகப் பதியப்படும் பதிவுகளும் முன் குரல்களும்? நீங்கள் இலக்கை நிர்ணயிப்பதற்கும் அதற்கும் தொடர்பிருக்கிறது.

நாம் விவாதித்த நிஜவுண்மை என்பது தற்பொழுது (ஆங்கிலத்தில்) இந்த வினாடியில், ஆன்மாவின் மூலமாக பொய்யுண்மை உருவாக்கப் படுகிறது. இந்தப் பொய்யுண்மை மனதும் அதன் திட்டங்களை இணைக்கும் வயர்களும் அதனால் அவைகளின் இயந்திரத் தன்மையும் இருக்கின்றன. இந்தப் பதிவுகளை ஓரளவுக்கு புறப் பகுதிகளில் மாற்றலாமே ஒழிய மற்றபடி ஒன்றும் செய்ய இயலாது. உங்கள் வாழ் நாள் முழுவதும் நீங்கள் முயன்றாலும் இந்தப் பதிவுகளையும் முன் குரல்களையும் அழிக்க முடியாது.

ஆகையால் உங்கள் கடந்த வாழ்க்கைகளின் பதிவுகளின் சுமையோடு நீங்கள் அந்த வினாடியில் தள்ளப்படுகிறீர்கள். உங்கள் குடும்பத்தையோ, கல்வியையோ, வளரும் முறையையோ, வேலையையோ, நீங்கள் எந்தத் தொழிலில் இருக்கிறீர்கள் என்பதையோ உங்களால் மாற்ற முடியாது. நீங்கள் விரும்பினாலும் விரும்பாவிட்டாலும் இந்தத் தண்ணீரில் நீங்கள் நீந்தியே ஆக வேண்டும்.

இந்தச் சுமையை வேத இலக்கியங்களில் கர்மா: என்று குறிப்பிடு கிறார்கள். இந்தக் கர்மாவிலிருந்து விடுபட ஒரே வழி உங்கள் கர்மாவை ஒப்புக் கொண்டு அதன் வழியில் உண்மையாக நடப்பதே. அது உங்கள் கடமை அல்லது தர்மம். இதைப் புரிந்து கொள்வது தானாகவே நீங்கள்

எப்படி உங்கள் இலக்கை உருவாக்குகிறீர்கள் என்பதையும் அதை எப்படி அடைகிறீர்கள் என்பதையும் நிர்ணயிக்கிறது.

உங்களுடைய தர்மம் என்ன என்பதைத் தெரிந்து கொள்ளுங்கள். அதற்கு உண்மையாக இருங்கள். உங்கள் கர்மா நிர்ணயித்தபடி இந்த வாழ்க்கையில் ஒரு நோக்கத்தொடு நீங்கள் பிறந்திருக்கிறீர்கள். நீங்கள் ஒரு இல்லத் தலைவராக இருந்தால் உங்கள் தர்மம் இல்லத் தலைவராக மேம்பாட்டை அடைவதே. நீங்கள் ஒரு கலைஞராக இருந்தால் உங்கள் தர்மம் சிறந்த கலைஞராக இருப்பதே. என்னுடைய நண்பர் ஒருவர் சிறந்த எலும்பியல் சர்ஜன். அவர் ஒரு தோட்டத்தை வாங்கினார். சில வருடங்களுக்குப் பின் விற்று விட்டார். ஒரு எலும்பு சர்ஜன் விவசாயியாக நினைப்பது ஒரு விவசாயி எலும்பு சர்ஜனாக நினைப்பதைப் போல என்பதை உணர்ந்து கொண்டார். நீங்கள் உங்களுக்காக மட்டும் தான் உண்மையாக இருக்க முடியும். மற்றவர்களுக்காகவோ மற்ற எதற்காகவோ உண்மையாக இருப்பது போலித்தனம் (ரிச்சர்ட் பாக் இல்யூஷன்ஸ்)

உங்கள் உட்குரலுக்கு நீங்கள் உண்மையாக இருங்கள். உங்களுடைய மனச்சாட்சி ஆன்மாவும் அதன் உள்ளே உறையும் உத்தமனும் மற்றதைக் கவனித்துக் கொள்வார்கள்.

அ.கே.கே: வெகு சீக்கிரமே நான் இதையெல்லாம் மறந்து விட்டு என்னுடைய பொய்யுண்மை துன்ப உலகுக்குத் திரும்பி விடுவேன் என்பது நிச்சயம். நான் நிஜவுண்மையோடு எப்படித் தொடர்பை வைத்துக் கொண்டிருப்பது?

ஆமாம். அப்படி நடப்பதற்கு வாய்ப்பிருக்கிறது. மாற்றங்கள் உடனடியாக நிகழ்வதில்லை. அப்படி நிகழ்ந்தாலும் அது நம்மை மாறவைக்கும் ஒரு அனுபவம் என்றுணர்வதற்கு காலம் தேவை. ஆனால் இதற்கிடையில் மனக்குரங்கு உங்களை திசை திருப்ப முயலும். நிச்சயமாக ஆரம்ப காலத்திலாவது. அது வெற்றி பெறும். அதில் எந்த சந்தேகமும் இல்லை.

ஆனால் இங்கு ஒரு தகவல் இருக்கிறது. அது நல்லதா கெட்டதா என்று எனக்குத் தெரியாது. அது என்னவென்றால் நீங்கள் ஏதாவது சிறிய மாற்றமாவது நிகழ்ந்திருக்கிறது என உணர்ந்திருந்தால் அது

உங்கள் மனதில் உள்ள பதிவுகளில் ஒரு பெரிய முன்-குரலை உண்டு பண்ணியிருக்கும். இந்த முன்-குரல் மனக்குரங்கின் பிடியிலிருந்து விடுபடவேண்டும் என்ற நினைவை உங்களை மறக்க விடாது. மனமாற்ற அனுபவத்திலிருந்து உங்களால் வெளி வர முடியாது. வெகு நாட்களுக்கு முன் கற்றுக் கொண்ட நடப்பதையோ, நீச்சலையோ, அல்லது சைக்கிள் செலுத்துவதையோ உங்களால் மறக்க முடியாதது போல இதையும் உங்களால் மறக்க இயலாது. நீங்கள் செய்வது சரிதான் என்று உங்கள் மனம் சொன்னாலும் உங்களுக்கு அது தவறென்று தெரியும். அந்த வாய்ப்பை பயன் படுத்திக் கொண்டு மனதின் பிடியிலிருந்து விடுபடுவது உங்கள் கையில்.

நிஜவுண்மையோடு ஒட்டி இருப்பதற்கு சில விஷயங்கள் உங்களுக்கு உதவலாம். உங்கள் வாழ்க்கையின் முக்கிய பகுதிகளில் அவ்வாறு இருப்பது மிக முக்கியம் உங்களுக்குள் வாழும் நபருக்கு அப்பகுதிகள் எவையென்று நிச்சயமாகத் தெரியும்.

உங்கள் அனுபவங்களையும் பாடங்களையும் உங்களைச் சுற்றியுள்ள பொய்யுண்மை விஷயங்களில் மேம்பாடு அடைவதில் பயன் படுத்துவது மிக முக்கியம். உங்கள் குறிக்கோள்களையும் இலக்கு களையும் மற்றவர்களுக்குத் தெரியப் படுத்துங்கள். அதை எழுதி வையுங்கள். அவைகள் அளக்கும்படியாக இருக்கட்டும். அவை களிலிருந்து விடுபடும் மார்க்கங்களை அடைத்து விடுங்கள். மனதிற்கு சாக்குகள் சொல்வதைக் கடினமாக்குங்கள். சிறியதாகத் துவங்கி படிப்படியாக உங்கள் நம்பிக்கையை வளர்த்துக் கொள்ளுங்கள்.

இவையெல்லாம் நீங்கள் கடைப்பிடித்தாலும் சில சமயங்களில் நீங்கள் தோல்வியைச் சந்திக்க நேரிடும். உங்களையே நீங்கள் வெறுத்துக் கொள்வீர்கள். ஆனால் உங்கள் முயற்சியைத் தொடருங்கள். ஒவ்வொரு நிமிடமும் புதியதென்பதை உணருங்கள். வாழ்க்கை என்பது எப்பொழுதும் உயரத்தில் இருப்பதல்ல. உயரமென்று ஒன்று இருக்க வேண்டுமானால் பள்ளமும் இருந்தாக வேண்டும் என்பது உங்களுக்குத் தெரியும். நிஜவுண்மையோடு இருப்பதில் உங்கள் வெற்றி நீங்கள் உயர்வை எப்படிக் கையாளுகிறீர்கள் என்பதை விட தாழ்வை எப்படிக் கையாளுகிறீர்கள் என்பதைப் பொறுத்திருக்கிறது. நீங்கள் உங்கள் நம்பிக்கை மற்றும் பொறுமை ஆகிய குணங்களிலிருந்து செயலாற்ற வேண்டும். உங்களை நம்புங்கள். உங்களைத் தட்டிக் கொடுத்துக் கொள்ளுங்கள்.

சில சமயங்களில் இதுவும் வேலை செய்யாது, உலகமே ஸ்தம்பித்து விட்டாற் போல் தோன்றும். அந்த சமயத்தில் ரிச்சர்ட் பாக் இல்யுஷன்ஸில் சொன்னதை நினைவு படுத்திக் கொள்ளுங்கள்.

கம்பளிப் புழு எதை உலகத்தின் முடிவு என்று எண்ணுகிறதோ அதை ஆசான் பட்டாம்பூச்சி என்கிறார்.

உண்மையின் நேரம் தற்பொழுதே. மனக்குரங்கின் எஜமானன் உங்கள் உள்ளே உறையும் உத்தமன். நீங்கள் தான் முதலாளி. பொறுப்பெடுத்துக் கொள்ளுங்கள்.